நிரந்தர வெற்றிக்கு வழிவகுக்கும் சுயபேச்சு

நிரந்தர வெற்றிக்கு வழிவகுக்கும் சுயபேச்சு

உங்களுக்கு நீங்களே பேசிக் கொள்ளும்போது என்ன சொல்ல வேண்டும்?

ஷாட் ஹெம்ஸ்டெட்டர், பிஹெச்.டி.

தமிழில்: நாகலட்சுமி சண்முகம்

MANJUL

மஞ்சுள் பப்ளிஷிங் ஹவுஸ்

First published in India by

Manjul Publishing House
Corporate and Editorial Office
• 2nd Floor, Usha Preet Complex, 42 Malviya Nagar, Bhopal 462 003 - India
Sales and Marketing Office
• C-16, Sector 3, Noida, Uttar Pradesh 201301 - India
Website: www.manjulindia.com
Distribution Centres
Ahmedabad, Bengaluru, Kochi, Kolkata, Chennai,
Hyderabad, Mumbai, New Delhi, Pune

Tamil translation of
WHAT TO SAY WHEN YOU TALK TO YOUR SELF
by Shad Helmstetter, Ph.D.

Copyright © 1982 by Shad Helmstetter.
All Rights Reserved.

This edition first published in 2013
Ninth impression 2025

Translation by Nagalakshmi Shanmugam
Editing & Layout by PSV Kumarasamy

ISBN   978-81-8322-338-6

Printed and bound in India by Repro India Limited

All rights reserved. No part of this publication may be reproduced, stored in or introduced into a retrieval system, or transmitted, in any form, or by any means (electronic, mechanical, photocopying, recording or otherwise) without the prior written permission of the publisher. Any person who does any unauthorized act in relation to this publication may be liable to criminal prosecution and civil claims for damages.

எனக்கு விடாமுயற்சியை ஊட்டி வளர்த்த
என் அன்னை நோரா ஹெம்ஸ்டெட்டருக்கும்,
எப்போதுமே எதற்கும் ஒரு சிறந்த தீர்வு இருக்குமென்று
கற்றுக் கொடுத்த என் தந்தை ஃபிரெட் ஹெம்ஸ்டெட்டருக்கும்
நான் இப்புத்தகத்தை அன்புடன் சமர்ப்பிக்கிறேன்.

நன்றி

இப்புத்தகத்தை உருவாக்க உதவிய பல அருமையான மனிதர்களில் கீழே குறிப்பிடப்பட்டு உள்ளவர்களுக்கு நான் நன்றி தெரிவிக்க விரும்புகிறேன். முதலாவதாக, பொறுமை காத்த என் மனைவி டெல்லாயேனுக்கும், ஒப்பிட முடியாத ஆதரவு காட்டி, என்மீது நம்பிக்கை வைத்திருந்த என் நண்பரும் தொழிற்கூட்டாளியுமான வில்லியம் வாலஸுக்கும், இப்புத்தகம் எழுதப்படுவதற்கு முன்பாகவே இதன் கொள்கைகளை வாழ்ந்து காட்டிய என் மகன் ஆன்டனிக்கும் என் நன்றி. மனித சாத்தியக்கூற்றின் புதிய எல்லைகளின் கண்டுபிடிப்பில் என் சக கூட்டாளியாக இருந்து முன்னின்று வழிநடத்திச் சென்ற ஜூலியா ஹேய்ஸ், இப்புத்தகத்தின் உள்ளடக்கம் மற்றும் கருத்தாக்கத்திற்குப் பங்களிப்பு செய்த இப்புத்தகத்தின் மூத்த எடிட்டர் ரே ஆன் பிரவுன், எனக்குத் தெரிந்தவரை மிகச் சிறந்த சொற்சிற்பியாக விளங்கும் என் காப்பி எடிட்டர் ஹாலி ஹில் ஆகியோருக்கும் என் நன்றி. கடந்த நாற்பது வருடங்களுக்கும் மேலாக என்மீது எப்போதும் நம்பிக்கை வைத்திருந்து என்னைத் தவறாது ஊக்குவித்த சில்வியா ரிஜல்பிரஜுக்கு நான் வெகுவாக நன்றிக்கடன் பட்டிருக்கிறேன். வெகு காலத்திற்கு முன்பே நான் யார் என்பதை எனக்குக் கற்றுக் கொடுத்த என் ஆசிரியரும் நண்பருமான பார்பரா பேலிஸுக்கு விசேஷமாக நன்றி தெரிவிக்க நான் கடமைப்பட்டுள்ளேன். மிகுந்த மேதமையும் நம்பிக்கையும் கொண்டிருந்த என் நண்பர் ரே லின்ட்ஸ்ட்ராமுக்கும், எனக்கு அதிகப்படியான உத்வேகமூட்டிய கிரெகரிக்கும், உண்மையான சாதனையாளராக உருவாகிக் கொண்டிருக்கும் ஜெஃப்ரிக்கும் என் நன்றி உரித்தாகுக. கடைசியாக, என் இளைய புதல்வன் டிமோத்திக்கு என் நன்றி. அவனது பெயர் விடுபட்டுப் போனால் அவன் வெகுவாக வருத்தப்படுவான்.

உள்ளடக்கம்

1	தேடல்	11
2	'விடைகள்'	16
3	பலனளிப்பவை, பலனளிக்காதவை	25
4	புதிய கண்டுபிடிப்புகள்	35
5	நம்புவதற்குக் கற்றுக் கொள்ளுதல்	40
6	அந்தச் சுவர்	48
7	அடுத்தத் தலைமுறைக்கு நாம் அளிக்கும் சீதனம்	58
8	சுயநிர்வாக வரிசைக்கிரமம்	63
9	சுயபேச்சின் ஐந்து நிலைகள்	74
10	நேர்மறைச் சிந்தனையில் உள்ள நடைமுறைச் சிக்கல்	86
11	ஊக்குவிப்புக் குறித்த மாயைகள்	94
12	மனவசியமுமல்ல, ஆழ்மனப் புகுத்துதலுமல்ல	104
13	எளிமையாக இல்லையெனில் அது வேலை செய்யாது	113
14	புதிய உத்திகள்	120
15	உங்கள் நிலைமை எதுவாக இருந்தாலும் சரி	143
16	பழக்கங்களை மாற்றுதல்	158
17	மனப்போக்குகளை மாற்றுதல்	171
18	பிரச்சனைகளைத் தீர்ப்பதும் இலக்குகளை அடைவதும்	182
19	உள்ளார்ந்த ஊக்குவிப்பு	197
20	சூழ்நிலைரீதியான சுயபேச்சு	215
21	செயல்படுத்தத் துவங்குதல்	235
22	உங்களுடைய சொந்த சுயபேச்சை உருவாக்குதல்	245
23	மாறுவதா வேண்டாமா	262

1
தேடல்

ஒரு வெற்றிகரமான தொழில் வாழ்க்கை, ஒரு மகிழ்ச்சியான குடும்பச் சூழல், பொருளாதாரப் பாதுகாப்பு ஆகியவற்றை நம்மில் பெரும்பாலானவர்கள் விரும்புகிறோம். அவை நமக்குத் தேவையும்கூட. வாழ்க்கையிடமிருந்து நாம் அவற்றை எதிர்பார்க்கிறோம். நமக்குக் கிடைக்க வேண்டிய நியாயமான பங்கைப் பெறுவதற்கு நாம் தகுதியானவர்கள்தான், அதைக் கைவசப்படுத்துவதற்கு நமக்கு எல்லா உரிமைகளும் உண்டு என்று நம் மனத்தின் அடியாழத்தில் நாம் அறிந்திருக்கிறோம்.

ஆனால், விஷயங்கள் நம் வாழ்வில் எவ்வாறு அமைந்திருக்க வேண்டுமோ, அவ்வாறு ஏன் அமைவதில்லை என்று நீங்கள் எப்போதேனும் வியந்தது உண்டா? நாம் கைவசப்படுத்த விரும்புகின்ற, நாம் கண்டிப்பாகப் பெற்றிருக்க வேண்டும் என்று நாம் அறிந்திருக்கின்ற பல விஷயங்களை வாழ்க்கையிடம் இருந்து நம்மால் ஏன் பெற முடிவதில்லை? நம்மில் பெரும்பாலானவர்கள் அதிர்ஷ்டமில்லாதவர்களாக இருப்பதுபோல் தோன்றும்போது, ஒருசிலர் மட்டும் ஏன் அதிர்ஷ்டக்காரர்கள்போல் தோன்றுகின்றனர்?

ஒருசிலர் மட்டும் ஏன் மற்றவர்களைவிட எப்போதும் அதிக மகிழ்ச்சியானவர்களாகவும், அதிக மனநிறைவு கொண்டவர்களாகவும், அதிக ஆக்கபூர்வமானவர்களாகவும் இருக்கின்றனர்? எது அந்த வித்தியாசத்தை ஏற்படுத்துகிறது?

இது நம் தலைவிதியா? நம் வாழ்க்கைப் பாதையை வகுப்பதில் நமக்குப் பங்கில்லையா?

நம் வாழ்க்கை நம் கட்டுப்பாட்டில் இருக்கிறதா, இல்லையா? நம் வாழ்க்கையை நம்மால் கட்டுப்படுத்த முடியும் என்றால், அல்லது நம் வாழ்க்கை நம் கட்டுப்பாட்டில்தான் இருந்தாக வேண்டும் என்றால், எது தவறாகப் போய்க் கொண்டிருக்கிறது? எது நம்மை இழுத்துப் பிடித்து வைக்கிறது? ஒவ்வொரு நாளும் நம் வாழ்வின் ஒவ்வொரு பகுதியிலும் நாம் அதிக மகிழ்ச்சியானவர்களாகவும் அதிக வெற்றிகரமானவர்களாகவும் வாழ விரும்பினால், அதற்கு முட்டுக்கட்டையாக நின்று கொண்டிருக்கும் அந்தச் சுவர் எது?

எல்லையற்ற நடைமுறைச் சாத்தியக்கூறுகளைக் கொண்டதொரு வாழ்க்கை

முட்டுக்கட்டைகள், மேடு பள்ளங்கள், தினசரி வாழ்வின் சிக்கல்கள் மற்றும் தடைகள் போன்றவற்றுக்கு இடமளிக்காத ஒரு வாழ்க்கையை வாழ்வதாகக் கற்பனை செய்து பாருங்கள். ஒவ்வொரு நாளும் சாதனைகளும் பரிபூரண மனநிறைவும் நிரம்பி வழிகின்ற ஒரு வாழ்க்கையைக் கற்பனை செய்து கொள்ளுங்கள். என்னைப் பொறுத்தவரை, நெடுங்காலம்வரை, அப்படிப்பட்ட ஒரு வாழ்க்கை சாத்தியமற்றப் பகற்கனவுகளும் ஆசைகளும் நிரம்பிய ஒன்றாகவே தோன்றியது. நம்பிக்கை, வாக்குறுதி, எதிர்பார்ப்பு, மற்றும் சாதனைகள் அடங்கிய ஒரு வாழ்க்கையை வாழ்வது என்பது, வெறும் கற்பனாவாதமாகவே தோன்றியது.

நான் இளவயதினனாக இருந்தபோது, என் கற்பனை விண்ணைத் தொட்டது. நம்மால் என்ன செய்ய முடியாது என்று நான் கற்றுக் கொண்டதற்கு வெகு காலத்திற்கு முன்பு, நம்மால் செய்ய முடியும் என்று எனக்குத் தெரிந்தவற்றைக் குறித்து நான் கனவு கண்டேன். நான் சிறுவனாக இருந்தபோது, பல நாட்கள், நள்ளிரவு தாண்டிய பிறகுகூட, குளிரான, ஈரமான புல்வெளியில் கால் நீட்டிப் படுத்திருந்தது என் நினைவில் உள்ளது. எனக்கு மேலே, கோடைக்கால வானக் கம்பளத்தில் பொதிந்து கிடந்த விண்மீன்களில் என் மனம் ஆழப் புதைந்திருந்தது. அந்த விண்மீன்களை என்னால் தொட முடிந்தது. என் கற்பனையில் எந்தவொரு கனவைக் காணவும், அக்கனவு மெய்யாவதைப் பார்க்கவும் என்னால் முடிந்தது.

ஆனால் பின்னாளில், நடைமுறைச் சாத்தியக்கூறுகளுக்கு அடிபணிந்து என் கனவுகள் கரைந்து போயின. விண்மீன்களால் அலங்கரிக்கப்பட்டிருந்த சொர்க்கலோகங்களும், பனியில் தொப்பலாக நனைந்திருந்த புல்லும், என் கற்பனையில் கோலோச்சிய ராஜாங்கங்களும் பகுத்தறிவுரீதியான தேவைகளுக்கு வழிவிடுவதற்காகப் பணிவுடன் ஒதுங்கிக் கொண்டன. நான் உள்ளார்வத்துடன் கல்வி கற்கத் துவங்கியபோது, நம்மால் என்ன செய்ய முடியாது என்பதைப் பற்றி நான் கற்றுக் கொள்ளத் துவங்கினேன். காலப்போக்கில், மனிதகுலத்தின் எல்லையற்ற சாத்தியக்கூறுகளைப் பற்றிக் கற்றுக் கொள்வதற்கு மாறாக, மனிதனின் விதிகளையும் எல்லைகளையும் படிப்பதில் நான் அதிகத் தீவிரம் காட்டத் துவங்கினேன்.

"இதை நீ செய்தாக வேண்டும்," "இது உன்னால் முடியாது," "இது கண்டிப்பாக நிறைவேற்றப்பட்டாக வேண்டும்" போன்றவற்றை நான் கற்றேன். மேகத்திற்குள் தலையைப் புதைத்துக் கொண்டிருப்பது மோசமென்றும், நிலத்தில் கால் பதித்து நிற்பதுதான் நல்லதென்றும் எனக்குக் கூறப்பட்டது. எனவே, பிரபஞ்சத்தின் மாயாஜாலமான உற்சாகத்திலிருந்து என் தலையை வெளியே எடுத்துக் கொண்டு, உயிர்வாழ்வது மற்றும் பிறரால் ஏற்றுக் கொள்ளப்படுவது போன்ற நடைமுறை யதார்த்தங்களைப் பற்றிக் கற்றுக் கொள்வதில் நான் கவனம் செலுத்தத் துவங்கினேன். கண்களுக்குப் புலப்படும் மேலோட்டமான இவ்விஷயங்களைத் தாண்டி இன்னும் அதிகமான விஷயங்கள் இருந்தாக வேண்டும் என்ற சந்தேகம் அவ்வப்போது என்னை நச்சரித்துக் கொண்டே இருந்தாலும் அவ்விஷயங்களை என்னால் பார்க்க முடியவில்லை.

வெறுமனே வாழ்க்கையை ஓட்டுவதை நிறுத்திவிட்டு, மீண்டும் விண்மீன்களைப் பார்ப்பதென்று நான் தீர்மானித்தபோது நீண்டகாலம் ஆகிவிட்டிருந்தது. ஆனாலும் துணிந்து நான் அந்தத் தீர்மானத்தை மேற்கொண்டேன். அச்சிறிய தீர்மானத்தின் விளைவாக என் வாழ்க்கையும் வாழ்வின் திசையும் மாறின.

நான் என் தீர்மானத்தைச் செயல்படுத்தி, மீண்டும் விண்மீன்களுக்குள் புதையுண்டபோது, ஒரு நீண்ட இருபது வருடகால சாகசப் பயணத்தை முடித்திருந்தேன். ஒரு கிராமத்துச் சிறுவனாக வாழ்க்கையைத் துவக்கிய என்னை, என் பயணம் நியூயார்க் நகரின் வானளாவிய அலுவலகங்களுக்குக்

கூட்டிச் சென்றது. கோதுமை வயல்கள் நிறைந்த அமைதியான கிராம வாழ்க்கையைத் துறந்துவிட்டு, அலுவலகங்களின் சந்திப்பு அறைகளில், மிடுக்காக உடையணிந்த வழக்கறிஞர்களோடும் கச்சிதமாகக் காட்சியளித்த விற்பனையாளர்களோடும் பேரப்பேச்சுகளில் ஈடுபட்டேன். பனிசூழ்ந்த மத்தியமேற்குக் கல்லூரி வளாகங்களுக்கும், சாலைகளின் இருபுறங்களிலும் பனைமரங்கள் வரிசையாக அணிவகுத்து நின்ற மேற்கு மாநிலப் பல்கலைக்கழகங்களுக்கும் என் பயணம் என்னை அழைத்துச் சென்றது.

அந்த நேரத்தில், ஏதோ ஒரு சமயத்தில், சிறு வயதில் நான் கனவு கண்டிருந்ததுபோல் மீண்டும் கனவு காணத் துவங்கினேன். “ஒருவேளை நம்மால் முடியும் என்றால்?” என்று நான் வியந்தேன். எது நம்மைத் தடுத்து நிறுத்துகிறது என்பதைக் கண்டுபிடித்து, அதை மாற்றினால்? நம் கேள்விக்கு ஒரு விடை இருந்து, யாரும் அதைச் சரியான திசையில் தேடிப் பார்த்திருக்காவிட்டால்? விண்ணில் உள்ள நட்சத்திரங்களை ஏதோ ஒரு சமயத்தில் நம்மில் யாரோ ஒருவரால் எட்டித் தொட முடியும் என்றால்?

என்னுடைய தேடலின் முதற்பகுதி, மனித நடத்தையை நான் ஆய்வு செய்ததிலிருந்து துவங்கியது. உண்மையில் மனித நடத்தை என்றால் என்னவென்று தெரியாமலேயே நீங்கள் அதில் ஒரு பட்டதாரியாக ஆகிவிட முடியும். இளைஞர்களைவிட வயதானவர்கள் அதை நன்கு அறிந்து வைத்திருந்தனர். எங்களது பேராசிரியர்கள் கல்விரீதியான எத்தனைப் பட்டங்களைப் பெற்றிருந்தாலும் சரி, மனித நடத்தையைப் பற்றிக் கல்லூரியில் அவர்கள் எங்களுக்குக் கற்றுக் கொடுத்ததற்கு வெகுகாலத்திற்கு முன்பே, எனக்குத் தெரிந்த வயதான மனிதர்கள் அதைக் கண்டுபிடித்துவிட்டிருந்தனர் என்று நான் சந்தேகித்தேன்.

பிறகு, ஊக்குவிப்புச் சந்தையியல் என்ற ஒன்றை நான் கற்றேன். தங்களுக்கு விருப்பமில்லாத ஒரு விஷயத்தை மக்களைச் செய்ய வைப்பது எது என்பது பற்றி அது விளக்குகிறது. என் ஆய்வை நான் முழுமையாக நிறைவு செய்தபோது, கட்டாயப்படுத்துவதன் மூலமாக மட்டுமே தனக்கு விருப்பமில்லாத ஒரு காரியத்தை ஒருவரைச் செய்ய வைக்க முடியும் என்ற முடிவுக்கு வந்தேன். இந்த சுதந்திர உலகில், ‘கட்டாயப்படுத்துதல்’ என்பது விளம்பரத்தின் மூலமாக நடத்தப்படுகிறது என்பதை நான் கண்டுகொண்டேன்.

சிறிது காலத்தில், உளவியல் படிப்பில் நான் ஈடுபட்டேன். அது ஒரு நல்ல துறை. தாங்கள் கூறுவதைப் பொறுமையாகக் காதுகொடுத்துக் கேட்பதற்குத் தங்கள்மீது அக்கறை கொண்ட யாரோ ஒருவர் நேரம் எடுத்துக் கொண்டதால் பலர் செழிப்பான வாழ்க்கையை வாழ்ந்துள்ளனர்.

இறுதியில் நான் என் சொந்தப் பயணத்திற்குள் காலெடுத்து வைத்தேன். விண்மீன்களைத் தொட்டுக் கொண்டு, அதே சமயத்தில் ஒரு சராசரி நபரால் எவ்வாறு நிலத்திலும் தன் இரு கால்களை ஊன்றி நிற்க முடியும் என்ற கேள்விக்கான ஒரு திட்டவட்டமான விடையை, கணிதம், வியாபாரம், சமயம், அல்லது உளவியல் என்று நான் படித்த எந்தப் படிப்பிலும் என்னால் கண்டுபிடிக்க முடியவில்லை. இதற்கு ஒரு சிறந்த வழி கண்டிப்பாக இருந்தாக வேண்டும் என்று நான் நினைத்தேன். அது மிகவும் வெளிப்படையான ஒன்றாக, மற்றவர்கள் கவனிக்காமல் விட்டுவிட்ட ஒன்றாக இருக்க வேண்டும் என்று நான் சந்தேகித்தேன். ஒருவர் தனது எதிர்காலத்தைத் தனது கட்டுப்பாட்டிற்குள் கொண்டு வருவது என்பது, அவர் தன்னை சுயமாக நிர்வகித்துக் கொள்வதிலிருந்து துவங்குகிறது என்று நான் நம்பினேன். நம்மால் அதைச் சாதிக்க முடியும் என்றால், வாழ்க்கையின் ஒரு சிறு பகுதியிலாவது நம்மால் மேதமை பெற முடியும்.

மனித மனத்தின் உள்ளார்ந்த செயல்பாடுகளைப் பற்றி நான் தொடர்ந்து ஆய்வு செய்து வந்தபோது, விடைகளைத் தேடத் துவங்கினேன். ஏராளமான விடைகள் எனக்குக் கிடைத்தபோதிலும், ஒரே ஒரு தீர்வை மட்டுமே நான் கண்டறிந்தேன்.

2
'விடைகள்'

'வெற்றி' குறித்தப் புத்தகங்களை ஆய்வு செய்வதில் இருபது வருடங்களுக்கும் மேலாக நான் செலவிட்டு வந்துள்ளதில், அப்புத்தகங்கள் எல்லாவற்றிலும் தொக்கி நின்ற ஒரு நிலையான, நிறைவேற்றப்படாத ஒரு வாக்குறுதியை நான் கண்டுபிடித்துள்ளேன். கைக்கெட்டும் தூரத்தில்தான் இருக்கிறது நமது வெற்றி என்ற வாக்குறுதிதான் அது.

மனவசியத்திற்கு நான் என்னை உட்படுத்திக் கொள்ளலாம். எனக்குத் தேவையான 'விடையை' எனக்குக் கொடுக்கக்கூடிய பயிலரங்குகளில் நான் கலந்து கொள்ளலாம். இலக்குகளை நிர்ணயித்து, ஓர் 'உண்மையான சாதனையாளனாக' உருவாகலாம். என்னுடைய நாளை ஒழுங்கமைத்துக் கொண்டு, என்னுடைய முன்னுரிமைகளைப் பட்டியலிட்டு, என் கனவிலும் நினைத்துப் பார்த்திராத அளவுக்கு அதிகமான சாதனைகளைப் படைப்பதற்குக் கற்றுக் கொள்ளலாம். நேர்மறையாகச் சிந்திக்கவும், அதிகப் படைப்புத்திறனுடன் செயல்படவும், மற்றவர்களுடன் தொடர்புபடுத்திப் பார்க்கவும், 'நடுநிலையில்' இருக்கவும் கற்றுக் கொள்ளலாம். வெற்றி நான் எடுத்துக் கொள்வதற்காகவே காத்திருக்கிறது, நான் செய்ய வேண்டியதெல்லாம் எனக்கு வாய்க்கப்பட்டிருக்கும் சாதனையையும் மேன்மைத்துவத்தையும் ஏற்றுக் கொள்ள வேண்டியது மட்டும்தான். நான் தேர்ந்தெடுக்கும்பட்சத்தில், என் வாழ்வில் எதையும் என்னால் மாற்ற முடியும்.

வெற்றி பற்றி நான் ஆய்வு செய்து வந்துள்ள சமயத்திலும், நான் சந்தேகிப்பவனாகவே இருந்து வந்திருக்கிறேன். பல வருடங்களாக நான் வெற்றி பற்றிப் படித்தேன், ஆய்வு செய்தேன், பிறர் கூறுவதைக் காதுகொடுத்துக் கேட்டேன். அதன் பிறகு என்னால் வியக்காமல் இருக்க முடியவில்லை: வெற்றிக்கு இத்தனைத் 'திறவுகோல்கள்' இருக்கின்றன என்றால், அவை ஏன் பலனளிப்பதில்லை? சிறப்பாக விற்பனையாகிக் கொண்டிருக்கும் சுயஉதவிப் புத்தகங்கள் அலமாரிகளில் நிரம்பி வழிவது ஏன்? தாம் பிரகடனம் செய்வதுபோல் புத்தகங்கள் பலனளித்தால், புதிய புத்தகங்கள் நமக்குத் தேவைப்படக்கூடாது அல்லவா? வாழ்க்கையைச் சிறப்பானதாக ஆக்குவதற்கு நாம் என்ன செய்ய வேண்டும் என்பது பற்றிய நமது கேள்விகளுக்கு இத்தனை விடைகள் இருக்கின்றன என்றால், இந்த மாபெரும் யோசனைகளிலிருந்து பலனடைவதில் ஏராளமான மக்கள் ஏன் தோல்வியைத் தழுவியுள்ளனர்? இந்த யோசனைகள் சிறிது காலம் பலனளித்திருந்தால், அவை தொடர்ந்து பலனளிப்பதிலிருந்து எது அவற்றைத் தடுத்து நிறுத்துகின்றது?

உணர்ச்சிமிக்க ஓர் ஊக்குவிப்புச் சொற்பொழிவில் நீங்கள் கலந்து கொண்டிருக்கிறீர்களா? அது ஏன் நீடிக்கவில்லை? மாறுவதற்கும் சாதிப்பதற்கும் நீங்கள் உத்வேகம் பெற்று, பிறகு அந்த உத்வேகம் திடீரென்று மாயமாய் மறைந்துபோன அனுபவம் உங்களுக்குக் கிடைத்துள்ளதா? அந்த உத்வேகம் எங்கே போனது?

இங்கு பிரச்சனை புத்தகங்களிலோ, கருத்தரங்குகளிலோ, அல்லது ஊக்குவிப்புச் சொற்பொழிவுகளிலோ இல்லை. ஏராளமான நல்ல சுயஉதவி யோசனைகளும் உத்திகளும் உள்ளன என்பதை மறுப்பதற்கில்லை. அவை பலனளிக்க வேண்டும், அவற்றால் பலனளிக்க முடியும். ஆனால் அவை பலனளிப்பதில்லை அல்லது தொடர்ச்சியாகப் பலனளிப்பதில்லை. நாம் அனைவரும் தவறவிட்டுவிட்ட ஒரு விஷயம்தான் அதற்குக் காரணம். 'மூளை அவ்வாறு வேலை செய்வதில்லை' என்பதுதான் அது.

நம்புதற்கரிய சக்தி கொண்ட நமது மூளையால், நீங்கள் விரும்புகின்ற அறிவுபூர்வமான எந்தவொரு விஷயத்தையும் உங்களுக்காகச் செய்து கொடுக்க முடியும். ஆனால் அதை எவ்வாறு கையாள்வது என்பது உங்களுக்குத் தெரிந்திருக்க வேண்டும். அதைச் சரியாகக் கையாண்டு, சரியான திசைகளை

நீங்கள் கவனமாக அதற்குக் கொடுத்தால், அது சரியான விஷயத்தைச் செய்யும். உங்களுக்காக அது சரியான வழியில் வேலை செய்யும். ஆனால் தவறான திசைகளை நீங்கள் உங்கள் மூளைக்குக் கொடுத்தால், அது அந்தத் தவறான திசைகள்மீது செயல்படும், பிரக்ஞையின்றி நீங்களும் மற்றவர்களும் அதற்குக் கொடுத்துக் கொண்டிருக்கும் எதிர்மறையான யோசனைகளுக்கு அது தொடர்ந்து செயல்விடை அளித்துக் கொண்டே இருக்கும்.

1,48,000 'இல்லைகள்!'

நம்மில் பெரும்பாலானவர்களுக்குக் கிடைத்துள்ள எதிர்மறையான கருத்துக்கள் சிலவற்றுக்கான ஓர் எடுத்துக்காட்டை நான் உங்களுக்குக் கொடுக்கிறேன். நம்முடைய வாழ்வின் முதல் பதினெட்டு வருடங்களின்போது, நாம் சராசரியான நேர்மறையான வீடுகளில் வளர்ந்திருந்தால், 'இல்லை!' அல்லது 'உன்னால் முடியாது!' என்று 1,48,000 முறைகள் நம்மிடம் கூறப்பட்டிருக்கும். நீங்கள் சற்றுக் கூடுதல் அதிர்ஷ்டக்காரராக இருந்திருந்தால், 1,00,000 அல்லது 50,000 முறைகள் அவ்வாறு உங்களிடம் கூறப்பட்டிருக்கும். அதாவது, நமக்குத் தேவையானதைவிட மிக அதிக அளவில் நாம் எதிர்மறையாகப் பயிற்றுவிக்கப்பட்டு வந்திருக்கிறோம்.

அதோடு, அதே காலகட்டத்தில், வாழ்வில் உங்களால் எதைச் செய்ய முடியும் அல்லது எதைச் சாதிக்க முடியும் என்று எத்தனை முறை உங்களிடம் கூறப்பட்டது என்று நினைக்கிறீர்கள்? சில ஆயிரம் முறைகளா? சில நூறு முறைகளா? அமெரிக்கா நெடுகிலும் நான் சொற்பொழிவாற்றி வரும்போது, வாழ்வில் தங்களால் எதைச் சாதிக்க முடியும் என்பது பற்றி மூன்று அல்லது நான்கு முறைகளுக்கு மேல் தங்களிடம் கூறப்பட்டிருக்கவில்லை என்று மக்கள் என்னிடம் கூறியுள்ளனர். எண்ணிக்கை எதுவாக இருந்தாலும் சரி, நம்மில் பெரும்பாலானவர்களின் விஷயத்தில், நமக்குக் கிடைத்த 'சரி' மற்றும் 'முடியாது' ஆகியவற்றின் எண்ணிக்கை ஒன்றுக்கொன்று சமநிலையில் இருக்கவில்லை. நம்மால் முடியாது என்று ஒவ்வொரு நாளும் நம்மிடம் கூறப்பட்ட அளவுக்கு நமக்கு நம்பிக்கை ஊட்டப்படவில்லை.

நமக்குக் கிடைத்த இந்த எதிர்மறையான பயிற்றுவிப்பு (சிலருக்கு இன்றும் அது கிடைத்துக் கொண்டிருக்கிறது), குறிப்பாக எந்த உள்நோக்கமும் இன்றி நம்மை

வந்தடைந்துள்ளது. நம்மைப் பாதுகாக்க விரும்பிய பெற்றோர்களிடமிருந்து அது நமக்கு வந்துள்ளது; நமது சகோதர சகோதரிகள், ஆசிரியர்கள், சக மாணவர்கள், சக ஊழியர்கள், வாழ்க்கைத் துணைவர்கள் ஆகியோரிடமிருந்தும், செய்தித்தாள்கள், வானொலி, மற்றும் தொலைக்காட்சி போன்றவற்றில் வரும் விளம்பரங்களின் வாயிலாகவும் அது நம்மை வந்தடைந்துள்ளது.

நாம் சிந்திப்பவற்றில் எழுபத்தாறு சதவீத விஷயங்கள் எதிர்மறையானவை, ஆக்கபூர்வமற்றவை, நமக்கு எதிராகச் செயல்படுபவை என்று மனித நடத்தை பற்றி ஆய்வு செய்யும் முன்னணி ஆய்வாளர்கள் கூறியுள்ளனர். அதே நேரத்தில், நமது 75 சதவீத நோய்கள் நாம் சுயமாக உருவாக்கிக் கொள்பவையே என்று மருத்துவ ஆராய்ச்சியாளர்கள் கூறியுள்ளனர். ஒருவேளை இந்த ஆய்வாளர்கள் கூறுவது உண்மையாக இருந்தால்? நமது வளர்ப்பின்போது நாம் பக்குவப்படுத்தப்பட்டு வந்திருக்கும் விதத்தில் 75 சதவீதம் தவறானது என்று அர்த்தப்படும். மனித மனத்தைப் பற்றியும், அது உண்மையிலேயே எவ்வாறு வேலை செய்கிறது என்பதைப் பற்றியும் மிகச் சமீப காலம்வரை எவரும் சரியாகப் புரிந்து கொள்ளவில்லை. இதன் விளைவாக, தாங்கள் என்ன செய்கிறோம் என்பதை அறியாமலேயே மக்கள் நம்மை எதிர்மறையாகப் பயிற்றுவித்தும் தவறாகப் பக்குவப்படுத்தியும் வந்துள்ளனர். இவை நம்மீது எத்தகைய எதிர்மறையான விளைவை ஏற்படுத்துகின்றன என்ற பிரக்ஞையின்றி நாமும் அவ்வாறான பக்குவப்படுத்தலுக்கு ஆட்பட்டு வந்திருக்கிறோம்.

துரதிர்ஷ்டவசமாக, நமக்குக் கிடைத்தத் தவறான பயிற்றுவிப்பை நாம் இதயபூர்வமாக சுவீகரித்துக் கொண்டுவிட்டோம். ஒவ்வொரு வருடமாக, ஒவ்வொரு வார்த்தையாக, நமது வாழ்வின் திரைக்கதைகள் எழுதப்பட்டு வந்துள்ளன. ஒவ்வொரு தளமாக, கிட்டத்தட்டத் தகர்க்க முடியாத நிலையான வடிவில், நமது சுயபிம்பங்கள் உருவாக்கப்பட்டுள்ளன. காலப்போக்கில், நாமும் அதில் சேர்ந்து கொண்டோம். மற்றவர்கள் நம்மிடம் கூறிக் கொண்டிருந்த விஷயங்களும், நமக்குக் நாமே கூறிக் கொண்டிருந்த விஷயங்களும் உண்மை என்று நாம் நம்பத் துவங்கினோம். நம்மால் செய்ய முடியாத விஷயங்களையும் சாதிக்க முடியாத விஷயங்களையும் நூற்றுக்கணக்கான மற்றும் ஆயிரக்கணக்கான முறைகள் மற்றவர்கள் நம்மிடம் கூறுவதையும் நாமே நமக்குக்

கூறிக் கொள்வதையும் நாம் செவிமடுத்து வந்துள்ளோம். இறுதியில், மற்றவர்களுடன் சேர்ந்து நாமும் நம்மிடம் எதை அதிகமாகக் கூறினோமோ, அதை நாம் நம்பினோம். நம்முடைய மனத்தில் நாம் உருவாக்கியிருந்த காட்சிகளை நிஜ வாழ்வில் நாம் வாழத் துவங்கினோம்.

காலப்போக்கில், நம்மைப் பற்றி எதை நாம் அதிகமாக நம்பினோமோ அதுவாகவே நாம் ஆகிவிட்டோம். இதற்கிடையே, கண்ணுக்குப் புலப்படாத ஒரு சுவரையும் நாம் கட்டியெழுப்பிவிட்டோம். நம்மில் பெரும்பாலானவர்களுக்கு, நமக்கும் நமது எல்லையற்ற எதிர்காலத்திற்கும் இடையே சக்திவாய்ந்த தடையாக அது நிற்கிறது. நமது பழைய தவறான பயிற்றுவிப்பு நம்மை ஆட்டுவிக்கும்வரை, இந்தத் தடைச் சுவரை நம்மால் தகர்த்தெறிய முடியாது. நமக்குக் கிடைத்த அந்தப் பயிற்றுவிப்பு அழிக்கப்படும்வரை அல்லது வேறொரு பயிற்றுவிப்பு நமக்குக் கிடைக்கும்வரை, அது நம்முடன் நிரந்தரமாகத் தங்கி, நம் வாழ்வில் நாம் செய்யும் அனைத்து விஷயங்களின்மீதும் தாக்கத்தை ஏற்படுத்தும், ஆதிக்கம் செலுத்தும்.

அதிர்ஷ்டவசமாக, அப்படி இருக்க வேண்டிய அவசியமில்லை.

உங்களுடைய சொந்த எண்ணங்களின் இறுதி விளைவு

'ஒரு மனிதன் எவ்வாறு சிந்திக்கிறானோ, அதுவாகவே ஆகிறான்,' என்ற பைபிள் வாசகத்தைச் சிறுவனாக முதன்முதலில் நான் செவிமடுத்தபோது, அது உண்மையாக இருக்க முடியாது என்று நான் நினைத்தேன். நாம் எதை சிந்திக்கிறோமோ, அதுவாக எப்படி நம்மால் ஆக முடியும்? நம்முடைய உடலும் நமது தனிப்பட்ட எண்ணமும் இரண்டு வெவ்வேறு விஷயங்கள் அல்லவா? அந்த வாசகம் உண்மையை ஆணித்தரமாக நமக்கு எடுத்துரைத்துள்ளதை அன்று நான் உணரவில்லை. பல வருடங்களுக்குப் பிறகு, ஏராளமான ஆய்வுகளையும் நவீனகால நரம்பியல் அறிவியலறிஞர்கள் மனித மனத்தின் ரகசியங்களை விடுவிக்கும் முயற்சியில் கண்டறிந்த விஷயங்களையும் படித்தப் பிறகே, அந்த பைபிள் வாசகம் (அறிவியற்பூர்வமாகவும்கூட!) எவ்வளவு உண்மையானது என்பதை நான் அறிந்து கொண்டேன்.

மனித மூளையின் செயல்பாடுகள் குறித்து முன்பு நமக்குத் தெரிந்திருந்த விஷயங்களைவிட, கடந்த இருபது வருடங்களில் நாம் ஏராளமான விஷயங்களைக் கற்றுக் கொண்டுள்ளோம். உடல், மூளை, மற்றும் மனத்தின் ஒரு கூட்டு முயற்சியுடன்கூடிய ஒரு சிக்கலான உடலியக்கச் செயல்பாட்டுமுறையின் மூலமாக நாம் நமது சொந்த எண்ணங்களின் வாழும் விளைவாக ஆகியுள்ளோம் என்பதை இப்போது நாம் அறிந்துள்ளோம். நமது மனம் பக்குவப்படுத்தப்பட்டு இருக்கும் விதத்திற்கும், வாழ்வில் நாம் மேற்கொள்ளும் எந்தவொரு காரியத்திலும் (வாழ்வின் ஒரு மாபெரும் இலக்கு போன்ற முக்கியமான விஷயமாக இருந்தாலும் சரி, அல்லது தனியொரு நாளில் நாம் செய்கின்ற ஏதேனும் மிகச் சிறிய விஷயமாக இருந்தாலும் சரி) நாம் வெற்றி பெறுகிறோமா அல்லது தோல்வியடைகிறோமா என்பதற்கும் இடையேயான உறவை அறிவியல்ரீதியான கண்டுபி டிப்பின் வாயிலாக நாம் அறிந்திருக்கிறோம்.

நீங்கள் செய்யும் விஷயங்கள், நீங்கள் நடந்து கொள்ளும் விதம், நீங்கள் எவ்வளவு வெற்றிகரமாக இருக்கிறீர்கள் போன்றவற்றின் பெரும்பகுதி, நீங்கள் மற்றவர்களால் பயிற்றுவிக்கப்பட்டும் பக்குவப்படுத்தப்பட்டும் வந்துள்ள விதத்தை எவ்வளவு தூரம் சார்ந்துள்ளது என்பதை எப்போதேனும் கருத்தில் கொண்டிருக்கிறீர்களா? நாம் பக்குவப்படுத்தப்பட்டு வந்துள்ள விதத்தின் தாக்கம் இல்லாமல் நம்மால் எந்தவொரு காரியத்தையும் செய்வது இயலாத காரியம், அது எவ்வளவு அற்பமான விஷயமாக இருந்தாலும் சரி. நீங்கள் எடுத்து வைக்கும் ஒவ்வோர் அடியும், உங்களுடைய ஒவ்வோர் அசைவும், நீங்கள் கூறும் ஒவ்வொரு வார்த்தையும் அதன் தாக்கத்தின் வெளிப்பாடே.

எப்படி உங்களுடைய ஒவ்வொரு நடவடிக்கையும் நீங்கள் பக்குவப்படுத்தப்பட்டு வந்துள்ள விதத்தின் தாக்கத்திற்கு உட்படுகிறதோ, உங்கள் நடவடிக்கைகளால் விளையும் முடிவுகளும் அதே அளவு தாக்கத்திற்கு ஆளாகின்றன. சுருக்கமாகக் கூறினால், எந்தவொரு விஷயத்திலும் நீங்கள் எவ்வளவு வெற்றிகரமாக விளங்குகிறீர்கள் என்பது, எவ்விதத் தடுமாற்றமும் இன்றி, உங்களைப் பற்றி உங்கள் ஆழ்மனத்தில் நீங்கள் பதிவு செய்து வைத்துள்ள வார்த்தைகளோடும் நம்பிக்கைகளோடும் பின்னிப் பிணைந்துள்ளது. நம்மில் பெரும்பாலானவர்களின் விஷயத்தில், நம் ஆழ்மனத்தில் பதிவு

செய்யப்பட்டுள்ள விஷயங்கள் வேறு யாரோ ஒருவரால் தீர்மானிக்கப்பட்டவையாகவே விளங்குகின்றன.

உங்கள் எதிர்காலம் உங்களுக்கு எதைக் கொடுப்பதற்காகக் காத்திருக்கிறது?

வெற்றிகரமான புதிய மனச் செயற்திட்டம் ஒன்று உங்கள் வசம் இருந்தால், வாழ்க்கை நடத்துவதற்கு இப்போது நீங்கள் செய்து கொண்டிருக்கும் அதே வேலையையோ அல்லது தொழிலையோ நீங்கள் செய்வீர்களா? உங்களுடைய வேலையை இப்போது செய்வதுபோலவே செய்வீர்களா? உங்களுடைய தனிப்பட்ட வாழ்க்கை எப்படி அமைந்திருக்கும்? அதில் நீங்கள் எதையேனும் மாற்றுவீர்களா, எதையேனும் மேம்படுத்துவீர்களா? இப்போது அடைந்துள்ளவற்றைவிட அதிகமான இலக்குகளை நீங்கள் அடைந்திருப்பீர்களா? இப்போது உங்கள் வங்கிக் கணக்கில் இருக்கும் பணத்தைவிட அதிகமான பணம் உங்களிடம் இருக்குமா? தற்போதையப் பொருளாதாரப் பாதுகாப்பைவிட அதிகப் பாதுகாப்பை நீங்கள் பெற்றிருப்பீர்களா? உங்களுடைய அன்றாட வாழ்க்கை எப்படி இருக்கும்? குறைவாக சலிப்பூட்டுவதாகவும் அதிக வெகுமதி அளிப்பதாகவும் இருக்குமா? முற்றிலும் வேறு விதமான பயிற்றுவிப்பு அல்லது பக்குவப்படுத்துதல் உங்களுக்குக் கிடைத்திருந்தால், உங்கள் எதிர்காலம் உங்களுக்கு எதைக் கொடுப்பதற்காகக் காத்திருக்கும்?

நீங்கள் ஒரு சிறு குழந்தையாக இருந்த சமயத்தில் துவங்கி, ஒவ்வொரு நாளும் சற்றுக் கூடுதலான தன்னம்பிக்கையும், இரண்டு மடங்கு அதிக மனஉறுதியும், விளைவின்மீது இரு மடங்கு அதிகமான நம்பிக்கையும் உங்களுக்குக் கொடுக்கப்பட்டிருந்தால், உங்கள் எதிர்காலம் எப்படி இருக்கும்? நீங்கள் எந்தெந்த வேலைகளைச் சுலபமாக நிறைவேற்றுவீர்கள், எந்தெந்தப் பிரச்சனைகளிலிருந்து மீள்வீர்கள், அல்லது எந்தெந்த இலக்குகளை அடைவீர்கள் என்பதை உங்களால் கற்பனை செய்ய முடியுமா? எப்படிப் பார்த்தாலும், வெற்றி என்பது, இறுதியில் தனிநபரைப் பொறுத்த விஷயம்தான்.

அப்படியென்றால், ஒருசிலர் மட்டும் எப்படி மற்றவர்களைவிட எந்தவொரு வேலையையும் சுலபமாகச் செய்து முடிக்கின்றனர், தங்கள் இலக்குகளை அடைகின்றனர்,

தங்கள் வாழ்க்கையை முழுமையாக வாழ்கின்றனர்? அதிர்ஷ்டசாலிகள்போல் தோன்றும் நபர்கள் மற்றவர்களைவிடச் சிறப்பாகப் பக்குவப்படுத்தப்பட்டு இருக்கலாம் அல்லது அவர்கள் தங்களது பழைய எதிர்மறையான பக்குவப்படுத்துதலைத் துடைத்தெறிந்துவிட்டு ஏதேனும் சிறப்பான ஒரு புதிய பக்குவப்படுத்துதலை சுவீகரித்துக் கொண்டிருக்கலாம் என்பது காரணமாக இருக்குமா?

மனித நடத்தையின்மீது ஆளுமை செலுத்துகின்ற தத்துவங்கள், கோட்பாடுகள், மற்றும் நடைமுறைச் செயல்பாட்டில் உள்ள வழிமுறைகள் ஆகியவற்றை நான் ஆய்வு செய்தபோது வெளிப்பட்ட அந்த எளிய உண்மையைக் கண்டு நான் அதிர்ச்சி அடைந்தேன்: 'பெரும்பான்மையான நேரம் நீங்கள் எதைப் பற்றிச் சிந்திக்கிறீர்களோ, அதுவாகவே நீங்கள் ஆவீர்கள். பெரிய விஷயமோ அல்லது சிறிய விஷயமோ, எந்தவொரு காரியத்திலும் நீங்கள் வெற்றி பெறுவதோ அல்லது தோல்வி அடைவதோ, நீங்கள் பக்குவப்படுத்தப்பட்டு வந்துள்ள விதத்தைச் சார்ந்துள்ளது, மற்றவர்களிடமிருந்து நீங்கள் ஏற்றுக் கொண்டுள்ள மற்றும் உங்களுக்கு நீங்களே கூறிக் கொள்கின்ற விஷயங்களைச் சார்ந்துள்ளது.'

இது ஒரு வெற்றிக் கோட்பாடு அல்ல; ஓர் எளிய, சக்திவாய்ந்த உண்மை இது. அதிர்ஷ்டத்திற்கோ அல்லது ஆழ்விருப்பத்திற்கோ இதனோடு எந்தவிதமான தொடர்பும் கிடையாது. நாம் அதை நம்புகிறோமா இல்லையா என்பது இங்கு எந்த வித்தியாசத்தையும் ஏற்படுத்துவதில்லை. நீங்கள் உங்கள் மூளையிடம் எதைக் கூறுகிறீர்களோ, உங்கள் மூளை அப்படியே அதை நம்புகிறது. உங்களைப் பற்றி நீங்கள் அதனிடம் கூறுவதை அது உருவாக்குகிறது.

இந்த ஒரே ஓர் உண்மையால் ஒரு தனிநபரின் மனப்போக்கிலும் செயற்திறனிலும் ஒரு பெரும் மாற்றத்தை ஏற்படுத்த முடியும் என்பதை நான் முதன்முதலில் உணர்ந்து கொண்ட சமயத்தில், மனித மூளையைப் பற்றி நாம் புரிந்து வைத்திருந்ததாக நாம் நினைத்துக் கொண்டிருந்ததன் பெரும் பகுதி வெறும் அனுமானம் மட்டுமே என்பதைப் புரிந்து கொண்டேன். மருத்துவ ஆராய்ச்சியாளர்களும் மனம் மற்றும் மூளை தொடர்பாக ஆய்வு செய்த அறிவியல் அறிஞர்களும், மூளையின் புதிர்களைப் பற்றி இன்று தெரிந்து கொண்டுள்ள அளவிற்கு அப்போது ஆய்வு செய்து பார்த்திருக்கவில்லை.

மூளையின் சிக்கலான மின்வேதிச் செயல்பாடுகளை அவர்கள் முழுமையாகப் புரிந்து கொண்டிருக்கவில்லை. இன்றும்கூட, மூளை பற்றிய ரகசியங்கள் இப்போதுதான் வெளிவரத் துவங்கியுள்ளன. ஒவ்வொரு நாளும் அதில் அதிக முன்னேற்றம் ஏற்பட்டு வருகிறது. பல புதிய கண்டுபிடிப்புகள் தொடர்ந்து நிகழும் என்று ஆராய்ச்சியாளர்கள் எதிர்பார்க்கின்றனர்.

'நாம் எதைப் பற்றிச் சிந்திக்கிறோமோ, அதுவாகவே ஆகிறோம்' என்ற பண்டைய உண்மையை நான் சொந்தமாக மீண்டும் கண்டறிந்தது குறித்து எனக்கு ஏற்பட்ட உற்சாகத்திற்குக் காரணம் இல்லாமல் இல்லை. பல்வேறு மதங்களைச் சேர்ந்த பல்லாயிரக்கணக்கான மக்கள் இதே உண்மையை வலியுறுத்தி வருகின்றனர்.

அது எப்படி நடைபெறுகிறது என்ற அறிவியற்பூர்வமான புரிதல்தான் என் ஆர்வத்தைத் தூண்டியது. நமக்குக் கொடுக்கப்பட்டப் பழைய தவறான பயிற்றுவிப்பை மாற்றுவதற்கோ அல்லது அதிலிருந்து விடுபட்டு, முற்றிலும் புதிய முறையில் நம்மை நாமே பயிற்றுவித்துக் கொள்வதற்கோ ஏற்ற வகையில், நம் மனம் செயல்படும் விதத்தை நம்மால் முழுமையாகப் புரிந்து கொள்ள முடிந்தால், நம்மால் என்னவெல்லாம் சாதிக்க முடியும் என்று நான் வியக்கத் துவங்கினேன். அதோடு, பல வருடக் கடின ஆய்வு அல்லது பயிற்சி ஏதுமின்றி, விரைவாகவும், சுலபமாகவும், எளிதாகவும், நமக்கு விருப்பப்பட்ட நேரத்தில் நமது மனப்போக்குகள் மற்றும் நடத்தையின்மீது நாம் தாக்கம் ஏற்படுத்தி, அவற்றை மேம்படுத்தும் அளவுக்கு நம்மால் நம் மனத்தின் செயல்பாடுகளைப் புரிந்து கொள்ள முடிந்தால்?

மனித மூளை துல்லியமாக அதைத்தான் செய்கிறது. நமது மூளையின் எளிய செயல்பாடு குறித்த இப்புரிதல்தான் பெரும்பாலான ஊக்குவிப்புப் புத்தகங்கள் மற்றும் ஊக்குவிப்புச் சொற்பொழிவுகளில் இடம்பெறாத விஷயமாகும். நமது மனத்தின் அந்த எளிய தேவை பற்றிய புரிதல், மற்றவர்கள் நம்மைப் பக்குவப்படுத்துவதையும், மிக முக்கியமாக, நமக்கு நாமே கூறிக் கொள்ளும் விஷயங்களையும் நாம் எவ்வாறு ஏற்றுக் கொள்கிறோம் என்பதில் இன்றியமையாத மாற்றத்தை ஏற்படுத்துவதற்கு நமக்கு உதவும்.

3

பலனளிப்பவை, பலனளிக்காதவை

மதிப்புவாய்ந்த எந்தவொரு புதிய விஷயத்தையும் கண்டறிவது உற்சாகமான நேரம்தான். நாம் குழந்தைகளாக இருந்தபோது, தங்கமும் வைரமும் நிரம்பிய புதையற்களஞ்சியத்தைக் கண்டுபிடிப்பதாக நாம் கொண்டிருந்த கனவுகளைப்போலவே, நம்மில் ஒரு பகுதி இன்றும் தொடர்ந்து அந்தப் புதையற்களஞ்சியத்தைத் தேடிக் கொண்டிருக்கிறது. ஆனால் தங்கத்தையும் வைரத்தையும் தேடுவதற்குப் பதிலாக, பலரைச் சிறப்பான வாழ்க்கைக்கு இட்டுச் செல்லக்கூடிய ரகசியம் ஒன்றை நான் தேடிக் கொண்டிருந்தேன்.

எனக்கு முன்பு வந்த பலர் எழுதிய புத்தகங்கள், விட்டுச் சென்ற தகவல்கள் மற்றும் தீர்வுகளில் விடுபட்டுப் போயிருந்ததாக நான் நினைத்த ஏதோ ஒன்றை நான் தேடிக் கொண்டிருந்தேன். சிறப்பான வாழ்க்கைக்கும், அதிக மகிழ்ச்சிக்கும், தனிப்பட்ட மனநிறைவிற்குமான இறுதித் தீர்வுகள் ஏற்கனவே கண்டுபிடிக்கப்பட்டுவிட்டன என்றால், வெற்றி பெறுவதற்கான செயல்முறைக்கு அத்தியாவசியமான ஓர் அம்சம் நிச்சயமாக விடுபட்டுப் போயுள்ளது என்பதும், விடுபட்டுப் போயுள்ள அந்த விஷயம் இல்லாமல் மற்றத் தீர்வுகள் எதுவும் பலனளிக்காது என்பதும் எனக்கு வெளிப்படையாகத் தெரிந்தது.

‘விடுபட்டுப் போயுள்ள’ அந்த அம்சம்தான் வெற்றி மற்றும் சுயநிறைவு ஆகியவற்றின் பிற அம்சங்களை இணைக்கக்கூடிய கண்ணி என்பதை நான் உணரத் துவங்கினேன்.

வெற்றித் தீர்வுகளை முன்மொழிந்த, சிறப்பாக விற்பனையாகிக் கொண்டிருந்த புத்தகங்கள்கூட, அத்தீர்வுகளைக் கடைபிடித்தப் பல்லாயிரக்கணக்கானவர்களில் ஒருசிலரிடம் மட்டுமே நிரந்தரமான மாற்றத்தை ஏற்படுத்தியுள்ளன என்று நான் முதலில் கொண்டிருந்த அனுமானம் சரிதான் என்பதை என்னைச் சுற்றி நடைபெற்றுக் கொண்டிருந்த விஷயங்கள் எனக்கு உணர்த்தின. அந்த வெற்றித் தீர்வுகள் ஒரு குறிப்பிட்ட நேரம்வரை வேலை செய்யும், பிறகு அந்த சராசரி நபர் தன் பழைய பாதைக்குத் திரும்பிச் சென்றுவிடுவார். அவருக்கு ஏற்பட்டப் புது உற்சாகம் மறைந்த பிறகு, அவரது கனவுகள் அன்றாட வாழ்க்கையின் யதார்த்தங்களுக்கு இடம்விட்டு ஒதுங்கிக் கொண்டுவிடும்.

ஒருவருக்குக் கொடுக்கப்பட்டப் பழைய பக்குவப்படுத்துதல் அவரது பழக்கங்களைக் கட்டுப்படுத்துவதால், மீண்டும் அவரது பழைய பழக்கங்கள் ஆதிக்கம் செலுத்தத் துவங்குகின்றன. புத்தகங்களில் படித்தபோது மனத்தைக் கொள்ளை கொண்ட, உலகை வெற்றி கொள்வது மற்றும் மாபெரும் மாற்றங்களை உருவாக்குவது பற்றிய புதிய இலக்கு, அன்றாட வேலைப் பளுவின் காரணமாகக் கிடப்பில் போடப்பட்டுவிடுகிறது. நான் அதிக நன்னம்பிக்கை கொண்டவனாக இருக்க விரும்புகிறேன், ஆனால் உங்களுக்குத் தெரிந்த எத்தனை மனிதர்கள் தொடர்ந்து ஒவ்வொரு நாளும் ஒவ்வொரு வருடமும் தங்கள் வாழ்க்கையை உண்மையிலேயே கட்டுக்கோப்பாக வைத்திருக்கின்றனர்? தொடர்ந்து வெற்றிகரமாக விளங்குகின்றனர்? ஒவ்வொரு நாளும் ஒரு முழுமையான, வெகுமதியளிக்கின்ற வாழ்க்கையை வாழ்வது சாத்தியமற்ற விஷயமல்ல என்பது நிரூபிக்கப்பட்டுள்ளது என்றாலும், இது அவ்வளவு பரவலாகக் காணப்படுவதில்லை என்பதுதான் உண்மை.

நம்மில் எவரொருவராலும் வெற்றிகரமான வாழ்க்கையை வாழ முடியும் என்று நம்மிடம் கூறப்பட்டு, அதை எவ்வாறு அடைவது என்பது குறித்தத் திட்டவட்டமான அறிவுறுத்தல்கள் நமக்கு வழங்கப்பட்டிருந்தாலும்கூட, நம்மில் வெகுசிலரே உண்மையில் அதை சாதித்திருக்கிறோம். அதுகூட, ஒருசில வாரங்கள் அல்லது ஒருசில மாதங்கள்வரை மட்டுமே. பிறகு, நம் பழைய வழிகளை நாம் தேடிச் சென்றுவிடுகிறோம்.

ஒருவேளை சிறிதளவு முன்னேற்றத்தை நாம் அனுபவிக்கக்கூடும். ஆனால் நாம் நினைத்த அளவுக்கு நம்மால் ஏன் வெற்றிகரமாக விளங்க முடியவில்லை என்று நாம் வியக்கத் துவங்குகிறோம்.

சிறப்பாக விற்பனையாகும் புத்தகங்களில் நாம் படித்தச் சிறப்பான யோசனைகளும், நிச்சயமாகப் பலனளிக்கும் என்று நாம் நினைத்த யோசனைகளும்கூட ஒரு குறிப்பிட்ட நேரம்வரை மட்டுமே பலனளித்துவிட்டு, பிறகு மெல்ல மெல்ல நமது வாழ்வில் தம் முக்கியத்துவத்தை இழந்துவிடுகின்றன. ஏராளமான நன்மைகளை வழங்குவதைப்போல் தோன்றிய, மனத்திற்கு உற்சாகம் தருகின்ற யோசனைகளும், மாபெரும் உத்வேகங்களும், சிறந்த உள்நோக்குகளும் மறக்கப்பட்டு, என்றோ படித்த ஒரு புத்தகமாக அலமாரியில் தஞ்சம் புகுந்து கொள்கின்றன.

நான் தேடிக் கொண்டிருந்த 'விடுபட்டுப் போயுள்ள' அம்சத்திற்கும், தனிநபர்களுக்குக் கிடைத்தப் பயிற்றுவிப்புக்கும் இடையே ஏதேனும் தொடர்பு இருக்குமோ என்று நான் வியந்தேன். அதற்கான விடையை அறிந்து கொள்வதற்கும், எது பலனளிக்கிறது என்பதைக் கற்றுக் கொள்வதற்கும், எது பலனளிப்பதில்லை என்பதையும் அது ஏன் பலனளிப்பதில்லை என்பதையும் முதலில் புரிந்து கொள்வது உதவும் என்று நான் தீர்மானித்தேன்.

ஓர் அறிவார்ந்த தீர்வுக்கான தேடல்

நான் திரைவிலக்கியுள்ள பல சுயஉதவிக் கோட்பாடுகளிலேயே, உங்களைப் பற்றிய வெற்றிகரமான ஒரு 'புதிய படத்தை'க் கொண்டு உங்கள் மூளையைப் 'பக்குவப்படுத்தும்' கோட்பாடுதான் மிக அறிவார்ந்த ஒன்று என்று நான் கருதுகிறேன். இக்கோட்பாட்டை எனக்கு முன்பு பல நடத்தை ஆய்வாளர்களும் நடத்தை குறித்த நூல்களைப் படைத்த ஆசிரியர்களும் கண்டறிந்துள்ளனர். ஏதோ ஒரு வழியில் உங்கள் மனத்திற்குள் நீங்கள் எதைப் புகுத்துகிறீர்களோ, அதை ஏதோ ஒரு வழியில் நீங்கள் திரும்பப் பெறுவீர்கள் என்ற முடிவுக்கு என்னைப்போலவே பலரும் வந்துள்ளனர்.

சுயஉருவாக்கத் துறையைச் சேர்ந்த அனைத்து எழுத்தாளர்களும் இதே முடிவுக்கு வந்திருக்கவில்லை என்றாலும்கூட (பிரச்சனையை அவர்கள் வேறொரு கோணத்தில் பார்த்துக் கொண்டிருந்ததுதான் அதற்கான ஒரே

காரணம்), நிரந்தரமாக இல்லாவிட்டாலும் ஒரு குறிப்பிட்டக் காலம் வரையிலாவது ஒரு சிறப்பான வாழ்க்கையை உருவாக்கிக் கொள்வதற்குக் கோடிக்கணக்கான மக்களுக்குத் தங்கள் புத்தகங்கள் மூலம் வழிகாட்டிய நூலாசிரியர்கள் நிச்சயமாக உள்ளனர். அவர்கள் மற்றவர்களை மகிழ்ச்சிக்கும் அதிக அபரிமிதமான ஒரு வாழ்க்கைக்கும் வழிநடத்திச் சென்று கொண்டிருந்த நேரத்தில், வெற்றி குறித்த மாபெரும் தத்துவங்களைப் படிப்பதில் நான் மும்முரமாக ஈடுபட்டிருந்தேன். ஏன் ஒருசில வெற்றிக் கொள்கைகள் மட்டுமே பலனளிக்கின்றன என்பதையும், பெரும்பாலான வெற்றிக் கொள்கைகள் ஏன் பலனளிப்பதில்லை என்பதையும் காலப்போக்கில் நான் ஆய்வு செய்யத் துவங்கினேன்.

வெற்றி குறித்தத் தத்துவங்களை நான் படித்தேன். அதிகப் பணம் சம்பாதிப்பது எப்படி, சிறந்த மேலாளர்களாக இருப்பது எப்படி, எடையைக் குறைப்பது எப்படி, மனச்சோர்விலிருந்து மீள்வது எப்படி, ஒரு சிறந்த வேலையைப் பெறுவது எப்படி, இலக்குகளை அமைப்பது எப்படி, மற்றவர்களுடன் இணக்கமாக வாழ்வது எப்படி, நேரத்தை நிர்வகிப்பது எப்படி, அல்லது வெறுமனே 'அதிக வெற்றிகரமானவராக விளங்குவது' எப்படி போன்றவற்றுக்கான அறிவுறுத்தல்கள் அடங்கிய பட்டியல்களை ஆய்வு செய்தேன். நான் அந்த வெற்றி உத்திகளை என் வாழ்வில் நடைமுறைப்படுத்தி முயற்சித்துப் பார்த்தேன். இவற்றைப் பின்பற்றிய பல்வேறு துறையைச் சேர்ந்த பலரிடம் நான் பேசினேன். வெற்றி பெறுவது எப்படி என்பதை நமக்குக் கற்றுக் கொடுப்பதைத் தங்களது தொழிலாகக் கொண்டுள்ள பெருநிறுவனங்களைச் சேர்ந்த தலைவர்களிடம் நான் நீண்ட நேரம் உரையாடினேன்.

வெற்றி பற்றிய பயிலரங்குகளில் கலந்து கொண்ட, புத்தகங்களை வாங்கிய, ஒலிநாடாக்களைச் செவிமடுத்தப் பல வாடிக்கையாளர்களிடம் நான் பேசினேன். வெற்றிக்கான சூத்திரங்களை விற்பனை செய்து கொண்டிருந்த நிறுவனங்களில் பணியாற்றிய ஊழியர்களிடம் நான் கலந்துரையாடினேன். அவர்களது நிறுவனம் விளம்பரப்படுத்திய கொள்கைகளை அவர்கள் தங்கள் வாழ்வில் நடைமுறைப்படுத்தினரா என்று அவர்களிடம் கேட்டேன். எது உண்மையிலேயே பலனளித்தது, எது பலனளிக்கவில்லை என்பதைக் கற்றுக் கொள்வதற்காக, வெற்றி பற்றிய ஒவ்வோர் அம்சத்தையும் முற்றிலுமாக ஆய்வு செய்வதில் என் நேரத்தை

நான் செலவிட்டேன். 'வெற்றித் துறை'யைச் சேர்ந்த தலைவர்களிடம் நான் கலந்தாலோசித்தேன், அவர்களது வழிமுறைகளையும் அமைப்புமுறைகளையும் 'தீர்வுகளையும்' ஆய்வு செய்தேன்.

நான் வெற்றிக்கான உத்திகளைக் கண்காணித்தும், அவற்றைக் கடைபிடித்தும், மற்றவர்கள் பெற்ற விளைவுகளை ஆய்வு செய்தும் வந்த சமயத்தில், "இத்தனை நல்ல தீர்வுகள் இருக்கும்போது, இவை ஏன் நம் வாழ்வில் நிரந்தரமான மாற்றங்களை உருவாக்குவதில்லை?" என்ற கேள்வியை நான் தொடர்ந்து பலமுறை என்னிடம் கேட்டு வந்தேன். எடுத்துக்காட்டாக, 'நேர்மறைச் சிந்தனை' போன்ற மதிப்புவாய்ந்த விஷயங்கள் பற்றிய புத்தகங்களைப் படிக்கும் பலர், புத்தகத்தைப் படித்து முடித்தவுடன், நேர்மறையாகச் சிந்திப்பது என்று முடிவு செய்துவிட்டு, ஆனால் ஆறு மாதங்களுக்குப் பிறகு, புத்தகத்தைப் படிப்பதற்கு முன்பு அவர்கள் எவ்வாறு சிந்தித்துக் கொண்டிருந்தனரோ அதே சிந்தனை நிலைக்குத் திரும்பிச் சென்றுவிடுவது ஏன்? 'சுயமேம்பாடு' குறித்து இறுதியில் நான் சில தெளிவான முடிவுகளுக்கு வந்தேன்.

1. பெரும்பாலான நூலாசிரியர்கள் சரியான பாதையில்தான் சென்று கொண்டிருக்கின்றனர். பொதுவாக, அவர்கள் உண்மையான மற்றும் அக்கறை கொண்ட தனிநபர்களாகவும், ஒட்டுமொத்த மனிதகுலத்தின் நலவிரும்பிகளாகவும் தோன்றுகின்றனர்.

2. அவர்களுடைய அறிவுரையை நீங்கள் பின்பற்றினால், அதில் பெரும்பாலானவை உங்களுக்கு உதவும்.

3. அவர்களுடைய அறிவுரையைப் பின்பற்றுவதை நீங்கள் நிறுத்தினால், அந்த அறிவுரை உங்களுக்குப் பலனளிப்பது நின்றுவிடும். நான் ஆய்வு செய்த ஒருசில 'வெற்றிக் கொள்கைகள்' மற்றக் கொள்கைகளைவிட அதிக காலம் பலனளிக்கும் விதத்தில் அமைந்திருந்தன. ஆனாலும், நீங்கள் ஒருமுறை படிக்கும் எதுவும் நிரந்தரமாகப் பலனளிப்பதில்லை. எந்தவொரு சுயஉதவித் திட்டமும் தானாகவோ அல்லது தொடர்ச்சியான வலியுறுத்தல் இன்றியோ தொடர்ந்து பலனளிப்பதில்லை.

'எப்படிச் செய்வது' என்பது பற்றிய நீண்டகால ஆய்வு

நான் பேசிக் கொண்டிருக்கின்ற 'சுயஉதவி'க் கோட்பாடுகள் குறித்து உங்களுக்குத் தெரிந்திருக்கலாம் அல்லது தெரியாமலும் இருக்கலாம். கடந்த இருபது முப்பது வருடங்களாக, சுயஉதவிப் புத்தகங்களைப் படிப்பதன் வாயிலாக உங்களை மேம்படுத்திக் கொள்வதில் நீங்கள் அவ்வளவாக நேரம் செலவிட்டதில்லை என்றால், அப்புத்தகங்கள் கூறும் மிகப் பிரபலமான போதனைகளை இங்கு நான் உங்களுக்குத் தொகுத்துக் கூறுகிறேன். நீங்கள் அதிக வெற்றிகரமானவராக விளங்க வேண்டும் என்றால், கீழ்க்கண்டவற்றை நீங்கள் செய்தாக வேண்டும் என்று அப்புத்தகங்கள் கூறுகின்றன.

உங்கள்மீது நம்பிக்கை கொள்ளுங்கள்

உங்களுடைய முன்னுரிமைகளை ஒழுங்கமைத்துக் கொள்ளுங்கள்

உங்கள் வாழ்க்கைக்கு நீங்களே பொறுப்பேற்றுக் கொள்ளுங்கள்

உங்களுடைய எதிர்காலத்தை நீங்களே உருவாக்கிக் கொள்ளுங்கள்

உங்களுக்கு என்ன வேண்டும் என்பதன்மீது கவனத்தைக் குவியுங்கள்

உங்களுடைய இலக்குகள் மெய்யாவதாக மனக்காட்சிப்படுத்துங்கள்

உங்களுடைய தலைவிதியை வேறொருவர் தீர்மானிக்க அனுமதிக்காதீர்கள்

படைப்புத்திறனுடன் இருங்கள்

பெரிதாகச் சிந்தியுங்கள்

மனஅழுத்தத்தைக் கட்டுப்பாட்டில் வையுங்கள்

அதிகத் துடிப்போடும் அதிக உறுதியோடும் செயல்படுங்கள்

நேர்மறையாகச் சிந்தியுங்கள்

உங்களுடைய பாதையை நீங்களே வகுத்துக் கொள்ளுங்கள்

திட்டவட்டமான இலக்குகளை நிர்ணயித்து, அடிக்கடி அவற்றைப் பரிசீலனை செய்யுங்கள்

உங்கள் மனத்தை மேம்படுத்த ஒவ்வொரு நாளும் சிறிது நேரத்தைச் செலவிடுங்கள்

உங்களுடைய விளைவுகளை மறுபரிசீலனை செய்து, பொருத்தமான மாற்றங்களை மேற்கொள்ளுங்கள்

சகிப்புத்தன்மையுடன் இருங்கள்

அனைத்தையும் அன்போடு செய்யுங்கள்

எவரையும், எதையும் வெறுக்காதீர்கள்

துணிச்சலோடு செயல்படுங்கள்

நேர்மையாக இருங்கள்

கடினமாக உழையுங்கள்

பணம் நல்லது என்றும், அது உங்களிடம் வரும் என்றும் நம்புங்கள்

விசுவாசத்துடன் இருங்கள்

ஒன்றைச் செய்வதாக நீங்கள் ஒப்புக் கொண்டுவிட்டால், அதை மகிழ்ச்சியாகச் செய்யுங்கள்

வலிமையாக இருங்கள்

பரிவை வெளிப்படுத்துங்கள்

உங்கள் நேரத்தை நிர்வகித்துக் கொள்ளுங்கள்

சரியாக உடையணியுங்கள்

உங்கள் திறமையை விற்கக் கற்றுக் கொள்ளுங்கள்

ஓய்விற்கு நேரம் ஒதுக்கிக் கொள்ளுங்கள்

சரியான உணவை உண்ணுங்கள்

அறிவார்ந்த முறையில் வாழுங்கள்

உங்கள் இலக்குகளை ஆதரிக்கின்றவர்களின் உதவியை நாடுங்கள்

மற்றவர்களுக்கு உதவுங்கள்

ஊக்கத்துடன் செயல்படுங்கள்

தியானம் செய்யுங்கள்

நன்னம்பிக்கை மனப்பான்மையைக் கொண்டிருங்கள்

மற்றவர்களை நம்புங்கள், மற்றவர்களின் நம்பிக்கைக்குப் பாத்திரமாக நடந்து கொள்ளுங்கள்

வெற்றி என்பது பணத்தைவிட மேலானது என்பதை உணருங்கள்

அன்பாக இருங்கள்
விபரங்கள்மீது கவனம் செலுத்துங்கள்
உங்களை ஒழுங்கமைத்துக் கொள்ளுங்கள்
காலம் தாழ்த்தாதீர்கள்
கட்டுப்பாட்டுடன் இருங்கள்
ஆரோக்கியமாகவும் திடகாத்திரமாகவும் இருங்கள்
பிரச்சனைகளை 'வாய்ப்புகளாக'ப் பாருங்கள்
உங்கள் வேலையைப் பற்றி உங்களால் முடிந்த அனைத்தையும் கற்றுக் கொள்ளுங்கள்
வெற்றி குறித்து பயப்படாதீர்கள்
மற்றவர்களிடம் தாராள மனப்பான்மையுடன் நடந்து கொள்ளுங்கள்
கடவுள்மீது நம்பிக்கை கொள்ளுங்கள்
உங்களால் முடியும் என்று நீங்கள் நினைத்ததைவிடச் சற்று அதிக உயரத்தை அடைய முயற்சியுங்கள்
உங்கள் குறிக்கோளைத் தீர்மானித்துக் கொள்ளுங்கள்
நடவடிக்கை எடுங்கள்
முயற்சியை ஒருபோதும் கைவிடாதீர்கள்

இவை எல்லாவற்றையும் செய்தால், நீங்கள் வெற்றிகரமாக இருப்பீர்கள் என்று அப்புத்தகங்களில் கூறப்பட்டிருந்தது.

அது உண்மை என்றால், தவறு எங்கு உள்ளது? நாம் பின்பற்ற வேண்டிய கொள்கைகளும் விபரமான அறிவுறுத்தல்களும் தெளிவாக வரைகோடிட்டுக் காட்டப்பட்டிருக்கும்போது, நமக்கு ஏன் இன்னும் அதிகமான புத்தகங்களும், அதிகமான தீர்வுகளும், அதிகமான நினைவூட்டல்களும் தேவைப்படுகின்றன?

அமெரிக்காவில் மட்டும் ஆண்டொன்றுக்குப் பத்து கோடி டாலர்கள் மதிப்புவாய்ந்த சுயஉதவிப் புத்தகங்களும், சுயஉதவி தொடர்பான பிற பொருட்களும் விற்பனையாவதாகத் தகவல்கள் தெரிவிக்கின்றன. எவ்வளவு வெற்றிகரமான துறை இது! இவ்வளவு இருந்தும், எது விடுபட்டுப் போயுள்ளது? எந்தத் திறவுகோல் இங்கு காணாமல் போயுள்ளது? எது இந்தப் புதிரை நிறைவு செய்து, நமக்கு நிரந்தரமான வெற்றியையும் மனநிறைவையும் கொடுக்கும்?

விடுபட்டுப் போயுள்ள அம்சங்கள்

எது பலனளித்தது, எது பலனளிக்கவில்லை என்பது குறித்து நான் செய்த ஆய்வுகளில், கிட்டத்தட்ட அனைத்துப் புத்தகங்களிலிருந்தும் விடுபட்டுப் போயுள்ள மூன்று அம்சங்களை நான் கண்டறிந்தேன்:

1. விடுபட்டுப் போயுள்ள முதலாவது அம்சம் நிரந்தரத் தன்மை. அனைத்து 'வெளிப்புறத்' தீர்வுகளும் தற்காலிகமானவை. சிறந்த யோசனைகள்கூட ஒரு குறிப்பிட்டக் காலம்வரை மட்டுமே பலனளிக்கின்றன. தொடர்ச்சியான கவனக்குவிப்பும் முயற்சியும் இல்லை என்றால், அதிக உற்சாகம் தருகின்ற வெற்றிகள்கூடச் சிறிது காலத்திற்குப் பிறகு வற்றிவிடுகின்றன. பிறகு அவை அனைத்தும் 'நல்ல யோசனைகள்' மற்றும் 'நல்ல நோக்கங்கள்' என்று மட்டுமே இருந்துவிடுகின்றன. புத்தக அலமாரியிருந்து தானாகக் கீழே குதித்து, ஒவ்வொரு நாள் காலையிலும் உங்கள் தோளில் தட்டி, "என்னை நினைவிருக்கிறதா? நான் உனக்குக் கற்றுக் கொடுத்தது நினைவிருக்கிறதா? அதை ஏன் நீ தொடர்ந்து செய்யவில்லை?" என்று எந்தவொரு புத்தகமும் உங்களிடம் கேட்பதில்லை.

2. மனம் மற்றும் மூளையின் உண்மையான செயல்பாடுகள் குறித்து இப்போதும் நாம் அறிந்துள்ள விஷயங்களின் அடிப்படையில், மனித மூளையின் உடலியக்கச் செயல்முறை பற்றிய அறிவுதான் வெற்றி குறித்தப் பெரும்பாலான புத்தகங்களில் இருந்து விடுபட்டுப் போயுள்ள இரண்டாவது அம்சம். மூளையானது எவ்வாறு தகவல்களை உள்வாங்கிக் கொள்கிறது, எவ்வாறு அதற்கேற்பச் செயல்விடை அளிக்கிறது, எவ்வாறு நம்மைக் கட்டுப்படுத்தி இயக்குகிறது ஆகியவற்றைப் பற்றிய உண்மையான செயல்முறையை நாம் புரிந்து கொள்ளவில்லை என்றால், தொடர்ந்து பலனளிக்கக்கூடிய ஒரு வெற்றித் திட்டத்தை உருவாக்குவது கடினமான செயல் மட்டுமல்ல, அது சாத்தியமற்றதும்கூட. மூளைதான் கப்பலை இயக்குகிறது. ஏதோ ஒரு வகையான நிரந்தரமான மாற்றத்தை நீங்கள்

ஏற்படுத்த விரும்பினால், குறிப்பிட்ட சில விதிமுறைகளை நீங்கள் பின்பற்றியாக வேண்டும். ஒரு மாற்றத்தை ஏற்படுத்தி, அந்த மாற்றம் நிரந்தரமாக இருக்க வேண்டும் என்று நீங்கள் விரும்பினால், மூளை செயல்படும் விதத்தைப்போலவே நீங்களும் செயல்பட வேண்டும்.

3. உங்கள் மூளையின் கட்டுப்பாட்டு மையமான ஆழ்மனத்திற்குத் தேவையான முற்றிலும் புதிய அறிவுறுத்தல்கள் மற்றும் பயிற்றுவிப்புதான், அனைத்தைவிடவும் மிக முக்கியமான மூன்றாவது அம்சமாகும். அதாவது, நீங்கள் உங்கள் ஆழ்மனத்தில் குடிகொண்டிருக்கும் பழைய எதிர்மறையான பயிற்றுவிப்பை நீக்கிவிட்டு, அதற்குப் பதிலாக, முற்றிலும் புதிய வார்த்தைகளில் அமைக்கப்பட்ட, நேர்மறையான மற்றும் ஆக்கபூர்வமான புதிய அறிவுறுத்தல்களைக் கொண்டு ஒரு குறிப்பிட்ட வழியில் உங்கள் ஆழ்மனத்தைப் பயிற்றுவிக்க வேண்டும்.

விடுபட்டுப் போயுள்ள இந்த மூன்று அம்சங்களையும் உள்ளடக்கிய ஒரே தீர்வு 'சுயபேச்சு.'

உங்கள் வாழ்வில் நீங்கள் சாதிக்க விரும்புகின்ற பெரிய விஷயங்கள் அல்லது இக்கணத்தில் உங்கள் வாழ்வில் நீங்கள் மாற்ற விரும்புகின்ற சிறிய விஷயங்கள் சிலவற்றைப் பற்றி ஒரு கணம் சிந்தித்துப் பாருங்கள். அதிகப் பணத்தைச் சம்பாதிப்பது, ஒரு மகிழ்ச்சியான குடும்ப வாழ்க்கையைப் பெறுவது, உங்கள் திறமைகளை மேம்படுத்துவது, கல்லூரியில் சிறந்த மாணவராக விளங்குவது, வேலையில் சிறப்பாகச் செயல்படுவது போன்ற ஏதேனும் ஒன்று உங்கள் நோக்கமாக இருக்கலாம்.

மாற்றத்தை உருவாக்குவதற்கு நீங்கள் எந்த வழியைத் தேர்ந்தெடுத்தாலும் சரி, உங்களுக்குக் கொடுக்கப்பட்டு வந்திருக்கும் பழைய எதிர்மறையான அறிவுறுத்தல்களையும் பயிற்றுவிப்பையும் நீங்கள் மாற்றத் துவங்காதவரை, நீங்கள் விரும்புகின்ற எதையும் உங்களால் சாதிக்க முடியாது. ஒருவேளை சாதித்தாலும், அது நிரந்தரமாக நிலைத்திருக்காது.

4

புதிய கண்டுபிடிப்புகள்

கடந்த சில வருடங்களில், மனித மூளையைப் பற்றி நாம் சந்தேகித்து வந்திருந்த விஷயங்களில் பெரும்பாலானவை உண்மை என்று நரம்பியல் அறிவியலறிஞர்கள் கண்டுபிடித்துள்ளனர். மூளையானது ஒரு தனிநபர்க் கணினியைப்போல் வேலை செய்கிறது. ஆனால் கணினியைப்போல் எளிதான ஒன்றல்ல அது. முதலாவது, நமது மூளை, பல விதங்களில், நாம் உருவாக்கியுள்ள மிக அதிக சக்திவாய்ந்த கணினிகளைவிடப் பன்மடங்கு அதிக சக்திவாய்ந்தது. முழுமையாக வளர்ச்சியடைந்த நிலையில் வெறும் 1,600 கிராம் எடை கொண்ட நமது மூளை, சில முக்கியமான வழிகளில், மூளையை மாதிரியாக வைத்து மனிதனால் உருவாக்கப்பட்டக் கணினியைப்போலவே செயல்படுகிறது.

எளிமையான வார்த்தைகளில் கூறினால், ஒரு கணினிக்கு மூன்று அடிப்படை பாகங்கள் உள்ளன: ஒரு திரை, ஒரு விசைப் பலகை, மற்றும் ஒரு மென்பொருள் தட்டு. கணினிக்கு நாம் கொடுக்கும் அறிவுறுத்தல்களை அத்திரையில்தான் நாம் பார்க்கிறோம். நாம் கொடுக்கும் அறிவுறுத்தல்களின் விளைவையும் அதே திரையில்தான் நாம் பார்க்கிறோம்.

விசைப் பலகையில் தட்டச்சு செய்வதன் மூலமாகத்தான் கணினிக்கு அறிவுறுத்தல்கள் கொடுக்கப்படுகின்றன. மென்பொருள் தட்டில்தான் நாம் கொடுக்கும் தகவல்கள் பதிவு

செய்யப்படுகின்றன. இதில் நாம் பதிவு செய்யும் விஷயங்கள் வேறொருவரால் அழிக்கப்படும்வரை அல்லது அதை நீக்கிவிட்டுப் புதிய தகவல்கள் அங்கு பதிவு செய்யப்படும்வரை, முதலில் நாம் பதிவு செய்த விஷயங்கள் தொடர்ந்து அதில் நிலைத்திருக்கும்.

நமது மூளையிலும் இதேபோன்ற பாகங்கள் உள்ளன. கணினியின் திரையை வெளியுலகிற்கு நாம் வெளிப்படுத்தும் நமது தோற்றம் மற்றும் நடவடிக்கைகளுடன் ஒப்பிடலாம்.

கணினியின் விசைப் பலகையை நமது ஐம்புலன்களுக்கு ஒப்பிடலாம். நாம் பார்க்கின்ற, கேட்கின்ற, நுகர்கின்ற, தொடுகின்ற, ருசிக்கின்ற, அல்லது நம்மிடம் நாமே கூறிக் கொள்கின்ற அனைத்தும் நமது ஐம்புலன்களின் வாயிலாக நமது மூளையில் பதிவாகின்றன.

கணினியின் மென்பொருள் தட்டை நமது ஆழ்மனத்துடன் ஒப்பிடலாம். நமது ஒவ்வோர் அனுபவமும் நமது ஆழ்மனத்தில் பதிவு செய்யப்படுகின்றது.

கணினியைப் பற்றிய பரிச்சயம் உங்களுக்கு இருந்தால், என்னுடைய இவ்விளக்கத்தை நீங்கள் சுலபமாகப் புரிந்து கொள்வீர்கள். கணினி பற்றிய பரிச்சயம் உங்களுக்கு இல்லை என்றால், நீங்கள் தெரிந்து கொள்ள வேண்டிய விஷயம் ஒன்றே ஒன்றுதான்: உங்கள் மனத்தில் நீங்கள் பதிவு செய்யும் விஷயங்கள் நிரந்தரமாக அங்கு நிலைகொண்டுவிடுகின்றன.

கட்டுப்பாட்டு மையம்

மூளை பக்குவப்படுத்தப்பட்டிருக்கும் விதம் ஏன் நம்மீது அளப்பரிய தாக்கத்தை ஏற்படுத்துகிறது, எவ்வாறு அத்தாக்கம் ஏற்படுகிறது என்பது பற்றிய சிக்கலான செயல்முறையை எளிமைப்படுத்துவதற்கு, மூளையின் மையக் கட்டுப்பாட்டு அறையைக் கற்பனையாக நாம் ஆய்வு செய்யலாம். இங்குதான் மூளைக்கான கட்டளைகள் பெறப்படுகின்றன, பிற பாகங்களுக்கு இங்கிருந்துதான் கட்டளைகள் பிறப்பிக்கப்படுகின்றன. நம்மை நல்லவிதமாக உணரச் செய்கின்ற, கடினமாக உழைக்கச் செய்கின்ற, ஒரு காரியத்தை நிறைவேற்றச் செய்கின்ற பகுதி இதுதான். இது சரியாக இயக்கப்படாவிட்டால், இது நம் செயல்வேகத்தைக் குறைக்கும், விளைவு குறித்த பயத்தை ஏற்படுத்தும், நம்மைத் தேக்கமடையச் செய்துவிடும்.

மூளையின் கட்டுப்பாட்டு அறைக்குள், ஆயிரக்கணக்கான லைட் சுவிட்சுகள் நிரம்பிய ஒரு பெரிய சுவரின் முன்னால் நீங்கள் நிற்பதாகக் கற்பனை செய்யுங்கள். அந்த சுவிட்சுகளின் ஒரு பகுதி நமது மனநிலையைக் கட்டுப்படுத்துகின்றது. இன்னொரு பகுதி நமது ஆரோக்கியத்தையும், மற்றுமொரு பகுதி நமது உணர்ச்சிகளையும், இன்னொன்று நமது திட்டச் செயல்பாடுகளையும், இன்னொன்று நமது நம்பிக்கைகளையும் கனவுகளையும் கட்டுப்படுத்துகின்றன. இன்னொரு பகுதி, நாம் எவ்வாறு நடந்து கொள்கிறோம், எவ்வாறு அசைகிறோம், உட்காருகிறோம், நிற்கிறோம், நடக்கிறோம், பார்க்கிறோம், பேசுகிறோம், எதிர்வினை புரிகிறோம், செயல்விடை அளிக்கிறோம் ஆகியவற்றுக்குப் பொறுப்பேற்றுக் கொள்கிறது. நமது நினைவாற்றல், சீர்தூக்கிப் பார்க்கும் திறன், மனப்போக்கு, படைப்புத்திறன், பயங்கள், பகுத்தறியும் திறன், மனநிலை போன்ற, நம்மைப் பற்றிய அனைத்தும் நமது மனக் கட்டுப்பாட்டு அறையில் உள்ள சுவிட்சுகளால் கட்டுப்படுத்தப்படுகின்றன.

கட்டுப்பாட்டு அறைக்கு ஏதேனும் ஒரு கட்டளை வந்து சேரும்போது, பொருத்தமான சுவிட்சுகளுக்குப் பொருத்தமான செயல்பாட்டுத் தகவல்கள் அனுப்பப்படுகின்றன. கண்ணிமைக்கும் நேரத்திற்குள் சில சுவிட்சுகள் அணைக்கப்படுகின்றன, சில சுவிட்சுகள் போடப்படுகின்றன.

மூளைக்குள் கோடிக்கணக்கான மூளை நரம்பணுக்களும் மின்வேதி சுவிட்சுகளும் உள்ளன. இவற்றின் மூலமாக மூளையின் அனைத்துப் பகுதிகளுக்கும் செய்திகள் அனுப்பப்படுகின்றன. இவைதான் சில சுவிட்சுகள் அணைக்கப்படுவதற்கும் சில சுவிட்சுகள் போடப்படுவதற்கும் காரணம்.

நமது மூளையில் உள்ள இந்த மிகச் சிறிய வேதி மையங்கள்தான் நம் மூளைக்கும் நமது மைய நரம்பு மண்டலத்திற்கும் செய்திகளை அனுப்பி நம் செயல்பாட்டைக் கட்டுப்படுத்துகின்றன.

நம்மைக் கவனமாகப் பார்த்துக் கொள்ள வேண்டிய பொறுப்பு நம் மூளையைச் சார்ந்தது. நமது தேவைகளைத் தொடர்ந்து கண்காணித்து, அத்தேவைகளுக்கு ஏற்ற நடவடிக்கையை மேற்கொள்வதற்கு நமது உடலில் உள்ள பல்வேறு பாகங்களை வழிநடத்துவதன் மூலம் அது தன்

பொறுப்பை நிறைவேற்றுகிறது. நம்மை உயிருடன் வைத்திருப்பதற்கான அனைத்துச் சமிக்கைகளுக்கும் கட்டளைகளுக்கும் நமது மூளை தானாகவே செயல்விடை அளிக்கிறது.

'எண்ணங்கள்' என்று அழைக்கப்படுகின்ற உயிர்வேதி மின்தூண்டுதல்கள்

இன்னொரு விதமான கட்டளைக்கும் நமது மூளை தானாகவே செயல்விடை அளிக்கிறது. மிக வலிமையான இந்த மின்தூண்டுதல்களும் மூளையில் உள்ள சுவிட்சுகளை அணைக்கின்றன அல்லது எரிய வைக்கின்றன. நம்மைக் கட்டுப்படுத்தி இயக்குகின்ற அந்த மின்தூண்டுதல்கள் எண்ணங்கள் என்று அழைக்கப்படுகின்றன.

நாம் எண்ணும் ஒவ்வோர் எண்ணமும், பிரக்ஞையுடனோ அல்லது பிரக்ஞையின்றியோ நம்மிடம் நாமே கூறிக் கொள்ளும் ஒவ்வொரு சுயபேச்சும் மின்தூண்டுதல்களாக மாற்றப்படுகின்றது. இந்த மின்தூண்டுதல்கள் நமது மூளையின் கட்டுப்பாட்டு மையத்தை இயக்குகின்றன. இது நமது ஒவ்வோர் அசைவையும், ஒவ்வோர் உணர்வையும், நாம் மேற்கொள்ளும் ஒவ்வொரு நடவடிக்கையையும், நமது நாளின் ஒவ்வொரு கணத்தையும் கட்டுப்படுத்துகின்றது.

நீங்கள் உங்களுக்குக் கொடுத்துள்ள எண்ணங்களும் மற்றவர்கள் உங்களுக்குள் புகுத்தியுள்ள எண்ணங்களும் உங்களைப் பற்றிய அனைத்தையும் பாதிக்கின்றன, இயக்குகின்றன, கட்டுப்படுத்துகின்றன. நாம் பிறந்த நாள் முதலாக, பிறர் நம் மனத்திற்குள் ஏராளமான எண்ணங்களை உட்புகுத்தி வந்துள்ளனர். பிறரால் நமக்குக் கொடுக்கப்பட்டுள்ள பயிற்றுவிப்புகளில் சில வெளிப்படையானவையாக இருந்தாலும், அவற்றில் பலவற்றை நாம் பெற்றுக் கொண்டிருக்கிறோம் என்ற பிரக்ஞையே நமக்கு இருப்பதில்லை.

நம்மிடம் நேரடியாகக் கூறப்படும் விமர்சனங்கள், கேள்விகள், கருத்துக்கள் ஆகியவை வெளிப்படையான பயிற்றுவிப்புகள். நம்மால் என்ன செய்ய முடியும், என்ன செய்ய முடியாது என்று நமது பெற்றோர்களும் மற்றவர்களும் நம்மிடம் கூறுகின்றனர். நாம் எதில் திறமை படைத்தவர்கள், எதில் திறமையற்றவர்கள் என்று அவர்கள் நம்மிடம் கூறுகின்றனர்.

நமது தோற்றம் எப்படி இருக்கிறது என்று நம்மிடம் கூறப்படுகிறது. எதை எதிர்பார்க்க வேண்டும், எதை நம்ப வேண்டும், எவ்வாறு நடந்து கொள்ள வேண்டும், எதைச் செய்ய வேண்டும், எதைச் செய்யக்கூடாது என்று நமக்குக் கூறப்படுகிறது. குழந்தைப்பருவம் முதலாகவே நாம் பிறர்மீது முற்றிலும் சார்ந்து இருப்பதன் காரணமாக மற்றவர்கள் கூறுவதைக் கேட்பதும் அதை நம்புவதும் நாம் உயிர்பிழைத்திருப்பதற்கு முக்கியமாக இருப்பதால், மற்றவர்கள் கூறுவதை ஏற்றுக் கொள்ளவும் நம்பவும் நாம் கற்றுக் கொள்கிறோம்.

5
நம்புவதற்குக் கற்றுக் கொள்ளுதல்

நாம் குழந்தைகளாக இருக்கும்போது பெரியவர்கள் நம்மிடம் கூறும் விஷயங்கள் அதிசயக்கத்தக்க வகையில் மிக முக்கியத் தாக்கத்தை ஏற்படுத்துகின்றன. நம்மைச் சுற்றி நிகழ்ந்து கொண்டிருக்கும் விஷயங்களில் பெரும்பாலானவற்றைப் பற்றியும் நம்மைப் பற்றியும் நாம் நம்பும் விஷயங்களுக்கு மூல காரணம் இவைதான்.

நான் பள்ளியில் படித்துக் கொண்டிருந்த காலத்தில், பள்ளியின் இசைக்குழுவில் உறுப்பினராகச் சேர்ந்து ஓர் இசைக் கருவியை வாசிக்க நான் மிகவும் விரும்பியது இன்றும் என் நினைவில் உள்ளது. எனது வகுப்பைச் சேர்ந்த சுமார் பத்துப் பன்னிரண்டு மாணவர்களுடன் சேர்ந்து, பள்ளியின் இசைக்குழுவில் உறுப்பினராக ஆவதற்கு முயற்சிப்பதென்று நான் தீர்மானித்தேன். என் வகுப்பாசிரியர் மற்றும் பிற மாணவர்களின் முன்னிலையில், எனக்கு முன்பின் பரிச்சயமில்லாத முற்றிலும் புதிய ஓர் இசைக்கருவி என்னிடம் கொடுக்கப்பட்டது. அதை வாசிக்குமாறு அந்த இசைக்குழுவின் இயக்குனர் என்னிடம் கூறினார். அதில் நான் தோற்றுப் போனேன். இசைக்குழுவில் சேர்வதற்கான வாய்ப்பும் நிராகரிக்கப்பட்டது.

நான் சிறப்பாக இசைக்கவில்லை என்பதை நான் அறிந்திருந்தேன். ஆனால் ஒரு மணிநேரத்திற்குப் பின், அனைத்து மாணவர்களின் இசைத் திறமையும் பரிசோதிக்கப்பட்டப் பிறகு, அந்த இசைக்குழுவின் இயக்குனர் என்னைப் பற்றி என் வகுப்பாசிரியரிடம் கூறியது என் செவிகளில் விழுந்தது. இசைக்குழுவில் சேர்ந்து என்னால் வாசிக்க முடியாது என்பதோடு மட்டுமல்லாமல், எனக்கு இசைத் திறனே இல்லை என்றும், ஓர் இசைக் கருவியை என்னால் ஒருபோதும் வாசிக்க முடியாது என்றும் அவர் என் ஆசிரியரிடம் கூறினார். ஓர் இசைக் கருவியை வாசிக்கக் கற்றுக் கொள்ள வேண்டும் என்று மனதார விரும்பிய ஒரு பன்னிரண்டு வயதுச் சிறுவனின் மனத்தில் விதைக்கப்பட்ட எப்பேற்பட்ட எதிர்மறையான யோசனை அது!

ஆனால் அது துல்லியமாக அப்படியே வேலை செய்தது. எனக்கு இசைத் திறனே இல்லை என்று யாரோ ஒருவர் கூறியதை நான் கேட்டேன், அதை அப்படியே நான் நம்பினேன். இசையில் என்னால் ஒருபோதும் திறமைமிக்கவனாக ஆக முடியாது என்ற அவரது கருத்தை நான் உண்மையென்று ஏற்றுக் கொண்டேன். ஆனால் இறுதியில், ஒருசில வருடங்கள் கழித்து, துணிச்சலாக ஒரு பியானோவை வாடகைக்கு எடுத்து, சில இசைக் குறிப்புகளைக் கற்றுக் கொண்டு, என்னால் வாசிக்க முடியாது என்று யாரும் எனக்கு நினைவூட்ட முடியாத வகையில் யாருக்கும் தெரியாமல் ரகசியமாக அவற்றை வாசிக்கத் துவங்கினேன். நான் மிகவும் விரும்பிய திறமையை என்னால் ஒருபோதும் உருவாக்க முடியாமலேயே போய்விட்டது. ஆனால், சுமார் இருபது வருடங்கள் கழித்து, எங்கள் பள்ளியின் இசைக்குழு இயக்குனர் கூறியது தவறு என்பதை நான் கற்றுக் கொண்டேன். அவரது கூற்றை அத்தனை வருடங்களாக நான் உண்மையென்று நம்பி வந்திருந்தேன்.

பின்வரும் எடுத்துக்காட்டு இதற்கு நேரெதிரான ஒன்று. ஆறு வயதுச் சிறுவனான மைக்கேல், ஒவ்வொரு தினமும் மதிய வேளையில், தன் பக்கத்து வீட்டில் வசித்து வந்த ஒரு முதியவரின் வீட்டிற்குச் சென்று அவருடன் சிறிது நேரம் பேசிவிட்டு வருவதை வழக்கமாகக் கொண்டிருந்தான். ஒருநாள் இரவில், அவன் தூங்குவதற்குத் தயாராகிக் கொண்டிருந்தபோது, அந்த முதியவர் அவனது வீட்டிற்கு வந்தார். மைக்கேல் அதிகப் படைப்புத்திறன் கொண்ட சிறுவன் என்றும்,

படைப்புத்திறன்மிக்கப் பல விஷயங்களை எதிர்காலத்தில் அவன் நிச்சயமாகச் செய்வான் என்றும் அவர் மைக்கேலின் தாயாரிடம் கூறியது, படுக்கையறையிலிருந்த மைக்கேலின் காதுகளில் விழுந்தது.

பல வருடங்களுக்குப் பிறகு, இன்று, மைக்கேல் வான்ஸ், வால்ட் டிஸ்னி பல்கலைக்கழகத்தின் தலைவராகச் செயல்பட்டு வருகிறார். மிக சமீபத்தில், உலகம் நெடுகிலும் உள்ள பல முக்கியப் பெருநிறுவனங்கள் மற்றும் சிறுநிறுவனங்களுக்குத் தனிப்பட்ட ஆலோசனை வழங்குவதன் மூலம், அமெரிக்காவின் முன்னணிப் படைப்புத்திறன் பயிற்றுவிப்பாளராக அவர் ஆகியுள்ளார். தன்னைப் பற்றி அந்த முதியவர் தன் தாயாரிடம் கூறியதைத் தற்செயலாகக் கேட்ட மைக்கேலின் மனத்தில் அந்த யோசனை ஆழமாகப் பதிந்தது. அது உண்மையென்று அந்தச் சிறுவன் நம்பினான்.

"நீ எதற்கும் லாயக்கற்றவன்," "அந்த விளையாட்டு உனக்குப் பொருத்தமானதல்ல," "உன்னுடைய கனவு சரியானதல்ல," "அந்த நண்பன் சரியானவன் அல்ல" போன்ற கண்மூடித்தனமான வார்த்தைகள் குழந்தைகளிடம் எத்தனை முறை கூறப்படுகின்றன என்று உங்களால் கற்பனை செய்ய முடிகிறதா? ஆர்வத்தோடும் திறந்த மனத்தோடும் இருக்கும் பிஞ்சு நெஞ்சங்கள் இவற்றை எந்த வகையில் உள்வாங்கிக் கொண்டு நம்புகின்றன என்பதை உங்களால் நினைத்துப் பார்க்க முடிகிறதா?

பிறரிடமிருந்து கிடைக்கின்ற பிரக்ஞையற்றப் பயிற்றுவிப்பு

நம் மனத்திற்குக் கொடுக்கப்பட்டுள்ள பயிற்றுவிப்பில் சில வெளிப்படையானவை. அவை நமது கவனத்தைப் பெற்று, நம்மிடமிருந்து பதில் நடவடிக்கையை எதிர்பார்க்கின்றன. ஆனால் நாம் பெற்றுள்ள பயிற்றுவிப்பின் பெரும்பகுதி அவ்வளவு வெளிப்படையானதல்ல. அது மிகவும் நாசூக்கான ஒன்று.

ஒவ்வொரு நாளும் நாம் ஒவ்வொருவரும் எண்ணற்றக் கட்டளைகளையும், கட்டுப்பாடுகளையும், தூண்டுதல்களையும், எதிர்பார்ப்புகளையும் பிறரிடமிருந்து பெறுகிறோம். நம்மைச் சுற்றி இருக்கும் அனைத்தும் நம்மை வற்புறுத்துகின்றன,

நச்சரிக்கின்றன, அல்லது தூண்டுகின்றன. பெரியவர்களாக வளர்ந்த பிறகும்கூட, நாம் ஏராளமான தாக்கங்களுக்கு ஆளாகிறோம். இவற்றில் பெரும்பாலான தாக்கங்கள் குறித்தப் பிரக்ஞைகூட நமக்கு இருப்பதில்லை. எண்ணற்றத் தலைவர்களைக் கொண்ட கப்பல்கள்தான் நாம். அவர்கள் அனைவருமே தங்கள் சொந்தக் குறிக்கோள்களை மனத்தில் இருத்தி, தங்கள் விருப்பத்திற்கு ஏற்றாற்போல் நம்மை இயக்குகின்றனர். நமது கப்பல்களைத் திக்குத் தெரியாத திசையில் தாங்கள் இயக்கிக் கொண்டிருக்கிறோம் என்பது குறித்த விழிப்புணர்வுகூட அவர்களுக்கு இருப்பதில்லை.

தங்கள் விருப்பம்போல் நம் மனத்தைப் பயிற்றுவிப்பதற்கும் பக்குவப்படுத்துவதற்கும் பிறரை நாம் அனுமதிக்கும்வரை, சந்தேகமின்றி நாம் நம் கட்டுப்பாட்டை இழந்துவிடுகிறோம், நமது எதிர்காலம் கேள்விக்குறியாக மாறியுள்ளதை உணரத் தவறிவிடுகிறோம், வேறொருவருடைய அடிமையாக ஆகிவிடுகிறோம்.

மனநலச் சிகிச்சை அளிக்கும் மருத்துவர்கள் பலர், தங்கள் நோயாளிகளை, குழந்தைப்பருவத்தில் பிரச்சனை எப்போது உருவானதோ, அந்தக் காலத்திற்கு ஏன் கூட்டிச் செல்கின்றனர்? ஏனெனில், நம்பிக்கைகள் அங்குதான் உருவாகின. பயமும், பீதியும், சுயஅடையாளமும் அங்குதான் முதன்முதலில் நம்மைப் பீடிக்கத் துவங்கின. அந்த இளம்பருவத்தில், நாம் ஒவ்வொருவரும் நம்மைப் பற்றிய பல விஷயங்கள் அடங்கிய ஒரு படத்தை உருவாக்கினோம். நம்மைப் பற்றி நாம் உருவாக்கிய படம் உண்மையானதா இல்லையா என்பது நமக்கு எந்த வித்தியாசத்தையும் ஏற்படுத்தவில்லை. நமது அனுபவங்களும், மற்றவர்கள் நம்மிடம் கூறியதை நாம் ஏற்றுக் கொண்டதும், நமக்கு நாமே கூறிக் கொண்ட விஷயங்களும்தான் இன்று நம்மைக் கட்டுப்படுத்தி இயக்கிக் கொண்டிருக்கும் மனப் பயிற்றுவிப்பிற்கான அடித்தளங்களாக உருவாயின.

கடந்தகாலத்தில் நமக்குக் கொடுக்கப்பட்டப் பயிற்றுவிப்பும் பக்குவப்படுத்தலும் முற்றிலும் தவறு என்று கூறிவிட முடியாது. சில பயிற்றுவிப்புகள் நல்லவையாக இருந்து வந்துள்ளன. நம்மில் பெரும்பாலானவர்கள் மற்றவர்களிடமிருந்து அன்பையும் அக்கறையையும் அனுபவித்துள்ளோம். நேர்மறையான சுயநம்பிக்கை பற்றிய முன்னோக்குகள் அவ்வப்போது நம்மில் பலருக்குக் கிடைத்து வந்துள்ளன. தங்களது சந்தேகங்களை

நேர்மறையாகக் களைந்தெறிந்த பெற்றோர்கள் நம்மில் சிலருக்குக் கிடைத்துள்ளனர். சிறந்ததையே எதிர்பார்த்த ஆசிரியர்களும், பயிற்றுவிப்பாளர்களும், நண்பர்களும் நமக்கு வாய்த்துள்ளனர். வளர்ந்து வந்த காலத்தில், நாம் அனைவருமே அவ்வப்போது பல வெற்றிகளைப் பெற்று வந்துள்ளோம் என்பதை மறுக்க முடியாது.

உங்கள் ஆழ்மனத்தில் பதிந்திருக்கின்ற, உங்களுக்கு எதிராகச் செயல்படுகின்ற பயிற்றுவிப்புகள் அனைத்தையும் அழித்துவிட்டு, முழுமையான நம்பிக்கை எனும் புதிய யோசனையை, உங்கள் நலனுக்காகச் செயல்படுகின்ற ஒரு யோசனையை, உங்கள் எதிரில் உள்ள வாழ்க்கையை ஒரு புதிய கண்ணோட்டத்தில் பார்க்கின்ற ஒரு யோசனையை உங்கள் ஆழ்மனத்தில் உங்களால் பதிய வைக்க முடிந்தால் உங்களால் என்னவெல்லாம் செய்ய முடியும் என்பதைக் கற்பனை செய்து பாருங்கள்.

ஒருமுறை, சுமார் 55 கிலோ எடையைக் குறைத்திருந்த ஒரு பெண்ணிடம், எடையைக் குறைக்க வேண்டும் என்று தான் கொண்டிருந்த இலக்கில் வெற்றி பெற்றவுடன் அவர் எவ்வாறு உணர்ந்தார் என்று நான் கேட்டேன். "55 கிலோ எடையை நான் இழந்திருப்பதைப்போல் உணர்கிறேன்," என்று அவர் பதிலளித்தார். அவரது மகிழ்ச்சியை நான் புரிந்து கொண்டேன். ஓர் உடற்பயிற்சி நிலையத்திற்குச் சென்று, எடைப் பயிற்சி நடைபெறும் பகுதியில் 55 கிலோ எடையைத் தூக்க முயற்சித்துப் பாருங்கள். நீங்கள் உங்களுடன் சுமந்து திரிகின்ற சுயசந்தேகம் மற்றும் நம்பிக்கையின்மை போன்ற கூடுதல் எடைகளை ஒரே ஒருநாள் மட்டும் இழப்பதாகக் கற்பனை செய்து பாருங்கள். உங்களால் எவ்வளவு வேகமாக ஓட முடியும் என்று சிந்தித்துப் பாருங்கள். உங்களை இழுத்துப் பிடித்து வைத்திருக்கும் மோசமான பழக்கங்களும், பழைய மனப் பயிற்றுவிப்பும், சுயசந்தேகமும் திடீரென்று மறைந்து போனால், நாளையிலிருந்து உங்களால் என்னவெல்லாம் செய்ய முடியும் என்று நினைத்துப் பாருங்கள்.

இத்தகைய சுதந்திரம் சாத்தியமற்றது அல்லது உங்களால் அடைய முடியாதது என்று கூறுவதற்காக நான் உங்களை இவ்வளவு தூரம் அழைத்து வரவில்லை. அந்த சுதந்திரம் உங்களுக்கு சாத்தியம் என்பது மட்டுமன்றி, அதை நிரந்தரமாக உங்கள் அன்றாட வாழ்வின் ஒரு பகுதியாக ஆக்கிக்

கொள்வதற்கு உங்களுக்கு உதவக்கூடிய நடைமுறைச் செயல்பாடுகள் ஒருசிலவற்றை நீங்கள் பார்க்கவிருக்கிறீர்கள்.

தேவையான அனைத்து அம்சங்களும் உங்களிடம் ஏற்கனவே இருக்கின்றன. உங்கள் வாழ்க்கையை மிக அற்புதமான மற்றும் மதிப்புமிக்க வழியில் வாழ்வதற்குத் தேவையான அனைத்து விஷயங்களோடும் நீங்கள் பிறந்திருக்கிறீர்கள். கடந்தகாலத்தில் நீங்கள் என்ன நினைத்து வந்திருக்கிறீர்கள் அல்லது என்ன செய்து வந்திருக்கிறீர்கள் என்பது பற்றிக் கவலையில்லை. நீங்கள் விரும்பினால், இன்றுமுதல், மிகச் சிறிய மாற்றத்தை மேற்கொண்டு, மிகப் பெரிய பலனை அடைய உங்களால் முடியும்.

தவறான பயிற்றுவிப்பு

நம் மனம் எவ்வளவு தூரம் தவறாகப் பயிற்றுவிக்கப்பட்டு இருக்கிறது என்பதையும், நம் ஆழ்மனத்தில் பதிவு செய்து வைக்கப்பட்டுள்ளவற்றில் 75 சதவீதத்திற்கும் அதிகமானவை நமக்கு எதிராகச் செயல்படுபவை என்பதையும் நாம் முன்பே பார்த்தோம். சுருக்கமாகக் கூறினால், வெற்றி பெறுவதற்கு நாம் பயிற்றுவிக்கப்படவில்லை.

இன்று மாலை நான் உங்களைத் தொலைபேசியில் அழைத்து, ஐரோப்பா செல்வதற்காக நான் ஒரு விமானத்தை வாடகைக்கு எடுத்திருப்பதாகவும், நீங்களும் உங்கள் குடும்பத்தினரும் அல்லது நண்பர்களும் என்னோடு சேர்ந்து கொள்ளுமாறு உங்களுக்கு நான் அழைப்பு விடுப்பதாகவும் வைத்துக் கொள்ளுங்கள். நாம் அனைவரும் ஐரோப்பாவிற்கு ஓர் அற்புதமான இரண்டு வார விடுமுறையில் செல்கிறோம். நாம் விமானத்தில் ஏறிக் கொண்டிருக்கும்போது, தலைமை விமானி உதவி விமானியிடம் பேசிக் கொண்டிருப்பது நம் காதுகளில் விழுகிறது என்று வைத்துக் கொள்வோம். விமானத்தை இயக்க வேண்டிய கணினி 75 சதவீதம் தவறான முறையில் பயிற்றுவிக்கப்பட்டிருப்பதாக உதவி விமானி கூறுவதை நாம் செவிமடுக்கிறோம்.

விமானத்திலுள்ள கணினி தவறாகப் பயிற்றுவிக்கப்பட்டு இருப்பது உங்களுக்குத் தெரிந்தவுடன், அடுத்து நீங்கள் என்ன செய்வீர்கள்? விமானத்திலிருந்து உடனடியாகக் கீழே இறங்கிவிடுவீர்கள். அதில் பிரயாணம் செய்ய விரும்ப மாட்டீர்கள். ஒருவேளை நீங்கள் அதில் பயணித்தால், இரண்டு

விஷங்களில் ஏதேனும் ஒன்று நடக்கும் என்பதை நீங்கள் அறிவீர்கள்: ஒன்று, அந்த விமானம் தவறான இடத்தில் தரையிறங்கும் அல்லது அது எங்கேனும் சென்று மோதும்!

நம்மில் பெரும்பாலானவர்களுக்கு அதே போன்ற பயிற்றுவிப்புதான் கொடுக்கப்பட்டுள்ளது. விஷயங்கள் நம் வாழ்வில் சரிவர நடைபெறாமல் போவதில் வியப்பேதும் இல்லை! நமது நம்பிக்கையும், கனவும், முயற்சியும், போராட்டமும் நம்மை வெற்றிக்கு இட்டுச் செல்வதற்குப் பதிலாகத் தோல்விக்கு இட்டுச் செல்வதிலும் வியப்பேதும் இல்லை! வாழ்விலிருந்து நாம் அதிகமானவற்றைப் பெற விரும்புகிறோம், சில பிரச்சனைகளைத் தீர்க்க விரும்புகிறோம், சில இலக்குகளை அடைய விரும்புகிறோம், ஆனால் நம்மால் அவற்றைச் சாதிக்க முடியாமல் போவதில் வியப்பில்லை. நமக்கு ஒரு மோசமான பயிற்றுவிப்பு கொடுக்கப்பட்டுள்ளது! நமக்குள் இருக்கும் தவறாகப் பயிற்றுவிக்கப்பட்டக் கணினி ஒருபுறம் நம்மை இழுத்துப் பிடித்துக் கொண்டிருக்க, மறுபுறம் நாம் நமது இலக்குகளை அடைய முயற்சித்துக் கொண்டிருக்கிறோம்!

ஒரு மோசமான பயிற்றுவிப்புடன் நீங்கள் வாழ விரும்புகிறீர்களா? உங்களுக்கு விருப்பமில்லாத ஒரு பயிற்றுவிப்பின் தயவில் வாழ்க்கையை ஓட்ட விரும்புகிறீர்களா? நீங்கள் அப்படிச் செய்ய வேண்டியதில்லை. உங்கள் வாழ்வின் எந்தவொரு பகுதியிலும் நீங்கள் பெற்று வந்துள்ள பயிற்றுவிப்பை உங்களால் எப்போது வேண்டுமானாலும் மாற்ற முடியும். கடந்தகாலத்தில் நீங்கள் யாராக இருந்தீர்கள், எங்கே இருந்தீர்கள், என்னவாக இருந்தீர்கள், எப்படி இருந்தீர்கள், அல்லது ஏன் அப்படி இருந்தீர்கள் என்பது ஒரு பொருட்டே அல்ல. உங்களைப் பற்றி நீங்கள் என்ன நம்பிக்கையைக் கொண்டிருந்தீர்கள் என்பதும், உங்களைப் பற்றி மற்றவர்கள் என்ன நம்பிக்கையைக் கொண்டிருந்தனர் என்பதும் ஒரு பொருட்டல்ல. வாழ்க்கை உங்களுக்கு எந்தச் சூழல்களைக் கொடுத்திருந்தாலும் அது பற்றிக் கவலையில்லை. உங்களை உங்களால் உங்கள் கட்டுப்பாட்டிற்குள் கொண்டு வர முடியும். இது உங்களைப் பயிற்றுவித்துக் கொள்வதற்கான உங்களுடைய முறை!

உங்கள் மனத்தை நீங்கள் மறுபயிற்றுவிப்பு செய்யலாம். பழைய எதிர்மறையான, ஆக்கபூர்வமற்ற, உங்களுக்கு எதிராக வேலை செய்கின்ற பயிற்றுவிப்பை நீக்கிவிட்டு, ஓர்

ஆரோக்கியமான, புதிய, நேர்மறையான, ஆக்கபூர்வமான முறையில் உங்கள் மனத்தை உங்களால் பயிற்றுவிக்க முடியும். அது சுலபமானதும்கூட. பழையதை அழித்துவிட்டு, புதியதை உட்புகுத்த வேண்டும். உங்களிடம் நீங்கள் எப்படிப் பேச வேண்டும் என்பதைக் கற்றுக் கொள்ள வேண்டியது மட்டும்தான் உங்கள் வேலை.

புதிய கட்டளைகள்

நம் மனம் பயிற்றுவிக்கப்பட்டிருக்கும் முறையை வெறுமனே மாற்றுவதன் மூலம் நமது மனப்போக்குகளையும் நடத்தையையும் நாம் மாற்றினால், நம்மை இழுத்துப் பிடிக்கின்ற அல்லது நம்மைக் கீழே தள்ளுகின்ற நமது பழைய எதிர்மறையான பயிற்றுவிப்பால் நாம் யாரும் நம் வாழ்க்கையில் போராட்டத்தைச் சந்திக்க வேண்டியதில்லை. நம் மனத்திற்குத் திட்டவட்டமான, ஆக்கபூர்வமான, புதிய கட்டளைகளைக் கொடுப்பதற்கு நம்மால் கற்றுக் கொள்ள முடிந்தால், நம் வாழ்வில் விஷயங்கள் தொடர்ந்து சிறப்பாக நடைபெறுவதற்கு ஒரு வாய்ப்பை நம்மால் ஏற்படுத்திக் கொள்ள முடியும்.

நம் மனத்தின் பயிற்றுவிப்பில் ஒரு மாற்றத்தை ஏற்படுத்துவதன் மூலம் நம் வாழ்வில் ஒரு மாற்றத்தை நம்மால் ஏற்படுத்த முடியும் என்பதை நான் உணர்ந்தபோது, நமக்கு எதிரே நாம் உருவாக்கி வைத்துள்ள 148,000 எதிர்மறைகள், சந்தேகங்கள், மற்றும் அழிவுபூர்வமான அவநம்பிக்கைகள் அடங்கிய ஒரு பெரிய சுவரில் ஒரு கீறலை முதன்முறையாக நான் பார்த்தேன். உடனே, நம்மை இழுத்துப் பிடித்து வைக்கின்ற, நம்மை வீழ்த்துகின்ற விஷயத்தை நம்மால் வீழ்த்த முடியும் என்ற நம்பிக்கை என்னுள் துளிர்விட்டது. அந்தச் சுவருக்குப் பின்னே நிற்கின்ற எவரொருவராலும் அந்தச் சுவரைத் தகர்த்தெறிந்து ஒரு புதிய உற்சாகமான எதிர்காலத்திற்குள் அடியெடுத்து வைக்க முடியும் என்பதையும் நான் உணரத் துவங்கினேன்.

அந்தச் சுவரை உடைத்துக் கொண்டு வருவதென்பது எப்பேற்பட்ட உற்சாகமிக்கத் தீர்மானம்! நம்மில் எவராலும் அதைச் செய்ய முடியும். எது உண்மையான சுவர் என்பதை நாம் உணர்ந்து கொண்டால், நம்மால் அதைக் கடந்து செல்ல முடியும்.

6

அந்தச் சுவர்

நாம் அனைவரும் எல்லா நேரங்களிலும் நம்மிடம் பேசிக் கொண்டுதான் இருக்கிறோம். நமது சுயபேச்சானது, பேசப்படுகின்ற வார்த்தைகளாக இருக்கலாம் அல்லது பேசப்படாத எண்ணங்களாக இருக்கலாம். அது உணர்வுகள் மற்றும் அபிப்பிராயங்களின் வடிவில் இருக்கலாம். அல்லது, நாம் பீதியடையும்போதோ அல்லது பயப்படும்போதோ நமது வயிற்றில் ஏற்படுகின்ற ஒரு பிரட்டல், அல்லது நாம் உற்சாகமாகவோ மகிழ்ச்சியாகவோ இருக்கும்போது ஏற்படுகின்ற உணர்ச்சிப் பிரவாகம் போன்ற வார்த்தைகளற்ற உடல்ரீதியான செயல்விடைகளின் வடிவில் இருக்கலாம். சிந்திப்பதை நாம் ஒருபோதும் நிறுத்துவதில்லை. குழந்தைப்பருவம் முதலாகவே, நம்மைப் பற்றிய அனைத்து விஷயங்களையும் நாம் பார்த்துக் கொண்டும், கேட்டுக் கொண்டும், அலசி ஆராய்ந்து கொண்டும், ஆய்வு செய்து கொண்டும், சீர்தூக்கிப் பார்த்துக் கொண்டும், வகைபிரித்துக் கொண்டும், சேமித்துக் கொண்டும் வந்திருக்கிறோம்.

நம்முடைய சுயபேச்சில் பெரும்பாலானவை நமது பிரக்ஞையின்றி நடைபெறுபவை; அது குறித்த விழிப்புணர்வே நமக்கு இருப்பதில்லை. சில சமயங்களில், வார்த்தைகளால் வெளிப்படுத்த முடியாத உணர்வுகளின் வடிவில் நமது சுயபேச்சு அமைந்திருக்கும். பிற சமயங்களில், எண்ணச் சிதறல்களின் வடிவில் அது அமைந்திருக்கும். அச்சிதறல்கள்

தெளிவான, புரிந்து கொள்ளப்படக்கூடிய யோசனைகளாக ஆகும் அளவுக்குப் போதிய நேரம் அவை நீடிப்பதில்லை.

நம்முடைய அனைத்து எண்ணங்களும், நம் மனத்தில் உள்ள அனைத்துக் காட்சிகளும் நாம் ஏற்கனவே அறிந்துள்ள ஏதோ ஒன்றுடன் எப்போதும் தொடர்பு கொண்டதாகவே இருக்கும். முன்பு ஒருபோதும் நீங்கள் சிந்தித்திராத அல்லது கற்பனை செய்திராத ஒரு புதிய எண்ணமோ அல்லது ஒரு புதிய காட்சியோ உங்களுக்குக் கொடுக்கப்பட்டால், இந்தப் புதிய தகவலை உங்கள் மனத்தில் ஏற்கனவே இருக்கும் ஏதோ ஒரு விஷயத்துடன் தொடர்புபடுத்தி, அத்தகவலுக்கு அர்த்தம் கொடுத்து, அதை உங்களுக்குப் புரிய வைப்பதற்கு உங்கள் மூளை உடனடியாகச் செயலில் இறங்கும்.

நீங்கள் சிந்திக்கும் ஒவ்வொரு புதிய எண்ணமும் ஒரு பழைய எண்ணத்துடன் தொடர்பு கொண்டதாகவே இருந்தாக வேண்டும். உங்களிடம் புதிதாக ஏதோ ஒன்று கூறப்படும்போது, கணநேரத்தில், உங்கள் மூளை உங்கள் மனத்தில் நீங்கள் சேகரித்து வைத்துள்ள கோடிக்கணக்கான எண்ணங்கள், சிந்தனைகள், அபிப்பிராயங்கள் ஆகியவற்றை அலசும். அதே கணத்தில், நீங்கள் ஏற்கனவே உங்கள் மனத்தின் கோப்புகளில் சேகரித்து வைத்துள்ள தகவல்களின் அடிப்படையில், உங்கள் மூளை உங்களுக்கு உடனடியாக ஒரு தந்தியை அனுப்பி, இந்தப் புதிய எண்ணம் குறித்து நீங்கள் எவ்வாறு உணர்கிறீர்கள் என்பதையும், அது எந்தக் கோப்பில் இடப்பட வேண்டும் என்பதையும், அதை நீங்கள் ஏற்றுக் கொள்ள வேண்டுமா, நம்ப வேண்டுமா, வைத்துக் கொள்ள வேண்டுமா, பயன்படுத்த வேண்டுமா, அல்லது அதை ஏற்றுக் கொள்ள மறுத்து வெளியே தூக்கி எறிய வேண்டுமா என்பதையும் உங்களுக்குத் தெரியப்படுத்தும்.

ஒரு விஷயத்தை நாம் எவ்வளவு அதிகமாக நம்புகிறோமோ, அவ்விஷயத்தை ஒத்தப் பிற விஷயங்களை நாம் அவ்வளவு அதிகமாக ஏற்றுக் கொள்வோம். நம்மைப் பற்றிக் கூறுகின்ற கோப்புகளை நம் மனத்தில் நாம் எவ்வளவு அதிக அளவில் வைத்திருக்கிறோமோ, அந்தக் கோப்புகளில் பதிவு செய்யப்பட்டுள்ளவற்றை ஆதரிக்கின்ற மற்றும் நிரூபிக்கின்ற பிற யோசனைகளையும் எண்ணங்களையும் அதிக அளவில் நாம் கவர்ந்திழுப்போம். நீங்கள் உங்களைப் பற்றி ஒரு குறிப்பிட்ட வழியில் எவ்வளவு அதிகமாக சிந்திக்கிறீர்களோ, அதே வழியில்

உங்களைப் பற்றி இன்னும் அதிக அளவில் நீங்கள் சிந்திப்பீர்கள். எதுவொன்றைப் பற்றியும் ஒரு குறிப்பிட்ட விதத்தில் நீங்கள் எவ்வளவு அதிகமாக சிந்திக்கிறீர்களோ, உண்மையிலேயே அது அவ்விதத்தில்தான் இருக்கிறது என்று அவ்வளவு அதிகமாக நம்புவீர்கள். மனம் அவ்வழியில்தான் செயல்படுகிறது. ஏனெனில், நீங்கள் புதிதாக சிந்திக்கும் எதுவொன்றையும் நீங்கள் ஏற்கனவே நம்புகின்ற ஒரு விஷயத்துடன் உங்கள் மூளை எப்போதுமே தொடர்புபடுத்துகின்றது.

அதை அறிந்து கொள்வது, நமது மனங்களை மாற்றுவதோ அல்லது நாம் உறுதியாக நம்புகின்ற யோசனைகளை விட்டுக்கொடுப்பதோ நமக்கு ஏன் கடினமாக இருக்கிறது என்பதைப் புரிந்து கொள்ள உதவும். ஒரு விஷயத்தை நீங்கள் எவ்வளவு அதிக காலம் நம்புகிறீர்களோ, அந்த நம்பிக்கையை மாற்றுவது அவ்வளவு அதிகக் கடினமாக இருப்பது ஏன் என்பதையும் இது விளக்குகிறது. ஓர் எண்ணத்தை நீங்கள் எவ்வளவு நீண்டகாலம் எண்ணி வந்திருக்கிறீர்களோ, அவ்வளவு அதிக உண்மையானதாக அது ஆகிறது.

சுயமாக உருவாக்கப்பட்ட 'எதிர்மறை சுயபேச்சு' எனும் சுவர்

நிரந்தரமான சுயமேம்பாட்டிற்கான ஒரு நடைமுறைத் தீர்வைப் பல வருடங்களாகத் தேடி வந்ததில் ஒரு முக்கியமான விஷயத்தை நான் கண்டறிந்தேன்: பெரும்பாலான சுயபேச்சு குறித்து நாம் பிரக்ஞையற்றவர்களாக இருந்துவிடுகிறோம் அல்லது அது நம்மால் கண்டுகொள்ளப்படாமல் போய்விடுகின்றது; ஆனால் சில சுயபேச்சு, மிகவும் வெளிப்படையானதாக, சுய அழிவுக்கு இட்டுச் செல்வதாக இருக்கின்றது. நான் செவிமடுத்துள்ள சிலருடைய சுயபேச்சின் ஒரு பகுதி ஆக்கபூர்வமானதாகவும் நன்மை பயப்பதாகவும் இருந்தாலும்கூட, பெரும்பாலான சுயபேச்சு அதற்கு நேரெதிரானதாகவே இருந்தது. அதாவது, சுயஅழிவுக்கு வழிவகுப்பதாகவும், அழிவுபூர்வமானதாகவுமே இருந்தது.

இத்தகைய 'எதிர்மறை' சுயபேச்சிற்கான ஓர் எடுத்துக்காட்டை நான் செவிமடுத்த ஒவ்வொரு முறையும், அதை நான் எழுதிக் கொண்டேன். காலப்போக்கில், எனது பட்டியலில், மக்கள் அன்றாடம் பயன்படுத்தும்

நூற்றுக்கணக்கான சுயபேச்சு வாசகங்கள் இடம்பெற்றன. எதிர்மறையான சுயபேச்சைப் பயன்படுத்துகின்ற பெரும்பாலான மக்கள், தாங்கள் என்ன கூறுகிறோம் என்பது குறித்த விழிப்புணர்வு இல்லாமலேயே இருக்கின்றனர். தப்பித்தவறி ஏதோ ஒருசிலருக்கு அப்படிப்பட்ட விழிப்புணர்வு இருந்தாலும், அவர்களும் அதைத் தொடர்ந்து செய்து கொண்டுதான் வருகின்றனர்.

உங்களைப் பற்றி நீங்கள் கூறும் அனைத்தும் உங்கள் ஆழ்மனத்திற்கு நீங்கள் கொடுக்கும் கட்டளைகள் என்பதால், உங்களைப் பற்றி எதிர்மறையாக நீங்கள் ஒரு வாசகத்தைக் கூறும் ஒவ்வொரு முறையும், உங்கள் ஆழ்மனத்திற்கு நீங்கள் ஓர் எதிர்மறையான கட்டளையைப் பிறப்பிக்கிறீர்கள்.

அடிக்கடிப் பயன்படுத்தப்படும் எதிர்மறையான சுயபேச்சிற்கான ஒருசில எடுத்துக்காட்டுகள் கீழே கொடுக்கப்பட்டுள்ளன. அவற்றை நீங்கள் படிக்கும்போது, இதேபோன்ற சுயபேச்சைப் பயன்படுத்துகின்ற யாரேனும் ஒருவரை உங்களுக்குத் தெரியுமா அல்லது நீங்களே இதுபோன்றவற்றை உங்களிடம் கூறியிருக்கிறீர்களா என்று சிந்தித்துப் பாருங்கள்.

பெயர்களை என்னால் நினைவில் வைத்துக் கொள்ள முடியாது.
இன்றும் ஒரு சலிப்பூட்டும் நாளாகத்தான் இருக்கப் போகிறது.
இதனால் எந்தப் பிரயோஜனமும் இல்லை.
இது பலனளிக்காது என்று எனக்குத் தெரியும்.
என் வாழ்வில் எதுவும் சரியாக நடைபெறுவதே இல்லை.
இது என் துரதிர்ஷ்டம்தான்.
நான் லாயக்கற்றவன்.
எனக்குத் திறமை இல்லை.
நான் படைப்புத்திறன் கொண்டவனல்ல.
நான் சாப்பிடுகின்ற அனைத்தும் என் இடுப்பில்தான் சென்று சேர்கிறது.
என்னால் எதையும் ஒழுங்குபடுத்த முடிவதில்லை.
இன்று எனக்கு ஒரு துரதிர்ஷ்டமான நாள்.

நான் விரும்பும் பொருட்களை என்னால் ஒருபோதும் வாங்க முடியாது.

இது எனக்குப் பிடிக்காதென்று ஏற்கனவே எனக்குத் தெரியும்.

நான் என்ன செய்தாலும் சரி, என் எடையை மட்டும் என்னால் குறைக்க முடிவதே இல்லை.

எனக்கு ஒருபோதும் போதுமான நேரம் இருப்பதே இல்லை.

எனக்கு அதற்குப் பொறுமை கிடையாது.

அது உண்மையிலேயே எனக்குக் கோபமூட்டுகிறது.

மீண்டும் ஒரு திங்கட்கிழமையா!

எப்போதுதான் நான் கற்றுக் கொள்வேனோ!

அதைப் பற்றி நினைத்தாலே எனக்கு எரிச்சல் வருகிறது.

சில சமயங்களில் என்னை நானே வெறுக்கிறேன்.

நான் திறமையற்றவன்.

நான் அதிகமாக வெட்கப்படுகிறேன்.

என்ன கூற வேண்டும் என்று எனக்கு ஒருபோதும் தெரிவதே இல்லை.

என்னுடைய அதிர்ஷ்டத்தை வைத்துப் பார்த்தால், எனக்கு வாய்ப்பே இல்லை!

நான் புகைபிடிப்பதை நிறுத்த விரும்புகிறேன், ஆனால் அதை என்னால் நிறுத்த முடியாதுபோல் தோன்றுகிறது.

விஷயங்கள் என் வாழ்வில் சரியாக நடைபெறுவதில்லை.

முன்பு என்னிடம் இருந்த ஆற்றல் இப்போது எனக்கு இல்லை.

நான் உண்மையிலேயே மிகவும் பருமனாக இருக்கிறேன்.

மாதக் கடைசியில் என்னிடம் ஒருபோதும் பணமே இருப்பதில்லை.

நான் ஏன் முயற்சிக்க வேண்டும்? எப்படியிருந்தாலும் அது எனக்குப் பலனளிக்கப் போவதில்லை.

நான் அதில் சிறந்தவனாக ஒருபோதும் இருந்ததே இல்லை.

என் மேசை எப்போதும் அலங்கோலமாகவே இருக்கிறது.

எனக்கு வாய்ப்பதெல்லாம் துரதிர்ஷ்டம் மட்டுமே.

நான் ஒருபோதும் எதிலும் வெற்றி பெறுவதில்லை.

யாரேனும் ஒருவர் எப்போதும் என்னைத் தோற்கடித்துக் கொண்டே இருக்கின்றார்.
யாருக்குமே என்னைப் பிடிப்பதில்லை.
எனக்கு ஒருபோதும் ஒரு வாய்ப்புக் கிடைப்பதே இல்லை.
நான் எப்போதும் சல்லிக்காசுகூட இல்லாதவனாகவே இருக்கிறேன்.
நான் கை வைக்கும் எந்தவொரு காரியமும் உருப்படுவதே இல்லை.
நான் பிறந்திருக்கவே கூடாது என்று சில சமயங்களில் எனக்குத் தோன்றும்.
கணிதத்தில் நான் ஒருபோதும் சிறந்து விளங்கியதில்லை.
நான் என் எடையைக் குறைக்கிறேன், ஆனால் மீண்டும் பருமனாகிவிடுகிறேன்.
நான் எப்போதும் மனச்சோர்வுடன் இருக்கிறேன்.
என்னால் எந்தவொரு காரியத்தையும் செய்து முடிக்க முடிவதே இல்லை.
என் விஷயத்தில் எதுவுமே சரியாக நடப்பதில்லைபோல் தோன்றுகிறது.
நான் விற்பனைத் தொழிலுக்கு ஏற்றவன் அல்ல.
அது சாத்தியமில்லை!
வேறு வழியே கிடையாது!
ஒரு கூட்டத்தின் முன்னால் இருக்கும்போது நான் எப்போதுமே பயத்தில் உறைந்து போகிறேன்.
காலையில் எழுந்தவுடன் காபி அருந்தாவிட்டால் எனக்கு வேலையே ஓடாது.
இன்று இதை என்னால் செய்து முடிக்க முடியாதுபோல் தோன்றுகிறது.
நான் ஒருபோதும் இதைச் சரியாகச் செய்வதே இல்லை.
இனிமேலும் இதை என்னால் பொறுத்துக் கொள்ள முடியாது!
என் வேலையை நான் வெறுக்கிறேன்.
ஒவ்வொரு வருடமும் இந்த சமயத்தில் எனக்குச் சளி பிடிக்கும்.
நான் அதற்குப் பொருத்தமானவன் அல்ல.

இதற்குமேல் என்னால் தாங்க முடியாது.
இனிமேல் யாரையும் நம்ப முடியாது!
இதை என்னால் கையாள முடியாது.
எந்த இடத்திற்கும் குறித்த நேரத்தில் என்னால் ஒருபோதும் செல்ல முடிவதே இல்லை.
எனக்குப் பேச்சுத் திறமை ஒருபோதும் இருந்ததே இல்லை.
நான் மட்டும் இன்னும் அதிக சாமர்த்தியமானவனாக இருந்திருந்தால் . . .
நான் மட்டும் இன்னும் சற்று அதிக உயரமானவனாக இருந்திருந்தால் . . .
எனக்கு மட்டும் கூடுதல் நேரம் இருந்திருந்தால் . . .
எனக்கு மட்டும் அதிகப் பணம் இருந்திருந்தால் . . .
இப்படி இன்னும் ஏராளமான புலம்பல்கள் . . .

உங்கள் கணினியின் முன்னால் அமர்ந்து கொண்டு, மேற்கூறப்பட்டுள்ள கட்டளைகளில் ஏதேனும் ஒன்றை உங்கள் விசைப் பலகையின் வாயிலாக உங்கள் கணினிக்கு நீங்கள் கொடுத்துக் கொண்டிருப்பதுபோல் கற்பனை செய்யுங்கள். என்ன செய்ய வேண்டும் என்று உங்கள் கணினிக்கு நீங்கள் பயிற்றுவிக்கிறீர்களோ, அது அதை அப்படியே செய்யும் என்றும் நினைத்துக் கொள்ளுங்கள்.

நம்முடைய மனத்திற்கும் நாம் இதைத்தான் செய்கிறோம். விஷயங்கள் தவறாகப் போவதில் வியப்பே இல்லை! உங்களது விமானத்தை இயக்கும் உங்கள் தனிப்பட்டக் கணினிக்குத் தவறான தகவல்கள் கொடுக்கப்பட்டிருந்தால், நீங்கள் விரும்பும் அளவுக்கு உங்களால் வெற்றிகரமாக விளங்க முடியாது, நீங்கள் விரும்பும் இடத்தை உங்களால் சென்றடைய முடியாது.

விளைவுகளுடன் வாழ்வது

ஓர் ஊக்குவிப்புப் பேச்சாளராகவும் நூலாசிரியராகவும் இருக்கும் எனது நண்பர் ஒருவருடன் லாஸ் வேகஸ் நகரில் ஒரு பெரிய ஹோட்டலில் ஒருநாள் மதியம் நான் உணவருந்திக் கொண்டிருந்தேன். நாங்கள் எங்கள் உணவு வருவதற்காகக் காத்துக் கொண்டிருந்தபோது, எதிர்மறை சுயபேச்சைப் பற்றியும், நம்மிடம் நாமே கூறிக் கொள்ளும் வார்த்தைகளைப் போலவே நாம் ஆகிவிடுவதைப் பற்றியும் நாங்கள் விவாதித்துக்

கொண்டிருந்தோம். எங்கள் உரையாடலின்போது, அதற்கான ஒரு கச்சிதமான எடுத்துக்காட்டு நிகழ்ந்தது.

எங்களுக்கான உணவைத் தன் இரண்டு கைகளிலும் சுமந்து வந்த பரிமாறும் பெண், கால் தடுமாறி, சூடான உணவை எங்கள் மேசையிலும் தரையிலும் கொட்டிவிட்டாள். பிறகு உரத்தக் குரலில், "ஒருபோதும் என்னால் நயமாகப் பரிமாறவே முடியாது!" என்று தனக்குத் தானே கூறினாள்.

மிக எளிமையான ஓர் எதிர்மறை சுயபேச்சின் விளைவை எங்கள் கண்முன்னாலேயே நானும் என் நண்பரும் பார்த்தோம். தன்னால் ஒருபோதும் நயமாகப் பரிமாறவே முடியாது என்று அந்தப் பெண் அதற்கு முன் எத்தனை முறை தனக்குத் தானே கூறியிருப்பாள் என்று எனக்குத் தெரியாது. ஆனால் அது உண்மை என்று தான் நம்பும் அளவுக்குப் போதுமான முறை அவள் அவ்வாறு தன்னிடம் கூறியிருக்கிறாள் என்பதில் சந்தேகமில்லை. அவள் நம்பிக்கை ஒருபோதும் வீணாகவில்லை.

இன்னோர் எடுத்துக்காட்டாக, பெயர்களை நினைவில் வைத்துக் கொள்ள முடிவதில்லை என்ற பொதுவான பிரச்சனையைப் பார்க்கலாம். "பெயர்களை என்னால் நினைவில் வைத்துக் கொள்ள முடியாது," என்று இருபத்தைந்து வருடங்களாக நீங்கள் உங்களிடம் கூறி வந்திருக்கக்கூடும். பிறகு ஒருநாள் நீங்கள் ஒரு விருந்திற்குச் செல்கிறீர்கள். அங்கு உங்களுக்கு ஒரு முக்கியமான நபர் அறிமுகம் செய்து வைக்கப்படுகிறார். அவரது பெயரை நீங்கள் நினைவில் வைத்துக் கொள்ள விரும்புகிறீர்கள். "நான் இவரது பெயரை நினைவில் வைத்துக் கொள்வேன்," என்று உங்களுக்கு நீங்களே கூறிக் கொள்கிறீர்கள். ஆனால் பத்து வினாடிகள் கழித்து என்ன நிகழ்கிறது? அவரது பெயர் உங்களுக்கு மறந்து போகிறது! ஏன்? ஏனெனில், பெயர்களை உங்களால் ஒருபோதும் நினைவில் வைத்திருக்க முடியாது என்று கடந்த இருபத்தைந்து வருடங்களாக நீங்கள் உங்களிடம் கூறி வந்திருக்கிறீர்கள். மறப்பதற்கு உங்களை நீங்கள் பயிற்றுவித்து வந்திருக்கிறீர்கள்.

விருந்தில், சில நிமிடங்களுக்குப் பிறகு, அந்நபரின் பெயரை நினைவுகூர்வதற்கு நீங்கள் கடுமையாக முயற்சிக்கிறீர்கள், ஆனால் அது உங்கள் நினைவுக்கு வராதது உங்களை தர்மசங்கடமாக உணரச் செய்கிறது. இதற்கிடையே, மறதிக்காரராகவும் முட்டாளாகவும் நீங்கள் உணர்ந்து கொண்டிருந்த நேரத்தில், உங்கள் ஆழ்மனம், "பார்த்தாயா, நீ

என்னிடம் கூறியதை நான் அப்படியே செய்துவிட்டேன். அந்தப் பெயரை நீ மறந்துபோகும்படி நான் செய்துவிட்டேன்," என்று பெருமிதத்துடன் கூறுகிறது.

சுயபேச்சின் மூலமாக உங்கள் ஆழ்மனத்திற்கு நீங்கள் கொடுக்கும் கட்டளைகள் இவ்வாறு செயல்படும் என்றால், நீங்கள் அதனிடம் கொடுக்கும் வேறு எந்தவொரு கட்டளையையும் அது நிறைவேற்றும் அல்லவா? நீங்கள் உங்கள் மூளையிடம் ஒரு விஷயத்தைப் போதுமான முறைகள் போதிய அளவுக்கு வலியுறுத்தி வந்தால், அது அதை நிச்சயமாக நிறைவேற்றும். உங்களைப் பற்றிய ஒரு தவறான விஷயத்தை நீங்கள் அதனிடம் கூறினால், அது அதை ஏற்றுக் கொண்டு, அதன்மீது நடவடிக்கை எடுக்கும்!

'நான் நயமற்றவன்' என்ற வாசகத்திற்கும், 'நான் நளினமானவன், நேர்த்தியானவன், ஒழுங்குடன் செயல்படுபவன்' என்ற வாசகத்திற்கும் இடையே நமது ஆழ்மனம் எந்தவொரு வித்தியாசத்தையும் பார்ப்பதில்லை. நான் ஏழை என்று அதனிடம் கூறுவதற்கும், நான் பணக்காரன் என்று அதனிடம் கூறுவதற்கும் இடையே எந்தவொரு வித்தியாசத்தையும் அது அறியாது. நாம் நம் ஆழ்மனத்தை எவ்வாறு பயிற்றுவிக்கிறோமோ, அது அதை ஏற்றுக் கொண்டு, துல்லியமாக அதன்படியே நடந்து கொள்கிறது.

நாம் நம் ஆழ்மனத்திற்குக் கொடுக்கும் கட்டளைகள் அனைத்தும் பாரபட்சமின்றி அப்படியே ஏற்றுக் கொள்ளப்படுகின்றன. அதன் விளைவாக, "நான் எவ்வளவு முயற்சித்தாலும் சரி, வாழ்க்கை நடத்துவதற்குத் தேவையான பணத்தை என்னால் ஒருபோதும் சம்பாதிக்க முடிவதே இல்லை," என்று சாதாரணமாக நாம் கூறும்போது, நமது ஆழ்மனம், "சரி, நீ என்னிடம் கூறுவதை நான் அப்படியே செய்கிறேன். நீ வாழ்க்கை நடத்துவதற்குத் தேவையான பணம் உன்னிடம் இல்லாமல் போகும்படி நான் பார்த்துக் கொள்கிறேன்," என்று கூறுகிறது.

சமீபத்தில் நான் ஒரு மனிதரை சந்தித்தேன். அவர் ஓர் அருமையான நபர், ஆனால் அதிர்ஷ்டமற்றவர் என்று நான் கூறுவேன். அவருக்குத் திருமணமாகி இருபது வருடங்கள் ஆகியிருந்தது. அவருக்குப் பருவ வயதுக் குழந்தைகள் இருந்தனர். நல்ல லாபகரமான ஒரு தொழிலையும் அவர் செய்து வந்தார். ஆனால் இறுதியில், அவரது திருமணம் விவாகரத்தில் முடிந்து,

அவரது மனைவி தனது குழந்தைகளைத் தன்னுடன் அழைத்துச் சென்றுவிட்டார். அவரது வியாபாரத்தையும் அவரது கூட்டாளிகள் எடுத்துக் கொண்டனர். இந்த மனிதர் தன்னுடைய தோல்விகள், வீழ்ச்சிகள், மற்றும் எதிர்காலத்தில் தான் எதிர்பார்க்கின்ற பிரச்சனைகள் ஆகியவற்றைப் பற்றி மட்டுமே பேசியது எனக்கு ஆச்சரியமூட்டியது. இவரைப்போன்ற ஆழ்ந்த அறிவும் பரிவும் திறன்களும் கொண்ட ஒருவர், நெடுங்காலத்திற்கு முன்பே தன் மனத்தில் உருவாக்கிவிட்டிருந்த தோல்விகளுக்கு இரையாகிக் கொண்டிருந்ததைப் பார்க்க எனக்கு மிகவும் வருத்தமாக இருந்தது.

அந்த நபரின் விஷயத்தைப்போலவே, மின்வேதி உடலியக்கக் கட்டுப்பாடுகள் என்ற ஒரு சிக்கலான செயல்முறையின் வாயிலாக, நமது தனிப்பட்டக் கணினி, நம் வாழ்வின் ஒவ்வொரு பகுதியிலும் நான் செய்பவற்றின்மீது தாக்கத்தை ஏற்படுத்துகிறது. நம் வீட்டில் உள்ளவர்களுடன் நாம் எவ்வாறு கலந்து பழகுகிறோம் என்பதில் தொடங்கி, நம்மால் எவ்வளவு பணம் சம்பாதிக்க முடியும் என்பதுவரை, நம்மைப் பற்றிய ஒவ்வொரு விஷயத்தின்மீதும் அது நேரடியான தாக்கத்தை ஏற்படுத்துகிறது.

நமது பொருளாதாரத் திறன்கள் அல்லது எல்லைகள் பற்றி நாம் சுயமாக ஏற்றுக் கொண்டுள்ள நம்பிக்கைகளை இதற்கு உதாரணமாகக் கூறலாம். நம்மால் போதுமான பணத்தைச் சம்பாதிக்க முடியாது என்று நம்மிடம் நாமே கூறிக் கொள்வதை நிறுத்திவிட்டு, வேறொரு கட்டளையைக் கொடுக்காதவரை, நாம் விரும்பும் பணத்தைவிடக் குறைவான பணத்தை மட்டுமே சம்பாதிப்பது என்று நம் ஆழ்மனத்திற்குக் கொடுத்துள்ள கட்டளையை நம் ஆழமனம் வெற்றிகரமாக நிறைவேற்றும். நாம் அதற்குச் சரியான பயிற்றுவிப்பைக் கொடுத்திருந்தால், நம்மை ஏழையாகவோ அல்லது சராசரி நிலையிலோ வைத்திருப்பதற்குப் பதிலாக, நமது ஆழ்மனம் நம்மைச் செல்வந்தராக ஆக்கியிருக்கும்.

7

அடுத்தத் தலைமுறைக்கு நாம் அளிக்கும் சீதனம்

நாம் நம்மைச் சுற்றி இருக்கும் மக்களிடமிருந்து கற்றுக் கொண்டுள்ளதால், அதே போன்ற பயிற்றுவிப்பையே நாம் பிறருக்கும் கொடுத்து வருகிறோம். வித்தியாசமானவற்றை நாம் கற்றுக் கொள்ளாதவரை, இதேபோன்ற பயிற்றுவிப்பைத்தான் நம் குழந்தைகளுக்கும் நாம் கொடுப்போம். தங்கள் குழந்தைகளின் மனத்தில் மகிழ்ச்சி மற்றும் வெற்றி குறித்த நம்பிக்கையை உருவாக்குவதற்குப் பதிலாக, தோல்வி குறித்த சுயநம்பிக்கையைத் தாங்கள் உருவாக்கிக் கொண்டிருக்கிறோம் என்ற உணர்வின்றி, பல அன்பான பெற்றோர்கள் தங்கள் குழந்தைகளுக்குக் கொடுத்து வந்திருக்கும் பல வாசகங்களையும் யோசனைகளையும் நான் சேகரித்து வைத்திருக்கிறேன்.

இவற்றில் சிலவற்றை நீங்கள் அறிந்திருக்கக்கூடும். அன்பான, உண்மையான, அக்கறையான பெற்றோர்களும் ஆசிரியர்களும் நண்பர்களும் கீழ்க்கண்டவற்றைத் தங்கள் குழந்தைகளிடம் கூறி வந்துள்ளனர்: "உனக்கு அதில் அவ்வளவு திறமை கிடையாது," "உனது அறை எப்போதும் அலங்கோலமாகவே இருக்கிறது," "உன்னால் எதையுமே சரியாகச் செய்ய முடியாதா?" "நீ உன் தந்தையைப்போலவே இருக்கிறாய்!" (ஒரு குழந்தை ஏதேனும் ஒன்றைத் தவறாகச் செய்யும்போதே இவ்வாறு கூறப்படுகிறது), "உன்

சகோதரியைப்போல் (அல்லது சகோதரனைப்போல்) ஏன் உன்னால் இருக்க முடிவதில்லை?" "உன்னால் ஒருபோதும் ஓர் ஓவியக் கலைஞனாக (அல்லது தடகள வீரனாக, பாடகனாக, . . .) ஆக முடியாது," "நீ முயற்சிப்பதே இல்லை," "நீ ஒருபோதும் நான் கூறுவதைக் காதுகொடுத்துக் கேட்பதே இல்லை," "நான் உன்னிடம் ஒன்றைக் கூறினால், அதற்கு நேரெதிரானதைத்தான் நீ செய்கிறாய்," "நீ ஒருபோதும் படிப்பதே இல்லை," "நீ மிக மோசமான மதிப்பெண்களைப் பெற்றிருக்கிறாய்," "நீ மிகவும் அதிகமாகப் பேசுகிறாய்," "நீ எப்போதுமே தவறான நண்பர்களுடன் சுற்றித் திரிகிறாய்," "வீடு என்ற ஒன்று இருப்பதே உனக்கு நினைவில்லை போலும்!" "நீ ஒரு சோம்பேறி!" "உன்னைத் தவிர வேறு எவரைப் பற்றியும் உனக்கு அக்கறை இல்லை," "பிரச்சனைகளை உருவாக்க வேண்டும் என்று நீ தீர்மானமாக இருப்பதுபோல் தோன்றுகிறது," . . . நீங்கள் இவற்றைப் படித்துக் கொண்டிருக்கும் இந்த நேரத்தில், சில குழந்தைகளிடம், "நீ ஒருபோதும் உருப்படப் போவதில்லை," என்ற அழிவுபூர்வமான வார்த்தைகள் கூறப்பட்டுக் கொண்டிருக்கின்றன.

உங்கள் வீடுகளில் சில இளம் குழந்தைகளுக்கும் பருவ வயதுக் குழந்தைகளுக்கும் கூறப்படும் விஷயங்கள் நான் கொடுத்துள்ள எடுத்துக்காட்டுகளைவிட மிக அதிகத் தீங்கிழைப்பதாக இருக்கும் என்று நான் சந்தேகிக்கிறேன். தெரிந்தோ தெரியாமலோ இப்படிப்பட்டப் பயிற்றுவிப்பு இந்தப் பிஞ்சு நெஞ்சங்களுக்குக் கொடுக்கப்படும்போது, இவை அவர்களுக்கு எதிராகச் செயல்படவிருக்கின்ற வலிமையான கட்டளைகள் என்பதை உங்களால் கற்பனை செய்ய முடிகிறதா? உங்கள் குழந்தைகளின் ஆழ்மனத்தில் நீங்கள் எப்படிப்பட்ட மோசமான கட்டளைகளைப் பதிவு செய்து கொண்டிருக்கிறீர்கள் என்று தெரியுமா?

நாம் கூறுபவற்றில் பெரும்பாலானவற்றை நமது குழந்தைகளை முறையாகப் பயிற்றுவிப்பதற்கும் வளர்ப்பதற்குமே நாம் கூறுகிறோம். ஆனால் அவ்வாறு செய்யும்போது, தவறான வார்த்தைகளைக் கொண்டு அவர்களது மனங்களைப் பயிற்றுவிப்பதன் மூலம், நாம் கூறுவது 'உண்மை' என்ற நம்பிக்கையுடன்கூடிய ஒரு சுயஅடையாளத்தை நம் குழந்தைகள் உருவாக்கிக் கொள்வதற்கு நாம் காரணமாகிவிடுகிறோம். நாம் கூறுவதன் அடிப்படையில்

தன்னைப் பற்றிய ஓர் உருவத்தைத் தன் மனத்தில் உருவாக்கிக் கொண்டு, அக்குழந்தை அவ்வாறே ஆகிவிடுகிறது.

உங்களால் முடியாது என்ற நம்பிக்கைக்குப் பதிலாக உங்களால் முடியும் என்ற சுயநம்பிக்கையுடன் நீங்கள் வளர்ந்திருந்தால், உங்கள் சொந்த வாழ்க்கையில் நீங்கள் எவ்வளவு கனவுகளை சாதித்திருப்பீர்கள், எவ்வளவு திறமைகளை உங்களுக்குள் உருவாக்கியிருப்பீர்கள், எத்தனை சாதனைகளைப் படைத்திருப்பீர்கள் என்பதைப் பற்றி ஒரு கணம் சிந்தித்துப் பாருங்கள். நம் கனவுகள் எதையும் சாதித்துக் கொடுக்கக்கூடிய ஒரு மாயக் கோல் நம்மிடம் கொடுக்கப்பட்டால், நாம் அனைவரும் நம் வாழ்வில் ஒருசில மாற்றங்களையாவது நிச்சயமாக ஏற்படுத்துவோம்.

நம் எல்லோருக்குமே கனவுகள் இருந்திருக்கின்றன. நம்முடைய கனவுகள் நனவாவதைப் பார்ப்பதற்கு நாம் அனைவருமே தகுதியானவர்கள்தான். நம் ஆழ்மனத்திற்குக் கொடுக்கப்பட்ட மோசமான பயிற்றுவிப்பு எனும் தடுப்புச் சுவர் மட்டும் இல்லாமல் போயிருந்தால், நாம் ஒவ்வொருவரும் இன்று நம்முடைய கனவுகளில் பலவற்றை வாழ்ந்து கொண்டிருப்போம், நாம் கனவிலும் நினைத்துப் பார்த்திராத சிகரங்களைத் தொட்டுக் கொண்டிருப்போம்.

நம் மூளைக்குள் என்ன நடந்து கொண்டிருக்கிறது என்பதைப் புரிந்து கொள்ளத் துவங்கியுள்ள ஒரு காலகட்டத்தில் வாழ்ந்து கொண்டிருக்கும் நாம் அதிர்ஷ்டசாலிகள்தான். நம்முடைய மனத்தைப் பற்றிய ஒருசில ரகசியங்களை நாம் தெரிந்து கொண்டதன் மூலம், நமது தலைவிதியைத் தீர்மானிக்கும் உரிமை நமக்கு இருக்கிறது என்பதை நாம் கற்றுக் கொண்டிருக்கிறோம்.

நமது மூளைக்குள் நாம் எதைப் போடுகிறோமோ, அதையே திரும்பப் பெறுகிறோம் என்பதை நாம் கற்றுக் கொண்டுள்ளோம். அதோடு, நமது ஆழ்மனம் ஒரு ஸ்பாஞ்சைப் போன்றது என்றும், போதிய முறைகள் போதிய வலியுறுத்தலுடன் நீங்கள் அதனிடம் கூறும் எந்தவொரு விஷயத்தையும் (அது பொய்யாக இருந்தாலும்கூட) அது நம்பி ஏற்றுக் கொள்ளும் என்பதையும் நாம் கற்றுக் கொண்டுள்ளோம். மூளை நாம் அதனிடம் கொடுக்கும் எதையும் சீர்தூக்கிப் பார்ப்பதில்லை, மாறாக, நீங்கள் கூறுவதை வெறுமனே ஏற்றுக் கொள்கிறது. நீங்கள் கூறுவது உண்மையா பொய்யா என்று

அது ஒருபோதும் கேள்வி கேட்பதில்லை. அது வெறுமனே உங்கள் கட்டளைகளை ஏற்றுக் கொண்டு, அவற்றின்மீது செயல்படுகிறது. கடந்தகாலத்தில் நீங்கள் உங்களிடம் கூறியுள்ள விஷயங்கள் அல்லது உங்களைப் பற்றி நீங்கள் நம்பிய விஷயங்கள் உண்மையா இல்லையா என்பது பற்றி அதற்குக் கவலையில்லை. மூளை அது குறித்து அக்கறை கொள்வதில்லை!

ஓய்வின்றிச் செயல்படும் ஓர் இயந்திரம்

உங்கள் பிரக்ஞையின்றி உங்களை நீங்கள் விவரித்துள்ள விதத்தில் உங்களை உருவாக்குவதற்கு உங்களுடைய ஆழ்மனம் ஒவ்வொரு நாளும் இரவுபகலாக வேலை செய்து கொண்டிருக்கிறது. போதிய பணம் சம்பாதிப்பதற்கு நீங்கள் சிரமப்பட்டுக் கொண்டிருப்பது போன்ற ஒரு படத்தை உங்கள் ஆழ்மனத்திற்கு நீங்கள் கொடுத்திருந்தால், அதிகப் பணம் சம்பாதிப்பதற்கு நீங்கள் சிரமப்படுவதை அது உறுதி செய்யும். ஓர் உணவுப் பத்தியத்தை உங்களால் கடைபிடிக்க முடியாது என்ற கட்டளையை நீங்கள் உங்கள் ஆழ்மனத்திற்குக் கொடுத்திருந்தால், எந்தவொரு பத்தியமும் உங்களுக்குப் பலனளிக்காமல் போவதை உங்கள் ஆழ்மனம் நிச்சயமாக உறுதி செய்யும். மற்றவர்களும் நீங்களும் உங்கள் ஆழ்மனம் எதைச் செய்ய வேண்டும் என்று அதனிடம் கூறுகிறீர்களோ, துல்லியமாக அதைத்தான் அது செய்யும்.

வளர்ந்து வரும் காலத்தில் நம் ஒவ்வொருவரிடமும் 'இல்லை' என்றோ அல்லது நம்மால் என்ன செய்ய முடியாது என்றோ ஆயிரக்கணக்கான முறைகள் கூறப்பட்டு வந்துள்ளதாக முந்தைய அத்தியாயத்தில் நான் கூறியிருந்தேன் அல்லவா? அந்த ஒவ்வொரு 'முடியாது'களும் நமது ஆழ்மனத்திற்குக் கொடுக்கப்பட்டக் கட்டளைகள். நமக்குக் கொடுக்கப்பட்டப் பயிற்றுவிப்பின் காரணமாக, நாம் அதைப் பின்பற்றத் துவங்கி, அதே போன்ற 'முடியாதுகளை' நமக்கு நாமே கூறிக் கொள்ளத் துவங்கினோம். பிறகு, நமது பெற்றோர்கள் செய்த அதே தவறை நாமும் செய்தோம். தவறான வழியில் நம்மைப் பக்குவப்படுத்தும் மோசமான பழக்கத்திற்கு நாமும் அடிமையானோம். இப்போது, இக்கணத்தில், நமக்குக் கொடுக்கப்பட்ட அந்த ஆயிரக்கணக்கான எதிர்மறைக் கட்டளைகளின் வடிவமாக நாம் உருவாவதற்கு நமது ஆழ்மனம் மும்முரமாகச் செயல்பட்டுக் கொண்டிருக்கிறது.

முன்பு நான் குறிப்பிட்டிருந்த எதிர்மறை வாக்கியங்களுக்கான எடுத்துக்காட்டுகள், எதிர்மறை சுயபேச்சு எனும் காட்டின் ஒருசில இலைகள் மட்டுமே. வாஸ்தவத்தில், நமக்குப் பழக்கமாகிப் போன, சராசரியான, அன்றாட சுயபேச்சு, நாம் கவனிக்காமல் போகின்ற வகையைச் சேர்ந்ததுதான். வார்த்தைகளின்றி நம்மிடம் நாமே மௌனமாகக் கூறிக் கொள்ளும் வகையைச் சேர்ந்தது அது. நம்முடைய சுயபேச்சின் பெரும்பகுதி, சுயசந்தேகம், தோல்வி குறித்த பயம், விஷயங்கள் சரியாகச் செல்லவில்லை என்ற அறிதலால் ஏற்படும் அசௌகரியம் போன்றவற்றால் உருவானது.

நாம் நமது நண்பர்களுடன் பேசும்போது, உற்சாகம் தரக்கூடிய சாத்தியக்கூறுகளைப் பற்றிப் பேசுவதைவிட நமது பிரச்சனைகளைப் பற்றிப் பேசுவது சில சமயங்களில் சுலபமானதாக இருக்கிறது. நமது அன்றாட உரையாடலின் வசனங்கள் தினசரி செய்தித்தாளின் முதல் பக்கத்தை வடிவமைக்கும் பதிப்பாசிரியர்களால் எழுதப்பட்டதுபோல் தோன்றுகின்றன.

நம்மில் பெரும்பாலானவர்கள் பெரியவர்களாகும்போது, நமக்குக் கொடுக்கப்பட்ட ஒரு குறிப்பிட்ட வகையிலான பயிற்றுவிப்பின் காரணமாக, நமது சுயபேச்சின் பாணி நமக்கு ஒரு பழக்கமாக ஆகிவிடுகிறது. பெரும்பாலானவர்களுக்கு அது நிரந்தரமாக அப்படியே நிலைத்துவிடுகிறது. வாழ்க்கையை நாம் பார்க்கும் விதமும், நம்மைப் பற்றி நாம் கொண்டுள்ள நம்பிக்கைகளும், எந்தவொரு விஷயத்தையும் நாம் பார்க்கும் விதமும், அது குறித்து நாம் எடுக்கும் நடவடிக்கையும் நமது கண்ணோட்டங்களின் வாயிலாக வடிகட்டப்படுகின்றன.

தெரிந்தோ தெரியாமலோ, எது பலனளிக்காது என்று மீண்டும் மீண்டும் நாம் நம்மிடம் கூறி வந்திருக்கிறோம். கடந்தகாலத்தில், மோசமானதை முதலிலும் சிறந்ததைக் கடைசியிலும் நம்புவதற்கு நாம் கற்றுக் கொண்டுள்ளோம். ஆனால் அது அவ்வாறு இருக்க வேண்டியதில்லை என்பதை இப்போது நாம் தெரிந்து கொண்டிருக்கிறோம். அது குறித்து இக்கணத்திலிருந்து நீங்கள் செய்யக்கூடிய ஒரு விஷயம் இருக்கிறது. உங்களை நீங்கள் நிர்வகித்துக் கொள்ளும் விதத்திற்கும், நீங்கள் வாழும் விதத்திற்கும், உங்கள் எஞ்சிய வாழ்நாளை நீங்கள் கையாளும் விதத்திற்கும் அது மிக முக்கியமானது.

8
சுயநிர்வாக வரிசைக்கிரமம்

நமது வாழ்க்கையை நிர்வகிப்பதில் அல்லது கட்டுப்படுத்துவதில் நாம் வெற்றி பெறுவதோ அல்லது தோல்வி அடைவதோ ஓர் இயல்பான செயல்முறையின் வாயிலாக நிகழ்கிறது. இச்செயல்முறை பல வரிசையான நிகழ்வுகளை உள்ளடக்கியது. அவை என்னென்ன என்பது குறித்து நமக்குத் தெரிந்திருந்தால், நமது வாய்ப்புகளை அதிகரித்து, நம்முடைய முன்னேற்றங்களை நம்மால் துரிதப்படுத்த முடியும். எது நமது வெற்றியைச் சாத்தியமாக்குகிறது அல்லது சீர்குலைக்கிறது என்பது குறித்த விழிப்புணர்வு நமக்கு இல்லாமல் போனால், வாய்ப்பின் தயவில் நாம் வாழ வேண்டியிருக்கும். வாழ்க்கை என்பது அதிர்ஷ்டம் சார்ந்த விஷயமல்ல. நமது வாழ்க்கை ஒரு விளையாட்டும் அல்ல. வாய்ப்புகளின் தயவில் நம் வாழ்க்கையை விட்டுவைத்தால், நாம் தோற்றுப் போவதற்கான வாய்ப்புகள் அதிகமாக இருக்கும்.

ஏனெனில், சுயநிர்வாகத்தில் ஒருவர் வெற்றி பெறுவது எப்போதும் வேறு ஏதோ ஒன்றின் விளைவே. சில சமயங்களில் நமக்கு ஏற்படும் சில நல்ல விஷயங்கள் ஏதோ தற்செயலாக நிகழ்வதுபோல் நமக்குத் தோன்றும். ஆனால் எதுவும் தற்செயலாக நிகழ்வதில்லை. நம் மனத்தின் வாயிலாக நம் வாழ்வில் எல்லாவற்றையும் நாமே உருவாக்கிக் கொள்கிறோம். உங்களுக்கு நிகழ்பவற்றில் பெரும்பாலானவை, உங்களால்

நிகழ்பவையே. அவை உங்களால் உருவாக்கப்பட்டவை. உங்கள் தாக்கத்தால் உருவானவை. உங்கள் அனுமதியுடன் நிகழ்ந்தவை.

உதாரணத்திற்கு, உங்களுடைய தனிப்பட்ட வெற்றிகளை அல்லது தோல்விகளை எடுத்துக் கொள்ளலாம். உங்களுடைய சிறிய, அன்றாடச் சாதனைகளை நீங்கள் ஆய்வு செய்தாலும் சரி, அல்லது பெரிய, மாதாந்திர சாதனைகளை அல்லது வருடாந்திர வெற்றிகளை ஆய்வு செய்தாலும் சரி, அந்த சாதனைகளும் வெற்றிகளும் தற்செயலாக நிகழ்ந்தவை அல்ல என்பதை நீங்கள் உணர்ந்து கொள்வீர்கள். அவை வேறு ஏதோ ஒன்றின் விளைவால் உருவானவையே.

உங்கள் வாழ்வில் சரிவர நடைபெறாதவற்றின் விஷயத்திலும் இது உண்மை. தோல்விகளும் வேறு ஏதோ ஒன்றின் விளைவால் உருவாகின்றவையே. பொதுவாக, உங்கள் வெற்றிக்கோ அல்லது தோல்விக்கோ நீங்கள்தான் காரணம். நீங்கள் செய்த அல்லது செய்யாமல் போன ஏதோ ஒன்றுதான் உங்கள் வெற்றிக்கோ அல்லது தோல்விக்கோ வழிவகுத்தது. அது செயல்படும் விதத்தை இனி நாம் பார்க்கலாம்.

சுயநிர்வாகச் செயல்முறை

நமது வெற்றியை அல்லது தோல்வியைக் கட்டுப்படுத்துகின்ற ஐந்து அம்சங்கள்

1. நடத்தை

நமது வெற்றியை அல்லது தோல்வியை மிக நேரடியாகக் கட்டுப்படுத்துகின்ற அம்சம் நமது நடத்தைதான். நடத்தை என்றால் நமது நடவடிக்கைகள் என்று அர்த்தம். ஒவ்வொரு நாளும் ஒவ்வொரு கணமும் நாம் எவ்வாறு நடந்து கொள்கிறோம், என்ன செய்கிறோம் ஆகியவை அக்கணத்தில் அல்லது அன்றைய தினத்தில் நாம் செய்யும் எதிலும் நாம் வெற்றி பெறுகிறோமோ இல்லையா என்பதைத் தீர்மானிக்கின்றன. சரியான நடவடிக்கைகள் சரியான வரிசையில் மேற்கொள்ளப்பட்டால், விஷயங்களை அது அதிகச் சிறப்பாகச் செயல்பட வைக்கும். பெரும்பாலான விஷயங்களில், நீங்கள் சரியான காரியத்தைச் செய்தால், சரியான விளைவுகளை நீங்கள் நிச்சயமாகப் பெறுவீர்கள்.

எளிமையான நடத்தைகளுக்கும் இது பொருந்தும். எடுத்துக்காட்டாக, உங்கள் வேலை உங்களுக்குப் பிடித்திருந்து,

சரியான நடவடிக்கைகளைச் சரியான சரியான நேரத்தில் நீங்கள் தொடர்ந்து செய்து வந்தால், உங்கள் வேலை உங்களுக்கு அதிகச் சிறப்பைக் கொண்டு வருவதற்கான வாய்ப்புகள் அதிகம். மாறாக, உங்கள் வேலை உங்களுக்குப் பிடிக்காமல் இருந்து, வேலையில் உங்களுக்கு எதிராகச் செயல்படக்கூடிய விஷயங்களை நீங்கள் தொடர்ந்து செய்து வந்தால், அது உங்களுக்குப் பாதகமாக அமையும்.

இன்னோர் எடுத்துக்காட்டைப் பார்க்கலாம். பள்ளியில் ஒரு மாணவன் படிக்க மறுப்பவனாகவும், வகுப்பில் ஒருபோதும் கவனம் செலுத்தாதவனாகவும், வகுப்புகளைத் தவறவிடுபவனாகவும் இருந்தால், படிப்பில் அவன் சிறப்பாகத் திகழ்வான் என்று நீங்கள் நினைக்கிறீர்களா? இல்லை. "நான் இருக்கும் இடம் எனக்குப் பிடிக்கவில்லை" என்ற பாணியில் அவன் நடந்து கொண்டால், அவனது நடத்தை இறுதியில் ஒரு பிரச்சனையை உருவாக்கும். அவனால் நல்ல மதிப்பெண்களைப் பெற முடியாது. அவனது விஷயத்தில் ஏதேனும் ஒரு மாற்றம் ஏற்படவில்லை என்றால், அவனும் ஒருபோதும் மாற மாட்டான்.

உங்களது குடும்ப வாழ்க்கையிலும் இது உண்மை. உங்கள் குடும்ப வாழ்வில் நீங்கள் இருக்கும் இடம் உங்களுக்குப் பிடித்தமானதாக இல்லையென்றால் நீங்கள் என்ன செய்வீர்கள்? நீங்கள் பெரும்பாலானவர்களைப் போன்றவர் என்றால், நீங்கள் மகிழ்ச்சியற்று இருக்கிறீர்கள் என்பதை ஏதோ ஒரு வழியில் உங்கள் நடத்தையும் உங்கள் நடவடிக்கைகளும் உங்கள் குடும்பத்தாருக்குச் சுட்டிக்காட்டும். இதன் விளைவாக, உங்கள் குடும்ப வாழ்க்கை மகிழ்ச்சியற்றதாக ஆகும். குறைந்தபட்சம், உடன்பாடின்மைகள், வாக்குவாதங்கள், அல்லது ஏதோ ஒரு விதத்தில் மகிழ்ச்சியின்மை போன்றவற்றுடன் நீங்கள் வாழ வேண்டியிருக்கும்.

மறுபுறம், உங்கள் நடவடிக்கைகள் உங்களுக்கு எதிராகச் செயல்படுவதற்குப் பதிலாக உங்களுக்கு அனுகூலமாகச் செயல்படும் விதத்தில் அமைந்தால், உங்களைச் சுற்றி இருக்கும் விஷயங்களும் உங்களுக்கு எதிராகச் செயல்படுவதற்குப் பதிலாக உங்களுக்கு அனுகூலமாகச் செயல்படுவதற்கான வாய்ப்புகள் அதிகரிக்கும்.

ஆனால் இது அதற்கும் அப்பால் செல்கிறது. ஒவ்வொரு கணமும் நீங்கள் செய்யும் காரியங்களும், நீங்கள் நடந்து

கொள்ளும் விதமும், நீங்கள் பேசும் ஒவ்வொரு வார்த்தையும், உங்களது ஒவ்வோர் அசைவும், நீங்கள் மேற்கொள்கின்ற அல்லது மேற்கொள்ளாத ஒவ்வொரு நடவடிக்கையும், உங்கள் வாழ்வில் எந்தவொரு விஷயமும் எவ்வளவு தூரம் உங்களுக்கு அனுகூலமாக அமையும் என்பதைத் தீர்மானிக்கும். நாம் தவறான காரியங்களை விடுத்து, சரியான காரியங்களைச் செய்யும்போது, நம் வாழ்வில் விஷயங்கள் நமக்குச் சாதகமாக அமைவதற்கான வாய்ப்புகள் அதிகரிக்கின்றன என்பதைக் கூறுவதற்கு ஒரு மந்திரவாதி நமக்குத் தேவையில்லை.

ஆனால் நாம் இப்போது செய்து கொண்டிருப்பவற்றை நாம் ஏன் செய்கிறோம்? கண்டிப்பாகச் செய்யக்கூடாது என்று நாம் அறிந்து வைத்துள்ள விஷயங்களை நாம் ஏன் செய்கிறோம்? நிச்சயமாகச் செய்தாக வேண்டும் என்று நமக்கு நன்றாக தெரிந்துள்ளவற்றை நாம் ஏன் செய்வதில்லை? நாம் செய்து கொண்டிருப்பவற்றைச் செய்யும்படி எது நம்மைத் தூண்டுகிறது? நாம் இப்போது நடந்து கொள்ளும் விதத்திற்கும் செயல்படும் விதத்திற்கும் எது காரணம்? நமக்கு சாதகமாகச் செயல்படக்கூடிய விஷயங்களை விடுத்து, நமக்கு எதிராகச் செயல்படுபவற்றையே ஏன் நாம் எப்போதும் செய்து வருகிறோம்? நாம் விஷயமறிந்தவர்கள் அல்ல என்பது காரணமா? இல்லை. பொதுவாக, எது சரியானது என்பதும் எது தவறானது என்பதும் நமக்கு நன்றாகவே தெரியும்.

நம் சொந்த அறிவுரைக்கு நாம் செவிசாய்க்காமல் போவதற்குக் காரணம், நம்மீது தாக்கத்தை ஏற்படுத்தி, நம்மையும் நமது நடவடிக்கைகளையும் கட்டுப்படுத்தி இயக்குகின்ற வேறு ஏதோ ஒன்றுதான். அதுதான் நமது உணர்வுகள்.

2. உணர்வுகள்

நாம் மேற்கொள்ளும் ஒவ்வொரு நடவடிக்கையும் முதலில் நமது உணர்வுகளின் வாயிலாக வடிகட்டப்படுகின்றன. ஒன்றைப் பற்றி நாம் உணரும் விதம், நாம் என்ன செய்கிறோம் என்பதையும் அதை எவ்வளவு சிறப்பாகச் செய்கிறோம் என்பதையும் தீர்மானித்து, அதன்மீது தாக்கத்தை ஏற்படுத்தும்.

ஒன்றைக் குறித்து நாம் நல்லவிதமாகவோ அல்லது நேர்மறையாகவோ உணர்ந்தால், அது குறித்து நாம் அதிக நேர்மறையாக நடந்து கொள்வோம். நமது உணர்வுகள் நமது நடவடிக்கைகள்மீது நேரடியான தாக்கத்தை ஏற்படுத்துகின்றன.

தனக்குப் பிடிக்காத ஒன்றைப் பிறரது கட்டாயத்தின் காரணமாகச் சாப்பிடும் ஒரு குழந்தையை நீங்கள் கவனித்து இருக்கிறீர்களா? அவ்வாறு கட்டாயப்படுத்தப்படும்போது, அந்த இடத்திலேயே மடிந்துவிடப் போவதுபோல் தோன்றிய பல குழந்தைகளை நான் பார்த்திருக்கிறேன். அதே குழந்தையின் முன்பு அவனுக்குப் பிடித்த ஏதேனும் ஓர் இனிப்புப் பதார்த்தத்தை வைத்துப் பாருங்கள். அவன் என்ன செய்வான்? அதை ஆர்வத்தோடு பாய்ந்து சென்று எடுப்பான், இல்லையா?

ஒரு தட்டில் உள்ள உணவுக்கும் இன்னொரு தட்டில் உள்ள உணவுக்கும் இடையே என்ன வித்தியாசம் இருக்கிறது? ஒரு வகையான உணவு மற்றொன்றைவிடச் சிறந்தது என்பது இங்கு வித்தியாசமல்ல. அந்த உணவைப் பற்றி அக்குழந்தை எவ்வாறு உணர்கிறான் என்பதுதான் வேறுபாடு. அந்த உணவு வகைகளைக் குறித்து அவனுக்கு ஏற்பட்ட உணர்வுதான் அவன் மேற்கொண்ட நடவடிக்கையைத் தீர்மானித்தது. ஒரு வகையான உணவை அவன் எதிர்த்தான், மற்றொன்றை ஆர்வமாக உட்கொண்டான்.

என் தோழி ஒருவருக்கு விமானத்தில் பறப்பது என்றால் தீராத பயம். பொதுவாக அவர் ஒரு நிதானமான, நல்ல மனநிலையில் உள்ள ஒருவர்தான். ஆனால் விமானத்தில் பயணிப்பது குறித்து அவர் மிகவும் பயந்ததால், எவ்வளவு தொலைவானாலும் சரி, எத்தனை நாட்களை விரயம் செய்ய வேண்டியிருந்தாலும் சரி, அவர் தன் காரில்தான் பயணிப்பார். ஆனால் அவர் கட்டாயம் விமானத்தில்தான் பயணித்தாக வேண்டும் என்ற சூழல் ஏற்படும்போது, அவரது மனநிலை மாறிவிடும், அவரது நல்ல இயல்புகள் மறைந்துவிடும், அவரது மனஅழுத்தம் மும்மடங்கு அதிகரிக்கும், கவலை அவரைச் சூழ்ந்து கொள்ளும், விமானத்தில் ஏறுவதற்கு முன்பே அவருக்கு வயிற்றைப் பிரட்டும்.

பறப்பதுதான் அவர் நடத்தைக்குக் காரணமா? இல்லை. பறப்பது குறித்து அவருக்கு ஏற்படும் உணர்வுகள்தான் அவர் நடந்து கொள்ளும் விதத்திற்குக் காரணம். இந்த எடுத்துக்காட்டில், ஒரு தனிநபரின் உணர்வுகள் 'அறிவார்ந்தவையாக' இருந்தனவா இல்லையா என்பது எந்த வித்தியாசத்தையும் ஏற்படுத்தவில்லை; ஆனாலும் அவை அவரது நடவடிக்கைகளைக் கட்டுப்படுத்தின, அவற்றின்மீது நேரடி ஆதிக்கம் செலுத்தின, அவற்றைத் தீவிரமாக பாதித்தன என்பதை நீங்கள் காணலாம்.

நீங்கள் செய்யும் எந்தவொரு காரியம் குறித்தும் நீங்கள் கொள்ளும் உணர்வுகள் அக்காரியத்தை நீங்கள் எவ்வளவு சிறப்பாகச் செய்கிறீர்கள் என்பதை பாதிக்கும். அது விருப்பம் அல்லது விருப்பமின்மை, மகிழ்ச்சி அல்லது பயம் போன்ற உணர்வுகளாக இருக்க வேண்டியதில்லை; உங்களுடைய அனைத்து உணர்வுகளும் உங்கள் நடவடிக்கைகளை பாதிக்கின்றன. உங்கள் வேலை, உங்கள் வாழ்க்கைத் துணைவர், உங்கள் குடும்பம், பணம், ஆரோக்கியம், வெற்றி ஆகியவற்றைப் பற்றியும் உங்களைப் பற்றியும் நீங்கள் உணர்வும் விதம், இந்த ஒவ்வொரு பகுதியிலும் நீங்கள் எவ்வாறு நடந்து கொள்கிறீர்கள் என்பதைத் தீர்மானிக்கும். உங்களது உணர்வுகள் நேர்மறையாகவும் ஆக்கபூர்வமாகவும் இருந்தால், உங்களுடைய நடவடிக்கைகளும் அதேபோன்று அமையும்.

எது உங்களுடைய உணர்வுகளை உருவாக்குகின்றது? அவற்றை நீங்கள் தற்செயலாகப் பெற்றீர்களா? எதுவொன்றைக் குறித்தும் நீங்கள் உணரும் விதத்திற்கு எது காரணம்? இது ஒரு விபத்தா? ஒருபோதும் இல்லை. உங்களுடைய உணர்வுகள் உங்கள் மனப்போக்குகளால் உருவாக்கப்படுகின்றன, கட்டுப்படுத்தப்படுகின்றன, தீர்மானிக்கப்படுகின்றன, அல்லது அவற்றின் தாக்கத்திற்கு ஆளாகின்றன.

3. மனப்போக்குகள்

உங்கள் மனப்போக்குகள் எனும் கண்ணோட்டங்களின் வாயிலாகத்தான் நீங்கள் வாழ்க்கையைப் பார்க்கிறீர்கள். சிலர் பெரும்பாலான விஷயங்களைப் பற்றி ஒரு நல்ல மனப்போக்குடன் இருக்கின்றனர். சிலர் எல்லாவற்றைப் பற்றியும் ஒரு மோசமான மனப்போக்கைக் கொண்டிருக்கின்றனர். ஆனால் நீங்கள் சற்றுக் கூர்ந்து கவனித்தால், நம்மில் பெரும்பாலானவர்களிடம் நல்ல மனப்போக்குகளும் மோசமான மனப்போக்குகளும் கலந்து இருப்பது உங்களுக்குத் தெரிய வரும்.

எந்தவொரு விஷயம் குறித்தும் நாம் கொண்டிருக்கும் எந்தவொரு மனப்போக்கும், அந்த விஷயம் குறித்து நாம் உணரும் விதத்தை பாதிக்கும். அது குறித்து நாம் எவ்வாறு நடந்து கொள்வோம் என்பதை இது தீர்மானிக்கும். அதாவது, நாம் அவ்விஷயத்தைச் சிறப்பாகச் செய்வோமா இல்லையா என்பதை இது தீர்மானிக்கும். எனவே, நாம் வெற்றிகரமான

நபர்களாக உருவாவதில் நமது மனப்போக்குகள் முக்கியப் பங்கு வகிக்கின்றன.

வாஸ்தவத்தில், ஒரு நல்ல மனப்போக்கு எந்தவொரு வகையான வெற்றிக்கும் இன்றியமையாதது என்பதை நம்மால் காண முடியும். ஒரு குறிப்பிட்ட நபர் மோசமான மனப்போக்கைக் கொண்டவராக இருப்பதாகப் பிறர் கூறி நாம் அடிக்கடிக் கேள்விப்பட்டிருக்கிறோம். இளைஞர்களை, குறிப்பாக, அடிக்கடிப் பிரச்சனைக்கு உள்ளாகும் பருவ வயதுக் குழந்தைகளைப் பற்றிக் குறிப்பிடும்போது இவ்வாறு அடிக்கடிக் கூறப்படுகிறது. ஆனால் பெரியவர்களுக்கும் இது பொருந்தும். மோசமான மனப்போக்கைக் கொண்டிருப்பதாகக் கூறப்படும் நபர் தன் மனப்போக்கை மாற்றிக் கொள்ளாதவரை, வெற்றி பெறுவது அவருக்குச் சாத்தியமானதல்ல என்பதுதான் இங்கு மறைமுகமாகத் தெரிவிக்கப்படும் விஷயம்.

நான் இதை ஒப்புக் கொள்கிறேன். ஒரு நல்ல மனப்போக்கு இல்லாமல், தனக்கு முன்னால் இருக்கும் வாய்ப்புகளைப் பார்ப்பதற்கும் அவற்றை அடைவதற்கான இலக்குகளை நிர்ணயிப்பதற்கும் உதவக்கூடிய ஒரு கண்ணோட்டம் இல்லாமல், ஒருவரால் நிச்சயமாக வெற்றி பெற முடியாது. நமக்கு சாதகமாகச் செயல்படக்கூடிய உணர்வுகளை நாம் பெறுவதற்கும் நல்ல மனப்போக்குகள் அவசியமாகின்றன என்பது அதைவிட முக்கியமான விஷயம்.

ஆனால் நமது மனப்போக்குகளை நாம் எங்கிருந்து பெறுகிறோம்? அவை நாம் பிறக்கும்போது நம்மோடு சேர்ந்தே பிறக்கின்றனவா? அல்லது எங்கிருந்தேனும் நம்மிடம் வந்து ஒட்டிக் கொள்கின்றனவா?

நமது மனப்போக்குகள் தற்செயலான நிகவுகள் அல்ல. அவை வெறுமனே நிகழ்வதில்லை. நமது மனப்போக்குகள் நாம் கொண்டிருக்கும் நம்பிக்கைகளால் உருவாக்கப்படுகின்றன, கட்டுப்படுத்தப்படுகின்றன, அவற்றின் தாக்கத்திற்கு ஆளாகின்றன.

4. நம்பிக்கைகள்

எதுவொன்றைப் பற்றியும் நாம் நம்பும் விஷயம், அது குறித்து நாம் கொண்டிருக்கும் மனப்போக்குகளைத் தீர்மானிக்கும், நமது உணர்வுகளை உருவாக்கும், நமது நடவடிக்கைகளை வழிநடத்தும். ஒவ்வொரு விஷயத்திலும், நாம்

சிறப்பாகச் செய்வதற்கு அல்லது மோசமாகச் செய்வதற்கு, வெற்றி பெறுவதற்கு அல்லது தோல்வி அடைவதற்கு நமக்கு உதவும். எதுவொன்றைப் பற்றியும் நாம் கொண்டிருக்கும் நம்பிக்கை, அது உண்மையிலேயே எப்படி இருக்கிறதோ அதிலிருந்து முற்றிலும் மாறுபட்ட ஒன்றாக அதை நமக்குத் தோன்றச் செய்யும் அளவுக்கு மிகவும் சக்திவாய்ந்த ஒன்று.

நம்பிக்கையைப் பொறுத்தவரை, ஒரு விஷயம் உண்மையானதாக இருக்க வேண்டும் என்ற தேவையில்லை. அது உண்மை என்று நாம் நம்ப வேண்டும், அவ்வளவுதான்! அதாவது, நம் ஒவ்வொருவருக்கும், யதார்த்தத்தின் பெரும்பகுதி, நாம் அதைப் பற்றி என்ன நம்பிக்கையைக் கொண்டிருக்கிறோம் என்பதன் அடிப்படையில் அமைகின்றது என்று அர்த்தம் – நாம் அதை உண்மை என்று நம்பினாலும் சரி, பொய்யென்று நம்பினாலும் சரி!

நாளை காலையில், அமெரிக்கா மோசமான நாடு என்று நம்புகின்ற ஒரு குழந்தை ரஷ்யாவில் ஏதோ ஒரு பள்ளி வகுப்பறையில் உட்கார்ந்திருக்கலாம். அதேபோல், நாளை காலையில், ரஷ்யா மோசமான நாடு என்று நம்புகின்ற ஒரு குழந்தை அமெரிக்காவில் ஏதோ ஒரு பள்ளி வகுப்பறையில் உட்கார்ந்திருக்கலாம். அது உண்மையா பொய்யா என்பது இங்கு ஒரு பொருட்டல்ல. அக்குழந்தைகள் அப்படித்தான் நம்புகின்றனர். அவர்கள் எந்த நம்பிக்கையைக் கொண்டிருக்கிறார்களோ, அந்த நம்பிக்கை அவர்களுடைய மனப்போக்குகளையும், உணர்வுகளையும், நடவடிக்கைகளையும் பாதிக்கும். ஒருநாள் அவர்கள் வளர்ந்து பெரியவர்களாக ஆகும்போது, ஒருவருக்கொருவர் சண்டையிட்டுக் கொள்ளக்கூடும். அவர்களைப் பொறுத்தவரை, தாங்கள் நம்புவது உண்மை.

நான் சிறுவனாக இருந்தபோது, தேவாலயத்தில் சொற்பொழிவாற்றிக் கொண்டிருந்த பாதிரியார் என்ன கூறிக் கொண்டிருந்தார் என்பதைப் புரிந்து கொள்ள முயற்சித்துக் கொண்டிருந்தேன். நாம் 'நம்பிக்கை கொள்ள வேண்டும்' என்று அவர் கூறியது என் நினைவில் உள்ளது. அதை எப்படிச் செய்வது என்று எனக்குத் தெரியவில்லை. சிலர் அதிர்ஷ்டசாலிகள் என்றும், மற்றவர்கள் அவ்வளவு அதிர்ஷ்டம் செய்திருக்கவில்லை என்றும் நான் நினைத்தேன். சிலருக்கு இயற்கையாகவே நம்பிக்கை ஏற்பட்டது, சிலருக்கு அவ்வாறு

ஏற்படவில்லை. ஆனாலும், நம்பிக்கை என்பது எங்கிருந்து வருகிறது என்று எனக்குத் தெரியவில்லை. அதோடு, அந்த நம்பிக்கை என் வாழ்வில் ஏற்படுத்தக்கூடிய தாக்கத்தின் வலிமையைப் பற்றியும், மற்ற ஒவ்வொருவருடைய வாழ்க்கையிலும் ஏற்படுத்தியுள்ள தாக்கத்தின் சக்தியைப் பற்றியும் நிச்சயமாக நான் அறிந்திருக்கவில்லை.

நம்பிக்கை என்பது எவ்வளவு முக்கியமானது என்பதற்கான ஓர் எடுத்துக்காட்டாக, உங்களைப் பற்றிய ஏதேனும் ஒரு நம்பிக்கையைக் கற்பனை செய்து கொள்ளுங்கள். அது உங்களுக்கு எதிராகச் செயல்படும் ஒன்றாக, ஆனால் உண்மையற்றதாக இருக்க வேண்டும்.

எளிதில் நண்பர்களைப் பெறுவதில் அல்லது இயல்பாகப் பிறரால் ஏற்றுக் கொள்ளப்படுவதில் உங்களுக்குப் பிரச்சனை இருக்கிறது என்று நீங்கள் நம்புவதாக வைத்துக் கொள்வோம். சமுதாயத்தில் ஏராளமானவர்கள் பிரபலமானவர்களாக இருக்கும்போது நீங்கள் பின்னிலையில் இருப்பதாக நீங்கள் நம்புகிறீர்கள். அதன் விளைவாக, சமூகக் கூட்டங்களில் நீங்கள் எப்போதும் பின்வரிசையில் நின்று கொண்டு, என்ன கூற வேண்டும் என்று தெரியாமல், அசௌகரியமாக உணர்கிறீர்கள். அலுவலகத்தில், உங்கள் யோசனை மற்றவர்களின் யோசனையைவிடச் சிறப்பாக இருந்தும்கூட, நீங்கள் தைரியமாக எழுந்து நின்று பேசாமல் போனதால், பல வாய்ப்புகளைத் தவறவிடுகிறீர்கள். நீங்கள் புத்திசாலியாகவும், நகைச்சுவையுணர்வு மிக்கவராகவும், குதூகலமானவராகவும் இருக்க விரும்புகிறீர்கள் என்பதை நீங்கள் அறிந்திருக்கிறீர்கள், ஆனால் உங்களுக்கு உள்ளே நீங்கள் போதுமானவரல்ல என்று நம்புகிறீர்கள்.

உங்களைப் பற்றி நீங்கள் கொள்ளும் எந்தவொரு நம்பிக்கையும் நீங்கள் செய்யும் காரியங்களை பாதிக்கும் என்பதால், நீங்கள் விரும்பும் அளவுக்கு நீங்கள் உங்கள் சமூகத்தில் வெற்றிகரமானவராக இல்லை என்று நீங்கள் நம்பினால், உங்களைப் பற்றி நீங்கள் கொண்டிருக்கும் அந்த நம்பிக்கை சரியானதாக அமையும், அது உண்மையாக இருந்தாலும் சரி இல்லாவிட்டாலும் சரி. சமூக நடத்தைகள் அனைத்தும் பயிற்றுவிக்கப்பட்டவைதான். பிறக்கும்போதே எவரொருவரும் பிரபலமானவராகவும் சமூக அந்தஸ்து கொண்டவராகவும் பிறப்பதில்லை. சமூகத்தில்

பிரபலமானவராக விளங்குவதற்குத் தேவையான நளினமும் திறமையும் சௌகரிய நிலையும், நம்மைப் பற்றி நாம் கொண்டிருக்கும் நம்பிக்கையைப் பொறுத்தே வெற்றிகரமானவையாகவோ அல்லது அதற்கு நேர்மாறானவையாகவோ அமைகின்றன. உங்களால் முடியாது என்று உங்களிடம் நீங்கள் கூறினால், அதன் ஒரே விளைவு என்னவாக இருக்கும் என்று நீங்கள் நினைக்கிறீர்கள்?

நம் அனைவருக்குமே நம்மைப் பற்றிய ஆயிரக்கணக்கான பெரிய மற்றும் சிறிய நம்பிக்கைகள் இருக்கின்றன. அவற்றில் சில நம்பிக்கைகள் உண்மையானவை, ஆனால் பெரும்பாலானவை உண்மையற்றவை. ஆனால் அவை அனைத்தும் உண்மை என்று நீங்கள் நம்பினால், உங்கள் மனமும் அவற்றை உண்மையென்று கருதி, அதன் அடிப்படையிலேயே நடந்து கொள்ளும்.

எது நம்மை நம்பச் செய்கிறது? நமது நம்பிக்கைகள் திடீரென்று ஒருநாள் நம் கண்முன்னே வந்து குதிக்கின்றனவா? நாம் பிறந்த நாளன்று அவை நம்மிடம் ஒப்படைக்கப்பட்டனவா? அல்லது நாமே அவற்றை உருவாக்குகிறோமா? எங்கிருந்து நாம் அவற்றைப் பெறுகிறோம்? நமது நம்பிக்கைகள் வெறும் தற்செயலான நிகழ்வுகள் அல்ல. நமக்குக் கொடுக்கப்பட்டப் பயிற்றுவிப்புதான் நமது நம்பிக்கைகளை உருவாக்கி வழிநடத்துகின்றன.

5. பயிற்றுவிப்பு

நாம் எதை நம்ப வேண்டும் என்று பயிற்றுவிக்கப்பட்டிருக்கிறோமோ அதைத்தான் நாம் நம்புகிறோம். நாம் பிறந்த நாள் முதலாகவே நாம் பயிற்றுவிக்கப்படுகிறோம். நம்மைப் பற்றியும் நம்மைச் சுற்றி நடந்து கொண்டிருப்பவற்றைப் பற்றியும் நாம் கொண்டிருக்கும் நம்பிக்கைகளில் பெரும்பாலானவை நாம் வளர்ந்து வரும் காலத்தில் உருவாக்கப்பட்டும் வலியுறுத்தப்பட்டும் வந்துள்ளவைதான். நமக்குக் கொடுக்கப்பட்டப் பயிற்றுவிப்பு சரியோ அல்லது தவறோ, உண்மையோ அல்லது பொய்யோ, அந்தப் பயிற்றுவிப்பின் விளைவாக நாம் சில நம்பிக்கைகளைப் பெற்றுவிடுகிறோம் என்பதுதான் உண்மை.

இவை அனைத்தும் நமது பயிற்றுவிப்பில் இருந்து துவங்குகின்றன. வெளியுலகில் இருந்து நாம் ஏற்றுக்

கொண்டுள்ள விஷயங்களும் நமக்கு நாமே கொடுத்துக் கொண்ட யோசனைகளும் 'காரணமும், அதன் விளைவும்' என்ற சங்கிலித் தொடர் எதிர்வினையை முடுக்கிவிட்டுள்ளன. இந்த எதிர்வினை, நாம் வெற்றிகரமாக நம்மை சுயமாக நிர்வகித்துக் கொள்வதற்கோ அல்லது நம்மையும், நமது வளங்களையும், நமது எதிர்காலத்தையும் மோசமாக நிர்வகிப்பதற்கோ நம்மை வழிநடத்திச் செல்லத் தவறுவதில்லை.

நமக்குக் கொடுக்கப்பட்டப் பயிற்றுவிப்புதான் நமது நம்பிக்கைகளை உருவாக்குகின்றது. பிறகு, ஒரு தொடர் எதிர்வினைச் செயல்பாடு துவங்குகிறது. இயல்பாக, நமது நம்பிக்கைகள் நமது மனப்போக்குகளைத் தீர்மானிக்கின்றன, நமது உணர்வுகளை பாதிக்கின்றன, நமது நடத்தையை வழிநடத்துகின்றன, நமது வெற்றியை அல்லது தோல்வியைத் தீர்மானிக்கின்றன.

1. பயிற்றுவிப்பு நம்பிக்கைகளை உருவாக்குகின்றது.
2. நம்பிக்கைகள் மனப்போக்குகளை உருவாக்குகின்றன.
3. மனப்போக்குகள் உணர்வுகளை உருவாக்குகின்றன.
4. உணர்வுகள் நடவடிக்கைகளைத் தீர்மானிக்கின்றன.
5. நடவடிக்கைகள் விளைவுகளை உருவாக்குகின்றன.

நமது மூளை அவ்வாறுதான் செயல்படுகிறது. உங்களை ஒரு சிறப்பான வழியில் நீங்கள் நிர்வகித்துக் கொள்ள விரும்பினால், உங்களுக்குக் கிடைக்கும் விளைவுகளை மாற்ற விரும்பினால், எந்தவொரு சமயத்திலும் உங்களால் அதைச் செய்ய முடியும். முதலாவது அம்சத்திலிருந்து துவக்குங்கள். உங்கள் பயிற்றுவிப்பை மாற்றுங்கள்.

9
சுயபேச்சின் ஐந்து நிலைகள்

சுயபேச்சு என்றால் என்ன? அது எவ்வாறு வேலை செய்கிறது? சுயபேச்சை இவ்வாறு வரையறுக்கலாம்: சுயபேச்சு என்பது பிரக்ஞையுடன்கூடிய நேர்மறையான புதிய கட்டளைகளை நம் ஆழ்மனத்திற்குக் கொடுப்பதன் மூலம், கடந்தகாலத்தில் நமக்குக் கொடுக்கப்பட்ட எதிர்மறையான பயிற்றுவிப்பை வேரறுப்பது ஆகும். சுயபேச்சு என்பது நமக்குக் கொடுப்பட்டப் பயிற்றுவிப்பை வெறுமனே ஏற்றுக் கொள்வதற்குப் பதிலாக, ஒரு திட்டவட்டமான நோக்கத்துடன் நடவடிக்கை எடுப்பதன் மூலம் நமது வாழ்க்கையை வாழ்வதற்கான ஒரு நடைமுறை வழி.

சுயபேச்சு என்பது நம் வாழ்வின் எந்தப் பகுதியில் நாம் மேம்பட விரும்புகிறோமோ, அந்தப் பகுதிக்கு உதவக்கூடிய ஆற்றல்மிக்க வார்த்தைகளையும் வாசகங்களையும் கொண்டு பிரக்ஞையோடு நமது ஆழ்மனத்தை மீண்டும் பயிற்றுவிப்பதாகும். நாம் எவ்வளவு சிறப்பானவராக விளங்க விரும்புகிறோமோ, அது தொடர்பான ஒரு புதிய உள்ளார்ந்த படத்தை நமது சுயபேச்சு வாசகங்கள் நமக்குள் உருவாக்குகின்றன.

நம் வாழ்வில் நாம் மாற்ற விரும்புகின்ற, ஆனால் கடந்தகாலத்தில் எவ்வளவு முயற்சித்தும் மாற்ற முடியாமல் போன விஷயங்களை மாற்றுவதற்கான ஒரு வழியை சுயபேச்சு

நம் ஒவ்வொருவருக்கும் கொடுக்கின்றது. நாம் நமது பழைய நடத்தையைக் கைவிட்டுவிட்டு, வேறொருவருடைய பயிற்றுவிப்புக்கு ஏற்றாற்போல் நடந்து கொள்வதை விடுத்து, நமது தனிப்பட்ட விருப்பத்தேர்வுக்கு ஏற்றாற்போல் ஒரு வித்தியாசமான, சிறப்பான நபராக உருவாகத் துவங்குவதற்கான வாய்ப்பை அது நமக்குக் கொடுக்கிறது.

உண்மையில், சுயபேச்சு பல வகைப்படும். ஒவ்வொரு நாளும் நாம் ஒவ்வொருவரும் ஐந்து வெவ்வேறு சுயபேச்சை நிலைகளில் ஏதோ ஒன்றைப் பயன்படுத்தக்கூடும். ஒவ்வொரு நிலையும் மற்ற நிலைகளிலிருந்து முற்றிலும் மாறுபட்டது, தனித்துவமானது. சில நிலைகள் நமக்கு அனுகூலமாகவும், சில நிலைகள் நமக்கு எதிராகவும் செயல்படும். அவை ஒவ்வொன்றைப் பற்றியும் உங்களுக்கு எவ்வளவு அதிகமாகத் தெரிந்திருக்கிறதோ, உங்களுக்கு அனுகூலமான சரியான சுயபேச்சைப் பயன்படுத்துவதில் நீங்கள் வல்லவராவது அவ்வளவு அதிக வேகமானதாகவும் அதிக எளிதானதாகவும் இருக்கும்.

முதல்நிலை சுயபேச்சு - எதிர்மறை ஏற்பு நிலை

நாம் பயன்படுத்துகின்ற, நமக்கு மிக அதிகத் தீங்கிழைக்கக்கூடிய சுயபேச்சு, எதிர்மறை ஏற்பு என்ற முதலாவது நிலையாகும். உங்களைப் பற்றி ஏதேனும் மோசமான அல்லது எதிர்மறையான விஷயத்தை நீங்களே உங்களிடம் கூறி, அதை ஏற்றுக் கொள்ளும் நிலை இது.

பரவலாகப் பயன்படுத்தப்படுகின்ற பல்வேறு சுயபேச்சு வாசகங்களையும் சொற்றொடர்களையும் முன்பு நாம் பார்த்தோம். அவை அனைத்தும் முதலாவது சுயபேச்சு நிலையைச் சேர்ந்தவை. இந்த நிலையை அடையாளம் காண்பது மிகவும் எளிது. "என்னால் முடியாது . . ." "என்னால் மட்டும் முடிந்தால் . . ." அல்லது "எனக்கு ஆசைதான், ஆனால் என்னால் முடியாது . . ." போன்ற வார்த்தைகள் இதில் பெரும்பாலும் இடம்பெறும். முதலாம் நிலையைச் சேர்ந்த சுயபேச்சு அனைத்தும் நமக்கு எதிராகச் செயல்படும் தன்மை கொண்டவை. துரதிர்ஷ்டவசமாக, இந்த சுயபேச்சுதான் மிக அதிகமாகப் பயன்படுத்தப்படும் ஒன்றாக இருக்கிறது.

முதல்நிலை சுயபேச்சு வாசகங்களை அமைதியாகவோ அல்லது சத்தமாகவோ நமக்கு நாமே கூறிக் கொள்ளும்போது

அல்லது நம்மைப் பற்றி மற்றவர்களிடம் கூறும்போது, "முன்பு என் உடலில் இருந்த தெம்பு இப்போது எனக்கு இல்லை," "என்னால் அதை ஒருபோதும் செய்ய முடியாது," "என் எடையை என்னால் குறைக்க முடிவதே இல்லை," "இன்று எனக்கு அதிர்ஷ்டமான நாள் இல்லை," "என்னால் முடியாது" போன்ற வகையிலான சந்தேகங்களையும், பயங்களையும், நம்பிக்கையின்மையையும், தயக்கங்களையும் நம் ஆழ்மனத்திற்கு நாம் கொடுக்கிறோம். ஆழ்மனம் உன்னிப்பாகக் கவனித்துக் கொண்டிருக்கிறது, நமது அறிவுறுத்தல்களுக்காகக் காத்துக் கொண்டிருக்கிறது என்பதை நினைவில் கொள்ளுங்கள். நீங்கள் அதனிடம் என்ன கூறுகிறீர்கள் என்பது பற்றி அதற்கு அக்கறை இல்லை. நீங்கள் கூறுவதை அது வெறுமனே செய்கிறது, அவ்வளவுதான்!

முதல்நிலை சுயபேச்சானது நம்மைப் பற்றி நாம் கொண்டுள்ள எளிய நம்பிக்கையின்மை முதலாக நமது மிக மோசமான பயங்கள்வரை எல்லாவற்றையும் உள்ளடக்கியது. தயக்கம் காட்டவும், நமது திறமைகளைப் பற்றி சந்தேகிக்கவும், நமது செயற்திறனுக்குக் குறைவாக நாம் செயல்படும்போது அதை நாம் ஏற்றுக் கொள்ளவும் நமக்கு நாமே கூறிக் கொள்கின்ற ஒரு வழி இது. துணிந்து வெளிச்சத்தில் உலா வருவதற்குப் பதிலாக, பயந்து கொண்டு நிழல்களுக்குப் பின்னால் மறைந்து கொள்வதற்கான வழிமுறை இது.

முதல்நிலை சுயபேச்சு நம் வாழ்வில் ஏற்படுத்துகின்ற கணக்கிலடங்காப் பேரழிவுகளையும் தவறான வழிகாட்டுதல்களையும் அளவிடுவதற்கு வழியே கிடையாது. அது நம்மைக் குழப்புகிறது, தடுத்து நிறுத்துகிறது, திணறடிக்கிறது. நமது உறுதிப்பாட்டைக் குலைத்து, சுயசந்தேகத்தையும் கலவரத்தையும் நமக்குள் தோற்றுவிக்கிறது. அது நமது சிறந்த நோக்கங்களை முடக்கிப் போட்டுவிட்டு, சராசரிக்கும் குறைவானவற்றைக் கொண்டு நாம் திருப்திப்பட்டுக் கொள்வதற்கு நம்மைத் தூண்டுகிறது. வாழ்க்கையை வெறுமனே ஓட்டுவதற்கு அது நம்மைக் கட்டாயப்படுத்துகிறது. நமது கனவு வாழ்க்கையை வாழ்வதற்குப் பதிலாக, நமக்கு விதிக்கப்பட்டதை வெறுமனே ஏற்றுக் கொள்ளும்படி அது நம் காதுகளில் கிசுகிசுக்கிறது. அது நம்மை மனத்தளர்ச்சிக்கும் தன்னிறைவுக்கும் ஆளாக்கி, நமது நம்பிக்கையைப் பறித்துவிடுகிறது.

இப்படிப்பட்ட சுயபேச்சை உங்கள்மீது நீங்கள் பிரயோகித்தபடி உங்கள் வாழ்க்கையை நீங்கள் வாழ்வதாகக்

கற்பனை செய்யுங்கள். தோற்பதற்கும் தன் திறனுக்குக் குறைவாகச் செயல்படுவதற்கும் தன் ஆழ்மனத்தைப் பயிற்றுவிக்கின்ற இதுபோன்ற சுயபேச்சை எவரேனும் பயன்படுத்த விரும்புவார்களா? ஆனால் நம்மில் பெரும்பாலானவர்கள் அதைத்தான் செய்து வந்துள்ளோம்.

எதிர்மறை சுயபேச்சு வார்த்தைகள் அந்த நேரத்தில் அவ்வளவு தீங்கிழைக்காதவைபோல் தோன்றினாலும்கூட, நமக்கு எதிராகச் செயல்படுகின்ற மற்றும் நம் வழியில் குறுக்கிடுகின்ற எல்லாவற்றுக்குமான அடித்தளமே அவ்வார்த்தைகள்தான். "என்னால் முடியாது" போன்ற எதிர்மறையான முதல்நிலை சுயபேச்சு வார்த்தைகளைத் தவிர்த்துவிடுங்கள். அப்போது உங்களது மிக மோசமான எதிரியிடமிருந்து நீங்கள் தப்பியிருப்பீர்கள்.

இரண்டாம் நிலை சுயபேச்சு - மாற்றத்திற்கான தேவையை அங்கீகரிக்கும் நிலை

இது நம்மை வஞ்சிக்கும் நிலையாகும். மேலோட்டமாகப் பார்த்தால் இது நமக்கு அனுகூலமாகச் செயல்படுவதுபோல் தோன்றும். ஆனால் இது நமக்கு எதிராகச் செயல்படும் ஒன்று. இந்த நிலையிலான சுயபேச்சில், மாறுவதற்கான தேவையை நாம் அங்கீகரித்திருப்பதை நாம் நம்மிடமும் மற்றவர்களிடமும் கூறுகிறோம்.

"நான் கண்டிப்பாகச் செய்தாக வேண்டும் . . ." "நான் இதைச் செய்தே ஆக வேண்டும் . . ." போன்ற வார்த்தைகளை உள்ளடக்கிய நிலை இது. இது ஏன் நமக்கு எதிராகச் செயல்படுகிறது? ஏனெனில், ஒரு பிரச்சனை இருக்கிறது என்பதை இது அங்கீகரிக்கிறது, ஆனால் அதற்கான தீர்வை அது உருவாக்குவதில்லை. நீங்கள் உங்களிடமோ அல்லது வேறொருவரிடமோ, "நான் உண்மையில் இன்னும் அதிக ஒழுங்குடன்கூடியவனாக ஆக வேண்டும்," என்று கூறும்போது, நீங்கள் உண்மையிலேயே என்ன கூறுகிறீர்கள்? "நான் உண்மையில் இன்னும் அதிக ஒழுங்குடன்கூடியவனாக ஆக வேண்டும், ஆனால் நான் அப்படிப்பட்டவன் இல்லை!" என்று கூறுகிறீர்கள். நீங்கள் உங்கள் வாக்கியத்தை நிறைவு செய்யும்போது, வார்த்தைகளற்ற, ஆனால் திறமையாகப்

பயிற்றுவிக்கப்பட்ட எதிர்மறையான முதல்நிலை சுயபேச்சிலேயே அது முடிவடைகிறது.

“குறித்த நேரத்தில் வேலைக்குச் செல்ல நான் உண்மையிலேயே முயற்சிக்க வேண்டும்.” “நான் என் எடையை சற்றுக் குறைத்தாக வேண்டும்.” “புகைபிடிக்கும் பழக்கத்தை நான் உண்மையிலேயே குறைத்துக் கொள்ள வேண்டும்.” “அது குறித்து நான் ஏதாவது செய்தாக வேண்டும்!” “உண்மையில் என் குழந்தைகளுடன் நான் அதிக நேரம் செலவிட்டாக வேண்டும்.” “நான் இன்னும் கடினமாகப் படிக்க வேண்டும் என்று எனக்குத் தெரியும்.” நீங்கள் எப்போதாவது இரண்டாம் நிலை சுயபேச்சில் ஈடுபட்டிருப்பதை உணர்ந்தால், ஒரு கணம் நிதானித்துக் கொண்டு, நீங்கள் உண்மையிலேயே உங்கள் ஆழ்மனத்திற்குக் கொடுத்துக் கொண்டிருக்கும் அறிவுறுத்தல்களை உரத்தக் குரலில் கூறி உங்கள் வாக்கியத்தை நிறைவு செய்யுங்கள்.

பிறகு உங்களுடைய சுயபேச்சு இப்படி மாறும்: “நான் உண்மையிலேயே அதிக வருவாய் ஈட்ட விரும்புகிறேன், ஆனால் நான் அதைச் செய்வதில்லை! நான் அதைச் செய்ய விரும்புகிறேன், ஆனால் என்னால் முடியவில்லை! அதை நான் கையாண்டாக வேண்டும் என்று எனக்குத் தெரியும், ஆனால் அது குறித்து நான் எந்த நடவடிக்கையும் எடுப்பதில்லை! நான் என் குடும்பத்தாரிடம் அடிக்கடித் தொலைபேசியில் பேச வேண்டும், ஆனால் நான் அதைச் செய்வதில்லை. விஷயங்கள் சிறப்பாக நடைபெற வேண்டும் என்று நான் விரும்புகிறேன், ஆனால் அவை அவ்வாறு நடைபெறுவதில்லை!”

இது போன்ற அறிவுறுத்தல்களைத்தான் உங்களையும் அறியாமல் நீங்கள் உங்கள் ஆழ்மனத்திற்குக் கொடுத்துக் கொண்டிருக்கிறீர்கள். இவை கள்ளங்கபடம் அற்றவையாகத் தோன்றினாலும், சக்திவாய்ந்த கட்டுப்பாட்டு மையமான உங்கள் ஆழ்மனத்திற்கு நீங்கள் கொடுத்துக் கொண்டிருக்கும் ஆற்றல்வாய்ந்த பயிற்றுவிப்புகள் இவை என்பது உண்மை. கனவுகளையும் சாதனைகளையும் உருவாக்குவதற்குப் பதிலாக, இரண்டாம் நிலை சுயபேச்சானது குற்ற உணர்வையும், ஏமாற்றத்தையும், நம்மிடம் இருப்பதாக நாம் சுயமாகக் கற்பனை செய்து வைத்துள்ள குறைபாடுகளையும் உருவாக்குகின்றது. இது நல்லவிதமான பயிற்றுவிப்பாக உங்களுக்குத் தோன்றுகிறதா? இல்லை. இது நீங்கள் வெற்றி பெறுவதற்கு உங்களுக்கு உதவுமா? நிச்சயமாக உதவாது.

மூன்றாம் நிலை சுயபேச்சு - மாறுவதற்கான தீர்மானம் மேற்கொள்ளும் நிலை

மூன்றாம் நிலை சுயபேச்சு என்பது உங்களுக்கு எதிராகச் செயல்படுவதற்குப் பதிலாக உங்களுக்கு அனுகூலமாகச் செயல்படுகின்ற முதல்நிலை சுயபேச்சு ஆகும். இந்த நிலையில், மாற்றத்திற்கான தேவையை நீங்கள் உணர்வதோடு கூடவே, அது குறித்து ஏதேனும் செய்வதற்கான தீர்மானத்தை நீங்கள் மேற்கொள்கிறீர்கள். அந்தத் தீர்மானம் ஏற்கனவே நிகழ்ந்துவிட்டதுபோல், நீங்கள் அதை 'நிகழ்காலத்தில்' கூறுகிறீர்கள்.

மூன்றாம் நிலை சுயபேச்சானது "நான் ஒருபோதும் . . ." அல்லது "நான் இனிமேலும் . . ." போன்ற வார்த்தைகளை உள்ளடக்கியது. இந்நிலையில் நீங்கள், "நான் ஒருபோதும் புகைபிடிப்பதில்லை!" "அலுவலகத்தில் மக்களுடன் கலந்து பழகுவதில் இனிமேலும் எனக்குப் பிரச்சனை இல்லை," "நான் ஒருபோதும் அளவுக்கதிகமாக உண்ணுவதில்லை," "போக்குவரத்து நெரிசல் ஒருபோதும் எனக்கு எரிச்சல் ஏற்படுத்துவதில்லை," "நான் செய்து முடிக்க விரும்பும் எதையும் நான் இனிமேலும் தள்ளிப் போடுவதில்லை," என்று கூறுகிறீர்கள். மூன்றாம் நிலைக்குள் நீங்கள் நுழையும்போது, நீங்கள் உங்களுடைய பழைய "என்னால் முடியாது" வாக்கியங்களைப் பின்னுக்குத் தள்ளிவிட்டு, ஒரு நேர்மறையான வழியில் உங்கள் வாசகங்களைக் கூறுகிறீர்கள். இது உங்கள் ஆழ்மனத்தைத் தட்டியெழுப்பி, மாற்றத்தை மேற்கொள்வதை நோக்கிச் செயல்படுவதற்கு அதைத் தூண்டுகிறது.

புதிய சுயபேச்சை உங்களுக்காக நீங்கள் பயிற்சி செய்யத் துவங்கும்போது, ஒரு குறிப்பிட்ட மாற்றத்தைக் கொண்டுவருவதற்கு நீங்கள் முயற்சிக்கும் நேரத்தில் மட்டுமே மூன்றாம் நிலை சுயபேச்சை நீங்கள் பயன்படுத்த வேண்டியிருக்கும் என்பதைக் கண்டுகொள்வீர்கள்.

புகைபிடிக்கும் பழக்கத்தை விட்டொழிக்க விரும்பும் ஒருவரை உதாரணத்திற்கு எடுத்துக் கொள்ளலாம். நீங்கள் புகைபிடிக்கும் பழக்கத்தைக் கொண்டவராக இருந்து, அப்பழக்கத்தை நிறுத்த வேண்டும் என்று நீங்கள் விரும்பினால், இதை நீங்கள் முயற்சி செய்து பார்க்கலாம். புகைபிடிக்கும்

பழக்கத்தை நிறுத்துவதென்று நீங்கள் தீர்மானித்திருப்பதாக வைத்துக் கொள்வோம். எனவே நீங்கள் மூன்றாம் நிலை சுயபேச்சைப் பயன்படுத்துவதிலிருந்து துவக்குகிறீர்கள். "நான் ஒருபோதும் புகைபிடிப்பதில்லை!" "புகைபிடிப்பது இனிமேலும் எனக்கு மகிழ்ச்சியளிப்பதில்லை, எனவே நான் அதை நிறுத்திவிட்டேன்!" என்று உங்களிடம் நீங்கள் கூறிக் கொள்கிறீர்கள். உங்களது புதிய சுயபேச்சை நீங்கள் அமைதியாக உங்களிடம் கூறிக் கொள்வதோடு, மற்றவர்களுடன் இருக்கும்போதும் அதை உரத்தக் குரலில் நீங்கள் கூறுகிறீர்கள். இக்கணம்வரை, ஒரு சிகரெட்டைப் பற்ற வைக்க வேண்டும் என்று உங்களுக்குத் தோன்றியபோதெல்லாம், அது பற்றி எதையும் சிந்திக்காமல், அது பற்றி எதுவும் கூறாமல், வெறுமனே ஒரு சிகரெட்டை எடுத்துப் பற்ற வைத்தீர்கள்.

ஆனால் இப்போது, நீங்கள் ஒரு சிகரெட்டைப் பற்ற வைக்கும்போது, "நான் ஒருபோதும் புகைப்பதில்லை!" என்று சத்தமாகக் கூறுகிறீர்கள். இந்த வார்த்தைகளை மற்றவர்கள் முன்னிலையில் நீங்கள் கூறினால், முதலில், நீங்கள் சற்று வினோதமாக நடந்து கொள்வதாக உங்கள் நண்பர்கள் நினைப்பார்கள். ஆனால் இந்த வார்த்தைகளை நீங்கள் தொடர்ந்து உங்களிடம் மௌனமாகவும் பிறர் முன்னிலையில் உரத்தக் குரலிலும் கூறி வாருங்கள். சில நாட்கள்வரை நீங்கள் தொடர்ந்து புகைபிடிப்பீர்கள், ஏனெனில் நீங்கள் அப்பழக்கத்திற்கு அடிமையாகியுள்ளீர்கள். ஆனால் அதே சமயத்தில், "நான் ஒருபோதும் புகைபிடிப்பதில்லை . . . நான் இனிமேலும் புகைபிடிப்பதில்லை . . ." போன்ற புதிய சுயபேச்சை நீங்கள் தொடர்ந்து பயன்படுத்துவீர்கள்.

வெகு சீக்கிரத்தில் என்ன நிகழும்? ஒருநாள் நீங்கள் ஒரு சிகரெட்டைப் பற்ற வைக்கும்போது, "நான் ஒருபோதும் புகைபிடிப்பதில்லை!" என்று கூறுவீர்கள். அப்போது உங்கள் ஆழ்மனம், "அப்படியென்றால், கையில் அந்த வெள்ளைச் சுருளை ஏன் பிடித்துக் கொண்டிருக்கிறாய்? அதன் ஒரு முனையில் நெருப்புகூடப் புகைந்து கொண்டிருக்கிறது," என்று கூறும். நீங்கள் இனிமேலும் புகைபிடிக்கத் தேவையில்லை என்ற புதிய அறிவுறுத்தலை நீங்கள் உங்கள் ஆழ்மனத்திற்குக் கொடுத்து அதைப் பயிற்றுவித்து வந்துள்ளீர்கள். எனவே நீங்கள் புகைபிடிக்காமல் இருக்கும்படி உங்கள் ஆழ்மனம் பார்த்துக் கொள்ளும்.

சுயபேச்சு வெறுமனே சில எளிய வார்த்தைகளை உள்ளடக்கியது மட்டுமல்ல. புகைபிடிக்கும் பழக்கம் உட்படப் பல பழக்கங்கள் மிகவும் நாட்பட்டவையாக இருப்பதால், அவற்றை மாற்றுவதற்குப் புதிய சுயபேச்சை உள்ளடக்கிய ஓர் உறுதியான பயிற்றுவிப்புத் திட்டம் தேவைப்படுகிறது. அதை எவ்வாறு செய்வது என்பதைப் பின்வரும் அத்தியாயம் ஒன்றில் பார்க்கலாம்.

நீங்கள் இனிமேல் புகைபிடிப்பதில்லை என்று உங்கள் ஆழ்மனத்திடம் கூறும்போது, நீங்கள் புகைபிடித்துக் கொண்டிருக்கிறீர்களா இல்லையா என்பது ஒரு பொருட்டல்ல. உங்கள் ஆழ்மனத்திடம் நீங்கள் எந்தவொரு விஷயத்தையும் தொடர்ந்து வலியுறுத்தலோடு கூறி வந்தால், இறுதியில் உங்கள் ஆழ்மனம் அவ்விஷயத்தை உண்மை என்று நம்பத் துவங்கிவிடும் என்பதை நினைவில் கொள்ளுங்கள். தனக்குக் கொடுக்கப்படும் புதிய அறிவுறுத்தல்களை அது நிறைவேற்றப் புறப்பட்டுவிடும். அது நீங்கள் கொடுக்கும் அறிவுறுத்தலைப் பெற்றுக் கொண்டு, நீங்கள் புகைபிடிக்காதவர் என்பதுபோன்ற ஒரு புதிய படத்தை உருவாக்கி, நீங்கள் புகைபிடிக்கும் பழக்கத்தை நிறுத்தும்படிச் செய்துவிடும். அதன் பிறகு நீங்கள் புகைபிடிக்க மாட்டீர்கள். அதைத்தான் நீங்கள் தொடர்ந்து உங்கள் ஆழ்மனத்திடம் கூறி வந்தீர்கள் என்பதால், உங்கள் ஆழ்மனம் துல்லியமாக அதைத்தான் செய்யும். புதிய பயிற்றுவிப்பு உங்கள் ஆழ்மனத்தில் பதிவாகும்போது, அது மாயாஜாலம், மனவசியம், தியானம், அல்லது அதிர்ஷ்டத்தின் விளைவால் ஏற்படுவதல்ல. ஏனெனில் மனம் செயல்படும் விதம் அப்படித்தான். உங்கள் ஆழ்மனம் என்ன செய்ய வேண்டும் என்று நீங்கள் கூறுகிறீர்களோ, அது துல்லியமாக அதையே செய்யும். சரியான வழியில் அதனிடம் கூறக் கற்றுக் கொள்ளுங்கள், அது சரியான வழியில் உங்களுக்கு விடையளிக்கும்.

நான்காம் நிலை சுயபேச்சு - மிகச் சிறந்தவராகும் நிலை

நாம் பயன்படுத்தக்கூடிய மிகவும் ஆற்றல்வாய்ந்த சுயபேச்சு இதுதான். நமது சுயபேச்சு அகராதியைப் பொறுத்தவரை, நான்காம் நிலை சுயபேச்சுதான் மிகக் குறைவாகப் பயன்படுத்தப்படுகின்ற, ஆனால் மிகவும் தேவைப்படுகின்ற

ஒன்றாகும். இந்த நிலையில்தான் உங்களைப் பற்றிய ஒரு முழுமையான புதிய படத்தை நீங்கள் உண்மையிலேயே விரும்பும் விதத்தில் உருவாக்கி உங்கள் ஆழ்மனத்திடம் ஒப்படைக்கிறீர்கள். "'இந்த' எனது உருவத்தைத்தான் வெளியுலகில் நீ உருவாக்கித் தர வேண்டும். கடந்தகாலத்தில் நான் உனக்குக் கொடுத்தப் பயிற்றுவிப்பை அடியோடு மறந்துவிடு. இதுதான் உனக்குக் கொடுக்கப்பட்டுள்ள புதிய அறிவுறுத்தல். இப்போது அதை நிறைவேற்றுவதற்கான செயலில் இறங்கு," என்று உங்கள் ஆழ்மனத்திடம் நீங்கள் கூறுகிறீர்கள்.

"நான் ஒழுங்கமைப்புடன் இருக்கிறேன், என் வாழ்க்கை என் கட்டுப்பாட்டில் உள்ளது. நான் ஒரு வெற்றியாளன்! நான் ஆரோக்கியமானவன், ஆற்றல்மிக்கவன், உற்சாகமிக்கவன். நான் என் இலக்கை நோக்கிச் செல்லப் போகிறேன். எதனாலும் இப்போது என்னைத் தடுத்து நிறுத்த முடியாது. நான் யாராக இருக்கிறேனோ, அதை நான் விரும்புகிறேன். நான் ஒத்திசைவாக இருக்கிறேன். என்னிடம் உறுதியும், துடிப்பும், சுயநம்பிக்கையும் உள்ளன. நான் தேர்ந்தெடுக்கும் வாழ்க்கையை நான் வாழ்கிறேன். சரியானவற்றையே நான் தேர்ந்தெடுக்கிறேன்!" போன்ற வார்த்தைகள் நான்காம் நிலை சுயபேச்சில் அடங்கும். புகைபிடிக்கும் பழக்கத்திலிருந்து விடுபட்டுள்ள, நான்காம் நிலையில் இருக்கின்ற ஒருவர், "நான் புகைபிடிப்பதில்லை! என் நுரையீரல்கள் சுத்தமாகவும் ஆரோக்கியமாகவும் இருக்கின்றன. எனக்குத் தீங்கிழைக்கின்ற அல்லது ஏதோ ஒரு வழியில் என்னைத் தடுத்து நிறுத்துகின்ற எந்தப் பழக்கமும் என்னிடம் இல்லை," என்று கூறுவார்.

கடந்தகால முதல்நிலை சுயபேச்சுடன் போராடுவதற்குப் பதிலாக, நான்காம் நிலை சுயபேச்சாளர் தனது பிரச்சனைகளையும் வாய்ப்புகளையும் முற்றிலும் புதிய, ஆக்கபூர்வமான, சுயதூண்டுதல் வழியில் கையாள்கிறார். கடந்தகாலத்தில் காலம் தாழ்த்தும் பழக்கத்தைக் கொண்டிருந்த நபர் இப்போது, "குறிப்பிட்ட நேரத்தில் நான் செய்ய வேண்டிய அனைத்தையும் சரியாக அந்த நேரத்தில் செய்து முடிக்கிறேன். விஷயங்களைச் செய்து முடிப்பதில் நான் மகிழ்ச்சி கொள்கிறேன். குறித்த நேரத்திலும் சரியான விதத்திலும் அவற்றைச் செய்வது எனக்கு மகிழ்ச்சி அளிக்கிறது," என்று கூறுகிறார். கடந்தகாலப் பிரச்சனை, தொடர்ச்சியான அன்றாட வெற்றியாக மாறுகிறது. "பெயர்களை ஒருபோதும் என்னால்

நினைவில் வைக்க முடிவதில்லை," என்று கூறுவதற்குப் பதிலாக, நான்காம் நிலையைச் சேர்ந்த சுயபேச்சாளர், "நான் சிறந்த நினைவாற்றலைக் கொண்டுள்ளேன்! மக்கள் எனக்கு முக்கியமானவர்கள். நான் தேர்ந்தெடுக்கின்ற எந்தவொரு பெயரையும் எனக்குத் தேவையான நேரத்தில் என்னால் நினைவுகூர முடிகிறது," என்று கூறுகிறார்.

நான்காம் நிலை சுயபேச்சு நேர்மறையானது, முதல்நிலை சுயபேச்சிற்கு நேரெதிரானது. இது 'என்னால் முடியாது' என்ற நிராதரவான புலம்பலை, 'என்னால் முடியும்' என்ற துடிப்பான வாசகத்தால் மாற்றியமைக்கிறது. நான்காம் நிலை சுயபேச்சு நமக்கு உத்வேகமூட்டுகிறது, நம்மை ஊக்குவிக்கிறது, தூண்டுகிறது, நமக்குக் கோரிக்கை விடுக்கிறது, நம் இதயத்தைப் பிடித்திழுக்கிறது, நமது நம்பிக்கைகளைச் சுடர்விடச் செய்கிறது, நமது கனவுகளுக்கு வண்ணம் கொடுக்கின்ற படங்களைத் தீட்டுகின்றது. அது நம்மை உற்சாகப்படுத்தி, நம்மிடம் அதிகமாக வலியுறுத்தி, நம்மை முன்னுக்குத் தள்ளுகிறது. நமது உத்வேகத்திற்கும் மனஉறுதிக்கும் வலுவூட்டுகிறது. நமது பயங்களோடு போரிட்டு, இறுதியில் வெற்றியாளர்களாக வெளிவருவதற்கு இந்த சுயபேச்சு நமக்கு சவால்விடுகிறது. நாம் நடவடிக்கை எடுப்பதற்கு நம்மைத் தூண்டுவதும், நம் மனத்தை சுயநம்பிக்கையால் நிரப்புவதும், வெற்றிப் படியில் நம்மைக் கால் பதித்து நிற்கச் செய்வதும் இந்த சுயபேச்சுதான்.

பாதகமான விஷயம் எதுவென்று கூறுங்கள், பிரச்சனையை விவரியுங்கள். அப்போது அவற்றை உருவாக்கிய சுயபேச்சை உங்களால் கண்டுபிடிக்க முடியும். ஆனால் நீங்கள் கூறுகின்ற ஒவ்வோர் எதிர்மறையான சுயபேச்சிற்கும், அதை முறியடிக்கின்ற, மாற்றியமைக்கின்ற, பிரச்சனையைத் தீர்க்கின்ற, அதைச் சரியாக்குகின்ற ஒரு நேர்மறையான சுயபேச்சு உள்ளது.

சக்திவாய்ந்த, தனிச்சிறப்புக் கொண்ட, மறுபயிற்றுவிப்பு செய்கின்ற நான்காம் நிலை சுயபேச்சிற்கான நூற்றுக்கணக்கான எடுத்துக்காட்டுகள் இருக்கின்றன: "நான் ஒரு வெற்றியாளன். என்மீது நான் நம்பிக்கை கொண்டுள்ளேன். நான் என்னை மதிக்கிறேன். நான் யாராக இருக்கிறேனோ அதையும் நான் மதிக்கிறேன். என் வாழ்வில் வெற்றி பெற வேண்டும் என்று நான் தீர்மானித்திருக்கிறேன், அதைத்தான் நான் செய்து கொண்டிருக்கிறேன்!" உங்கள் எஞ்சிய வாழ்நாள் முழுவதும்

இந்த வகையான சுயபேச்சை உங்களுக்குப் பக்கத்துணையாகக் கொண்டு வாழ்வதாக உங்களால் கற்பனை செய்ய முடிகிறதா? இந்த அறிவுறுத்தல்கள் உருவாக்கக்கூடிய பயிற்றுவிப்பைப் பற்றி சிந்தித்துப் பாருங்கள். இது உங்களுக்கானது. ஒரு சிறந்த வழியைத் தேர்ந்தெடுப்பதற்கான உங்கள் கணம் இது. வாழ்வில் மிகச் சிறப்பானவற்றைப் பெறுவதற்கு நீங்கள் தகுதியானவர்தான். நீங்கள் அது குறித்து ஏதேனும் செய்வதற்கான நேரம் வந்துவிட்டது!

ஐந்தாம் நிலை சுயபேச்சு - சுயபிரகடன நிலை

இந்த நிலையிலான சுயபேச்சு பல்லாயிரக்கணக்கான ஆண்டுகளாகப் பேசப்பட்டு வந்துள்ளது. இதை ஊக்குவித்தப் பண்டைய மதங்களைப்போலவே இது பழமையானது. கடவுளுடனான 'ஐக்கியம்' பற்றிய சுயபேச்சு இது. இந்த நிலையிலான சுயபேச்சு, உலகத்தின் பௌதீகப் பொருட்களைக் கடந்து சென்று, நம் இருத்தலுக்கு ஓர் அர்த்தத்தைக் கொடுக்கின்ற, தெய்வீகமான பிரபஞ்சத் தொடர்பான நமது ஆன்மாவின் ஒற்றுமை குறித்துப் பேசுகிறது. சக மனிதர்களுடன் வாழ்ந்து கொண்டிருக்கின்ற, ஆனால் அதற்கு அப்பால் ஒரு பெரிய வெகுமதியைத் தேடிக் கொண்டிருக்கின்றவர்களின் சுயபேச்சு இது.

"நான் பிரபஞ்சத்துடன் ஒன்றரக் கலந்தவன். நானும் பிரபஞ்சமும் ஒன்று. நான் அதன் ஒரு பகுதி, நான் அதனுள் உறைகிறேன், தெய்வீக நற்குணம் எனும் வான்வெளியில் ஓர் ஒளிவீசும் சுடராக நான் இருக்கிறேன்," போன்ற வார்த்தைகள் இந்த நிலையிலான சுயபேச்சில் உள்ளடங்குகின்றன. அவை அழகான வார்த்தைகள், அர்த்தமுள்ள வார்த்தைகள்.

நீங்கள் இன்று கையாள வேண்டிய முக்கியமான விஷயங்கள் இருக்கின்றன. எனவே, மூன்றாம் மற்றும் நான்காம் நிலை சுயபேச்சைப் பயன்படுத்தத் துவங்குமாறு நான் உங்களை வலியுறுத்திக் கேட்டுக் கொள்கிறேன். ஐந்தாம் நிலை சரியான நேரத்தில் உங்களை வந்தடையும். இப்போதைக்கு, குறித்த நேரத்தில் நீங்கள் வேலை செய்வதற்கும், உங்களுடைய குடும்பத்தினருடனான உறவை வளப்படுத்திக் கொள்வதற்கும், இந்த வாழ்வில் அடிப்படையான விஷயங்களை முறையாகப் பெறுவதற்கும் உதவக்கூடிய சுயபேச்சைக் கற்றுக் கொள்ளுங்கள்.

உங்களால் இக்கணத்தில் துவக்க முடியும்

இரண்டு நிலைகளிலான சுயபேச்சை நீங்கள் முதலில் கற்றுக் கொண்டாக வேண்டும். இரண்டு நிலைகளிலான சுயபேச்சை நீங்கள் மறந்தாக வேண்டும். இக்கணத்தில் துவங்கி, முதல்நிலையிலும் இரண்டாம் நிலையிலும் நீங்கள் பயன்படுத்தி வந்துள்ள சுயபேச்சைப் பயன்படுத்துவதை உடனடியாக நிறுத்திவிடுங்கள். நீங்கள் தொடர்ந்து அவற்றைப் பயன்படுத்துவதற்கு எந்தக் காரணமும் இல்லை. அந்த இரண்டு வகையான எதிர்மறை சுயபேச்சை நிறுத்திவிட்டு, மூன்றாவது மற்றும் நான்காவது நிலைகளின் சுயபேச்சைப் பயன்படுத்தத் துவங்குங்கள்.

இவ்விரு நிலைகளின் சுயபேச்சுதான் உங்களை முடுக்கிவிட்டு, நீங்கள் மாற்ற விரும்புவதை மாற்றி, உங்கள் வழியில் குறுக்கே நிற்கின்ற வெறுப்பூட்டும் தடைச் சுவர்களிலிருந்து உங்களை வெகுதூரம் கூட்டிச் சென்று, உங்கள் கனவுகள் நிறைவேறுவதற்கான பாதையில் நீங்கள் முன்னேறி செல்வதற்கு உங்களுக்கு உதவும். புதிய சுயபேச்சை நீங்கள் இயல்பாகப் பயன்படுத்துவது எப்படி என்பதற்கான படிப்படியான அறிவுறுத்தல்கள் பின்வரும் அத்தியாயம் ஒன்றில் கொடுக்கப்பட்டுள்ளது.

10

நேர்மறைச் சிந்தனையில் உள்ள நடைமுறைச் சிக்கல்

இந்த நூற்றாண்டில் வெளிவந்துள்ள சுயஉதவிப் புத்தகங்களில் குறிப்பிடப்பட்டுள்ள மிகச் சிறந்த யோசனைகளில் ஒன்று நேர்மறைச் சிந்தனை எனும் கோட்பாடாகும். வாழ்க்கையையே மாற்றக்கூடிய சாத்தியக்கூறு கொண்ட ஒரு கோட்பாடு அது. ஆனாலும், சில சமயங்களில் இது கோட்பாட்டுரீதியாகச் சிறப்பாகச் செயல்படுகிறதே அன்றி, நடைமுறையில் அவ்வளவாகப் பலனளிப்பதில்லை. நீங்கள் இன்று தெருவில் நடந்து சென்று, உங்கள் எதிரே வரும் பத்துப் பேரிடம், "நேர்மறைச் சிந்தனையில் உங்களுக்கு நம்பிக்கை இருக்கிறதா?" என்று கேளுங்கள். அவர்களில் பெரும்பாலானவர்கள், "ஆமாம்," என்று கூறுவார்கள். சிலர், "அது ஒரு சிறந்த யோசனை என்று நான் நினைக்கிறேன். ஆனால் அது எனக்குப் பலனளிப்பதில்லை. மற்றவர்களுக்கு அது பலனளித்துள்ளதை நான் அறிவேன்," என்று கூறுவர். நேர்மறைச் சிந்தனை ஏன் எல்லோருக்கும் வேலை செய்வதில்லை?

நேர்மறையாகச் சிந்திப்பதைப் பற்றிய பல மாபெரும் புத்தகங்களைப் படித்தது பல்லாயிரக்கணக்கான மக்களுக்கு உதவியுள்ளது. அவர்களில் பலர், தங்கள் வாழ்வில் ஏதேனும் ஒரு பிரச்சனையைத் தீர்க்க விரும்பியபோது, இப்புத்தகங்களின்

பக்கங்களைப் புரட்டிப் பார்த்துத் தங்களுக்குத் தேவையான ஊக்குவிப்பையும் தீர்வுகளையும் கண்டனர். நான் பதினாறு வயதுச் சிறுவனாக இருந்தபோது டாக்டர் நார்மன் வின்சென்ட் பீலின் 'நேர்மறைச் சிந்தனையின் வியத்தகு சக்தி' என்ற புத்தகத்தை முதன்முதலில் படித்தேன். அதைப் படித்தப் பலரைபோலவே, அப்புத்தகம் ஒருமுறைக்கு மேல் படிக்கப்பட வேண்டிய ஒன்று என்பதை நான் கண்டுகொண்டேன்.

நேர்மறைச் சிந்தனை குறித்தச் சரியான விஷயங்களையும் சரியில்லாத விஷயங்களையும் பற்றி என்னுடைய கருத்தரங்களிலும் பயிற்சிகளிலும் நான் விவாதிக்கும்போது, அக்கோட்பாட்டை முழுமையாக நம்பிக் கடைபிடிக்கின்ற ஒருவர் பார்வையாளர்கள் மத்தியில் நிச்சயமாக இருப்பார். 'நேர்மறையாக' இருக்கும் ஒன்றை எவ்வாறு நான் கேள்வி கேட்கலாம் என்று அவர் எனக்கு சவால் விடுவார். நானே ஒரு வகையான நேர்மறைச் சிந்தனையைத்தானே கற்றுக் கொடுக்கிறேன்?

தங்கள் சிந்தனையை மாற்றுவதன் மூலம் வாழ்வில் சிறந்து விளங்குவதற்கு மக்களுக்குப் பெரும் உதவிகரமாக உள்ள ஓர் அற்புதமான கோட்பாடுதான் நேர்மறைச் சிந்தனை. நம் வாழ்வில் ஒரு பெரும் மாற்றத்தை ஏற்படுத்துவதற்கு உதவக்கூடிய கோட்பாடுகளில் ஒன்று அது. இது நம் வாழ்வில் நம்மை வெகுதூரம் கூட்டிச் செல்கிறது என்பதை மறுப்பதற்கில்லை, ஆனால் இது முழுமையாக நம்முடன் வருவதில்லை. இது ஒரு பெரிய பள்ளத்தாக்கைத் தொண்ணூறு சதவீதம் கடப்பதைப் போன்றது.

இனிமேல் ஒருபோதும் எதிர்மறையாகச் சிந்திப்பதில்லை என்றும், வாழ்நாள் முழுவதும் இனி நேர்மறையாக மட்டுமே சிந்திப்பது என்றும் நான் மேற்கொள்ளும் ஒரு தீர்மானம் ஒரு குறிப்பிட்டக் காலம்வரை வேலை செய்கிறது, ஆனால் நிரந்தரமாகப் பலனளிக்காதது ஏன்? ஏனெனில், நம் ஆழ்மனத்தில் ஏற்கனவே பதிவு செய்யப்பட்டுள்ள பழைய எதிர்மறையான பயிற்றுவிப்பு, தன்னோடு ஒத்துப் போகாத இப்புதிய தகவலை நம்பாமல் இருப்பதற்குப் பயிற்றுவிக்கப்பட்டுள்ளது. இனிமேல் நீங்கள் கூறவிருக்கின்ற சரியான விஷயங்களுக்கான ஒரு திட்டவட்டமான புதிய சொல்லகராதியை உங்கள் ஆழ்மனத்திற்குக் கொடுக்காமல், இன்றிலிருந்து நீங்கள் எதிர்மறையாகச் சிந்திக்கப் போவதில்லை

என்று நீங்கள் உங்களிடம் கூறினால், விரைவில் நீங்கள் உங்கள் எதிர்மறையான சிந்தனைப் பழக்கத்திற்குத் திரும்பி வந்துவிடுவீர்கள்.

அதனால்தான் ஒரு நேர்மறைச் சிந்தனையாளராக இருப்பதென்ற தீர்மானம் குறுகிய காலம் மட்டுமே சிறப்பாகச் செயல்படுகிறது. துவக்கத்தில் அது ஒரு மாபெரும் யோசனையைப்போல் தோன்றும். ஆனால் அது பெரும்பாலும் தொடர்ந்து அவ்வாறு செயல்படுவதில்லை. எதைப் பற்றியும் நேர்மறையாகச் சிந்திப்பது குறித்து முற்றிலுமாக நம்பிக்கை இழந்துவிட்டப் பலரை நான் அறிவேன். ஏனெனில், அவர்கள் நேர்மறைச் சிந்தனையைச் சிறிது காலம் முயற்சித்துப் பார்த்துவிட்டு, அதை நிறுத்தியவர்கள். அவர்களுடைய பழைய பயிற்றுவிப்புதான் அதற்குக் காரணம். நேர்மறைச் சிந்தனை வேலை செய்யாமல் போனபோது அவர்களுக்கு ஏற்பட்ட ஏமாற்றம், நேர்மறைச் சிந்தனையானது கனவு காண்பவர்களுக்கு மட்டுமே என்றும், அது தங்களுக்கு அல்ல என்றும் அவர்களை நம்ப வைத்தது.

ஆனால் நேர்மறைச் சிந்தனை பலனளிக்கும். நாம் தவிர்க்க வேண்டும் என்று கூறப்படுகின்ற எதிர்மறையான எண்ணங்களை அவற்றுக்கு நேரெதிரான எண்ணங்களால் உடனடியாக மாற்றியமைப்பதன் மூலமாக மட்டுமே இது சாத்தியம்.

உங்களுடைய மனவீடு

உங்கள் எண்ணங்களுடன் நீங்கள் வசிக்கின்ற இடமான உங்கள் 'மனவீட்டை' ஒரு கணம் கற்பனை செய்யுங்கள். உங்களைப் பற்றியும் உங்களைச் சுற்றி இருக்கும் உலகத்தைப் பற்றியும் நீங்கள் சிந்திக்கும் அனைத்தாலும் அந்த மனவீடு அலங்கரிக்கப்பட்டுள்ளது, அதாவது, உங்களுடைய எண்ணங்களால் அலங்கரிக்கப்பட்டுள்ளது. இந்த அறையை அலங்கரிக்கும் பல பொருட்கள் வேறொருவரிடமிருந்து நாம் பெற்றவையே. நம்முடைய பெற்றோர்கள், நண்பர்கள், ஆசிரியர்கள், மற்றும் இன்னும் பிறரிடமிருந்து நமக்குக் கிடைத்தப் பழைய எதிர்மறைச் சிந்தனை வழிதான் அது. இவர்கள் அனைவரும் நமது ஆழ்மனத்தை எதிர்மறையாகப் பயிற்றுவிப்பதற்கு உதவி வந்துள்ளனர். அவர்கள் கொடுத்த

வீட்டு அலங்காரப் பொருட்களை நாம் பத்திரமாக நமது மனவீட்டில் வைத்துப் பயன்படுத்தி வருகிறோம்.

நம் மனவீட்டில் உள்ள பெரும்பாலான அலங்காரப் பொருட்கள் (எதிர்மறை எண்ணங்கள்), கடந்தகாலத்தில் பிறரால் நமக்குக் கொடுக்கப்பட்டவையாக இருப்பதால், நாளாக நாளாக அவை நைந்து போய்விடுகின்றன. பழைய கந்தல் சோபா தொய்வுற்றும் தேய்ந்துபோயும் உள்ளது. நாற்காலிகள் உடைந்துபோயும் ஆட்டங்கண்டும் உள்ளன. சுவர்களில் மாட்டப்பட்டுள்ள படங்கள் நிறமிழந்து, களையிழந்து, கோணலாகத் தொங்கிக் கொண்டிருக்கின்றன. சமையலறை மேடை கோணலாகவும், பாத்திரங்கள் நெளிந்துபோயும் கீறல் விழுந்தும், கோப்பைகள் கைப்பிடியின்றியும் உள்ளன. கட்டில் கரையான் அரித்துப் போயுள்ளது. தரையில் விரிக்கப்பட்டுள்ள கம்பளத்தில் ஆங்காங்கு ஓட்டைகளும் ஒட்டுக்களும் இருக்கின்றன. இவ்வளவு அலங்கோலமான அலங்காரப் பொருட்களுக்கிடையே ஒரே ஒரு புதிய அலங்காரப் பொருள் (ஏதோ ஒரு நேர்மறையான எண்ணம்) பொருத்தமற்றதாகத் தெரியும். அப்படியே அங்கொன்றும் இங்கொன்றுமாக ஓரிரு நல்ல பொருட்கள் இருந்தாலும்கூட, இந்த அலங்கோலங்களுக்கு இடையே அவை கண்டுகொள்ளப்படாமல் போய்விடுகின்றன.

நான் உங்கள் வீட்டிற்கு வந்து, இந்தப் பழைய அலங்காரப் பொருட்களையெல்லாம் உங்கள் மனவீட்டிலிருந்து அகற்றுவதற்கு உதவ ஒப்புக் கொள்வதாக வைத்துக் கொள்வோம். உங்களது எதிர்மறைச் சிந்தனையை ஒரேயடியாக உங்களிடமிருந்து களைவதற்கு நான் உங்களுக்கு உதவப் போவதாக நான் உங்களிடம் கூறுகிறேன். எனவே நாளை மதியம் நாலரை மணிக்கு நான் உங்கள் வீட்டிற்கு வருகிறேன். உங்களிடம் உள்ள பழைய பொருட்களை நாம் இருவருமாகச் சேர்ந்து உங்கள் வீட்டிற்கு வெளியே கொண்டு வந்து, பழைய சாமான்களைப் போட்டு வைக்கும் ஒரு கிடங்கில் நாம் அவற்றைக் கொண்டு போய்ப் போடத் துவங்குகிறோம். மேசை, நாற்காலி, சோபா, கம்பளம், பாத்திரம், படுக்கை போன்ற ஒவ்வொன்றையும் நாம் உங்கள் வீட்டிலிருந்து அகற்றுகிறோம். பழைய எதிர்மறை நம்பிக்கைகள் அனைத்தையும் நாம் அங்கிருந்து நீக்கி, கண்ணுக்கு எட்டாத ஓர் இடத்தில் அவற்றை வைத்துவிடுகிறோம்.

ஆறு மணிக்கு நாம் உங்கள் வீட்டை முழுவதுமாக சுத்தப்படுத்திவிடுகிறோம். பிறகு நான் உங்களிடமிருந்து விடைபெற்றுக் கொள்கிறேன். நான் உங்கள் வீட்டிலிருந்து புறப்பட்டுச் சென்ற பிறகு, நீங்கள் உங்கள் மனவீட்டின் நடுவில் நின்று கொண்டு சுற்றுமுற்றும் பார்க்கிறீர்கள். அது காலியாகவும் அப்பழுக்கற்றும் இருக்கிறது. எந்தவோர் எதிர்மறை எண்ணமும் அங்கு இல்லை. சோபாக்கள், படங்கள், புத்தகங்கள், நாற்காலிகள் என்று எதுவும் கண்ணில் படவில்லை. மீண்டும் சுற்றுமுற்றும் பார்த்துவிட்டு, "பிரமாதம்! என்னுடைய பழைய சிந்தனைகள் அனைத்தையும் நான் களைந்துவிட்டேன். இனிமேல் என்னால் ஒரு நேர்மறைச் சிந்தனையாளனாக இருக்க முடியும்," என்று நீங்கள் நினைக்கிறீர்கள்.

இப்போது மாலை ஆறு மணி. உங்கள் மனவீட்டைச் சுற்றி நீங்கள் நடக்கிறீர்கள். பிறகு சிறிது நேரம் உட்காருகிறீர்கள். பிறகு மீண்டும் நடக்கிறீர்கள். சிறிது நேரம் கழித்து, அந்தக் காலியான வீட்டில் வெறுமனே தனியாக ஓரிரு மணிநேரம் செலவிட்டப் பிறகு, நீங்கள் என்ன செய்வீர்கள் என்று நீங்கள் நினைக்கிறீர்கள்? உங்கள் பழைய சாமன்கள் இருக்கும் கிடங்கிற்குச் சென்று முதலில் ஒரு நாற்காலியை எடுத்து வருவீர்கள். சிறிது நேரம் கழித்து, மீண்டும் ஒருமுறை அந்தக் கிடங்கிற்குச் என்று ஒரு மேசையை எடுத்து வருவீர்கள். அதன் பிறகு இன்னும் ஓரிரு பாத்திரங்களை எடுத்து வருவீர்கள்.

நாம் பெரும்பான்மையான நேரம் எந்த எண்ணங்களுடன் வாழ்ந்து வந்திருக்கிறோமோ, அவற்றுடன் வாழ்வது நமக்கு சௌகரிமாக இருக்கிறது. அந்த எண்ணங்கள் நமக்குச் சிறந்த பலனளிப்பவையா இல்லையா என்பது இங்கு ஒரு பொருட்டல்ல. ஆனால் நமக்குத் தெரிந்ததெல்லாம் அந்த எண்ணங்கள் மட்டுமே, அவற்றுடன் இருக்கும்போதுதான் நாம் பாதுகாப்பாக உணர்கிறோம். இரவு ஒன்பது மணிக்குள் நீங்கள் உங்கள் பழைய துருப்பிடித்தத் தொலைக்காட்சியைக்கூடக் கொண்டு வந்திருப்பீர்கள். பழைய, துருப்பிடித்த, தொய்ந்து போயுள்ள எதிர்மறை எண்ணங்கள் அனைத்தையும் ஒவ்வொன்றாக நீங்கள் உங்கள் மனவீட்டிற்குள் மீண்டும் கொண்டுவரத் துவங்குவீர்கள். உங்களுடைய பழைய அலங்காரப் பொருட்களை உங்கள் வீட்டிலிருந்து அகற்றுவதற்கு நான் உங்களுக்கு உதவியபோது, உங்கள் மனவீட்டை அலங்கரிப்பதற்கு அவற்றுக்குப் பதிலாக வேறு புதிய

பொருட்களை நான் உங்களுக்குக் கொடுக்கவில்லை. அதாவது, உங்களுடைய பழைய எதிர்மறை எண்ணங்களுக்குப் பதிலாக உங்கள் மனத்தில் கொலுவேற்ற எந்தவொரு புதிய நேர்மறையான எண்ணத்தையும் நான் உங்களுக்குக் கொடுக்கவில்லை.

எதிர்மறையாகச் சிந்திப்பதை நிறுத்துவதென்று நீங்கள் தீர்மானிக்கும்போது, புதிய நேர்மறைச் சொற்கள் உங்கள் அகராதியில் இல்லையென்றால், நீங்கள் மீண்டும் உங்களுடைய பழைய எதிர்மறை சுயபேச்சிற்குத் திரும்பிவிடுவீர்கள், உங்கள் பழைய சௌகரிய நிலையை நாடுவீர்கள். உங்கள் பழைய சாமான்களைக் கிடங்கில் போட்டுவிட்டப் பிறகு, அவற்றுக்குப் பதிலாகப் புதிய பொருட்களை நீங்கள் வாங்கவில்லை என்றால், மூன்று வாரங்கள் கழித்து நான் உங்களை வந்து பார்த்தால், உங்களுடைய பழைய சாமான்கள் மீண்டும் உங்கள் வீட்டில் கொலுவேற்றப்பட்டிருக்கும். நீங்கள் அப்பொருட்களை உங்கள் வீட்டில் இடம் மாற்றி அலங்கரித்திருப்பீர்கள், ஆனால் எப்படியிருந்தாலும் அவை பழைய பொருட்கள்தான். உங்களிடம் முதலில் இருந்த பழைய பயிற்றுவிப்புதான் அவை.

பழையன கழிதல், புதியன புகுதல்

அதற்குப் பதிலாக, நான் உங்கள் கதவைத் தட்டி, வீட்டிலிருந்து வெளியே வருமாறு நான் உங்களை அழைப்பதாக வைத்துக் கொள்வோம். நீங்கள் இதுவரை கற்பனை செய்து பார்த்திராத மிக அழகிய அலங்காரப் பொருட்கள் நிரம்பிய ஒரு புதிய லாரி உங்கள் வீட்டிற்கு வெளியே நிற்கிறது. அடுத்த இரண்டு அல்லது மூன்று மணிநேரத்திற்கு, அந்தப் புதிய பொருட்களை உங்கள் வீட்டிற்குள் கொண்டு செல்வதற்கு நான் உதவுகிறேன். அதாவது, உங்களது புதிய நேர்மறை சுயபேச்சை உங்கள் மனவீட்டிற்குள் கொண்டு செல்ல நான் உங்களுக்கு உதவுகிறேன். இப்போது, நாம் அந்தப் பழைய எதிர்மறைப் பொருட்களைக் கிடங்கில் சேமித்து வைக்க மாட்டோம். மாறாக, அவற்றை ஒரு குவியலாக்கி, அக்குவியலுக்கு நெருப்பு மூட்டிவிடுவோம். அப்பொருட்களை நாம் ஒழித்துவிடுகிறோம். உங்களுடைய பழைய அலங்காரப் பொருட்களை வேறு யாருக்கும் கொடுக்காதீர்கள். உங்களுடைய பழைய எதிர்மறை சுயபேச்சை வேறு யாருடைய மனத்திலும் திணிக்காதீர்கள்.

இம்முறை நான் உங்கள் வீட்டைவிட்டுப் புறப்படும்போது, உங்கள் மனவீட்டைச் சுற்றி நடந்து பாருங்கள். உங்கள் கண்களுக்குக் குளிர்ச்சி தரும் எப்பேற்பட்டக் காட்சி அது! ஒரு சமயத்தில், சிதைந்துபோன நம்பிக்கைகளும் உடைந்துபோன கனவுகளும் நிரம்பி வழிந்த ஓர் இடம் இப்போது நீங்கள் ஒரு புதிய பிறவி எடுப்பதற்கான பிரகாசமான புதிய துவக்கங்களால் நிரம்பி வழிகின்றது. புதிய அலங்காரப் பொருட்கள் சுய உறுதி எனும் வலிமையான கால்களில் நிற்கின்றன. விரக்தியையும் நம்பிக்கையின்மையையும் உற்சாகத்தாலும் நம்பிக்கையாலும் நீங்கள் இடமாற்றம் செய்திருக்கிறீர்கள்.

நேர்மறைச் சிந்தனை இவ்வாறுதான் வேலை செய்ய வேண்டும். வெறுமனே நேர்மறைச் சிந்தனையில் நம்பிக்கை கொள்வதற்கும், உண்மையிலேயே அதை உங்கள் வாழ்வில் உருவாக்குவதற்கும் இடையேயான வித்தியாசம் இதுதான். பழையவற்றைத் தூர எறிவது இன்றியமையாததுதான், ஆனால் அவற்றுப் பதிலாகப் புதிய வார்த்தைகளையும் புதிய எண்ணங்களையும் உட்புகுத்துவதும் இன்றியமையாததுதான்.

கடந்தகாலத்தில் நமக்கு இருந்த பிரச்சனை, நேர்மறையான வார்த்தைகளை யாரும் நமக்குக் கொடுக்காததுதான். நாம் மிகச் சிறப்பாகக் கற்றுக் கொண்டுள்ள எதிர்மறைப் பயிற்றுவிப்பைக் களைவதற்கு நமக்குத் தேவையான வார்த்தைகள் அடங்கிய சொல்லகராதியை யாரும் நமக்குக் கொடுக்கவில்லை. நேர்மறைச் சிந்தனை சிறப்பாகப் பலனளிக்க வேண்டும் என்றால், சரியான சுயபேச்சு இன்றியமையாதது. அது இல்லையென்றால், நம்மில் பெரும்பாலானவர்களுக்கு, நேர்மறைச் சிந்தனையானது வெறும் பகற்கனவாக மட்டுமே இருந்துவிடும். இப்படி வெறுமனே ஆசைப்படுவது, “என்னால் செய்ய முடிந்தால் நன்றாக இருக்கும், ஆனால் என்னால் முடியாது,” என்று கூறுவதற்கு ஒப்பானது. “என்னால் முடியாது” என்பது நமக்கு எதிராகச் செயல்படுகின்ற முதல்நிலை சுயபேச்சு ஆகும்.

நேர்மறைச் சிந்தனை என்பது சிறப்பாகச் சிந்திப்பதற்கும், சிறப்பாக வாழ்வதற்கும், நம்மைப் பற்றிச் சிறப்பாக உணர்வதற்குமான ஓர் உற்சாகம் தருகின்ற கோட்பாடாகும். அது சுயமாக ஒரு குறிப்பிட்டக் காலம்வரை பலனளிக்கும். சரியான சுயபேச்சு வார்த்தைகள் அதனுடன் சேர்ந்து கொண்டால், இன்னும் கூடுதல் காலம் அது பலனளிக்கும்.

நம்முடைய இலக்குகளை அடைவதற்கு நமது மனத்தைத் தயார்படுத்த வேண்டும் என்றால், வெறுமனே கேட்பதற்கு நன்றாக இருக்கின்ற ஒரு வழிமுறையாக மட்டுமல்லாமல், பலனளிக்கக்கூடிய ஒரு வழிமுறையை நாம் தேடிக் கண்டுபிடிக்க வேண்டும். அது தொடர்ந்து பலனளிக்கும் ஒன்றாக இருக்குமாறு நாம் பார்த்துக் கொள்ள வேண்டும். அது அவ்வாறு பலனளிக்கவில்லை என்றால், நாம் நம் இலக்கை அடையத் தவறிவிடுவோம். பின்னர், விஷயங்கள் ஏன் நம் வாழ்வில் சரிவர நடைபெறுவதில்லை என்று வியந்து கொண்டிருப்போம்.

ஒரு நேர்மறைச் சிந்தனையாளராக இருப்பதென்று விரும்புவது மட்டும் போதாது. ஒரு நேர்மறையான மனப்போக்கைக் கொண்டிருப்பதென்று தீர்மானிப்பது மட்டும் போதாது. மனித மூளை, "எனக்கு இன்னும் அதிகமாகக் கொடு. எனக்கு வார்த்தைகளைக் கொடு. திசைகளையும், கட்டளைகளையும், படத்தையும், அட்டவணையையும், உனக்கு விருப்பமான விளைவுகளையும் எனக்குக் கொடு. பிறகு நான் அதை உனக்குச் செய்கிறேன். வார்த்தைகளை எனக்குக் கொடு," என்று கூறுகிறது.

11
ஊக்குவிப்புக் குறித்த மாயைகள்

வானொலியில் கலந்துரையாடல் நிகழ்ச்சியை நடத்திக் கொண்டிருந்தவர், "இன்று என்னுடைய விருந்தினராக வந்திருப்பவர் ஓர் ஊக்குவிப்புப் பேச்சாளர் மற்றும் அத்துறையைச் சேர்ந்த ஒரு பிரபல எழுத்தாளர்," என்று தனது நேயர்களுக்குத் தெரிவித்துக் கொண்டிருந்தார். அவர் தன் அறிமுக உரையைக் கூறிவிட்டு, என்னை நோக்கித் திரும்பி, "ஷாட், பார்வையாளர்களை இவ்வுலகை வெற்றி கொள்ள உற்சாகமாகத் துள்ளிக் குதித்து எழச் செய்கின்ற ஊக்குவிப்பாளர்களில் நீங்களும் ஒருவரா?" என்று என்னிடம் கேட்டார். என்னுடைய பதில் அவரை ஆச்சரியப்படுத்தியது என்று நான் நினைக்கிறேன். "இல்லை, நான் அப்படிப்பட்டவன் இல்லை. வாஸ்தவத்தில், ஊக்குவிப்பின்மீது உண்மையிலேயே எனக்கு நம்பிக்கை இல்லை," என்று நான் பதிலளித்தேன்.

வானொலி நிகழ்ச்சியில் அவ்வளவு நீண்டநேர மௌனம் நிலவியது அதுதான் முதன்முறையாக இருந்திருக்கும் என்று நான் நினைக்கிறேன். ஊக்குவிப்பு எனும் அற்புதமான உலகத்தைப் பற்றிப் பேசுவதற்குத் தன்னைத் தயார்படுத்தி வந்திருந்த அவர், ஊக்குவிப்புப் பலனளிப்பதில்லை என்று தனது விருந்தினர் கூறப் போவதை உணர்ந்தார்.

ஆனால் நான் உங்களுக்கு ஒன்றைத் தெளிவாகச் சொல்லிக் கொள்ள விரும்புகிறேன். ஒருசில ஊக்குவிப்பு சிறப்பாகப் பலனளிக்கிறது என்பது உண்மைதான். ஆனால் 95 சதவீத ஊக்குவிப்பு எந்தவொரு பலனையும் விளைவிப்பதில்லை. ஒரு பெரிய சர்வதேச நிறுவனத்தின் பயிற்சித் துறை இயக்குனர் கூறிய ஒரு கருத்து என் நினைவில் உள்ளது. ஒரு தேசியப் பத்திரிகை அவரைப் பேட்டி கண்டது. பயிற்சியில், குறிப்பாகப் பெருநிறுவனங்கள் மற்றும் சிறுநிறுவனங்களில், புதிதாக என்ன நடைபெற்றுக் கொண்டிருந்தது என்பது குறித்து அந்தப் பேட்டி அமைந்திருந்தது. ஊக்குவிப்புப் பேச்சாளர்களை உரை நிகழ்த்த அழைப்பதை நிறுத்துவதென்று தனது நிறுவனம் தீர்மானித்திருந்ததாக அந்தப் பயிற்சித் துறை இயக்குனர் தெரிவித்தார். ஓர் ஊக்குவிப்புப் பேச்சானது மதிய வேளையில் சீன உணவை உண்பதைப் போன்றது என்றும், சாப்பிட்ட ஒரு மணிநேரத்திற்கு உள்ளாகவே மீண்டும் பசியெடுக்கும் என்றும் அவர் கூறினார். சீன உணவு பற்றி அவர் கூறியது உண்மையா இல்லையா என்று எனக்குத் தெரியாது, ஆனால் ஊக்குவிப்பைப் பொறுத்தவரை நிச்சயமாக அது உண்மை. பெரும்பாலான ஊக்குவிப்பு நம் நினைவில் இருப்பதே இல்லை.

இவ்வுலகில் பல்வேறு வகையான ஊக்குவிப்பு உள்ளது, பல்வேறு வகையான ஊக்குவிப்பாளர்கள் உள்ளனர். செல்வ வளங்கள் மற்றும் வெற்றி குறித்த மாயாஜாலமான காட்சிகளை உருவாக்கித் தங்கள் உற்சாகமிக்கப் பேச்சால் பார்வையாளர்களைக் கட்டிப் போடுகின்ற ஊக்குவிப்புப் பேச்சாளர்கள் ஒரு வகையினர். இரண்டு மணிநேரமாக அவர் தன் பார்வையாளர்களுக்கு ஒரு புதிய குறிக்கோள் குறித்த விழிப்புணர்வை ஊட்டி, அவர்களுடைய மட்டற்ற ஆற்றல் குறித்த ஒரு புதிய முன்னோக்கையும், நம்பிக்கை வைத்தால் அவர்களால் எந்தவொரு மலையின் உச்சியையும் அடைய முடியும் என்பதையும் எடுத்துரைத்து, அவற்றை அவர்களது மனத்தில் பதிய வைப்பார்.

இந்தப் பார்வையாளர்களுக்கு வாழ்க்கைக்கான ஒரு புதிய வாய்ப்புக் கிடைக்கிறது. ஆனால் அடுத்த நாளே அவர்கள் ஒரு புதிய நபராகத் தங்கள் வாழ்க்கையைத் துவக்க வேண்டும், எல்லாத் தடைகளையும் வெற்றி கொள்ள வேண்டும், தங்களது குறைபாடுகளைக் களைய வேண்டும், தங்கள் இலக்கின்மீது கவனத்தைக் குவித்து அதை நோக்கிச் செல்ல வேண்டும் என்று

அவர்களிடம் கூறப்படுகிறது. நான் விவரிப்பதுபோன்ற ஓர் ஊக்குவிப்புப் பேச்சை நீங்கள் கேட்டிருந்தால், நான் மிகவும் பணிவுடன் விவரிப்பதையும், அங்கு நடைபெறும் மனவசியத்தின் பிரம்மாண்டத்தை நான் சற்றுக் குறைத்துக் கூறுகிறேன் என்பதையும் நீங்கள் அறிவீர்கள்.

பெரும்பாலான நிறுவனங்களும் குழுக்களும் தங்கள் மக்களை ஊக்குவிப்பதற்கும், தங்களது கருத்தரங்குகள் மற்றும் விற்பனை சந்திப்புக்கூட்டங்களை பிரம்மாண்டமாகக் காட்டுவதற்கும், தங்கள் உறுப்பினர்கள் விற்பனையில் அதிக சாதனைகளைப் படைப்பதற்கும், பிரச்சனைகளை வேகமாகத் தீர்ப்பதற்கும், சாதனையில் புதிய சிகரங்களை எட்டுவதற்கும் இந்த வகையான ஊக்குவிப்பைச் சார்ந்துள்ளனர்.

பெரிய கருத்தரங்கு மையங்களில் நடைபெறும் ஊக்குவிப்புக் கூட்டங்கள் அமெரிக்கா நெடுகிலுமுள்ள நகரங்களில் நடைபெற்று வருகின்றன. ஒரு நாள் அல்லது இரண்டு நாட்கள் நடைபெறுகின்ற ஊக்குவிப்பு நிகழ்வுகள், சக்திவாய்ந்த ஊக்குவிப்பு மற்றும் உத்வேகக் கருத்துக்களால் தங்கள் வாழ்வை நிரப்ப விரும்புகின்ற, வெற்றிக்கான நிச்சயமான உத்திகளைக் கற்றுக் கொள்ள விரும்புகின்ற, வாழ்வின் மாபெரும் வெகுமதிகளை அடைவதற்கான ரகசியங்களைத் தெரிந்து கொள்ள விரும்புகின்ற பல ஆயிரக்கணக்கான பார்வையாளர்களைக் கவர்ந்திழுத்துள்ளன.

பிரபலமான சொற்பொழிவாளர்களும் சிறந்த பேச்சாளர்களும், நம்பிக்கையோடு வருகின்ற பார்வையாளர்களைத் தங்கள் உற்சாகமிக்கப் பேச்சால் கவர்கின்றனர், முகஸ்துதி செய்கின்றனர், கட்டிப் போடுகின்றனர், அவர்களது உச்சகட்ட ஆற்றல்மீது நம்பிக்கை கொள்ள வைக்கின்றனர். அவர்கள் தங்கள் பார்வையாளர்களை மயக்குகின்றனர், பரவசமடையச் செய்கின்றனர், வசியப்படுத்துகின்றனர், களிப்படையச் செய்கின்றனர். அப்பேச்சாளர்களும் சொற்பொழிவாளர்களும் எதற்காக அந்தக் கருத்தரங்கிற்கு வந்தனரோ, அந்த வேலையைக் கச்சிதமாகச் செய்கின்றனர்: அவர்கள் தங்கள் பார்வையாளர்களை ஊக்குவிக்கின்றனர்.

இந்த ஊக்குவிப்பாளர்கள் பொதுவாக நல்ல நோக்குடன்தான் செயல்படுகின்றனர். அவர்கள் மக்களைச் சிந்திக்க வைக்கின்றனர், கனவு காண வைக்கின்றனர்.

சராசரியான சாதனைகளைப் புரிகின்ற நபர்கள் சிறப்பான சாதனைகளைப் புரிவதற்கு அவர்களை ஊக்குவிக்கின்றனர். அவர்களது மனங்களைத் தூண்டுகின்றனர், புதிய யோசனைகள் அவர்களுக்குள் உருவாக உதவுகின்றனர், சில இலக்குகளை அமைக்கவும், பிரச்சனைகளைக் கையாளவும், முன்னேறிச் செல்லவும் அவர்களுக்கு ஊக்கமளிக்கின்றனர். இவ்வகையான ஊக்குவிப்பில் ஒரு பிரச்சனை இருக்கின்றது: இது வெளியிலிருந்து வருகின்ற ஊக்குவிப்பு என்பதால் இது நிரந்தரமாக நிலைப்பதில்லை.

வெளியிலிருந்து வருகின்ற தற்காலிகமான ஊக்குவிப்பு

வெளியிலிருந்து வருகின்ற அனைத்து ஊக்குவிப்பும் தற்காலிகமானது. இத்தகைய ஊக்குவிப்பு உங்களுக்கு விழிப்பூட்டக்கூடும், ஆனால் நீண்ட நேரம் உங்களை விழிப்புடன் வைத்திருக்காது. வெளியிலிருந்து வருகின்ற இந்த ஊக்குவிப்பு ஒரு மாற்றத்தை ஏற்படுத்துவதற்கு உங்கள்மீது தாக்கத்தை ஏற்படுத்தக்கூடும், ஆனால் அந்த ஊக்குவிப்பால் அந்த மாற்றத்தை ஏற்படுத்த முடியாது. ஊக்குவிப்பாளர் அங்கிருந்து சென்ற பிறகு, நீங்கள் கவனம் சிதறாமலோ அல்லது பாதை மாறிச் செல்லாமலோ இருப்பதை அந்த ஊக்குவிப்பால் உறுதி செய்ய முடியாது. வெளியிலிருந்து ஆதரிக்கின்ற, ஊக்குவிக்கின்ற, உங்களிடமிருந்து முயற்சியை எதிர்பார்க்கின்ற, உங்களுக்கு வெகுமதிகளை வழங்குகின்ற பயிற்றுவிப்பாளர் அது. ஆனால் அந்தப் பயிற்றுவிப்பாளர் போன பிறகு, அந்த ஆதரவும், ஊக்குவிப்பும், எதிர்பார்ப்பும், வெகுமதிகளும் அவருடனேயே போய்விடுகின்றன.

கோடைக்காலத்தில் உங்கள் உள்ளூரைச் சேர்ந்த கால்பந்து அணியில் சேர்ந்து நீங்கள் விளையாடுவதாக வைத்துக் கொள்வோம். உள்ளூரில் நடைபெறும் போட்டியில் வெற்றி பெறுவதை உங்கள் அணியினர் தங்கள் இலக்காகக் கொண்டுள்ளனர். மிகச் சிறந்த ஒரு பயிற்றுவிப்பாளர் அதிர்ஷ்டவசமாக உங்கள் அணிக்குக் கிடைத்திருக்கிறார். அவர் உங்களிடமிருந்து ஏராளமாக எதிர்பார்க்கிறார். அதே சமயம், அவர் தன் பங்குக்கு ஏராளமான ஊக்குவிப்பையும் உங்களுக்குக் கொடுக்கிறார். நீங்கள் கீழே விழும்போது அவர்

உங்களைக் கைதூக்கிவிடுகிறார், உங்களால் வெற்றி பெற முடியும் என்று நீங்கள் நம்புவதற்கு உங்களுக்கு உதவுகிறார், நீங்கள் சிறப்பாக விளையாடும்போது அதை அவர் உங்களுக்குச் சுட்டிக்காட்டுகிறார். அந்தச் சிறந்த ஊக்குவிப்பாளர் உங்கள் அணியை மிக உயர்ந்த நிலைக்குக் கூட்டிச் செல்கிறார். அவர் உங்கள் நண்பராகவும் மிகப் பெரிய ஆதரவாளராகவும் இருந்து வருகிறார். ஊக்குவிப்பிற்காக நீங்கள் அவரைச் சார்ந்து இருந்தீர்கள், அதை அவரிடமிருந்து நீங்கள் பெறவும் செய்தீர்கள்.

பிறகு கோடைக்காலம் முடிந்து, உங்கள் பயிற்றுவிப்பாளர் தன் ஊருக்குச் சென்றுவிடுகிறார். அவர் தன்னுடன் எதைக் கொண்டு செல்கிறார் என்று நினைக்கிறீர்கள்? உங்களுக்குக் கிடைத்த ஊக்குவிப்பைத்தான்! அவர்தான் உங்கள் ஊக்குவிப்பாக இருந்தார். இப்போது அவர் உங்களுடன் இல்லை. உங்கள் ஊக்குவிப்பை நீங்கள் வேறு எங்கிருந்தாவது பெற்றாக வேண்டும். ஏன்? ஏனெனில், அந்த ஊக்குவிப்பு வெளியிலிருந்து கிடைத்த ஒன்று. அது உங்களுக்கு வெளியே இருந்து உங்களிடம் வந்தது. அது தற்காலிக ஊக்குவிப்பு மட்டுமே.

வெளியிலிருந்து கிடைக்கின்ற ஊக்குவிப்பு அனைத்தும் இதே வழியில்தான் செயல்படுகிறது. தொடர்ந்து நமக்கு ஊக்குவிப்புக் கொடுக்கப்படும்போது நாம் சிறப்பாகச் செயல்படுகிறோம். அது நம்மிடமிருந்து எடுத்துக் கொள்ளப்படும்போது, அந்த ஊக்குவிப்பு நமக்குக் கிடைப்பதற்கு முன்பு எந்த நிலையில் இருந்தோமோ, மனத்தளவில் அந்த நிலைக்கு நாம் மீண்டும் திரும்பிச் சென்றுவிடுகிறோம். இச்செயல்முறையில் நாம் ஓரளவு முன்னேறியிருக்கக்கூடும், ஆனால் வேறொருவரின் ஆற்றலின் உதவியுடன்தான் நம்மால் முன்னேற முடிந்தது. அது நமது சொந்த ஆற்றல் அல்ல.

பல ஊக்குவிப்புச் சொற்பொழிவுகளுக்கு நம்பிக்கையோடு வரும் பார்வையாளர்கள் ஊக்கம் பெற்று, மனம் நிறைய உற்சாகத்துடன் உலகை வெற்றி கொள்ளப் புறப்பட்டு, அந்தச் சொற்பொழிவு முடிந்த பிறகு ஒருசில வாரங்களில், நாட்களில், அல்லது சில மணிநேரங்களில் அப்படியே உறைந்துபோய் நின்றுவிடுவது அதனால்தான். சொற்பொழிவைக் கேட்டுக் கொண்டிருந்தபோது அவர்களிடம் குடிகொண்டிருந்த உத்வேகம் தொடர்ந்து அவர்களிடம் நிலைத்திருப்பது இல்லை.

அவர்களுக்குள் ஊற்றெடுத்த ஆற்றலும் உற்சாகமும் மாயமாய் மறைந்துவிடுகின்றன. ஊக்குவிப்பாளர் அந்த ஊரைவிட்டுச் சென்றுவிட்டார். பார்வையாளர்களின் பெரும்பான்மையான கனவுகளும் அவருடன் சென்றுவிட்டன.

ஏனெனில், அந்தக் கருத்தரங்கு அறையில் குழுமியிருந்த பார்வையாளர்கள் ஒவ்வொருவரும் தங்களது பழைய பயிற்றுவிப்பைத் தங்களுடன் கொண்டு வந்திருந்தனர். தங்களுக்குக் கொடுக்கப்படும் புதிய தகவலை ஆழ்மனரீதியாக நிராகரிப்பதற்காகப் பயிற்றுவிக்கப்பட்டத் தனிநபர்களுடன் அந்த ஊக்குவிப்பாளர்கள் பேசிக் கொண்டிருந்தனர். பழைய பயிற்றுவிப்பைக் களைந்துவிட்டுப் புதிய தகவல்களை ஏற்றுக் கொள்ளப் பழகுவதற்கு ஓரிரு மணிநேரங்கள் போதுமானவை அல்ல.

நாம் வெற்றியாளர்கள் அல்ல என்று நம்மை நம்ப வைத்துள்ள பயிற்றுவிப்பை வேரறுப்பதற்கு ஒரே ஓர் உற்சாகமிக்கப் பேச்சு உதவாது. ஒரு புத்தகத்தைப் படிப்பதன் மூலமாகவோ, ஒரு மேலதிகாரியிடமிருந்தோ அல்லது மேலாளரிடமிருந்தோ எப்போதாவது ஓர் ஊக்குவிப்புப் பேச்சைக் கேட்பதன் மூலமாகவோ, அல்லது ஒரு நண்பரிடமிருந்து ஊக்குவிப்பைப் பெறுவதன் மூலமாகவோ மட்டுமே நிரந்தரமான ஊக்குவிப்பைப் பெற்றுவிட முடியாது.

நாம் சாதிக்க விரும்புகின்ற எதையும் நம்மால் சாதிக்க முடியும் என்று வெளியிலிருந்து வரும் ஊக்குவிப்பு நமக்குக் கூறுகிறது. ஆனால் மோசமாகப் பயிற்றுவிக்கப்பட்டுள்ள நமது உள்ளார்ந்த ஊக்குவிப்பாளரான நமது ஆழ்மனம், அதை வீணென்று ஒதுக்கித் தள்ளுகிறது. வெளிப்புற ஊக்குவிப்பாளரை நாம் ஒரு குறிப்பிட்டக் காலம்ரை நம்பக்கூடும், அதை நாம் நம்ப விரும்புகிறோம். ஆனால் நம்முடன் நெடுங்காலமாக இருந்து வருகின்ற, நமக்கு சௌகரியமான பழைய பயிற்றுவிப்பானது, நாம் நிஜ உலகிற்குத் திரும்புவதற்காகவும், அது நமக்குக் கற்றுக் கொடுத்துள்ளவற்றை நாம் நம்புவதற்காகவும், ஒரு சிறந்த சாதனையாளராக ஆக வேண்டும் என்ற நமது பிதற்றலை நிறுத்துவதற்காகவும் பொறுமையாகக் காத்திருக்கிறது. நம்மால் சாதிக்க முடியுமா இல்லையா என்பது நம் ஆழ்மனத்திற்கு எந்த வித்தியாசத்தையும் ஏற்படுத்தப் போவதில்லை. முன்பு பல்லாயிரக்கணக்கான முறை நம்மிடம் கூறப்பட்டுள்ள "உன்னால் முடியாது!" என்ற அறிவுறுத்தலின்மீதுதான் நம் ஆழ்மனம் செயல்படுகிறது.

"நம்மால் முடியும்!" என்று யாரோ ஒருவர் ஓரிரு மணிநேரம் கூறுவது எந்த விதத்திலும் நமக்குப் பலனளிக்காது. நோக்கங்கள் மகத்தானவையாக இருந்திருக்கலாம். பேச்சு உத்வேகமூட்டுவதாக இருந்திருக்கலாம். யோசனைகள் நம்புதற்கரியவையாக இருந்திருக்கலாம். ஆனால் பயிற்றுவிப்பாளர் தன் வீட்டிற்குச் சென்றபோது, ஊக்குவிப்பும் அவரோடு கூடவே போய்விடுகிறது.

மற்றவர்களை நிர்வகித்தல்

பெருநிறுவன உயரதிகாரிகளும் பயிற்சித் துறை இயக்குனர்களும் கருத்தில் கொள்ள வேண்டிய விஷயம் இது. உங்கள் ஊழியர்களுக்குத் தொடர்ந்து ஊக்குவிப்புக் கருத்தரங்குகளை ஏன் நடத்த வேண்டியுள்ளது என்று நீங்கள் வியந்து கொண்டிருந்தால், அதற்கான விடை இதுதான்: வெளியிலிருந்து கிடைக்கும் தற்காலிகமான ஊக்குவிப்பால் மனித மூளையில் ஒரு நிரந்தரமான மாற்றத்தை ஏற்படுத்துவது சாத்தியமில்லை. நீங்கள் உங்கள் ஊழியர்களுக்குக் கொடுக்கின்ற ஊக்குவிப்பு மற்றும் பயிற்சியின் அளவை அதிகரித்தாலும், உங்களது பயிற்றுவிப்பாளரை நீங்கள் உங்களுடனேயே வைத்திருக்க வேண்டும். அவர் அங்கிருந்து போய்விட்டால், உங்கள் ஊழியர்களின் கப்பல்களை இயக்கிக் கொண்டிருக்கின்ற பழைய பயிற்றுவிப்பு மீண்டும் ஆதிக்கம் செலுத்தத் துவங்கிவிடும். வெளிப்புற ஊக்குவிப்பில் சில மற்றவற்றைவிடக் கூடுதல் காலம் நிலைத்திருக்கக்கூடும், ஆனால் அனைத்து வெளிப்புற ஊக்குவிப்பும் படிப்படியாக வேகம் குறைந்து, இறுதியில் நின்றுவிடும்.

மற்றவர்களுக்கான பயிற்சி, ஊக்குவிப்பு, வளர்ச்சி, உத்வேகம், அல்லது வழிகாட்டுதலுக்கு ஏதேனும் ஒரு விதத்தில் நீங்கள் பொறுப்பாளியாக இருந்தால், நீங்கள் எந்தத் துறையைச் சேர்ந்தவராக இருந்தாலும் சரி அல்லது ஒரு பெற்றோராகவோ அல்லது நண்பராகவோ இருந்தாலும் சரி, நீங்கள் பேசிக் கொண்டிருக்கும் மக்கள், அவர்களுக்கு நீங்கள் கொடுக்கின்ற மிகச் சிறந்தவற்றை நம்ப விரும்புகின்றனர் என்றாலும், நீங்கள் கூறுவதை ஏற்றுக் கொள்வதிலும், அதை நம்புவதிலும், அதன்மீது நடவடிக்கை எடுப்பதிலும் அவர்கள் முன்னேறுவது, அவர்களது முந்தையப் பயிற்றுவிப்பு மற்றும் பக்குவப்படுத்துதல்

ஆகியவற்றையே எப்போதும் சார்ந்துள்ளது என்பதை நீங்கள் நினைவில் கொள்ள வேண்டும்.

நீங்கள் உண்மையிலேயே அவர்களுக்குக் கற்றுக் கொடுக்க விரும்பினால், முதலில் அவர்களுடைய சுயபேச்சை மாற்றுவதிலிருந்து துவக்குங்கள். இன்று அவர்கள் பிரக்ஞையின்றிப் பயன்படுத்துகின்ற சுயபேச்சுதான் உங்கள் பேச்சுக்கு அவர்கள் தங்கள் ஆழ்மனக் கதவைத் திறக்கின்றனரா அல்லது உங்களை வெளியே தள்ளித் தாளிடுகின்றனரா என்பதைத் தீர்மானிக்கும். அவர்களை இப்போது வழிநடத்திக் கொண்டிருக்கும் சுயபேச்சுடன் முதலில் வேலை செய்யத் துவங்குங்கள். அவர்களது ஆழ்மனக் கதவைத் திறப்பதற்குத் தேவையான சுயபேச்சை அவர்களிடம் பகிர்ந்து கொள்ளுங்கள். பிறகு நிகழவிருக்கும் அதிசயத்தைப் பாருங்கள். மக்கள் மேம்பட விரும்புகின்றனர், சிறந்தவற்றைப் பெறுவதற்காகத் தங்களை மாற்றிக் கொள்ள விரும்புகின்றனர். நேர்மறையான சுயபேச்சைக் கொண்டு அவர்கள் தங்களை ஒரு வித்தியாசமான விதத்தில் பார்க்க அவர்களுக்கு உதவுங்கள். அவர்கள் நிச்சயமாக அவ்வாறு மாறுவர்.

வெளிப்புற ஊக்குவிப்பில் உள்ள இன்னொரு பிரச்சனை நாம் மிகவும் கவனமாகக் கையாள வேண்டிய ஒன்று. வெளிப்புற ஊக்குவிப்பில் பெரும்பாலானவை நமக்கு எதிராகச் செயல்படுகின்றன என்பதுதான் அது. அது இவ்வாறு வேலை செய்கிறது: நாம் ஓர் ஊக்குவிப்புச் சொற்பொழிவிற்குச் செல்கிறோம். அது ஒரு நல்ல சொற்பொழிவாக இருக்கிறது. அது நம்மை ஊக்குவிக்கிறது, உத்வேகப்படுத்துகிறது. அது ஒரு மிகச் சிறந்த உரையாக இருந்திருந்தால், அந்தச் சொற்பொழிவு நிறைவடைவதற்கு முன்பே நாம் சில புதிய உள்நோக்குகளைப் பெற்று, நம் வாழ்வு சிறப்புறுவதற்குத் தேவையான சில முக்கியமான மாற்றங்களைச் செய்வதற்கு உறுதியாகத் தீர்மானித்திருப்போம். அதைச் செய்வதற்குச் சில திட்டவட்டமான இலக்குகளைக்கூட நாம் அமைத்திருப்போம்.

பிறகு நாம் வீட்டிற்கு வருகிறோம். அன்றாட வாழ்வின் சிக்கல்கள் மற்றும் பிரச்சனைகளுக்குள் மீண்டும் நாம் மூழ்கிப் போகிறோம். நாம் எவ்வளவு திறம்படைத்தவர் என்று அந்தப் பேச்சாளர் நம்மை நம்பச் செய்தாரோ, உண்மையிலேயே அந்த அளவுக்கு நாம் திறம்படைத்தவர்கள் அல்ல என்று நமது பழைய பயிற்றுவிப்பு நம்மை நம்ப வைக்கிறது. அந்தப்

பேச்சாளரிடமிருந்து நாம் பெற்றப் புதிய உத்வேகத்தை உடைத்தெறிவதற்கு நமக்கு உள்ளேயே ஒரு சக்திவாய்ந்த விஷயம் மும்முரமாக இயங்கிக் கொண்டிருக்கிறது என்ற விழிப்புணர்வுகூட நமக்கு இல்லை. இறுதியில் நமது உள்ளார்ந்த பயிற்றுவிப்பு வெற்றி பெறுகிறது. அந்தப் பேச்சாளரின் உரையைச் செவிமடுத்துக் கொண்டிருந்தபோது நாம் நமது பார்வையை உயர்த்தி, புதிய இலக்குகள் சிலவற்றை நிர்ணயித்தோம். ஆனால் ஒருசில சிறிய தோல்விகளுக்குப் பிறகு, நம்மைப் பற்றி நாம் கொண்டுள்ள பழைய அபிப்பிராயத்தை நாம் மீண்டும் ஏற்றுக் கொண்டுவிடுவதால், நமது புதிய இலக்குகளை அடையத் தவறிவிடுகிறோம்.

பெரிய தோல்வியோ அல்லது சிறிய தோல்வியோ, அந்தத் தோல்வியால் ஏற்பட்ட ஏமாற்றம் பொதுவாக ஒருவரைப் பின்னோக்கிச் செல்ல வைக்கிறது. தங்களது புதிய இலக்குகள் குறித்து மிகுந்த உற்சாகத்துடன் செயல்பட்ட, அதிக சாத்தியக்கூறுகளைக் கொண்ட பல நபர்கள், தங்கள் இலக்குகளை அடையத் தவறியபோது தங்கள் முயற்சியை முற்றிலும் கைவிட்டதை நான் அறிவேன். வேறு ஏதோ ஒன்றைப் பின்தொடர்வதற்காகத் தங்கள் வேலைகளைத் துறந்துவிட்டு, பிறகு தங்கள்மீது ஏமாற்றம் கொண்டு (வழக்கமாக இவர்கள் தங்கள் ஏமாற்றத்திற்கு வேறு யாரேனும் ஒருவரை அல்லது வேறு ஏதோ ஒன்றைக் குறைகூறுவர்), தங்களால் சாதிக்க முடியும் என்று தங்களிடம் கூறப்பட்டதெல்லாம் வெறும் கற்பனை அல்லது மாயை என்று மனப்பூர்வமாக நம்பிய பலரையும் எனக்குத் தெரியும்.

தங்கள் வாழ்வில் ஒரு பெரும் மாற்றத்தை ஏற்படுத்துவதற்கு முன், முதலில் தங்களுக்குள் ஒரு சிறிய மாற்றத்தை ஏற்படுத்த வேண்டும் என்று யாரும் இவர்களிடம் கூறவில்லை. தங்களிடம் தாங்கள் எவ்வாறு பேசிக் கொள்ள வேண்டும் என்பதை அவர்கள் முதலில் கற்றிருந்தால், தாங்கள் நிர்ணயித்திருக்கும் உற்சாகமூட்டும் இலக்குகளை அடைவது சுலபமாக இருக்கும் என்று யாரும் அவர்களிடம் கூறவில்லை.

நம்மை அன்றாடம் ஊக்குவிக்கின்ற மிகச் சிறந்த ஓர் ஊக்குவிப்பு, அன்றாட வாழ்வின் மலையளவு எதிர்பார்ப்புகள். அந்த எதிர்பார்ப்புகள்தான் தினமும் நாம் காலையில் எழுந்து சுறுசுறுப்பாக இயங்குவதற்கும், நாள் முழுவதும் தொடர்ந்து வேலை செய்வதற்கும் நம்மை ஊக்குவிக்கின்றன. நாம் செய்யும்

விஷயங்களில் பெரும்பாலானவற்றைச் செய்யும்போது, நாம் "செய்தாக வேண்டும்," "செய்ய வேண்டியுள்ளது," அல்லது "செய்ய வேண்டும் என்று எதிர்பார்க்கப்படுகிறது" போன்ற உணர்வுகள் நமக்குள் எழுவதை நம்மில் பலர் ஒப்புக் கொள்வோம். அவ்வகையான ஊக்குவிப்பு 'அழுத்தம்' என்று பிரபலமாக அழைக்கப்படுகிறது. ஆனால் இந்த வெளிப்புற ஊக்குவிப்புகளும் தற்காலிகமானவைதான். எதிர்பார்ப்புகள் இருக்கும்வரை ஊக்குவிப்பு இருக்கும், எதிர்பார்ப்புகள் மறையும்போது ஊக்குவிப்பும் மறைந்துவிடும்.

நிரந்தரமான ஒரே ஊக்குவிப்பு

நீங்களே உங்களுடைய சொந்த ஊக்குவிப்பாளராக இருப்பதைப் பற்றி உங்கள் அபிப்பிராயம் என்ன? உங்கள் வாழ்க்கையை மீண்டும் உங்கள் கட்டுப்பாட்டிற்குள் கொண்டு வருவதைப் பற்றி என்ன நினைக்கிறீர்கள்? நீங்கள் நம்பிக்கை வைக்கக்கூடிய, உண்மையான, நிரந்தரமான ஒரே ஊக்குவிப்பு உங்களது உள்ளார்ந்த ஊக்குவிப்புதான். இந்த ஊக்குவிப்பைக் கொண்டு நீங்களே உங்களுடைய சொந்த ஊக்குவிப்பாளராக ஆகி, உங்கள் வாழ்க்கையை உங்கள் கட்டுப்பாட்டிற்குள் கொண்டு வர முடியும்.

உங்களுடைய மிகச் சிறந்த முயற்சிகளை முடுக்கி விடுவதற்கு வேறு யாரோ ஒருவர் வெளியிலிருந்து உங்களை உந்தித் தள்ள வேண்டியதில்லை என்ற நிலை உங்களுக்கு எவ்வளவு சிறப்பானதாக அமையும் என்று உங்களால் கற்பனை செய்ய முடிகிறதா?

உங்களது உள்ளார்ந்த ஊக்குவிப்பு அதைத்தான் செய்கிறது. உங்களுடைய மிகச் சிறந்த நண்பனாகவும், மிக நெருங்கிய உதவியாளனாகவும், உங்களை மிக அதிகமாக நம்புகின்றவனாகவும் இருக்கின்ற அந்த உள்ளார்ந்த ஊக்குவிப்பு, உங்களிடம் இருக்கும் சிறந்தவற்றை உங்களுக்குக் காட்டும், அவற்றை நீங்கள் அடைவதற்கு உங்களுக்கு உதவும். சரியான திசையை உங்களுக்குக் காட்டி, உங்கள் குறிக்கோளை நிர்ணயித்துக் கொடுத்து, உங்கள் மனஉறுதியை வலிமைப்படுத்தி, முழுமையான நம்பிக்கையை அது உங்களுக்குக் கொடுக்கும். கடைசிவரை அது உங்களுக்கு விசுவாசமாக இருக்கும். இதுதான் உங்களுடைய உச்சகட்ட ஊக்குவிப்பாளன். அது ஒருபோதும் உங்களைத் தோல்வியடைய விடாது.

12

மனவசியமுமல்ல, ஆழ்மனப் புகுத்துதலுமல்ல

சுயபேச்சு என்பது ஒருவித மனவசியமா என்று என்னுடைய பயிலரங்குகளில் அடிக்கடி என்னிடம் கேட்கப்படுவதுண்டு. சில வழிகளில், சுயபேச்சு முதல் பார்வையில் மனவசியம் போலத்தான் தெரிகிறது, அப்படித்தான் செயல்படுகிறது. ஆனால் இவை இரண்டுக்கும் இடையே ஒரு முக்கியமான வித்தியாசம் உள்ளது: மனவசியம் உங்களது வெளிமனத்தின் அனுகூலமின்றி உங்கள் ஆழ்மனத்தைக் கட்டுப்படுத்திப் பயிற்றுவிக்கிறது. நீங்கள் விழிப்புநிலையில் இருக்கும்போது மனவசியம் செயல்படுவதில்லை. சுயபேச்சு இதே விளைவைப் பிரக்ஞையோடு சாதிக்கிறது. இது நீங்கள் விழித்திருக்கும் ஒவ்வொரு கணமும் சாதிக்கப்படுகிறது.

மனவசியத்தைப் பொறுத்தவரை, நீங்கள் ஒரு வசிய நிலைக்குள் நுழைய வேண்டியது அவசியமாகிறது. ஏனெனில், உங்கள் ஆழ்மனத்திற்குள் நுழைவதற்கான பல வழிகளில் ஒன்று இது. இந்த வசிய நிலைக்குள் நுழைவதற்கான வாய்வழித் தூண்டுதல்கள் வேறொருவரால் கொடுக்கப்படுகின்றன அல்லது சிறிது பயிற்சிக்குப் பிறகு இதற்கான பிரத்யேகமான ஒலிநாடாக்களின் துணையுடன் உங்களுக்கு நீங்களே இவற்றைக் கொடுத்துக் கொள்ளலாம். ஒருவர்

மனவசியப்படுத்தப்படும்போது துல்லியமாக என்ன நிகழ்கிறது என்பதைப் பற்றி உளவியல் துறையிலும் மருத்துவத் துறையின் சில குறிப்பிட்டப் பகுதிகளிலும் ஏகப்பட்ட உடன்பாடின்மைகள் நிலவுகின்றன. தனிநபர்கள் மனவசிய நிலையில் வைக்கப்படும்போது, சில குறிப்பிட்ட வகையான தூண்டுதல்களுக்கு அதிக ஏற்புத்தன்மையுடன் நடந்து கொள்கின்றனர் என்று பெரும்பாலான ஆராய்ச்சியாளர்கள் ஒப்புக் கொள்கின்றனர். அந்நிலையில் வெளிமனத்திற்கும் ஆழ்மனத்திற்கும் இடையே மிகக் குறைவான ஆரவாரமே நிலவுவதுபோல் தெரிகிறது. வெளிமனத்தின் கவனச்சிதறல்களும் குறைவாக உள்ளன. ஆழ்மனத் தூண்டுதல்களுக்கு அவர்கள் அதிக ஏற்புத்தன்மை கொண்டவர்களாக இருப்பதுபோல் தோன்றுகிறது.

மனவசிய நிலைகள் அனைத்தும் மனத்தின் இயல்பான நிலைகள்தான் என்று மனவசியத் துறையில் அதிக அனுபவம் வாய்ந்த சிகிச்சையாளர்கள் சிலர் தீர்மானமாகக் கூறுகின்றனர். நமக்கே தெரியாமல் நம்மிடம் குடிகொண்டுள்ள சில ஆழ்மனத் தூண்டுதல்களின் தாக்கத்திற்கு 'மனவசியத்தின் மூலமாக' தினந்தோறும் நாம் ஆளாகின்றோம் என்பது அவர்களது கருத்து.

தங்கள் எடையைக் குறைப்பதற்கும், புகைபிடிப்பதை நிறுத்துவதற்கும், தங்களது பயங்களிலிருந்து மீள்வதற்கும் மனவசியம் எவ்வாறு உதவியுள்ளது என்று நான் சந்தித்த சிலரும் எனது நண்பர்கள் பலரும் கூறி நான் கேள்விப்பட்டிருக்கிறேன். அவர்களுக்கு மனவசியம் நல்ல பலனளித்தது என்பதில் எனக்கு எந்த சந்தேகமும் இல்லை. பிரச்சனைக்கு ஆளாகிய பலர், அனுபவம் வாய்ந்த மனவசியச் சிகிச்சையாளர்களின் உதவியுடன், தங்கள் பிரச்சனைக்கான மூலகாரணத்தைக் கண்டறிந்து, இறுதியில் அதற்கான தீர்வைக் கண்டறிந்துள்ளதை நான் பார்த்திருக்கிறேன்.

மனவசியத்தின்மீது கேள்வி எழுப்புகின்ற அல்லது அதை ஒரு போலி அறிவியல் என்று கூறுகின்ற பல மருத்துவர்களும், மனநல மருத்துவர்களும், உளவியலாளர்களும் இருக்கின்றனர். அதே சமயத்தில், அதே துறையைச் சேர்ந்த பலர், மனவசியத்தைப் பயன்படுத்தித் தங்கள் நோயாளிகளின் வலிகளைக் குறைப்பதற்கும், கவலையிலிருந்து விடுவிப்பதற்கும், மன அழுத்தத்தைக் குறைப்பதற்கும், தேவையற்றப் பழக்கங்களை மாற்றுவதற்கும் தாங்கள் உதவியுள்ளதாக வாக்குமூலம் வழங்கியுள்ளனர். நமது ஆரோக்கியத்தின்மீதும்,

வேலையின்மீதும், நமது தனிப்பட்ட வாழ்வின்மீதும் ஒரு பெரும் தாக்கத்தை ஏற்படுத்துவதற்கான ஒரு வழியை மனவசியம் வழங்குவதாக அவர்கள் கூறுகின்றனர்.

மனவசியம் குறித்துத் துவக்கத்தில் இருந்த பல பயங்கள் அர்த்தமற்றவை என்பதையும், தெரிந்தோ தெரியாமலோ நாம் மனவசிய நிலைக்கு ஆளாகும்போது, நம் மனத்தைத் தந்திரமாகத் தன் வசப்படுத்துகின்ற யாரோ ஒரு மாந்திரீகனின் விருப்பங்களுக்குப் பலிகடாவாகி, அவனது ஒவ்வொரு கட்டளைக்கும் நாம் அடிபணிந்துவிட மாட்டோம் என்பதையும் அவர்களது அனுபவம் நமக்குக் கற்றுக் கொடுத்துள்ளது.

மனவசியமானது அறிவியல் உலகின் ஒட்டுமொத்த ஒப்புதலைப் பெற்றிருக்கவில்லை. கற்றறிந்த நபர்களைக் கொண்ட அதே சமூகத்தில், மனவசியம் அனைத்து நோய்களையும் தீர்க்கின்ற ஒரு மாய மருந்தல்ல என்றும், மாறாக, இது முழுமையாக ஆராயப்பட வேண்டிய, கச்சிதப்படுத்தப்பட வேண்டிய, ஏற்றுக் கொள்ளப்பட வேண்டிய, நவீன அறிவியலுக்குப் பங்காற்றுகின்ற ஒரு பகுதியாகப் பயன்படுத்தப்பட வேண்டிய ஒன்று என்றும் சிலர் கூறுகின்றனர்.

சுயபேச்சைப் பயன்படுத்துவதையும், பிரக்ஞையோடு நேர்மறையான சுயபேச்சைக் கடைபிடிப்பவராக ஆவதையும் நீங்கள் தேர்ந்தெடுத்தால், மனவசியம் ஏன் சுயபேச்சின் ஓர் அங்கமல்ல என்பதைப் புரிந்து கொள்ள வேண்டியது முக்கியம்.

சுயபேச்சு பலனளிப்பதற்கு மனவசியம் ஏன் பயன்படுத்தப்படுவதில்லை என்பதற்கான காரணத்திற்கும், மனவசியம் பலனளிக்கிறதா இல்லையா என்பதற்கும் எவ்விதத் தொடர்பும் இல்லை. ஒருவரது தனிப்பட்டப் பொறுப்பு மட்டுமே சுயபேச்சு மனவசியத்தைப் பயன்படுத்தாததற்குக் காரணம்.

உங்களுக்கு நீங்களே பொறுப்பேற்றுக் கொள்ளுதல்

நான் சிறுவனாக இருந்தபோது, 'பொறுப்பு' என்ற வார்த்தை மோசமானது என்ற அபிப்பிராயம் எப்படியோ என் மனத்தில் பதிந்துவிட்டது. நம்மில் ஏராளமானவர்களுக்கு இப்படிப்பட்டப் பயிற்றுவிப்புக் கிடைத்திருக்கக்கூடும். பொறுப்பு என்ற வார்த்தை வழக்கமாக ஒருவர் ஏதோ தவறு செய்யும்போதோ அல்லது தான் செய்ய வேண்டிய ஒரு வேலையைச் செய்யாமல்

போகும்போதோ பயன்படுத்தப்படுவதை நாம் கேட்டிருப்போம். ஒரு குழந்தை ஏதேனும் ஒரு பொருளை உடைத்துவிட்டால், "யார் இதற்குப் பொறுப்பு?" என்பதுதான் பெரியவர்களிடமிருந்து வருகின்ற வழக்கமான கேள்வியாக இருக்கும்.

ஒரு பருவ வயதுக் குழந்தை ஏதேனும் தவறு செய்துவிட்டாலோ, அல்லது பெற்றோரின் எதிர்பார்ப்புக்கு ஏற்ப நடந்து கொள்ளாவிட்டாலோ, "நீ ஏன் பொறுப்புடன் நடந்து கொள்வதில்லை?" என்பது வழக்கமான கடிந்துரையாக இருக்கும். இந்த 'ஊக்குவிப்பு' வார்த்தைகளைத் தொடர்ந்து, "உன் வாழ்க்கைக்கு உன்னால் பொறுப்பேற்றுக் கொள்ளவே முடியாதா?" என்ற கேள்வி வரும். என்ன காரணமோ தெரியவில்லை, பொறுப்பு என்ற வார்த்தை ஒருபோதும் நல்ல விஷயங்களுடன் தொடர்புபடுத்தப்படுவதே இல்லை. அது எப்போதும் ஏதேனும் தவறாகப் போகும்போது மட்டுமே பயன்படுத்தப்படுகிறது.

'பொறுப்பு' என்பது மிக முக்கியமான ஒன்று. நாம் சிந்திக்கின்ற, செய்கின்ற, நம் வாழ்வில் உருவாக்குகின்ற, தோற்கின்ற, அல்லது சாதிக்கின்ற அனைத்திற்கும் அடிப்படையாக இருப்பது தனிப்பட்டப் பொறுப்புதான். தனிப்பட்டப் பொறுப்புதான் ஒருவரது அனைத்து நடவடிக்கைகளுக்குமான அடித்தளம். பொறுப்பு என்பது 'கடமை' அல்லது 'சுமை' என்று அர்த்தமாகாது. வாழ்க்கையை ஏற்றுக் கொள்வதற்கும், அந்த வாழ்க்கையில் மனநிறைவைப் பெறுவதற்குமான ஒருவரது உறுதியான தீர்மானத்தின் அடிப்படைதான் அது.

நீங்கள் இவ்வுலகில் உதித்த நாளன்று, நீங்கள் பிறப்பதற்கு ஒருசிலர் உங்களுக்கு உதவியிருக்கக்கூடும். உங்கள் தாயாரின் அருகே ஒரு மருத்துவரும் ஓரிரு செவிலியரும் இருந்திருப்பர். நீங்கள் பிறந்தவுடன் உங்கள் முதுகில் யார் தட்டிக் கொடுத்திருந்தாலும் சரி, உங்களுக்கு எவ்வளவு உதவி கிடைத்திருந்தாலும் சரி, முதல் சுவாசத்தை நீங்கள் தனியொருவராகத்தான் எடுத்தீர்கள். பிறகு மீண்டும் மீண்டும் சுவாசித்தீர்கள். நீங்கள்தான் அதைச் செய்தீர்கள்! வழியில் உங்களுக்கு யாரேனும் உதவியிருக்கக்கூடும், ஆனால் உங்களுடைய சுவாசத்திற்கு நீங்கள்தான் பொறுப்பு. உங்களுக்காக இன்னொருவர் சுவாசிக்கவில்லை.

ஒருநாள் நாம் ஒவ்வொருவருமே மடிவோம். மரணப்படுக்கையில் இருந்த ஒருவரின் அருகே நீங்கள் எப்போதாவது நின்றிருந்தால், அவர் கையை நீங்கள் எவ்வளவு இறுக்கமாகப் பிடித்திருந்தாலும் சரி, அவர் தனது கடைசி சுவாசத்தைத் தனியொருவராகவே எடுக்க வேண்டியிருந்ததை நீங்கள் பார்த்திருப்பீர்கள். நீங்களும் நானும் கடைசியாக சுவாசிக்கும்போது, நாமும் தனியொருவராகவே சுவாசிப்போம்.

மற்றவர்கள் நமக்கு எவ்வளவு உதவினாலும், நம்மைச் சுற்றி இருப்பவர்கள் எவ்வளவு அழுது புலம்பினாலும், நாம் இவ்வுலகைவிட்டுச் செல்லும்போது தனியாகத்தான் செல்வோம். விண்ணுலகப் பயணத்தில் யாராலும் நமக்குத் துணைவர முடியாது. நமது முதல் சுவாசத்தையும் நாம் தனியாகத்தான் எடுத்தோம், நமது கடைசி சுவாசத்தையும் நாம் தனியாகத்தான் எடுப்போம்.

அப்படியிருக்கும்போது, 'வாழ்க்கை' எனும் இந்த இடைப்பட்டக் காலத்தில் நமக்காக மற்றவர்கள் சுவாசிக்க வேண்டும் என்று நாம் ஏன் எதிர்பார்க்கிறோம்?

யாரும் நமக்காக ஒருமுறைகூட சுவாசிக்க மாட்டார்கள். நம்முடைய ஓர் எண்ணத்தைக்கூட அவர்கள் நமக்காக எண்ண மாட்டார்கள். யாரும் நம்முடைய உடலில் வாழ மாட்டார்கள், நமக்கு ஏற்படுபவற்றை அனுபவிக்க மாட்டார்கள், நமது பயங்களை உணர மாட்டார்கள், நமது கனவுகளைக் காண மாட்டார்கள், நமது கண்ணீரை வடிக்க மாட்டார்கள். இந்த வாழ்வில் நாம் நாமாகவே பிறக்கிறோம், வாழ்கிறோம், மடிகிறோம். நாமும், நம்மை வழிநடத்தும் பேரறிவும் மட்டுமே நம்மிடம் உள்ளன. நம்முடைய வாழ்வில் ஒரு கணத்தைக்கூட வேறொருவரால் நமக்காக வாழ முடியாது. அதை நாம்தான் நமக்காகச் செய்து கொள்ள வேண்டும். பொறுப்பு என்பது அதுதான்.

தனிப்பட்டப் பொறுப்புதான் சுயத்தின் சாராம்சம். நான் அதை யாருக்காகவும் எதற்காகவும் விட்டுக் கொடுக்க மாட்டேன். நமக்காக மற்றவர்கள் ஏன் சிந்திக்க வேண்டும்?

நமது மனத்தைக் குறிப்பிட்ட சில வழிகளில் ஒழுங்குபடுத்துவதற்கு மனவசியத்தைப் பயன்படுத்துவது அருமையாகவும் பயனுள்ளதாகவும் இருக்கக்கூடும். வேதிப்பொருட்களின் துணையின்றி வலிகளை குணப்படுத்துவதற்கு அதனால் வெற்றிகரமாக உதவ முடியும்

என்றால், அதை நான் பாராட்டுகிறேன். பிற வழிகளிலோ அல்லது பிற வழிமுறைகளுக்கு உதவியாகவோ இதனால் உதவ முடியும் என்றால், அதன் நேர்மறையான விளைவுகளை நான் ஏற்றுக் கொள்கிறேன். ஆனால் பிரக்ஞையுடன் தனிப்பட்டப் பொறுப்பேற்பதற்கும், மனவசிய நிலையில் தீர்வுகளைப் பெறுவதற்கும் இடையே நம்மால் ஒன்றைத் தேர்ந்தெடுக்க முடியும் என்றால், நமக்குத் தனிப்பட்டக் கட்டுப்பாட்டைக் கொடுக்கின்ற வழிமுறைகளைத்தான் நாம் தேர்ந்தெடுக்க வேண்டும். அதாவது, தனிப்பட்ட முறையில் பொறுப்பேற்றுக் கொள்ள வேண்டும். தினமும் சுயபேச்சில் ஈடுபடுவதன் மூலம், நீங்கள் உங்கள் வாழ்க்கையைக் கட்டுப்படுத்துகிறீர்கள், உங்களுக்குள் நிகழும் ஒவ்வொரு மாற்றத்திற்கும் நீங்கள் பொறுப்பேற்றுக் கொள்கிறீர்கள். மனவசியத்தில் நீங்கள் அவ்வாறு செயல்படுவதில்லை.

ஆழ்மனப் புகுத்துதல் பயிற்சி

மனவசியத்தோடு மிக நெருங்கிய தொடர்புடைய இன்னொரு விஷயம் சமீப காலங்களில் மிகப் பிரபலமாக ஆகி வந்துள்ளது. அதற்கு 'ஆழ்மனப் புகுத்துதல்' பயிற்சி என்று பெயர். அக்கோட்பாடு இவ்வாறு செயல்படுகிறது: மெல்லிய இசை, மழையின் சத்தம், அல்லது கானகத்தில் ஓடும் ஓர் ஓடையின் இதமான ஒலி போன்ற 'சாதாரண' இயல்பு கொண்ட ஒலி அடங்கிய ஓர் ஒலிநாடாவை நீங்கள் கேட்டுக் கொண்டிருக்கும்போது, அந்த ஒலிகளுக்குப் பின்னால், உங்கள் விழிப்புணர்வு நிலைக்குக் கீழே ஒளிந்து கொண்டிருக்கின்ற பிற செய்திகளையும் நீங்கள் உங்கள் பிரக்ஞையின்றிச் செவிமடுக்கிறீகள்.

இதற்கான ஓர் எடுத்துக்காட்டாக, பிரத்யேகமாகப் பதிவு செய்யப்பட்டுள்ள இசையோடு கூடவே, செவிகளுக்குக் கேட்காத விதத்தில் ஒரு செய்தியும் பதிவு செய்யப்பட்டுள்ள ஓர் ஒலிநாடாவைக் கூறலாம். நீங்கள் இந்த ஒலிநாடாவைக் கேட்கும்போது இசை உங்கள் காதுகளில் விழும், ஆனால் உங்களிடம் பேசிக் கொண்டிருக்கும் குரல் விழிப்புணர்வு நிலையில் உங்கள் காதுகளில் விழாது. அந்த ஒலிப்பதிவு எதைப் பற்றியது என்பதைப் பொறுத்து, அது உங்கள் எடையைக் குறைப்பதற்கோ, உங்கள் மன அழுத்தத்தைக் குறைப்பதற்கோ,

உங்கள் திறன்களை அதிகரிப்பதற்கோ, உங்கள் நேசத்திற்குரிய ஒருவருடனான உறவை மேம்படுத்திக் கொள்வதற்கோ அது உங்களைத் தூண்டிக் கொண்டிருக்கக்கூடும்.

ஆழ்மனப் புகுத்துதல் கோட்பாட்டைப் பயன்படுத்துகின்ற பல ஒலிநாடாக்களை, அவற்றின் செயற்திறனைப் பரிசோதிப்பதற்காக நான் பரிசீலனை செய்திருக்கிறேன். மனித நடத்தையில் ஒரு மாற்றத்தை ஏற்படுத்துவதற்கு ஆழ்மனப் புகுத்துதலைப் பயன்படுத்துவது தொடர்பான பல சம்பவங்களை நான் ஆய்வு செய்திருக்கிறேன். இப்படிப்பட்ட ஆழ்மனப் புகுத்துதல் பயிற்றுவிப்பு பலனளிக்கிறதா? அது உண்மை என்றால், இது நமது விழிப்புணர்வு நிலைக்கு அப்பாற்பட்ட நிலையிலிருந்து கொடுக்கப்படுகின்ற செய்தியின் விளைவா அல்லது அது நமக்குப் பலனளிக்கிறது என்று நாம் நம்புவதால் ஏற்படுகின்ற விளைவா?

1950களிலும் 1960களிலும், திரையரங்குகளில் படம் ஓடிக் கொண்டிருக்கும்போது, இடைவேளையின்போது அரங்கினுள் இருக்கும் கடைகளுக்குச் சென்று தின்பண்டங்களையும் குளிர்பானங்களையும் வாங்குமாறு நம்மைத் தூண்டும் மறைமுகச் செய்திகள் ஆழ்மனப் புகுத்துதல் செயல்முறை மூலமாக ஒலிபரப்பப்பட்டதாக வந்த கதைகள் நம்மில் பெரும்பாலானவர்களுக்கு நினைவிருக்கும். அரசாங்கம் இப்பிரச்சனையில் குறுக்கிட்டு, திரையரங்குகள் இத்தகைய மறைமுக விளம்பரச் செய்திகளைப் பயன்படுத்துவதை நிறுத்த வேண்டும் என்று எச்சரித்தப் பிறகு, 'மனக் கட்டுப்பாடு' பற்றிய ஆரவாரம் மெல்ல மெல்லக் குறைந்து, இறுதியில் மறக்கப்பட்டுவிட்டது.

கிறிஸ்துமஸ் காலத்தின்போது கடைகளில் பொருட்கள் திருடப்படுவதைத் தவிர்ப்பதற்காக, கடைகளில் இசைக்கப்பட்டப் பின்னணி இசையுடன்கூடவே பதிவு செய்யப்பட்ட மறைமுகச் செய்திகளும் ஒலிபரப்பு செய்யப்பட்டதாகவும் ஏராளமான கதைகள் உள்ளன. திகில் படங்களை நான் கவனமாக ஆராய்ந்ததில், மண்டையோடுகளும் இன்னும் பிற கொடூரமான காட்சிகளும் ஆங்காங்கே செருகப்பட்டிருந்ததை நான் கண்டேன். இப்படங்களை எந்தப் பிரக்ஞையுமின்றி, 'விழிப்புணர்வு நிலைக்குக் கீழே', இயல்பான வேகத்தில் பார்க்கும்போது, கணநேரமே தோன்றும் இந்தக் காட்சிகள் நம் மனத்தில் திகில்

உணர்வை ஏற்படுத்துகின்றன, நமது ஆழ்மனத்தை பாதிக்கின்றன.

ஒரு குறிப்பிட்ட வாசனைத் திரவியத்தை வாங்குவதற்கோ அல்லது ஒரு புதிய ஒப்பனைப் பொருளை வாங்குவதற்கோ இதே உத்திகளைக் கொண்டு உங்களைத் தூண்ட முடியுமா? அத்தகையத் தூண்டுதல்களைப் பயன்படுத்துவதைப் பல விளம்பர நிறுவனங்களின் தலைவர்கள் தனிப்பட்ட முறையில் ஒப்புக் கொள்வார்கள். அதே ஆழ்மனப் புகுத்துதல் உத்திகள் பலனளிக்கின்றன என்றால், அவற்றைக் கொண்டு ஒரு தேர்தலில் வாக்களிப்பதற்கு நம்மீது தாக்கத்தை ஏற்படுத்த முடியுமா? நான் முன்பே கூறியதுபோல், மனித மனமானது சக்திவாய்ந்த நபர்களின் விளையாட்டு மைதானம் என்றால், நம்மை ஏமாற்றி நம் எண்ணங்களைக் கட்டுப்படுத்துகின்ற நபர்கள் நிச்சயமாக ஓர் உற்சாகமான நாளை அனுபவிப்பார்கள்.

நம்முடைய சொந்த எண்ணங்களுக்கு நாம் பொறுப்பேற்க மறுப்பதன் மூலம், மற்றவர்கள் தங்கள் விருப்பம்போல் நம் மனத்தை ஆட்டுவிப்பதற்கு நாம் அனுமதித்துவிடுகிறோம். தனிநபர்கள் என்ற முறையில், நாம் சிறப்பானவற்றுக்குத் தகுதியானவர்கள். நம்மீதும் நமது மனத்தின்மீதும் வேறொருவரைவிட அதிகத் தாக்கம் ஏற்படுத்துவதற்கு நாம் திறன் படைத்தவர்கள்தான்.

ஆழ்மனப் புகுத்துதல் பயிற்சி உத்திகள் என்றேனும் ஒருநாள் பாதுகாப்பானவையாக மாறக்கூடும், அறிவியல்ரீதியான கற்றலுக்குப் பாதுகாப்பு அரணாக ஆகக்கூடும். ஆனால் உங்கள் மனத்திற்குள் அமைதியாகத் தகவல்களை அனுப்பிக் கொண்டிருப்பவர்களை நீங்கள் நம்ப வேண்டும் என்று அது உங்களைக் கட்டாயப்படுத்தும். இருப்பினும், நீங்கள் சொந்தமாக வாக்களிக்க வேண்டும், உங்களுக்காகச் சிந்திக்க வேண்டும், உங்கள் ஆழ்மனத்திற்கு நீங்கள் எப்படிப்பட்டப் பயிற்றுவிப்பைக் கொடுத்துக் கொண்டிருக்கிறீர்கள் என்பதில் எச்சரிக்கையாக இருக்க வேண்டும் என்று நான் உங்களுக்குப் பரிந்துரைக்கிறேன்.

மனவசியத்திற்கென்று ஓர் இடம் இருப்பதாகப் பலர் கூறுவர். அதை நான் ஒத்துக் கொள்கிறேன். ஆழ்மனப் புகுத்துதல் உத்திகள் பலனளிப்பவை என்று கூறுபவர்களும் இருக்கின்றனர். அவர்கள் கூறுவதும் சரியாக இருக்கலாம். ஆனால் உங்கள் பிறப்புரிமையின் ஒரு பகுதியாக, உங்களுக்கும்,

நீங்கள் ஏற்றுக் கொள்கின்ற மற்றும் செய்கின்ற அனைத்திற்கும் நீங்கள் பொறுப்பேற்பது நல்லது என்று நான் பரிந்துரைக்கிறேன். உங்களுடைய எண்ணங்களைச் சொந்தம் கொண்டாடுவதற்கும் கட்டுப்படுத்துவதற்கும் உங்களுக்கு உரிமை உள்ளது. நீங்கள்தான் உங்கள் எண்ணங்கள்! யாரும் அவற்றின்மீது ஆதிக்கம் செலுத்த அனுமதிக்காதீர்கள்.

உங்களுக்காகச் சிந்தியுங்கள்

சுயமனவசியம் கடந்தகாலத்தில் உங்களுக்குப் பலனளித்து வந்திருந்தால், சுயபேச்சை அதன் ஒரு பகுதியாகப் பயன்படுத்துவதை நீங்கள் தேர்ந்தெடுத்தால், சுயமனவசியம் மற்றும் சுயபேச்சு ஆகிய இரண்டும் சேர்ந்து உங்களுக்குச் சிறப்பாகப் பலனளிக்கும். உங்களுடைய தியானத்தில் நீங்கள் சுயபேச்சைப் பயன்படுத்தினால், உங்கள் தியானமும் நீங்களும் அதனால் பலனடைவீர்கள். ஆனால் பல மாபெரும் சிந்தனையாளர்களும் மாபெரும் சாதனையாளர்களும், உற்சாகம், தீர்மானமான உறுதி, மற்றும் கடின உழைப்பு ஆகிய மூன்று அம்சங்களைக் கொண்டுதான் மேன்மைத்துவத்தை அடைந்தனர் என்பதை நினைவில் கொள்ளுங்கள்.

சரியான வழியில் நீங்கள் உங்களிடம் பேசுவதற்குக் கற்றுக் கொள்ளும்போது, நீங்கள் விரும்புகின்ற உள்ளார்ந்த வலிமையைப் பெறுவதற்கு மனவசியத்தின் உதவி உங்களுக்குத் தேவைப்படாது.

உங்களுடனான உங்கள் சுயபேச்சு உங்களது உள்ளார்ந்த தற்காப்புக் கவசமாகவும் உள்ளார்ந்த வலிமையாகவும் எப்போதும் இருந்து வரும். அது உங்கள் தனிப்பட்ட ஆன்ம வலிமையோடு சேரும்போது, எதுவொன்றாலும் அதை அழிக்க முடியாது. அதைப் பயன்படுத்துங்கள்! உங்களது மனத்தின் வளங்களைப் பயன்படுத்துங்கள். உங்களுக்காகச் சிந்தியுங்கள். உங்களுக்காகப் பேசுங்கள். உங்கள் விருப்பப்படி உங்கள் மனத்தைப் பயிற்றுவியுங்கள். யாரும் அதை உங்களுக்காகப் பயிற்றுவிக்கக்கூடாது. யாருக்கும் அதற்கு உரிமை கிடையாது.

13

எளிமையாக இல்லையெனில், அது வேலை செய்யாது

சுயபேச்சைப் பற்றி நாம் எவ்வளவு அதிகமாகக் கற்றுள்ளோமோ, அதைப் பயன்படுத்துவதற்கு அவ்வளவு அதிகமான வழிகளை நாம் கண்டுபிடித்துள்ளோம். சுயபேச்சைக் கற்றுக் கொள்வதற்கும், கடைபிடிப்பதற்கும், அதே நேரத்தில் அதை நிரந்தரமானதாகவும் பலனளிப்பதாகவும் ஆக்குவதற்குமான வழிகள் அவை. ஒரு யோசனை எவ்வளவு நல்லதாக இருந்தாலும் சரி, அது பயன்படுத்தப்படாவிட்டால் நிச்சயமாகப் பலனளிக்காது. சுயஉதவி பற்றி நான் ஆய்வு செய்து, அதன் பல கோட்பாடுகளைப் பகுத்தாய்வு செய்தபோது, அறிவார்ந்த மற்றும் பலனளித்திருக்கக்கூடிய சில சுயஉதவிக் கோட்பாடுகள் இருந்ததை நான் கண்டேன். ஆனால் அவையும் பயன்படுத்துவதற்குக் கடினமாக இருந்தன.

சுயமேம்பாடு குறித்து அதிக உற்சாகத்துடன் இருப்பவர்கள்கூட, அதிக நேரத்தை எடுத்துக் கொள்கின்ற திட்டங்களுக்கு அதிக அளவு தியாகம் தேவைப்படுவதாலும், பயன்படுத்துவதற்கு அவை மிகவும் சிக்கலானவையாக இருப்பதாலும், அத்திட்டங்களைப் பயன்படுத்துவதில்லை. சுயமேம்பாடு குறித்த சில சிறந்த புத்தகங்களும் ஒலிநாடாக்களும் யாருடைய கண்களிலும் படாமல் அலமாரியில் எங்கோ

ஓரிடத்தில் தூசி படிந்து கிடக்கின்றன என்பதில் எனக்கு சந்தேகமில்லை.

சுயஉதவிப் புத்தகங்களும் ஒலிநாடாக்களும் வீட்டில் பயன்படுத்தப்படும் உடற்பயிற்சிக் கருவிகளைப்போலவே ஒருமுறை பயன்படுத்தப்பட்டப் பிறகு கிடப்பில் போடப்பட்டு விடுகின்றன. உடற்பயிற்சி சைக்கிள், எடைப் பயிற்சிக்கான எடைகள், ஓடுவதற்கான காலணிகள், வீட்டிலிருந்தே படிப்பதற்கான அன்னிய மொழிப் பயிற்சித் திட்டங்கள் போன்ற அனைத்தும் நாம் வாங்கிய சமயத்தில் நல்ல யோசனைகளாகத் தோன்றினாலும்கூட, அவற்றுக்கு அதிக உழைப்பு தேவைப்பட்டதால், நாம் அவற்றை மறைத்து வைத்துவிட்டு, சில நாட்களுக்குப் பிறகு அவற்றை மீண்டும் பயன்படுத்தப் போவதாக நம்மை நாமே சமாதானப்படுத்திக் கொண்டோம். வீட்டில் ஒரு பாதுகாப்பான இடத்தில் வைக்கப்பட்டு அடிக்கடிப் பயன்படுத்தப்படுவதற்குப் பதிலாக, சுயஉதவிப் புத்தகங்களும் பிற சாதனங்களும் பழைய தட்டுமுட்டுச் சாமான்களை விற்கும் கடைகளில் போடப்படுகின்றன.

தாங்கள் படிக்கத் துவங்கிய சுயஉதவிப் புத்தகங்களையும், தாங்கள் பின்பற்றத் துவங்கிய பயிற்சித் திட்டங்களையும் தங்களால் ஒருபோதும் நிறைவேற்ற முடியாமல் போனதைப் பற்றிப் பலர் கூறி நான் கேட்டிருக்கிறேன். அவர்களுடைய நிலைமையை என்னால் புரிந்து கொள்ள முடிகிறது. ராணுவ ஒழுங்கும் தியாகமும் தேவைப்படுகின்ற ஒரு சுயஉதவிப் பயிற்சித் திட்டம் ஒருவர் அதில் உற்சாகமாக ஈடுபடுவதற்கு அவரைத் தூண்டுவதில்லை. மிக எளிமையான பயிற்சிகள்கூட நீண்டகாலம் கடைபிடிப்பதற்குக் கடினமானவையாக இருக்கின்றன.

காலம் தாழ்த்துதல்

நமக்கு அதிக பதிலீட்டைக் கொடுக்கக்கூடிய விஷயங்களைச் செய்வதில் நமது நேரத்தைச் செலவிடுவது என்று வரும்போது, சுயமேம்பாடு அரிதாகவே முதலில் வருகிறது. அன்றாட வாழ்வில் நமது கவனத்தைச் சிதறடிக்கும் சாதாரணமான விஷயங்கள், மிகவும் நம்பிக்கையான மற்றும் தேவையுள்ள நபர்கள்கூடத் தங்களை முன்னேற்றிக்

கொள்வதில் நேரத்தையும் ஆற்றலையும் செலவிடுவதற்கு அவர்களை அனுமதிப்பதில்லை. சுயமேம்பாடு என்பது ஒரு வினோதமான தீர்வு. அதிலிருந்து கிடைக்கக்கூடிய அனுகூலங்கள் அதை நமது பட்டியலில் முதலிடத்தில் வைப்பதற்குத் தூண்டினாலும்கூட, நமக்கு மிகவும் தேவையான சமயத்தில் நாம் அதைப் பற்றி எதுவும் செய்யாமல் தள்ளிப் போட்டுவிடுகிறோம். ஒழுகிக் கொண்டிருக்கும் கூரையை மழை இல்லாத நாளாகப் பார்த்துச் சரிசெய்து கொள்ளலாம் என்று இருந்துவிடுகிறோம். அது நமக்குத் தேவை என்று நமக்குத் தெரிகிறது, ஆனாலும் மற்ற விஷயங்கள் முதலிடத்தைப் பிடித்துக் கொள்கின்றன.

தாங்கள் கற்றுக் கொண்டுள்ள சில சுயஉதவி யோசனைகளையும் உத்திகளையும் தங்கள் வாழ்வில் கடைபிடித்ததன் விளைவாக சிலர் அனுபவித்துக் கொண்டிருந்த அற்புதமான விளைவுகளை முதலில் நான் பார்த்தபோது, அதே விஷயங்களை மற்றவர்கள் செய்யத் தவறுவதைக் கண்டு மலைத்தேன். குறைந்த சுயமதிப்பும் எதிர்மறையான சுயநம்பிக்கையும் பலரது வாழ்வில் உருவாக்கிக் கொண்டிருந்த விளைவுகளைக் கண்டு நான் வருந்தினேன். ஒரு சிறு முயற்சியால் அச்சூழ்நிலையை மாற்றிவிட முடியும் என்ற சாத்தியம் இருந்தும்கூட, அவர்கள் அது குறித்து எதுவும் செய்யாமல் இருந்ததுதான் என் வருத்தத்திற்குக் காரணம்.

தங்கள் வாழ்வில் ஒரு குறிப்பிடத்தக்க மாற்றத்தை ஏற்படுத்த விரும்பியவர்களில் ஒருசிலருக்கு மட்டுமே அந்த மாற்றத்தை நிகழ்த்துவதற்குத் தேவையான சுய ஊக்குவிப்பும் மனஉறுதியும் இருந்ததையும் நான் கண்டேன். இந்த மாற்றங்களை உருவாக்குவதற்கு மக்கள் பயன்படுத்திக் கொண்டிருந்த 'வழிமுறைகளை' நான் ஆய்வு செய்த பிறகு, ஏன் வெகுசிலரே அவற்றைப் பயன்படுத்திக் கொண்டிருந்தனர் என்பதைப் புரிந்து கொண்டேன். ஒருவருடைய மனஉறுதி போதுமான அளவு வலிமையாக இல்லாதவரை, மாற்றத்தையும் மேம்பாட்டையும் தொடர்ந்து வலியுறுத்துகின்ற ஒரு மனப்போக்கு குழந்தைப்பருவத்தில் இருந்து அவருக்குக் கொடுக்கப்பட்டு இருக்காதவரை, அன்றாட வாழ்வின் இயல்பான தடைகள் அவரைத் தடுத்துவிடுகின்றன.

நம்மால் இன்னும் சிறப்பாகச் செயல்பட முடியும் என்றும் நம்மில் பெரும்பாலானவர்களுக்குத் தெரியும். தங்களைப் பற்றி

ஏதேனும் ஒன்றை மேம்படுத்த விரும்புகின்ற விஷயம் ஒவ்வொருவரிடமும் நிச்சயமாக இருக்கும். நம்மிடம் மேம்பாடுகளை உருவாக்கிக் கொள்வதன் மூலம் நம் வாழ்வில் நாம் பெறக்கூடிய அனுகூலங்களைப் பற்றியும் நாம் நன்றாகத் தெரிந்து வைத்திருக்கிறோம்.

ஒரு புதிய வீடு அல்லது கார், புதிய ஆடைகள், வீட்டு அலங்காரப் பொருட்கள், வங்கிக் கணக்கில் அதிகப் பணம் போன்ற, நாம் விரும்புகின்ற பௌதீகப் பொருட்கள் குறித்தும் நாம் நன்றாகவே தெரிந்து வைத்துள்ளோம். பிரயாணம் செய்வதற்கும், நம் குடும்பத்தினருடன் செலவிடுவதற்கும், ஓய்வெடுப்பதற்கும், மகிழ்ச்சியாக அனுபவிப்பதற்கும், ஒன்றை உருவாக்குவதற்கும், அல்லது நமக்கு மிகவும் பிடித்தமான விஷயங்களை மற்றவர்களுடன் சேர்ந்து செய்வதற்கும் நம்மில் பெரும்பாலானவர்கள் விரும்புகிறோம். நமது கல்வித் தகுதியை மேம்படுத்துவதற்கும், புதிதாக ஏதோ ஒன்றைக் கற்றுக் கொள்வதற்கும், புதிய விஷயங்களில் ஆர்வம் காட்டுவதற்கும், நமது திறமைகளை உருவாக்கிக் கொள்வதற்கும் நாம் விரும்புகிறோம்.

அன்றாட வாழ்வின் போட்டி

காரணமும் அதன் விளைவும் என்ற ஏதோ ஓர் இயற்கை விதியின் வாயிலாக நாம் நம்மை மேம்படுத்திக் கொள்ளும்போது, நம் வாழ்வில் நாம் அடைய விரும்பும் பொருட்கள் இயல்பாகப் பின்தொடர்கின்றன. நீங்கள் யாராக இருக்கிறீர்களோ அதை நீங்கள் மேம்படுத்தும்போது, அதே விதியின் வாயிலாக நீங்கள் உங்கள் வாழ்க்கையை மேம்படுத்துகிறீர்கள். உங்களுக்குள் நீங்கள் எவ்வளவு வெற்றிகரமானவராக உருவாகிறீர்களோ, உங்களுக்கு வெளியே நீங்கள் தானாகவே அதிக வெற்றிகளை உருவாக்குவீர்கள். உள்ளுக்குள் மாற்றத்தை ஏற்படுத்துவது நாம் விரும்புவதைவிட அதிக சவாலானது. நாம் மாற வேண்டும் என்று தீர்மானிக்கும்போது, நாம் எதிர்பார்க்காத ஏராளமான தடைகள் நம் முன்னே வந்து குதிக்கும். மாற்றத்திற்கு நம்மை நாம் அர்ப்பணித்துக் கொள்ளும்போது, எதிர்பாராத போட்டிகளைத் திடீரென்று நாம் எதிர்கொள்ள நேரிடுகிறது.

நம்மை ஏதேனும் ஒரு வழியில் நாம் மேம்படுத்த விரும்பும்போது, நம்முடைய பழைய பயிற்றுவிப்புடன் மட்டும்

நாம் போட்டியிட்டுக் கொண்டிருக்கவில்லை, மாறாக, நமது அன்றாட வாழ்வின் தேவைகளோடும் நாம் போட்டியிட்டுக் கொண்டிருக்கிறோம். எந்தவொரு நாளையும் ஓட்டுவதற்கு நம் ஒவ்வொருவரிடமும் மூன்று 'வளவசதிகள்' உள்ளன. நமது நேரம், ஆற்றல், மற்றும் மனம் (நாம் என்ன சிந்திக்கிறோம், அதை எவ்வாறு சிந்திக்கிறோம்) ஆகியவைதான் அவை.

நம்மை மேம்படுத்திக் கொள்ள வேண்டும் என்ற நமது விருப்பம், வேலை செய்வதிலும், குடும்பத்தைக் கவனித்துக் கொள்வதிலும், நமது மற்றத் தேவைகளிலும் நாம் செலவிடும் நேரத்துடன் போட்டி போடுகின்றது. நம்முடைய வாழ்க்கையை ஓரளவுக்கு ஒழுங்குடன் வைத்திருக்கத் தேவையான அனைத்தையும் நாம் செய்வதற்கு நாம் செலவிடும் ஆற்றலுடன் அது போட்டியிடுகிறது. சில சமயங்களில், பெரும்பாலான நாட்களில் நம்மில் சிலருக்குத் தெம்பு எதுவும் மிச்சமிருப்பதில்லை. நம்மை மேம்படுத்திக் கொள்ள வேண்டும் என்ற நமது விருப்பம், மற்றவர்கள் நம்மிடம் கொண்டுள்ள அல்லது நாமே நம்மீது சுமத்திக் கொண்ட எதிர்பார்ப்புகளுடன் போட்டியிடுகின்றது. நாம் பல விஷயங்களைப் பற்றி சிந்திக்க வேண்டியுள்ளது, பல பெரிய மற்றும் சிறிய தீர்மானங்களை மேற்கொள்ள வேண்டியுள்ளது, பல விஷயங்களைக் கண்டுபிடிக்க வேண்டியுள்ளது, பல பிரச்சனைகளைத் தீர்க்க வேண்டியுள்ளது, பல விஷயங்களைக் கருத்தில் கொள்ள வேண்டியுள்ளது, அவற்றைப் புரிந்து கொண்டு கையாள வேண்டியுள்ளது.

முதலில் செய்ய வேண்டியவற்றை முதலில் செய்வதில் நாம் மும்முரமாக இருப்பதால், மற்ற எல்லா விஷயங்களையும் சிறப்பாக ஆக்கக்கூடிய ஒரு முக்கியமான விஷயத்தின்மீது கவனம் செலுத்துவதற்கு நம்மிடம் போதிய நேரமோ, ஆற்றலோ, அல்லது சிந்தனையோ இருப்பதில்லை. நாம் தவறான தண்டவாளத்தில் இருப்பதை அறியாமல், ரயிலைச் சரிசெய்வதில் மும்முரமாக ஈடுபட்டிருக்கிறோம். எவ்வாறு சிறப்பாக வாழ்வது என்பதைக் கண்டறிவதற்கு நேரமில்லாமல், வெறுமனே உயிருடன் இருப்பதில் நாம் மும்முரமாக இருக்கிறோம்.

பல வருடங்களுக்கு முன்பு, மிகவும் தனித்துவமான சுயமேம்பாட்டு யோசனை ஒன்றைக் கேள்விப்பட்டு நான் உற்சாகமடைந்தது என் நினைவில் உள்ளது. அது ஓர் எளிய

யோசனை. அந்த யோசனைபடி, ஒவ்வோர் இரவிலும் என் இலக்குகளை எழுதுவதற்கும், என்னுடைய முன்னேற்றத்தைப் பரிசீலனை செய்வதற்கும், நான் நிர்ணயித்துள்ள இலக்குகளை மனக்காட்சிப்படுத்துவதற்கும் இருபது நிமிடங்களை நான் செலவிட வேண்டும். இரவில் படுக்கப் போவதற்கு முன் என் இலக்குகள்மீது கவனத்தைக் குவிப்பதில் ஒருசில நிமிடங்களைச் செலவிட்டு, அந்த இலக்குகளைப் பற்றிக் கனவு கண்டால் நான் விரும்பும் எதையும் என்னால் அடைய முடியும் என்று யாரும் என்னை நம்ப வைக்க வேண்டியிருக்கவில்லை. அதை நாம் முழுமையாக நம்பினேன். அது ஒரு பழைய யோசனை, ஆனால் நன்றாகப் பலனளித்த ஒரு யோசனை.

ஆனால் அப்போது எனக்குத் தெரிந்திருக்காத, ஆனால் விரைவில் நான் கற்றுக் கொண்ட ஒரு விஷயம், சில சமயங்களில் அந்த இருபது நிமிடங்கள் கிடைப்பதுகூட அரிதாக இருந்தது என்பதுதான். நீங்கள் ஒரு வேலையில் தாக்குப்பிடித்துக் கொண்டிருந்து, கூடவே உங்கள் குடும்பத்தையும் கவனித்துக் கொண்டு, அஞ்சல்வழிக் கல்வியிலும் சேர்ந்து படித்துக் கொண்டிருந்தால், இரவு ஆறேழு மணிநேரத் தூக்கம் கிடைப்பதே குதிரைக் கொம்பாக இருக்கும். நான் எழுத வேண்டியிருந்த ஓர் உளவியல் தேர்வுக்கும், அடுத்த நாள் காலை எட்டு மணிக்கு என் அலுவலகத்தில் நான் சமர்ப்பித்தாக வேண்டிய ஒரு வியாபாரத் திட்டத்திற்கும் இடையே எங்கோ என் மனம் அலைபாய்ந்து கொண்டிருந்தபோது, என் இலக்குகள்மீது கவனம் செலுத்துவதற்கும் என்னை மேம்படுத்திக் கொள்வதற்கும் இரவில் இருபது நிமிடங்களைச் செலவிடுவது என்பது விரைவில், முக்கியமானது என்ற நிலையிலிருந்து சாத்தியமற்ற ஒரு வேலை என்ற நிலையை எட்டியது. உங்கள் கண்களைத் திறந்த நிலையில் உங்களால் வைக்க முடியாவிட்டால், உங்கள் இலக்குகளைப் படிப்பது கடினம்.

சுயமேம்பாட்டுடன் எனக்கு ஏற்பட்ட முதல் அனுபவம் தனித்துவமானது அல்ல. யோசனை என்னவோ பிரமாதமாகத்தான் இருந்தது, இன்றும் அது ஒரு சிறந்த யோசனையாகத்தான் இருந்து வருகிறது. ஆனால், அந்த மாபெரும் யோசனையை நடைமுறைப்படுத்துவது சாத்தியமானதாக இல்லை என்பதை நான் பின்னர் கற்றுக் கொண்டேன்.

சரியான கருவிகள்

இன்றுவரை, இதே வகையான பல அற்புதமான யோசனைகளைக் கோடிக்கணக்கான மக்கள் முயற்சித்துப் பார்த்து, இதே விளைவுகளைத்தான் பெற்றுள்ளனர். எத்தனைப் பேர் அந்த யோசனையை நிரந்தரமாகக் கடைபிடித்தனர் என்று நான் நினைத்துப் பார்க்கிறேன். அவ்வாறு கடைசிவரை கடைபிடித்தவர்களை நான் பாராட்டுகிறேன். ஆனால் அவ்வாறு செய்ய முடியாமல் போனவர்களுக்காக நான் மிகவும் வருந்துகிறேன். சாதிக்க விரும்பி, ஆனால் சாதிக்க முடியாமல் போனவர்களுக்கும் சாதிக்க வேண்டும் என்ற ஆசை உள்ளூர நிச்சயமாக இருந்திருக்கும். ஆனால் அதற்கான சரியான கருவிகள் அவர்களிடம் இருக்கவில்லை. தங்களுக்குப் பலனளிக்கக்கூடிய விதத்தில் தங்களை மேம்படுத்திக் கொள்வதற்கு ஒரு வழியை அவர்களால் கண்டுபிடிக்க முடியவில்லை. வெற்றி பெற்ற ஒருசிலரைப்போல் இவர்கள் அர்ப்பணிப்புடன் இல்லாமல் போயிருக்கலாம். அல்லது அவர்களது வாழ்வில் இருந்த பிற கட்டாயங்கள் அவர்களது முன்னேற்றத்தில் குறுக்கிட்டு இருக்கலாம். ஆனால் அவர்கள் சாதிக்க விரும்பினர் என்பது உண்மை. அதைச் செய்வதற்கான சரியான வழியை அவர்கள் கண்டுபிடித்திருந்தால், நிச்சயமாக அவர்கள் சாதித்திருப்பார்கள்.

அப்படியென்றால், உண்மையிலேயே நம் வாழ்வில் ஏராளமானவற்றை மேம்படுத்தக்கூடிய ஒரு நல்ல யோசனையானது, அதை முயற்சிப்பதற்குத் தேவையான நேரமும், மனரீதியான மற்றும் உடல்ரீதியான ஆற்றலும்கூட நம்மில் ஒருசிலருக்கே இருக்கும்போது எப்படி வெற்றி பெறும்? இந்தக் கேள்விக்கான விடை மிகவும் முக்கியமானது. ஒரு யோசனையைப் பலனளிக்கச் செய்வதும், இன்னொன்றைப் பலனளிக்காமல் போகச் செய்வதும் இந்த விடைதான்: எந்தவொரு சுயமேம்பாட்டுக் கோட்பாடும் வெற்றி பெற வேண்டும் என்றால், அது எளிமையானதாக இருக்க வேண்டும். பயன்படுத்துவதற்கு மிகவும் சுலபமானதாக இருக்க வேண்டும். அதை நடைமுறைப்படுத்தும்போது அது பலனளிக்க வேண்டும்!

14
புதிய உத்திகள்

சுயபேச்சு சிறப்பாகப் பலனளிப்பதற்கு உதவக்கூடிய உத்திகள் எளிமையானவை, பயன்படுத்துவதற்கு சுலபமானவை. சில உத்திகளைப் பயன்படுத்துவதற்கு நேரம் தேவை, சிலவற்றுக்கு நேரம் தேவையில்லை. சுயபேச்சைப் பயன்படுத்துவதற்கு ஐந்து வெவ்வேறு வழிகள் உள்ளன. நீங்கள் இவற்றில் ஒருசிலவற்றை அல்லது எல்லாவற்றையும் பயன்படுத்தலாம்.

மௌனமான சுயபேச்சு

இது எல்லா நேரத்திலும் நிகழ்ந்து கொண்டே இருக்கும் ஒன்று, ஆனால் அது குறித்து வழக்கமாக நமக்கு உணர்வு இருப்பதில்லை. இது பிரக்ஞையுடன் அல்லது பிரக்ஞையின்றி நமக்குள் நடைபெறுகின்ற உள்ளார்ந்த உரையாடலாக இருக்கலாம். உங்களுடைய பழைய சுயபேச்சைக் களைந்துவிட்டு, புதிய நேர்மறையான சுயபேச்சை நீங்கள் பயன்படுத்தத் துவங்கும்போது, நீங்கள் பயன்படுத்துவதற்கு மிகவும் சுலபமான மிகவும் இயல்பான உத்திகளில் இதுவும் ஒன்று என்பதைக் கண்டுகொள்வீர்கள். முதல்நிலை மற்றும் இரண்டாம் நிலை எதிர்மறை சுயபேச்சிற்கு இடையேயான வேறுபாட்டைப் புரிந்து கொண்டுள்ள நிலையில், நீங்கள் உங்களுடன் மௌனமாகப் பேசும்போது மூன்றாவது மற்றும் நான்காவது சுயபேச்சு நிலைகளின் நேர்மறையான சுயபேச்சை

நீங்கள் ஏற்கனவே பயன்படுத்தத் துவங்கியிருப்பதற்கான ஒரு நல்ல வாய்ப்பு இருக்கிறது. இதற்கு முயற்சியைவிட அதிக விழிப்புணர்வு தேவை. விரைவில் இது ஓர் இயல்பான சுயபேச்சுப் பழக்கமாக மாறிவிடும்.

மௌனமான சுயபேச்சானது உங்களைப் பற்றியும் உங்களைச் சுற்றி உள்ளவற்றைப் பற்றியும் நீங்கள் சிந்திக்கின்ற அனைத்தையும் உள்ளடக்கியது. எதுவொன்றையும் ஓர் எதிர்மறையான கண்ணோட்டத்தில் பார்ப்பதை விடுத்து, எல்லாவற்றையும் ஒரு நேர்மறையான கண்ணோட்டத்தில் பார்க்கின்ற, உங்கள் மனப்போக்கில் ஏற்படும் ஒரு நுண்ணிய மாற்றம் இது.

காலையில் எழுந்திருக்கும்போது 'இன்று படுக்கையைவிட்டு எழ வேண்டியிருக்காமல் இருந்தால் எவ்வளவு நன்றாக இருக்கும்!' என்று உங்களுக்குள் கூறிக் கொள்வதற்குப் பதிலாக, இது ஒரு மிகச் சிறந்த நாள் என்றும், சுறுசுறுப்பாக அன்றைய தினத்தைத் துவக்குவதற்கு நீங்கள் தயாராக வேண்டும் என்றும் உங்களது சுயபேச்சு உங்களிடம் கூற வேண்டும். பிரச்சனைகள் என்று நாம் அழைக்கும் விஷயங்களில் பெரும்பாலானவை உண்மையில் நீங்கள் பிரச்சனைகளாகக் கருதுகின்ற விஷயங்களே. அவை ஒவ்வொன்றையும் நீங்கள் பார்க்கும் விதம்தான் அவை உண்மையிலேயே பிரச்சனைகளா இல்லையா என்பதைத் தீர்மானிக்கின்றது. ஒரு சிறந்த கண்ணோட்டத்துடன் அவற்றைப் பார்க்குமாறு நீங்கள் உங்களிடம் கூறிக் கொள்ள வேண்டும். இது சற்று சுலபமாக இருக்கும் என்று நீங்கள் நினைத்தால், ஒரு நாள் மட்டும் இதை முயற்சித்துப் பார்த்துவிட்டு, பிறகு என்ன நடக்கிறது என்று பாருங்கள்.

உங்களுடைய பழைய சுயபேச்சை விட்டுவிட்டு, புதிய சுயபேச்சை நீங்கள் சுவீகரிக்கத் துவங்கும்போது, உங்கள் புதிய முயற்சியைக் கைவிடுமாறு உங்களது பழைய பயிற்றுவிப்பு உங்களுக்கு ஆசை காட்டும். எனவே நீங்கள் இப்புதிய பழக்கத்தைத் துவக்கும்போது, இது பலனளிக்காது என்று உங்களிடம் கூற முயற்சிக்கின்ற உங்கள் பழைய பயிற்றுவிப்பிற்கு நீங்கள் செவிசாய்க்கப் போவதில்லை என்ற தீர்மானத்துடன் துவக்குங்கள். உங்களுடைய பழைய சுயபேச்சும் ஒரு பழக்கம்தான் என்பதை நினைவில் கொள்ளுங்கள். அந்தப் பழைய சுயபேச்சு எதிர்மறையானதாக இருந்தாலும்கூட,

இயல்பானதாகவும் சௌகரியமானதாகவும் தோன்றும். எதை எதிர்பார்க்க வேண்டும் என்பது உங்களுக்குத் தெரிந்திருக்கும்போது, அந்தப் பழைய சுயபேச்சை நேருக்கு நேர் எதிர்கொள்வதற்கும், அதை விரட்டியடிப்பதற்கும், ஒரு புதிய பழக்கத்தை உருவாக்குவதற்கும் நீங்கள் தயாராக இருப்பீர்கள்.

ஓரிரு நாட்களுக்குள், நீங்கள் இதுவரை உங்களிடம் கூறி வந்துள்ள, உங்களுக்கு எதிராகச் செயல்படக்கூடிய விஷயங்கள் அனைத்தையும் நீங்கள் கவனிக்கத் துவங்குவீர்கள். உங்களுடைய பழைய அலங்காரப் பொருட்களை உங்கள் மனவீட்டிலிருந்து அப்புறப்படுத்துவது என்ற முடிவை நீங்கள் மேற்கொண்டவுடன், அவற்றை மீண்டும் உங்கள் மனவீட்டிற்கு நீங்கள் எடுத்து வரும்போது அதை நீங்கள் அறிவீர்கள். விடாப்பிடியாக இருங்கள்! உங்கள் பழைய சாமான்களை உள்ளே அனுமதிக்காதீர்கள்!

புதிய நேர்மறையான சுயபேச்சை நீங்கள் பயன்படுத்தத் துவங்கும்போது, ஒவ்வொரு நாளும், நீங்கள் உங்களிடம் பேசும்போது நீங்கள் கூறுகின்ற அனைத்தையும் காதுகொடுத்துக் கேளுங்கள். நீங்கள் பேசுவதில் ஏதேனும் தவறான வகையைச் சேர்ந்த சுயபேச்சுபோல் உங்களுக்குத் தோன்றினால், அதை உங்கள் மனத்தில் குறித்து வைத்துக் கொண்டு, உடனடியாக அதை நேர்மறையான வாக்கியமாக மாற்றுங்கள். "இன்று என்னால் என்னுடைய நாளை ஒழுங்கமைக்க முடியவில்லை," என்ற வாசகத்தை உடனடியாக, "நான், குறிப்பாக இன்று, ஒழுங்கமைப்புடன் இருக்கிறேன். எல்லாம் என் கட்டுப்பாட்டில் உள்ளது," என்று மாற்றிக் கூறுங்கள். "இதில் எனக்கு உண்மையிலேயே ஒரு பிரச்சனை உள்ளது," என்று நீங்கள் கூறுவது உங்கள் காதில் விழுந்தால், "என்னால் இதைச் சமாளிக்க முடியும்! நான் திறமையானவன். என்னால் இப்பிரச்சனைகளைக் கையாள முடியும்," என்று மாற்றிக் கூறுங்கள். "என் எடையை என்னால் குறைக்க முடியவில்லை," என்பது "எடையைக் குறைப்பது ஒருபோதும் எனக்குப் பிரச்சனையே அல்ல. நான் சரியான உணவை சரியான அளவில் உட்கொள்கிறேன். என் எடை குறைந்து கொண்டிருக்கிறது. நான் அபாரமான தோற்றத்தைக் கொண்டிருக்கிறேன்," என்று மாற வேண்டும்.

நீங்கள் களைப்பாக இருப்பதாக உங்களிடம் கூறுவதற்குப் பதிலாக, உங்களிடம் ஏராளமான ஆற்றலும் உற்சாகமும்

நிறைந்திருப்பதாக உங்களுக்கு நீங்களே உடனடியாகக் கூறுங்கள். அதைக் கூறிய பிறகு, நீங்கள் உடனடியாக உற்சாகத்தால் துள்ளிக் குதிக்கவில்லை என்றால், அதில் எந்தத் தவறும் இல்லை. உங்களிடம் பேசுவதற்கான ஒரு புதிய வழியை நீங்கள் முயற்சித்துக் கொண்டிருக்கிறீர்கள், உங்கள் ஆழ்மனத்திற்கு முற்றிலும் புதிய கட்டளைகளைப் பிறப்பித்துக் கொண்டிருக்கிறீர்கள். உங்களுக்கு வாய்ப்புக் கிடைக்கும்போதெல்லாம் இதைச் செய்யுங்கள். அது நிச்சயமாக உங்களுக்குப் பலனளிக்கத் துவங்கும். நாம் களைப்பாக உணர்கிறோமா அல்லது ஆற்றல்மிக்கவர்களாக உணர்கிறோமா, உற்சாகமின்றி இருக்கிறோமோ அல்லது உற்சாகமாக உணர்கிறோமா என்பதெல்லாம் மனரீதியானது, வேதியல்ரீதியானது. அது உடலியக்கரீதியானது.

நீங்கள் உங்கள் நாற்காலியைவிட்டுக்கூட எழுந்திருக்க விரும்பாத ஒரு சமயத்தை நினைத்துப் பாருங்கள். அது ஒரு நீண்ட நாளாகவும், நீங்கள் மிகவும் கடினமாக உழைத்த ஒரு நாளாகவும் இருக்கிறது. உடலளவிலும் மனத்தளவிலும் நீங்கள் களைத்துப் போயிருக்கிறீர்கள். அப்போது உங்கள் தொலைபேசி மணி ஒலிக்கிறது. சரியான நேரத்தில் ஒலிக்கின்ற ஒரு சரியான தொலைபேசி அழைப்பு அது. யாரோ ஒருவர் ஒரு நல்ல செய்தியை உங்களுடன் பகிர்ந்து கொள்வதற்காக உங்களை அழைக்கிறார், அல்லது உங்களுக்கு மிகவும் முக்கியமான ஒருவர் உங்களுடன் பேசுவதற்காக உங்களை அழைக்கிறார். உடனடியாக உங்கள் ஆற்றலுக்கு என்னவாகிறது? உங்களுடைய உற்சாகத்திற்கு என்னவாகிறது? அட்ரினலீன் உங்கள் உடலில் வேகமாகப் பாய்ந்து, உடனடியாக உங்களை மீண்டும் உயிர்ப்பிக்கிறது. உண்மையிலேயே ஏதேனும் மாறியுள்ளதா? நீங்கள் உங்கள் மூளைக்கு அனுப்பிய சமிக்கைகளும், அதற்குப் பதிலாக, உங்கள் மூளை முடுக்கிவிட்ட சுவிட்சுகளும் மட்டுமே மாறியுள்ளன. இந்த சுவிட்களை ஆன் செய்ததன் மூலமாக, சற்று முன் உங்கள் நாற்காலியைவிட்டு எழக்கூட முடியாமல் இருந்த உங்களைத் திடீரென்று மிகவும் உற்சாகமாக உணரும்படி உங்களிடம் கூறுவதற்கு உங்கள் அமைப்புமுறையின் ஒவ்வொரு பகுதிக்கும் உங்கள் மூளையானது தகவல் அனுப்புகிறது.

உங்களது மௌனமான சுயபேச்சின் மூலமாக உங்களுக்கு நீங்களே கொடுத்துக் கொள்ளும் பல செய்திகள் வெளிப்படையானவையாக இல்லாமல் போகலாம். ஆனால்

உங்கள் மூளை அவற்றுக்கு உடனடியாகச் செயல்விடை அளித்து விளைவுகளை உருவாக்குகின்றது. நீங்கள் எண்ணும் எண்ணங்கள் உங்கள் மனத்தின் கட்டுப்பாட்டு அறையில் உள்ள சுவிட்சுகளைப் போடுவதற்கு உங்கள் மூளையைத் தூண்டுகின்ற மின்தூண்டல்கள் என்பதை நினைவில் கொள்ளுங்கள். உங்களது முந்தைய எதிர்மறை சுயபேச்சையோ அல்லது நடுநிலையான சுயபேச்சையோ புதிய கட்டளைகளைக் கொண்டு இடமாற்றம் செய்வதன் மூலம், உங்கள் மூளையில் ஆரோக்கியமான, ஆக்கபூர்வமான வேதியியல் மற்றும் மின் கட்டுப்பாட்டு மையங்களை நீங்கள் தூண்டுகிறீர்கள். இத்தூண்டுதல் தானாகவே உங்களுக்குச் சாதகமாகச் செயல்படுகிறது.

காலையில் எழும் ஒரு வாக்குவாதம் எப்படி ஒரு நாள் முழுவதையும் பாதிக்கிறது என்பதை நிச்சயமாக நாம் அனைவரும் அனுபவபூர்வமாக உணர்ந்திருப்போம். உங்களுடைய பயிற்றுவிப்பை மாற்றுங்கள். உங்களுக்கு நீங்களே கொடுத்துக் கொள்ளும் மௌனமான எண்ணங்களை வேறு வார்த்தைகளில் மாற்றியமையுங்கள். மனச்சோர்வுக்கு ஒரு நாளைக் காவு கொடுப்பதற்குப் பதிலாக, இன்னொரு மதிப்பான நாளை நீங்கள் பெறுவீர்கள். உணர்ச்சிரீதியாக நீங்கள் மிகவும் சிறப்பாக உணர்வீர்கள், மனரீதியாகவும் உடல்ரீதியாகவும் நீங்கள் ஆரோக்கியமாக இருப்பீர்கள், மற்றவர்களுடன் சகஜமாகப் பழகுவீர்கள். ஒரு நாளைத் தோல்விக்கு இரையாக்காமல், இன்னொரு வெற்றியை ஈட்டியிருப்பீர்கள்.

சுயபேச்சு

உங்களைப் பற்றியோ அல்லது வேறு எதைப் பற்றியோ உரத்தக் குரலில் உங்களிடம் நீங்களே கூறிக் கொள்ளும் எதுவொன்றும் உங்கள் சுயபேச்சின் ஒரு பகுதி. நீங்கள் பேசும்போது கூறும் விஷயங்கள் உங்கள் ஆழ்மனத்திற்கு நீங்கள் கொடுத்துக் கொண்டிருக்கும் காட்சிகள் மற்றும் கட்டளைகளின் ஒரு முக்கியப் பகுதியாகும்.

நீங்கள் பேசும்போது கூறும் விஷயங்கள் அழிவுபூர்வமான தகவல்களை உங்களுக்கு நீங்களே கொடுத்துக் கொள்கின்ற தவறான படங்களையோ அல்லது கட்டளைகளையோ உருவாக்கும்போது, உங்கள் மூளை அந்தத் தகவலின்

அடிப்படையில் செயல்பட்டு, பல வழிகளில் உங்களுக்கு எதிராகச் செயல்படக்கூடும். உங்களுடைய வேலை உங்களுக்குப் பிடிக்கவில்லை என்று உங்கள் நண்பரிடம் நீங்கள் கூறுவது உங்கள் வேலைக்கு எந்த விதத்திலும் உதவப் போவதில்லை. உங்கள் மனத்திலிருந்து அந்தச் சுமையை இறக்கி வைப்பது உங்களை நல்லவிதமாக உணரச் செய்யக்கூடும். பல வகையான சிகிச்சைகளில் இந்த உத்தி சில வெற்றிகளைக் கொடுத்துள்ளது. ஆனால் உங்களுக்கு நீங்களே கொடுத்துக் கொள்ளும் பயிற்றுவிப்பை மாற்றுவதன் மூலம் உங்கள் மனப்போக்கை உங்களால் மாற்ற முடிந்தால், குறிப்பாக, வெறுமனே குறைகூறுவது உங்கள் வேலையிலோ அல்லது வேறு எந்தச் சூழ்நிலையிலோ எந்த மாற்றத்தையும் கொண்டு வராது என்பது போன்ற சூழல்களில், அது எவ்வளவு சிறப்பானதாக அமையும் என்று நினைத்துப் பாருங்கள்.

உங்கள் சுயபேச்சானது 'ஒப்புதல்' என்று நாம் அழைக்கும் விஷயத்தின் மையமாக உள்ளது. ஒரு மோசமான சூழ்நிலையுடன் அனுசரித்துச் செல்ல வேண்டிய கட்டாயத்தை நாம் அனைவருமே நம் வாழ்வில் அனுபவித்திருப்போம். ஆனால் அந்தச் சூழ்நிலை உங்களுக்கு எதிராக வேலை செய்ய அனுமதிப்பதோ அல்லது அதை வேறு விதமாகப் பார்ப்பதற்கு உங்கள் மனத்தில் ஒரு தீர்மானத்தை மேற்கொள்வதோ உங்களைப் பொறுத்தது. உங்களுடைய சுயபேச்சுதான் உங்கள் உள்ளார்ந்த நிலையில் நீங்கள் உண்மையிலேயே வெற்றி பெறுகிறீர்களா அல்லது தோல்வியுறுகிறீர்களா என்பதைத் தீர்மானிப்பதற்கான காரணியாகும்.

ஒவ்வொரு நாளும் நாம் நூற்றுக்கணக்கான விமர்சனங்களை அல்லது அறிக்கைகளைக் கொடுத்துக் கொண்டே இருக்கிறோம். ஒவ்வொரு நாளும் நாம் கூறுகின்ற பல விஷயங்களைத் தகுந்த வார்த்தைகளைக் கொண்டு ஏதோ ஒரு வழியில் நேர்மறையான வாக்கியங்களாக அமைப்பது அவ்வளவு முக்கியத்துவம் வாய்ந்ததாக நமக்குத் தோன்றாமல் போகலாம். ஆனால் அவை ஒவ்வொன்றும் நீங்கள் உங்கள் ஆழ்மனத்திற்குக் கொடுக்கும் கட்டளைகள் என்பதைக் கருத்தில் கொள்ளுங்கள். ஒரு வாரம் முழுவதும், ஒரு மாதம் முழுவதும், அல்லது ஒரு வருடம் முழுவதும் நீங்கள் எத்தனை விமர்சனங்களையும் அறிக்கைகளையும் கொடுக்கிறீர்கள் என்பதைக் கணக்கிட்டுப் பாருங்கள். அந்தச் சிறிய, ஆனால்

மிக முக்கியமான வார்த்தைகள் அனைத்தும் உங்கள் ஆழ்மனத்திற்கு நீங்கள் கொடுக்கும் கட்டளைகளே. நீங்கள் எதைச் சாதிக்கிறீர்கள், எப்படி உணர்கிறீர்கள், யாராக உருவாகிறீர்கள் என்பதைத் தீர்மானிக்கும் மிக முக்கியமான கட்டளைகள் அவை.

உங்களைச் சுற்றி இருக்கின்ற நபர்களில் யார் வெற்றியாளர்கள், யார் தோல்வியாளர்கள் என்பதைத் தீர்மானிப்பதற்கு அவர்களுடைய சுயபேச்சைக் கூர்ந்து கவனியுங்கள். அதாவது, ஏதேனும் ஒன்றைப் பற்றிப் பேசும்போது அவர்கள் என்ன பேசுகிறார்கள் என்பதைக் காதுகொடுத்துக் கேளுங்கள். வெற்றியாளர்கள் பொதுவாக வெற்றிகரமான விளைவுகளை உருவாக்குகின்ற ஒரு மனப்போக்கை உருவாக்குவதற்கு சுயபேச்சைப் பயன்படுத்துகின்றனர். வெற்றியாளர்களுக்குப் பிரச்சனைகள் ஏற்படுவதில்லை என்பதோ அல்லது ஒவ்வொரு நாளும் அவர்களுக்குக் கச்சிதமான நாளாகவே அமைகின்றது என்பதோ இதற்கு அர்த்தமல்ல. ஆனால் ஒருசில மாதங்கள் அல்லது ஒருசில வருடங்களில் அவர்கள் தங்கள் வாழ்வில் பெற்றுள்ள வெற்றிகளைக் கணக்கிட்டுப் பாருங்கள். அவர்களுடைய சுயபேச்சு எவ்வளவு சிறப்பானதாக உள்ளதோ, அவர்களது வெற்றியின் எண்ணிக்கை அவ்வளவு அதிகமாக இருக்கும். அவர்களுடைய அணுகுமுறை எவ்வளவு அதிக நேர்மறையானதாக இருக்கிறதோ, அவர்களுக்குக் கிடைக்கும் விளைவுகள் அவ்வளவு அதிக வெற்றிகரமானவையாக இருக்கும். காலப்போக்கில், தூங்குவது, நடப்பது, சாப்பிடுவது, அல்லது உறங்குவதைப்போல், நேர்மறையான சுயபேச்சும் ஒரு பழக்கமாகவே ஆகிவிடும். நேர்மறையான சுயபேச்சு ஒரு பழக்கமாக மாறும்போது, அந்த சுயபேச்சினால் விளையும் வெற்றியும் ஒரு பழக்கமாக ஆகிவிடும்.

நீங்கள் பேசும்போது கூறும் அனைத்து விஷயங்களையும் கவனியுங்கள். நீங்கள் விரும்புகின்ற படத்தைத்தான் உங்கள் வார்த்தைகள் உங்கள் ஆழ்மனத்தில் உருவாக்குகின்றனவா என்பதைப் பாருங்கள். இல்லையென்றால், அந்த வார்த்தைகளை மாற்றி அமையுங்கள். நேர்மறையான சுயபேச்சைக் கற்றுக் கொள்வதன் மூலம் உங்களிடம் இருக்கும் சிறந்தவற்றை நீங்கள் வெளிக்கொணர்வீர்கள். உங்களுக்கு நீங்களே கொடுத்துக் கொள்ளக்கூடிய மிகச் சிறந்த பரிசு

இதுதான். சுயபேச்சில் நீங்கள் கைதேர்ந்தவராகிவிட்டால், இந்தப் பொக்கிஷத்தை நீங்கள் ஒருபோதும் இழக்க மாட்டீர்கள்.

சுயஉரையாடல்

நீங்கள் சுலபமாகப் பயன்படுத்தக்கூடிய சுயபேச்சு வகைகளில் இதுவும் ஒன்று. இது உங்களுக்கு அதிகக் குதூகலத்தைக் கொடுக்கக்கூடியதும்கூட. சுயஉரையாடல் என்பது இருவர் பேச வேண்டிய விஷயங்களை நீங்கள் ஒருவரே சத்தமாக உங்களிடம் பேசிக் கொள்ளும் உத்தியாகும். இது சுயபேச்சின் மிகவும் ஆற்றல்வாய்ந்த வடிவம். ஏனெனில், இது உங்களுடைய பெரும்பாலான புலன்களை ஈடுபடுத்தி, உங்களை ஒரு புதிய வழியில் பயிற்றுவிப்பதற்கு உங்களிடமுள்ள அதிகமானவற்றைப் பயன்படுத்துகிறது. நீங்கள் ஒரு சுயஉரையாடலை மேற்கொள்ளும்போது, உங்களின் பெரும்பகுதி அதில் ஈடுபடுகிறது.

சுயஉரையாடலை நீங்கள் முதன்முதலில் பயன்படுத்தத் துவங்கும்போது, குளியலறைக்குச் சென்று கதவைத் தாழிட்டுக் கொள்ள விரும்பக்கூடும். உங்களிடம் நீங்களே உரத்தக் குரலில் பேசத் துவங்கும்போது, உங்களிடம் நீங்களே கேள்விகள் கேட்டுக் கொண்டும் அவற்றுக்கு விடையளித்துக் கொண்டும் உங்களுடன் ஓர் உரையாடலை நிகழ்த்தத் துவங்கும்போது, உங்களுக்கு மிகவும் நெருங்கிய குடும்ப உறுப்பினர்கள்கூட உங்களுக்குப் பைத்தியம் பிடித்துவிட்டதாக நினைக்கக்கூடும். ஒருமுறை நான் சிக்காகோவில் இருந்து சான்பிரான்சிஸ்கோ நகருக்கு விமானத்தில் சென்று கொண்டிருந்தேன். வழியில், கிறிஸ்துமஸ் தினத்திற்கு முந்தைய இரவில், டென்வர் நகரில் சிறிது நேரம் தங்க வேண்டியிருந்தது. மோசமான வானிலையின் காரணமாக எங்கள் விமானம் டென்வர் நகரைவிட்டுப் புறப்படுவதில் தாமதம் ஏற்பட்டது. இரவு சுமார் பதினொன்றரை மணியளவில், பனிப்புயல் காரணமாக விமானம் பல மணிநேரம் தாமதமாகப் புறப்படும் என்று எங்களிடம் தெரிவிக்கப்பட்டது. இரவு முழுவதையும் டென்வர் விமான நிலையத்திலேயே செலவிட வேண்டிய சூழ்நிலை நிலவியது.

விடுமுறைக் காலம் என்பதால் அனைத்து விமானங்களும் பயணியர்களால் நிரம்பி வழிந்தன. டென்வர் விமான

நிலையத்தில் தரையிறங்கிய விமானங்களின் பயணிகளும் சேர்ந்து கொண்டதில், அந்த விமான நிலையம் பயணியர் கூட்டத்தால் அலை மோதியது. இரவு முழுவதையும் விமான நிலையத்தில் கழிப்பதில் எவருக்கும் மகிழ்ச்சி இருக்கவில்லை. கிறிஸ்துமஸ் விழாவைக் கொண்டாடுவதற்குத் தங்கள் வீடுகளுக்குச் செல்ல முடியாமல் போய்விடுமோ என்ற கவலை அனைவரையும் வாட்டியது. ஒரே நேரத்தில் இத்தனை எரிச்சலான மக்களை நான் அதுவரை பார்த்திருக்கவில்லை. பனிப்புயலானது விமான ஊழியர்களின் தவறு என்பதுபோல் அவர்கள் நடந்து கொண்டனர்.

சூழ்நிலையை ஆய்வு செய்த பிறகு, ஒரு சிறு சுயஉரையாடலைப் பயிற்சி செய்வதற்கான ஒரு நல்ல நேரம் அது என்று நான் தீர்மானித்தேன். மற்றவர்களைப் போலவே நானும் என் வீட்டிற்குச் செல்ல ஆவலாக இருந்தேன். எனவே, உடனடிப் பயிற்றுவிப்பு சிலவற்றின் விளைவைப் பரிசோதித்துப் பார்ப்பதற்கான நல்ல நேரம் அது என்று நான் நினைத்தேன். பயணிகள் காத்திருப்பதற்காகப் போடப்பட்டிருந்த இருக்கைகள் வேகமாக நிரம்பியதையும், ஓரிடத்தில் அடுத்தடுத்த மூன்று இருக்கைகள் காலியாக இருந்ததையும் நான் கண்டேன். அதில் மத்தியில் இருந்த இருக்கையில் சென்று அமர்ந்து கொண்டு என்னிடம் உரத்தக் குரலில் நான் பேசத் துவங்கினேன்.

நான் தெளிவான, உறுதியான, உரத்தக் குரலில், "ஷாட், நாம் இங்கு வசமாக மாட்டிக் கொண்டோம்," என்று கூறினேன். பிறகு, "ஆமாம், இப்போது நீ என்ன செய்ய விரும்புகிறாய்?" என்று அதற்கு நானே பதிலளித்தேன். "நாம் பேசலாம்!"

அதன் பிறகு நிகழ்ந்த உரையாடல் நான் என்னுடன் மேற்கொண்டதிலேயே மிக அற்புதமான உரையாடலாக அமைந்தது. அது பலனளிக்கவும் செய்தது. விமான நிலையத்தில் இருந்தவர்கள் அனைவரைவிடவும் என்னுடைய மனஅழுத்தம் குறைவாக இருந்ததோடு, அன்று இரவு முழுதும் யாரும் என் பக்கத்து இருக்கைகளில் அமரவே இல்லை.

இருந்தாலும், அவ்வளவு வெளிப்படையாகத் தெரியாதபடி சுயஉரையாடலை மேற்கொள்வதற்கு ஒரு பாதுகாப்பான வழி இருக்கிறது. உங்களுக்குக் கிடைக்கும் அடுத்த வாய்ப்பில் அதை நீங்கள் பயன்படுத்திப் பார்க்குமாறு நான் உங்களை வலியுறுத்துகிறேன். நான் அதைக் 'குளியலறைப் பேச்சு' என்று அழைக்கிறேன். நாளை காலையில் நீங்கள் குளியலறைக்குள்

நுழைந்தவுடன், உங்கள் முகத்தில் ஒரு புன்முறுவலுடன், "ஹலோ, எப்படி இருக்கிறாய்?" என்று உங்களுக்கு நீங்களே கேட்டுக் கொள்ளுங்கள். நிமிர்ந்த பார்வையுடன், சிறந்த மனப்போக்குடன், அன்றைய தினத்திற்கு மகிழ்ச்சியான வரவேற்பைக் கொடுத்து, அன்றைய நாள் மிகவும் சிறப்பான நாளாக அமையப் போவதாகக் கூறுங்கள். "நீ இன்று பிரமாதமாகத் தோற்றமளிக்கிறாய். நீ நல்லவிதமாக உணர்கிறாய். நல்ல மனநிலையில் இருக்கிறாய். எதையும் கையாள்வதற்கு நீ தயாராக இருக்கிறாய்!" என்று கூறுங்கள். பிறகு, அதற்குப் பதில் கூறும் விதத்தில், "நான் மிக அற்புதமாக உணர்கிறேன். குறிப்பாக இன்று நான் மிகவும் நல்லவிதமாக உணர்கிறேன். நான் யாராக இருக்கிறேனோ, அதை நான் விரும்புகிறேன். உயிருடன் இருப்பதற்காக நான் மகிழ்ச்சியாக இருக்கிறேன். நான் இன்றைய தினத்தை மகிழ்ச்சியாக அனுபவிக்கப் போகிறேன்," என்று கூறுங்கள்.

இரண்டு அல்லது மூன்று நிமிடங்கள் மட்டுமே இந்த உள்ளார்ந்த ஊக்குவிப்பு நிகழ்ந்தாலும்கூட, அன்றைய தினத்தை நீங்கள் மிகவும் சிறப்பாகத் துவக்கியிருப்பீர்கள். ஒரு சாதாரண நாளை மிகவும் அற்புதமான நாளாக மாற்ற முடியும் என்ற ஒரு நம்பிக்கையுடன் நீங்கள் அன்றைய தினத்தை எதிர்கொள்ளப் புறப்படுவீர்கள். அது சிறப்பாகப் பலனளிக்கும்! உங்களுக்குப் புத்துணர்வூட்டுகின்ற, உங்களுடைய நாளுக்கு நேர்மறையான துவக்கத்தைக் கொடுக்கின்ற, உங்களது மனஉறுதியை உருவாக்குகின்ற அத்தகைய சுயஉரையாடல் வழக்கமாக நாம் ஒவ்வொரு நாளையும் எதிர்கொள்ளும் விதத்தைவிட எவ்வளவு சிறந்தது என்பதை சிந்தித்துப் பாருங்கள்.

ஒரு பெருநிறுவனத்திற்கோ அல்லது ஒரு குழுவினருக்கோ நான் பயிற்சியளித்துக் கொண்டிருக்கும்போது, மேற்கூறப்பட்டக் காலைநேர சுயஉரையாடலுடன் ஒவ்வொரு நாளும் உங்களைத் தயார்படுத்திக் கொள்வதைப் பற்றி நான் பேசும்போது, பார்வையாளர்களின் முகத்தில் ஆச்சரியமும் ஒருவித சந்தேகமும் மாறி மாறிப் பிரதிபலிப்பதை நான் காண்கிறேன். ஆனால் ஒருசில வாரங்கள் அவர்கள் அதை முயற்சித்துப் பார்த்தப் பிறகு, அவர்களிடமிருந்து முற்றிலும் வித்தியாசமான ஒரு கதை எனக்குக் கிடைக்கும். அவர்கள் அதை முயற்சித்துப் பார்க்கின்றனர், அது வேலை செய்வதை உணர்கின்றனர்.

உங்களைப் பற்றிய சிறந்த விஷயத்தைக் கூறி உங்கள் நாளைத் துவக்கினால் என்ன? உங்களால் எதைச் செய்ய முடியாது என்று கூறி விரக்தியுடன் துவக்குவதற்குப் பதிலாக, உங்களால் எதைச் செய்ய முடியும் என்பதைக் கூறி உற்சாகமாகத் துவக்கினால் என்ன? மேலாளர்களுக்கும், விற்பனையாளர்களுக்கும், அலுவலக ஊழியர்களுக்கும், கட்டுமானப் பணியாளர்களுக்கும், தடகள வீரர்களுக்கும், மாணவர்களுக்கும், ஒவ்வொரு நாளையும் பயனுள்ள நாளாக ஆக்க விரும்புகின்ற ஒவ்வொருவருக்கும் இது சிறப்பாகப் பலனளித்து வந்துள்ளது.

உங்களால் ஓர் அமைதியான சுயஉரையாடலை மேற்கொள்ள முடியும் என்றாலும்கூட, உரத்தக் குரலில் உங்களிடம் நீங்கள் பேசும்போது, உங்களுடைய எண்ணங்களை வார்த்தைகளில் வடிக்க நீங்கள் கட்டாயப்படுத்தப்படுகிறீர்கள். அது உங்கள் சிந்தனையைத் தெளிவுபடுத்தவும் திட்டவட்டமாகச் சிந்திக்கவும் உங்களுக்கு உதவும்.

உங்களுடன் உரத்தக் குரலில் பேசுவதும், உங்களுடன் ஓர் உரையாடலை மேற்கொள்வதும், உங்களிடம் நீங்களே கேள்விகள் கேட்பதற்கும் விடையளிப்பதற்கும் அனுமதிப்பது இதன் அனுகூலங்களில் ஒன்று. இதை நீங்கள் முதன்முதலில் முயற்சித்துப் பார்க்கும்போது உங்களுக்குக் கிடைக்கக்கூடிய விடைகளைக் கண்டு நீங்கள் ஆச்சரியப்படுவீர்கள். நாம் நினைப்பதைவிட நம்மைப் பற்றி நாம் நன்றாகவே அறிந்து வைத்திருக்கிறோம். சரியான கேள்விகளை நம்மிடம் நாம் கேட்கும்போது நமக்குக் கிடைக்கக்கூடிய விடைகள்தான் உண்மையான விடைகள். உண்மைகளைத் தோலுறித்துக் காட்டுகின்ற விடைகள்.

முதன்முதலாக உங்களிடம் நீங்கள் சத்தமாகப் பேசத் துவங்கும்போது அது உங்களுக்கு முட்டாள்தனமாகத் தோன்றக்கூடும். நான் அப்படித்தான் உணர்ந்தேன். ஆனால் ஓரிரு நாட்களில் அதன் அனுகூலங்கள் உங்களுக்குத் தெரிய வரும்போது, உங்களுடைய சங்கோஜம் போய்விடும். சில நாட்களில், காரில் பயணிக்கும்போதும், அலுவலகத்தில் தனியாக இருக்கும்போதும், வெளியே காலாற நடக்கும்போதும் நீங்கள் உங்களிடம் பேசிக் கொண்டிருப்பதை நீங்கள் காண்பீர்கள்.

நீங்கள் மிகவும் நேசிக்கின்ற தனிமைக் கணங்களில் சிலவற்றை உங்கள் சுயஉரையாடலுக்குப் பயன்படுத்துங்கள்.

நீங்கள் சிறப்பானவர் என்று உங்களுக்கு நீங்களே கூறிக் கொள்ளுங்கள். உரத்தக் குரலில் கூறுங்கள். உங்கள் கேள்விக்கு உங்களிடமே விடை கேளுங்கள். உங்கள் ஆலோசனையைப் பெறுங்கள். உங்கள் குரலைக் கேட்க ஆவலாக இருக்கும் ஒரு நல்ல நண்பன் உங்களுக்குள் காத்திருக்கிறான்.

சுயஎழுத்து

தங்களுடைய சுயபேச்சை எழுதிக் கொள்வது தங்களுக்காகத் தாங்கள் செய்துள்ள மிக மகிழ்ச்சியான வேலைகளில் ஒன்று என்று சிலர் என்னிடம் கூறியுள்ளனர். அதே சமயத்தில், சுயபேச்சைப் பயன்படுத்துவதும், சுயபேச்சைப் படிப்பதும், சுயபேச்சைக் கேட்பதும் சிறப்பாக இருந்தாலும், தாங்கள் ஏற்படுத்த விரும்புகின்ற மாற்றங்களை அடைவதற்குத் தேவையான சுயபேச்சை வார்த்தைக்கு வார்த்தை எழுதுவதற்கான நேரமோ அல்லது படைப்புத்திறனோ தங்களுக்கு இல்லை என்று சுயபேச்சை ஆர்வமாகப் பயன்படுத்தும் வேறு சிலர் என்னிடம் கூறியுள்ளனர்.

சுயஎழுத்து என்பது உங்கள் சுயபேச்சை வார்த்தைக்கு வார்த்தை எழுத்தில் வடிப்பதாகும். உங்கள் ஆழ்மனத்திற்கு நீங்கள் கொடுக்க விரும்புகின்ற மிக முக்கியமான புதிய அறிவுறுத்தல்கள் திட்டவட்டமான சுயபேச்சு வாசகங்களில் எழுதப்படுவதுதான் சுயஎழுத்து. (உங்கள் சுயபேச்சை எழுதுவதற்கான திட்டவட்டமான செயல்முறையை 22வது அத்தியாயத்தில் நீங்கள் கற்றுக் கொள்வீர்கள்.)

சுயபேச்சு பலனளிப்பதற்கான நடைமுறைச் சாத்தியமுள்ள வழிகளை நான் முதன்முதலில் ஆய்வு செய்யத் துவங்கியபோது, என் வாழ்வில் தனிப்பட்ட முறையில் நான் மேம்பட விரும்பிய ஒவ்வொரு பகுதிக்கும் ஒரு சுயபேச்சை எழுதத் துவங்கினேன். பிறகு ஒவ்வொரு நாளும் அதை மீண்டும் படிப்பதற்கு ஒரு வழக்கத்தை உருவாக்கினேன். இது பலனளித்தது என்றாலும், இதற்கு அதிக நேரமும் கவனமும் தேவைப்பட்டன. இவ்வழிமுறையை முயற்சித்துப் பார்த்தப் பிறருக்கும் இதே விளைவுதான் ஏற்பட்டது. ஆனால் ஒவ்வொருவருடைய விஷயத்திலும், அவர்களுக்குக் கிடைத்தப் பலனின் அளவு அவர்கள் மேற்கொண்ட முயற்சியின் அளவைப் பொறுத்தே இருந்தது.

ஆரம்பத்தில், சுயபேச்சு சிறிய அட்டைகளில் எழுதப்பட்டன. ஓர் அட்டையில் ஒரு வாசகம் எழுதப்பட்டது. இறுதியில், சுயபேச்சாளர், பல்வேறு சூழ்நிலைகளுக்குத் தேவையான சுயபேச்சை உள்ளடக்கிய பல அட்டைகளை உருவாக்குவார். ஏதேனும் ஒரு சமயத்தில் ஒரு திட்டவட்டமான இலக்கோ அல்லது பிரச்சனையோ வந்தால், அந்த இலக்கு நிறைவேறும் வரையிலோ அல்லது அப்பிரச்சனை அவரது கட்டுப்பாட்டிற்குள் வரும் வரையிலோ, அந்த அட்டைக் குவியலில் இருந்து அதற்குப் பொருத்தமான சுயபேச்சு வாசகத்தை எடுத்துப் படிப்பார்.

விளைவுகள் வெளிப்படையானவையாக இருந்தன என்றாலும்கூட, சுயபேச்சு அட்டைகளை உருவாக்குவதற்கு அதிக முயற்சி தேவைப்பட்டது தொடர்ந்து இதைச் செய்வதற்குத் தடையாக இருந்தது. இறுதியில், பலர் இந்த உத்தியைப் பயன்படுத்தியபோது எதிர்கொண்ட சிரமங்களை நான் கவனித்தப் பிறகு, சுயபேச்சை எழுதுவதற்குப் பெரும்பான்மையான மக்கள் பயிற்றுவிக்கப்படவில்லை என்ற முடிவுக்கு வந்தேன். அந்தப் பயிற்றுவிப்பு இல்லாததால் அவர்கள் சுயபேச்சை எழுதுவதில்லை.

இப்பிரச்சனையைத் தீர்ப்பதற்கு, சுமார் நாற்பது பகுதிகளில் தேவைப்படுகின்ற சுயமேம்பாட்டை உள்ளடக்கிய சில திட்டவட்டமான சுயபேச்சு வாசகங்களை நான் உருவாக்கினேன். இதன் விளைவாக, தனிநபர்கள் சுலபமாகப் பின்பற்றுவதற்கும் பயன்படுத்துவதற்கும் ஏற்ற நூற்றுக்கணக்கான சுயபேச்சு வாசகங்கள் உருவாயின. தங்கள் ஆழ்மனத்தைச் சரியாகப் பயிற்றுவிக்கத் தேவையான சுயபேச்சை உருவாக்குவதற்கான குறிப்பிட்ட வார்த்தைகளையும் சொற்றொடர்களையும் சிந்தித்து எழுதுவதற்குப் பெரும்பான்மையான மக்களிடம் பொறுமையோ நேரமோ இல்லை என்பதை நான் நன்றாக அறிந்திருந்தேன்.

சுயபேச்சு ஒரு சலிப்பூட்டும் வேலை என்று இதற்கு அர்த்தமில்லை. வார்த்தைகளோடு விளையாடுவதில் உங்களுக்கு ஆர்வம் இல்லையென்றாலோ, மிகவும் பலனளிக்கின்ற வகையில் அந்த வார்த்தைகளைப் பயன்படுத்துவதற்கான விதிமுறைகளைப் பின்பற்றுவதில் உங்களுக்கு விருப்பமில்லை என்றாலோ, சுயபேச்சைப் பயன்படுத்தத் துவங்குவதை நீங்கள் எவ்வளவு விரும்பினாலும் சரி, துவக்கிய வேகத்திலேயே அதை நீங்கள் நிறுத்தி விடுவதற்கான வாய்ப்புகள் அதிகம்.

ஆனால் என்ன எழுத வேண்டும் என்பதையும், எப்படி எழுத வேண்டும் என்பதையும் கற்றுக் கொண்டுள்ளவர்களுக்கு, சுயபேச்சு அவர்களுடைய ஆழ்மனத்தை மறுபயிற்றுவிப்பு செய்வதற்கான ஆற்றல்மிக்க வழியாக அமையும். அது உங்கள் கவனத்தை ஒருமுகப்படுத்துகிறது, உங்கள் சிந்தனையைத் தூண்டுகிறது, பழைய எதிர்மறையான பயிற்றுவிப்பை அழிக்கும் செயல்முறையில் உங்களை ஈடுபடுத்துகிறது, புதிய அறிவுறுத்தல்களை உங்கள் ஆழ்மனத்தில் பதியச் செய்வதற்கான செயல்முறையில் உங்களைப் பங்கு கொள்ள வைக்கிறது. அத்தகைய ஒருமித்தக் கவனமும் ஆழ்ந்த ஈடுபாடும் உங்கள் தன்முனைப்பை மெருகேற்றி, உங்கள் மனஉறுதிக்கு ஆற்றல் அளிக்கிறது.

உங்களுடைய சுயபேச்சை எழுதுவதன் மூலம். உங்களது நோக்கங்கள் குறித்து நீங்கள் கொண்டுள்ள விழிப்புணர்வை அதிகரிக்கிறீர்கள். அது உங்களுக்கு அதிக ஆர்வத்தைக் கொடுக்கிறது, அந்த ஆர்வம் அதிக ஆற்றலை உருவாக்குகிறது. எதுவொன்றிலும் நீங்கள் அதிக ஆற்றலை முதலீடு செய்தால், அது உங்களுக்குப் பலனளிப்பதற்கான வாய்ப்புகள் அதிகரிக்கின்றன. உங்களை மேம்படுத்துவதற்கான ஒரு வழியைக் கண்டுபிடிப்பது என்று வரும்போது, அது எளிதாக இல்லையென்றால் அது பலனளிக்காது என்று நான் ஏற்கனவே குறிப்பிட்டிருந்தேன். எனவே, உங்கள் சுயபேச்சை எழுதுவது உங்களுக்கு சுலபமாகவும் எளிதாகவும் இருக்குமா இல்லையா என்பதைத் தீர்மானிப்பதற்கு முன், அதை நீங்கள் முயற்சித்துப் பார்க்க வேண்டும். அது உங்களுக்குப் பலனளிக்கவில்லை என்றால், நீங்கள் வெற்றி பெறுவதற்கு வேறு வழிகள் இருக்கின்றன. சுயஎழுத்து உங்களுக்குச் சிறப்பாக வேலை செய்தால், அச்செயல்முறையை நீங்கள் மகிழ்ச்சியாக அனுபவிப்பதோடு மட்டுமன்றி, அதனால் ஏற்படும் விளைவுகளைக் கண்டு பேருவகையும் கொள்வீர்கள்.

ஒலிநாடா சுயபேச்சு

ஒலிநாடாவில் சுயபேச்சு பதிவு செய்யப்பட்டது ஒரு தற்செயலான நிகழ்வுதான். பல வருடங்களுக்கு முன், வெவ்வேறு சூழ்நிலைகளுக்குப் பொருத்தமான சுயபேச்சு வாசகங்களை நான் உருவாக்கிக் கொண்டிருந்த சமயத்தில், நான் என் எடையை சற்றுக் குறைக்க விரும்பினேன்.

அந்த நேரத்தில், சில புதிய சுயபேச்சு வாசகங்களை எனக்காக நான் உருவாக்க விரும்பியபோது, தனித்தனியான அட்டைகளில் அவற்றை எழுதி, முகம் பார்க்கும் கண்ணாடியைச் சுற்றி ஒட்டி வைத்து, காலையில் நான் வேலைக்குச் செல்லத் தயாராகிக் கொண்டிருந்தபோது அவற்றை மௌனமாகவோ அல்லது வாய்விட்டு உரக்கவோ படித்தேன். தினமும் காலையில் சுயபேச்சு வாசகத்தைப் படிப்பதன் மூலம் நாளைத் துவக்குவது அந்த நாளுக்கான மிகச் சிறந்த துவக்கம் என்பதை நான் கண்டுகொண்டேன். அது என்னைச் சரியான திசையில் சரியான மனநிலையில் என் வேலைகளைக் கையாள எனக்கு உதவியது.

என் உடல் எடையைக் குறைப்பதற்கு சுயபேச்சை நான் பயன்படுத்துவதற்கு முன்பு, பலனளிக்காத பத்திய உணவுகளை உட்கொண்டது, உடற்பயிற்சியைத் தொடர்ந்து கடைபிடிக்காதது, பட்டினி கிடந்தது, முப்பது நிமிட உடற்பயிற்சியோடு சேர்த்து வெறும் பழச்சாறுகளை மட்டும் பருகியது ஆகியவை உட்பட நான் பலவற்றையும் முயற்சித்துப் பார்த்தேன். நான் எவ்வளவு அதிகமாக உடற்பயிற்சி செய்தேனோ, அவ்வளவு அதிகப் பசி எனக்கு ஏற்பட்டதை நான் கண்டேன். என் எடையை எவ்வளவு அதிகம் குறைத்தேனோ, அவ்வளவு அதிகமாக எனக்கு நானே சிறு வெகுமதி அளித்துக் கொள்ள வேண்டும் என்ற உணர்வு எனக்குள் எழுந்தது. வழக்கமாக அந்த வெகுமதி என் உடல் எடையைக் கூட்டுகின்ற உணவாகவே இருந்தது. முதலில் எடையைக் குறைத்து, மீண்டும் எடை அதிகரித்தப் பல்லாயிரக்கணக்கான பத்திய உணவுக்காரர்களின் கதைகளில் என் கதையும் ஒன்று.

எனவே, உடல் எடையைக் குறைப்பதற்கான சுயபேச்சு வாசகங்கள் அடங்கிய அட்டைகளை உருவாக்கினால் என்ன என்று என்னை நானே கேட்டுக் கொண்டேன். வாழ்வின் முக்கியமான பகுதிகளில் எனக்கும் இன்னும் ஆயிரக்கணக்கான மக்களுக்கும் சுயபேச்சு சிறப்பாகப் பலனளித்து வந்திருக்கும்போது, அதை உச்சகட்டப் பரிசோதனைக்கு உட்படுத்தினால் என்ன என்ற எண்ணம் எனக்குள் ஏற்பட்டது.

எடைக் குறைப்பிற்கான சுயபேச்சு வாசகங்களை அட்டைகளில் எழுதி என் கண்ணாடியைச் சுற்றி ஒட்டி வைத்தேன். என்னைப் பற்றிய மிகச் சிறப்பானவற்றை நான்

எழுதினேன். என் எடை, நான் சாப்பிட்ட விதம், என் ஆரோக்கியம், என் ஆற்றல் போன்ற, என்னைப் பற்றிய முற்றிலும் புதிய படம் ஒன்றை என் ஆழ்மனத்திற்குக் கொடுப்பதற்கான அனைத்தையும் நான் எழுதினேன். ஒல்லியான தேகம் கொண்ட, ஆரோக்கியமான 'என்னை' உருவாக்கக்கூடிய சுயபேச்சின் ஒவ்வொரு சொற்றொடரையும் ஒவ்வொரு வார்த்தையையும் நான் கவனமாக உருவாக்கினேன்.

என்னைப் பற்றிய மிகச் சிறந்த விஷயங்களையும், நான் எப்படிப்பட்டவனாக உருவாக விரும்பினேனோ அதைக் குறிக்கின்ற படத்தையும் பற்றி எடுத்துரைத்த சுயபேச்சு வாசகங்கள் அடங்கிய அட்டையை நான் உருவாக்கினேன்.

ஒரு பிரச்சனையைத் தீர்க்க வேண்டும் என்றாலோ, அல்லது ஓர் இலக்கை அடைய வேண்டும் என்றாலோ, வெறும் அறிகுறிகளை மட்டும் சரிசெய்தால் போதாது என்பதையும், உங்கள் வாழ்வில் பிரச்சனையை உருவாக்கிய அம்சங்கள் ஒவ்வொன்றையும் உள்ளடக்கிய, அல்லது உங்கள் பழைய பயிற்றுவிப்போடு உங்களைக் கட்டிப் போடுகின்ற உங்கள் ஒவ்வொரு சிந்தனையையும் உள்ளடக்கிய ஒரு முழுமையான சுயபேச்சை நீங்கள் உருவாக்க வேண்டும் என்பதையும் நான் கற்றுக் கொண்டேன். எனவே சுயமதிப்பிற்காக ஒரு சுயபேச்சு, தன்னம்பிக்கைக்காக ஒரு சுயபேச்சு, மனஉறுதி மற்றும் வைராக்கியத்திற்காக ஒரு சுயபேச்சு ஆகியவற்றை நான் எழுதினேன். என்னை உற்சாகமாக வைத்திருப்பதற்கும், என்னை நல்லவிதமாக உணரச் செய்வதற்கும், நான் அதிக ஆற்றலோடு இருப்பதற்கும், தேவையற்ற உணவு வகைகளை நான் உட்கொள்ளாமல் இருப்பதற்கும் எனக்கு உதவக்கூடிய பல சுயபேச்சு வாசகங்களை நான் எழுதினேன்.

ஒவ்வொரு நாள் காலையிலும் நான் அந்த வாசகங்களைப் படித்தபோது, அவை பலனளிக்கத் துவங்கியதை நான் உணர்ந்தேன். மெல்ல மெல்ல, அந்த அட்டைகளில் இருந்த வாசகங்கள் என்னிடம் கூறியவற்றை நான் உண்மையிலேயே நம்பத் துவங்கினேன். ஆனால் அதே சமயத்தில், தினமும் காலையில் என் சுயபேச்சு வாசகங்களைத் தவறாமல் படிப்பது கடினமாக ஆகிக் கொண்டிருந்ததையும் நான் கண்டேன்.

சில நாட்களில் காலை வேளைகள் எப்படி இருக்கும் என்று நம் அனைவருக்குமே தெரியும். நாம் சிந்திப்பதற்கான வேறு பல விஷயங்கள் இருக்கும். சில சமயங்களில், நம்மை

மேம்படுத்திக் கொள்வதற்காகச் செலவிடுவதற்கு நமக்கு நேரம் இருப்பதில்லை. காலை வேளை களேபரமானதாக இருக்கக்கூடும். தினமும் காலையில் பத்துப் பதினைந்து நிமிடங்கள் செலவிடுவது என் அட்டவணையிலும் என் குடும்பத்தாரின் அட்டவணையிலும் சிக்கல் ஏற்படுத்தியதை விரைவில் நான் உணர்ந்தேன். அந்த நேரத்தில் நான் இழந்த ஓரிரு கிலோ எடைகூட, நேரமின்மை காரணமாகக் காலையில் உணவு உட்கொள்ளாமல் வேலைக்குச் சென்றதால்தான் என்று நினைக்கிறேன்.

இன்னும் ஒரு சிறந்த வழி

இதைவிடச் சிறப்பான ஒரு வழி இருந்தே ஆக வேண்டும். சுயபேச்சு எவ்வாறு வேலை செய்தது என்பதை நான் அறிந்திருந்தேன். எனக்கும் மற்றவர்களுக்கும் அது எவ்வாறு பலனளித்துள்ளது என்பதை நான் கவனித்திருந்தேன். ஆனால் ஒரு சுலபமான வழி நிச்சயமாக இருந்தாக வேண்டும் என்று நான் நினைத்தேன்.

1968ம் ஆண்டில், சுயமேம்பாடு தொடர்பான ஒலிநாடாப் பயிற்சித் திட்டங்களை ஒரு விற்பனை நிறுவனத்திற்காக நான் உருவாக்கியிருந்தேன். "என்னால் செய்ய முடியும்!" என்ற யோசனையை வலியுறுத்துகின்ற ஒரு பயிற்சித் திட்டமாக அது இருந்தது. தங்கள் விற்பனை குறைந்தபோது தங்களது விற்பனையாளர்களை ஊக்குவிப்பதற்காக ஒரு நிறுவனத்திற்காக உருவாக்கப்பட்ட சுயபேச்சு அது. அந்த நேரத்தில் நான் எனக்காக நிர்ணயித்திருந்த சில பொருளாதார இலக்குகளையும் தொழில்முறை இலக்குகளையும் அடைவதற்கான சுயபேச்சையும் நான் உருவாக்கியிருந்தேன்.

இன்று அந்த ஒலிநாடாக்களை நான் கேட்டால், அதன் தரம் என்னை தர்மசங்கடத்திற்கு ஆளாக்கக்கூடும் என்று நான் நினைக்கிறேன். ஆனால் அவை ஓரளவுக்கு வெற்றி பெற்றது உண்மைதான். ஒருசில விற்பனையாளர்கள் அவற்றால் பலனடைந்ததும் உண்மை. வீட்டில் தயாரிக்கப்பட்ட, ஊக்குவிப்பு வாசகங்களை உள்ளடக்கிய சில ஒலிநாடாக்களை அவ்வப்போது கேட்டதன் மூலம் நானும் பலனடைந்திருக்கிறேன்.

பின்னாளில், என் எடையைக் குறைப்பதற்காக என் கண்ணாடியில் ஒட்டி வைத்திருந்த சுயபேச்சைத் தவறாமல்

ஒவ்வொரு நாளும் காலையில் நான் படித்தபோது, அந்தப் பழைய ஒலிநாடாக்களைப் பற்றி நான் நினைத்துப் பார்க்கத் துவங்கினேன். என் சுயபேச்சு அட்டைகளில் இருந்த வாசகங்களை ஒவ்வொன்றாகப் படித்து ஓர் ஒலிநாடாவில் பதிவு செய்தால் என்ன என்ற எண்ணம் எனக்குத் தோன்றியது. தினமும் காலையில் அவற்றை மீண்டும் மீண்டும் படிப்பதற்குப் பதிலாக, வெறுமனே அந்த ஒலிநாடாவை ஓடவிட்டுக் கேட்பது என் நேரமின்மைப் பிரச்சனைக்கு ஒரு தீர்வாக அமையுமல்லவா என்று நான் நினைத்தேன்.

எனவே நான் உடனடியாக அதற்கான வேலைகளில் இறங்கினேன். உணவு உட்கொள்வது பற்றிய ஓர் ஒலிநாடா, சுயமதிப்பிற்கென்று ஓர் ஒலிநாடா, உடற்திறன் மற்றும் உடல்நலம் குறித்து ஓர் ஒலிநாடா என்று பல ஒலிநாடாக்களை நான் உருவாக்கினேன். என்னுடைய அட்டைகளில் இருந்த அனைத்து வாசகங்களையும் ஓர் ஒலிநாடாவில் பதிவு செய்தேன். என்னை ஒழுங்கமைப்பதற்கும், என் நடவடிக்கைகளைத் துரிதப்படுத்துவதற்கும், எனக்கு நானே பொறுப்பேற்பதற்கும் சில சுயபேச்சு வாசகங்களை எழுதினேன். ஒவ்வொரு நாள் காலையிலும் நான் முகச்சவரம் செய்தபோது அந்த ஒலிநாடாக்களைப் போட்டுக் கேட்டேன். வேலைக்குச் செல்லும் வழியிலும், வேலை முடிந்து வீட்டிற்குத் திரும்பி வரும் வழியிலும், இரவு படுக்கச் செல்வதற்கு முன்பும் நான் என்னுடைய ஒலிநாடாக்களைச் செவிமடுத்தேன்.

சுமார் பத்து வாரங்களில், முகச்சவரம் செய்து கொண்டே என் ஒலிநாடாக்களைக் கேட்டதில் 26 கிலோ எடையைக் குறைத்தேன். எனது மருத்துவர் அசந்து போனார். இப்பயிற்சியை நான் துவக்கியபோது, சரியான உணவு வகைகளை உட்கொள்வது, சரியான ஊட்டச்சத்துக்களைப் பெறுவது போன்றவற்றை நான் உறுதி செய்து கொண்டேன். நான் 26 கிலோ எடையைக் குறைத்தப் பிறகு, நான் என்ன பத்திய உணவை உட்கொண்டேன் என்று கேட்டு எனது மருத்துவரிடமிருந்து எனக்கு அழைப்பு வந்தது.

இதில் இன்னொரு சுவாரசியமான விஷயம் என்னவென்றால், அந்தப் பத்து வாரங்களில், அதே கண்ணாடியின் முன் நின்று ஒப்பனை செய்த என் மனைவியும் என் ஒலிநாடாவைக் கேட்டு ஒன்பது கிலோ எடை குறைந்திருந்தார். ஆழ்மனத்தின் அளப்பரிய சக்தியையும்,

ஒலிநாடா போன்ற எளிய சாதனத்தின் திறனையும் அப்போது நான் உணர்ந்து கொண்டேன்.

விரைவில், தங்களுக்கும் இதுபோன்ற சுயபேச்சு வாசகங்களை ஒலிநாடாவில் பதிவு செய்து தருமாறு என் வாடிக்கையாளர்களும் நண்பர்களும் என்னிடம் கேட்கத் துவங்கினர். நான் அவர்களுக்கு அவற்றைக் கொடுத்தபோது, அவர்களும் அதே விளைவுகளைப் பெற்றதாக என்னிடம் தெரிவித்தனர். தீடிரென்று, எவரொருவராலும் சுலபமாகப் பயன்படுத்தக்கூடிய ஓர் எளிய உத்தி உருவானது.

ஆழ்மனத்தைப் பயிற்றுவிப்பதற்கு ஒலிநாடாக்களைப் பயன்படுத்துமாறு மக்களுக்கு நான் பரிந்துரைக்கத் துவங்கியதிலிருந்து, அவர்களிடமிருந்து வந்த பதில்கள் என்னை ஆச்சரியப்படுத்தின. ஒலிநாடாக்கள் சிறப்பாகப் பலனளிப்பதை நான் அறிவேன். ஆனால், அது சிறப்பாகப் பலனளிப்பதாகத் தொடர்ந்து எனக்குக் கடிதங்கள் வந்து கொண்டிருப்பது, என் நம்பிக்கையை ஆழப்படுத்தியது.

நம்புவது அல்லது நம்பாமல் போவது

சுயபேச்சு பற்றிய எனது பயிலரங்கு ஒன்றில் கலந்து கொண்ட ஒரு பெண்ணிடமிருந்து வந்த ஒரு கடிதம் இதற்கான ஓர் எடுத்துக்காட்டு. இவர் தனது குடும்பத்தினருடனான உறவை மேம்படுத்திக் கொள்வதில் தனக்கு உதவுவதற்காக சுயபேச்சு ஒலிநாடாக்களைக் கேட்பதென்று தீர்மானித்தார். குறிப்பாக, இவர் தனது கணவனுடனான உறவை மேம்படுத்திக் கொள்ள விரும்பினார். பொருளாதாரரீதியாகவும் இன்னும் பிற வகைகளிலும் அவர்கள் வாழ்வில் விஷயங்கள் அவ்வளவு சிறப்பாகச் சென்று கொண்டிருக்கவில்லை. அவர் இவற்றைச் சரிசெய்ய விரும்பினார். இதற்கிடையே, அவரது கணவர் அவரிடமிருந்து விலகிச் செல்வதற்கான சமிக்கைகளை மெல்ல மெல்ல வெளிப்படுத்தத் துவங்கியிருந்தார்.

இப்பெண்மணி சுயபேச்சு வாசகங்களை எழுதி, அவற்றைப் படித்து, ஒலிநாடாக்களில் அவற்றைக் கேட்கும் அளவுக்கு முன்னேறியிருந்தார். தனிப்பட்ட உறவுகளை மேம்படுத்துவது தொடர்பான ஓர் ஒலிநாடா, மற்றும் சுயமதிப்பு, இலக்குகளை நிர்ணயிப்பது, தனக்குத் தானே பொறுப்பேற்பது குறித்த ஒலிநாடாக்களை அவர் செவிமடுத்தார். அவர் ஒவ்வொரு நாள் காலையிலும், நாளின் பிற்பகுதியிலும், இரவு படுக்கச்

செல்வதற்கு முன்பும் அவற்றைக் கேட்டார். ஒலிநாடாக்களைக் கேட்பதற்காக உள்ளூரில் இருந்த தள்ளுபடிக் கடை ஒன்றில் ஒரு மலிவான, சிறிய டேப் ரெக்கார்டரை அவர் வாங்கியிருந்தார். ஒலிநாடாக்களை அவர் சத்தமாக ஒலிக்கச் செய்தார். நேர்மறை சுயபேச்சு வாசகங்கள் அடங்கிய ஒலிநாடாக்களை அவர் முதன்முதலில் ஒலிக்கச் செய்யத் துவங்கியபோது, அவரது கணவர் அதை அவ்வளவாகக் கண்டுகொள்ளவில்லை.

ஆனால் ஓரிரு வாரங்களுக்குப் பிறகு, ஒரு நாள் மாலையில் அவரது கணவர் அவரை வெளியே உணவருந்த அழைத்துச் சென்று, அந்த ஒலிநாடாக்களைப் பற்றிக் கேட்டார். ஆனாலும் அடுத்த நாள் அவர் தன் மனைவிமீது அவ்வளவாக ஆர்வம் காட்டவில்லை. "உங்கள் சுயபேச்சைப் பற்றி உங்களைச் சுற்றி இருப்பவர்கள் என்ன நினைக்கிறார்கள் என்று கவலைப்படாதீர்கள். நீங்கள் தொடர்ந்து உங்கள் சுயபேச்சைக் கேட்டு வாருங்கள்," என்று என் பயிலரங்கில் தான் கற்றுக் கொண்டதை அப்பெண்மணி நடைமுறைப்படுத்தினார்.

மூன்றாவது வாரத்தின் முடிவில், காலையில் அவர்கள் இருவரும் வேலைக்குத் தயாராகிக் கொண்டிருந்தபோது, அந்த ஒலிநாடாவை மீண்டும் ஒலிக்கச் செய்யுமாறு அவரது கணவர் அப்பெண்மணியிடம் கேட்டார். தாங்கள் குறைவாக விவாதிப்பதைத் துவக்கத்தில் இப்பெண் கவனித்திருந்தார். ஆனால் அன்று காலைவரை, ஒவ்வொரு நாளும் அவர் கேட்டுக் கொண்டிருந்த ஒலிநாடாக்களில் அவரது கணவர் ஆர்வம் காட்டாமல் இருந்திருந்தார். சில நாட்களில், தன் மனைவியிடம் தான் நடந்து கொண்ட விதமும், தன் வேலையில் தனக்கு இருந்த பிரச்சனைகள் தொடர்பான தனது மனப்போக்கும் மாறியிருந்ததை அக்கணவர் கவனித்தார்.

இறுதியில், அவர்கள் இருவரும் அதிகமாகப் பேசத் துவங்கினர், சில புதிய திட்டங்களை வகுக்கத் துவங்கினர், இருவரும் சேர்ந்து செயல்படத் துவங்கினர். அப்பெண்மணியின் சுயபேச்சு அவரது கணவருக்கும் அதே விளைவைக் கொடுத்தது. அவரது கணவருக்கு சுயபேச்சின்மீது நம்பிக்கை இருந்ததோ இல்லயோ, அவரது ஆழ்மனம் அதைக் கண்டுகொள்ளவில்லை. அவர் பிரக்ஞையின்றிப் பயிற்றுவித்துக் கொண்டிருந்த புதிய தகவல்களின்மீது அவரது ஆழ்மனம் செயல்பட்டது. தன்னையும் அறியாமல் அவர் அந்தப் புதிய, அதிக நேர்மறையான

பயிற்றுவிப்பை ஏற்றுக் கொண்டிருந்தார். துவக்கத்தில், ஒருவர் 'நம்பினார்,' இன்னொருவர் நம்பவில்லை. ஆனால் அது எந்த வித்தியாசத்தையும் ஏற்படுத்தவில்லை.

சக்கரம், அச்சு இயந்திரம், மோட்டாருடன்கூடிய போக்குவரத்து சாதனங்கள், வானொலி, தொலைக்காட்சி, கணினி போன்ற, மனிதகுலத்தின் மாபெரும் கண்டுபிடிப்புகளோடு கூடவே, ஒலிநாடாவையும் நான் சேர்த்துக் கொள்வேன். சரியான விதத்தில் பயன்படுத்தப்பட்டால், நமது உள்ளார்ந்த இயக்கத்தை விரைவாகவும் ஆற்றலோடும் அதிக முயற்சியின்றியும் மாற்றக்கூடிய அதைப்போன்ற ஓர் எளிய கருவி மனித வரலாற்றில் வேறு எதுவுமில்லை. வெறுமனே இசையை ஒலிக்கச் செய்வதையும், சுயமேம்பாடு பற்றிய ஒலிநாடாக்களில் உள்ள வார்த்தைகளை ஒலிக்கச் செய்வதையும் தாண்டி, நம்மைப் பற்றிய மிகச் சிறந்த விஷயங்களை, வெறுமனே ஒரு பொத்தானை அழுத்துவதன் மூலம், நமக்கு விருப்பமான நேரத்தில் நமக்கு விருப்பமான இடத்தில் ஒலிக்கச் செய்து கேட்பதற்கான ஒரு வழியைக் கொடுக்கின்ற ஓர் அற்புதமான சாதனம் இது.

ஒலிநாடாவில் பதிவு செய்யப்பட்ட சுயபேச்சு மனிதகுல மேம்பாட்டிற்கான மிகச் சிறந்த நடைமுறைக் கருவி என்பதில் சந்தேகமில்லை. தனிநபர் மேம்பாட்டிற்கு உதவக்கூடிய கருவி இதுபோல் வேறு எதுவும் இல்லை.

உங்கள் சொந்த ஒலிநாடாக்களை எப்படி உருவாக்க வேண்டும் என்பதைப் பின்வரும் அத்தியாயம் ஒன்றில் நான் உங்களுக்குக் காட்டவிருக்கிறேன். இதற்கு மிகக் குறைந்த முயற்சியே தேவை, ஆனால் இதிலிருந்து நீங்கள் பெறக்கூடிய விளைவுகள் அசாதாரணமானவையாக இருக்கும்.

ஒலிநாடாவைப்போல் அதிக அனுகூலங்களைக் கொடுக்கக்கூடிய கருவி சுயவளர்ச்சித் துறையில் வேறு எதுவும் இல்லை. உங்களைப் பற்றிய நல்ல விஷயங்களை நீங்கள் வேறு ஏதேனும் ஒரு வேலையில் ஈடுபட்டிருக்கும்போதுகூட உங்களால் செவிமடுக்க முடியும் என்பது இதிலுள்ள முதலாவது மற்றும் மிக முக்கியமான அனுகூலமாகும். நீங்கள் உண்மையிலேயே கவனமாகக் காதுகொடுத்துக் கேட்க வேண்டிய அவசியமில்லை. உங்களைப் பற்றிய இந்தப் புதிய, நேர்மறையான தகவலை உங்கள் ஆழ்மனம் தானாகவே பதிவு

செய்து கொள்ளும், அது பற்றிப் பிரக்ஞையோடு நீங்கள் சிந்திக்கிறீர்களோ இல்லையோ. ஒலிநாடாக்களைப் பயன்படுத்துவது சுலபமானதாகவும் சௌகரியமானதாகவும் இருப்பது இதிலுள்ள இன்னோர் அனுகூலம். சுயபேச்சு வாசகங்களை எழுதுவதையும், அவற்றை மீண்டும் மீண்டும் படிப்பதையும்விட, ஒலிநாடாக்களைச் செவிமடுப்பது சுலபமாக இருக்கும்.

ஒலிநாடாக்களை எங்கு வேண்டுமானாலும் எப்போது வேண்டுமானாலும் நம்மால் பயன்படுத்த முடியும் என்பதால், உள்ளார்ந்த ஊக்குவிப்பு எனும் நேர்மறையான வெற்றிக் கோட்பாட்டை நமது ஆழ்மனத்தில் பதிவு செய்வதோடு கூடவே, சரியான சுயபேச்சின் மூலம் நமக்கு உடனடியான வெளிப்புற ஊக்குவிப்பை வழங்குகின்ற ஒரு பயிற்றுவிப்பாளராகவும் அது ஆகிறது.

"நம்புதற்கரிய உங்கள்மீது நம்பிக்கை கொள்வது" என்ற தலைப்பில் அமைந்த எனது சுயபேச்சு ஒலிநாடா எனக்கு மிகவும் பிடித்தமான ஒன்று. அந்த ஒலிநாடாவைச் செவிமடுக்கத் துவங்கிய ஒருசில நிமிடங்களிலேயே, நீங்கள் சிறப்பாக உணரவும், சிறப்பாகச் சிந்திக்கவும், சிறப்பாகச் செயல்படவும் துவங்குவீர்கள். ஒரு சராசரி நாளை ஓர் அசாதாரணமான நாளாக ஆக்குவதற்காக எனக்குள் உற்சாகத்தை ஊற்றெடுக்கச் செய்து, அன்றைய நாளை எதிர்கொள்ள என்னைத் தயார் செய்வதோடு, என்னுடைய நாளை ஒவ்வொரு விதத்திலும் அதிகப் பலனளிக்கின்ற, அதிக ஆக்கபூர்வமான, அதிக மனநிறைவைக் கொடுக்கின்ற நாளாக மாற்றுவதற்கு என்னைக் கவனமாகவும் மும்முரமாகவும் அது பயிற்றுவிக்கிறது. இத்தகைய ஓர் ஒலிநாடாவை வைத்திருப்பது, உங்கள் அருகில் இருந்து உங்களை ஊக்குவித்து, உங்களுக்கு உற்சாகமூட்டி, உங்கள்மீது நம்பிக்கை வைத்து, உங்களை உந்தித் தள்ளுகின்ற, உங்களிடமிருந்து சிறந்தவற்றை வெளிக்கொணர்வதற்கு உதவுகின்ற ஒரு தனிப்பட்டப் பயிற்றுவிப்பளரையோ அல்லது ஒரு நண்பரையோ பெற்றிருப்பதைப் போன்றது.

உங்களால் சொந்தமாக ஓர் ஒலிநாடாவைப் பதிவு செய்ய முடியாவிட்டால், ஏற்கனவே தயாரிக்கப்பட்டு விற்பனையாகிக் கொண்டிருக்கும் ஒலிநாடாவை நீங்கள் வாங்கிக் கொள்ளலாம். உங்கள் விருப்பம் எதுவாக இருந்தாலும் சரி, உங்கள் எதிர்காலத்தை மறுஉருவாக்கம் செய்வதற்கான மிகவும்

சக்திவாய்ந்த வழிகளில் ஒன்று ஒலிநாடாவில் சுயபேச்சைக் கேட்பது. உங்களிடம் நேர்மறையாகப் பேசுவதற்கான வழிகளில் மிகவும் சுலபமான மற்றும் நிரந்தரமான வழி ஒலிநாடாக்கள்தான். சுயபேச்சு ஒலிநாடாவை ஒரு டேப் ரெக்கார்டரில் போட்டு வெறுமனே ஒரு பொத்தானை அழுத்துங்கள். நீங்கள் அந்த வாசகங்களைச் செவிமடுக்கிறீர்களோ இல்லையோ, உங்கள் ஆழ்மனம் நிச்சயமாக அதைச் செவிமடுத்துக் கொண்டிருக்கும்.

நான் உங்களுக்குக் கொடுத்திருக்கும் இந்த சுயபேச்சு உத்திகள் நீங்கள் சுலபமாகவும் உடனடியாகவும் பயன்படுத்தக்கூடிய மிக எளிய உத்திகளாகும். ஒரு சுயபேச்சு உத்தி உங்களுக்குப் பலனளிக்கத் துவங்கியவுடன், மற்றவையும் தத்தம் வேலையைச் செய்யும். நீங்கள் அவற்றை முயற்சித்துப் பார்க்க வேண்டும், அவ்வளவுதான்.

சுயபேச்சு உங்களுக்குப் பலனளிக்கிறதா என்பதைப் பரிசோதிக்க ஒரே ஓர் உத்தியை முதலில் நீங்கள் முயற்சித்துப் பார்க்க விரும்பக்கூடும். உங்களுக்கு மிக சௌகரியமானதாக நீங்கள் உணர்கின்ற உத்தியை முதலில் முயற்சித்துப் பாருங்கள். பிறகு இன்னும் சிலவற்றை நீங்கள் பயன்படுத்திப் பார்க்க விரும்பினால், தயங்காமல் அதைச் செய்யுங்கள். இப்போதைக்கு, மௌனமான சுயபேச்சை நீங்கள் பயன்படுத்தினால்கூடப் போதுமானது. எப்போதும் ஊக்கமளிக்கின்ற, மிகவும் உண்மையான, நான் மனதார விரும்புகின்ற ஒரு சுயபேச்சு வாசகம் இது:

"நீ ஏற்கனவே சிறப்பாகச் செயல்பட்டுக் கொண்டு இருக்கிறாய். அதோடு, நீ இப்போதுதான் துவக்கிக் கொண்டிருக்கிறாய்."

15

உங்கள் நிலைமை எதுவாக இருந்தாலும் சரி

சுயபேச்சை உங்களுக்காக நீங்கள் பயன்படுத்தத் துவங்கும்போது, அதை முதலில் நீங்கள் எதன்மீது பயன்படுத்துகிறீர்கள் என்பது முதலில் நீங்கள் எந்தப் பிரச்சனையைத் தீர்க்க விரும்புகிறீர்கள் அல்லது எதை சாதிக்க விரும்புகிறீர்கள் என்பதைச் சார்ந்திருக்கும். ஆனால் சுயபேச்சானது தன்னைத் தானே வளர்த்துக் கொள்கின்ற ஒரு பழக்கமாக இருப்பதால், அதை நீங்கள் எவ்வளவு அதிகமாகப் பயன்படுத்துகிறீர்களோ, அதை அவ்வளவு அதிகமாகப் பயன்படுத்துவீர்கள். அதன் வெற்றியானது அதை எதன்மீது நீங்கள் பயன்படுத்த முடிவு செய்துள்ளீர்கள் என்பதைவிட, அதைத் துவக்குவதில்தான் உள்ளது.

வாழ்க்கை நடத்துவதற்கு நீங்கள் என்ன தொழில் செய்கிறீர்கள் என்பதோ, உங்கள் கல்வித் தகுதி என்ன என்பதோ, உங்கள் பிரச்சனைகள் என்னவென்பதோ, அல்லது உங்கள் இலக்குகள் என்னவென்பதோ எந்த வித்தியாசத்தையும் ஏற்படுத்தப் போவதில்லை. கடந்தகாலத்தில் நீங்கள் வெற்றி பெற்றிருக்கிறீர்களா அல்லது தோல்வியடைந்துள்ளீர்களா என்பதும் ஒரு பொருட்டல்ல. சுயபேச்சு எல்லோருக்கும் ஒரே மாதிரிதான் வேலை செய்கிறது. வாழ்வில் உங்கள் நிலைமை

எதுவாக இருந்தாலும், உங்கள் மூளையின் செயல்பாடு அதைச் சார்ந்திருப்பதில்லை. எவரொருவராலும் சுயபேச்சைப் பயன்படுத்தி, அதன் விளைவுகளில் இருந்து அனுகூலங்களைப் பெற முடியும்.

ஒரு மாற்றத்தை ஏற்படுத்துவதற்கு சுயபேச்சைப் பல வழிகளில் பயன்படுத்த முடியும். இதற்கான சில எடுத்துக்காட்டுகளைப் பார்க்கலாம். நம்முடைய தனிப்பட்ட வாழ்வில் அல்லது வேலையில் சுயபேச்சைக் கொண்டு மேம்படுத்தப்படக்கூடிய சில சூழல்களை நாம் ஆய்வு செய்யலாம். சுயபேச்சைப் பயன்படுத்துவதற்கான சாத்தியக்கூறுகளுக்கு எல்லையே இல்லை. மக்களுடைய தேவைகள் எவ்வளவு அதிகமாக இருக்கின்றனவோ, சுயபேச்சிற்கு அவ்வளவு அதிகப் பயன்பாடுகள் உள்ளன. பெரும்பாலான இந்த எடுத்துக்காட்டுகள், ஏதோ ஒரு சமயத்தில் ஏதோ ஒரு வழியில் நம் அனைவருக்குமே பொருந்துவதாக இருக்கும்.

சுயபேச்சை நடைமுறையில் செயல்படுத்துதல்

நீங்கள் நிர்வாகத் துறையில் இருந்தால்: நாம் அனைவருமே ஏதோ ஒரு வகையில் மேலாளர்கள்தான். நல்ல நிர்வாகத்திற்கு இரண்டு பகுதிகள் உள்ளன. ஆற்றல்மிக்க நிர்வாகம் எப்போதுமே சுயநிர்வாகத்தில் இருந்துதான் துவங்குகிறது. நிர்வாகவியல் படிப்பில் நீங்கள் பட்டம் பெற்றிருக்கலாம், ஆனால் முதலில் உங்களை நீங்கள் நிர்வகித்துக் கொள்ளாவிட்டால் மற்றவர்களை நிர்வகிப்பதற்கு இன்றியமையாத திறமைகளை ஒருபோதும் உங்களால் பெற முடியாது. உண்மையான தலைவர்கள் எப்போதும் தங்களைத் தங்கள் கட்டுப்பாட்டிற்குள் வைத்துள்ளனர். அவர்களுடைய நடவடிக்கைகளும், உணர்வுகளும், மனப்போக்குகளும், கண்ணோட்டங்களும் எப்போதும் அவர்களுடைய கட்டுப்பாட்டில்தான் இருக்கின்றன.

ஒரு நல்ல மேலாளராக இருப்பதற்கு இன்றியமையாத இரண்டாவது அம்சம் மற்றவர்களுடைய பண்புநலன்களையும் திறமைகளையும் எவ்வாறு உருவாக்குவது என்பதைத் தெரிந்திருப்பது.

நிர்வாகத்திற்கான இவ்விரு தேவைகளுமே நேரடியாக சுயபேச்சின் தாக்கத்திற்கு ஆளாகின்றன. சம அளவில்

தகுதிவாய்ந்த, எல்லா வகையிலும் ஒரே மாதிரியாக இருக்கின்ற இரண்டு மேலாளர்களில் ஒருவர் நேர்மறையான சுயபேச்சைப் பயன்படுத்துபவராகவும், தன் ஊழியர்களிடம் நேர்மறையான சுயபேச்சு மனப்போக்கை வளர்ப்பவராகவும் இருந்து, இரண்டாமவர் தன்மீது நேர்மறையான சுயபேச்சைப் பயன்படுத்தாதவராகவும், தன் ஊழியர்களிடம் நேர்மறையான சுயபேச்சு மனப்போக்கை வளர்க்காதவராகவும் இருந்தால், வெற்றி பெறுவதற்கான வாய்ப்பு இந்த இரண்டு மேலாளர்களில் யாருக்கு அதிகமாக இருப்பதாக நீங்கள் நினைக்கிறீர்கள்?

வாரத்தில் ஒவ்வொரு நாளும் தாங்கள் எதிர்கொள்ளும் ஒவ்வொரு சூழ்நிலையிலும் சுயபேச்சைப் பயன்படுத்துவதற்கான தனித்துவமான வாய்ப்பு மேலாளர்களுக்கு உள்ளது. உங்கள் வியாபாரம் வளர்ந்து, செழிப்புற்று, மற்றவர்களின் போட்டிக்கு ஈடு கொடுத்து நிற்க வேண்டும் என்று நீங்கள் விரும்பினால், உங்கள் நிர்வாகக் குழுவினர் சுயபேச்சைப் பயன்படுத்தும்படி செய்யுங்கள். மக்களை மாற்றுவதற்குப் பதிலாக அவர்களுக்கு உள்ளே இருக்கின்ற 'என்னால் முடியாது' போன்ற எதிர்மறையான பயிற்றுவிப்பை மாற்றி, தன்னம்பிக்கையையும் மனஉறுதியையும் அவர்களுக்குள் வேரூன்றச் செய்யத் துவங்க வேண்டும். சுயபேச்சு அதைத்தான் சாதிக்கிறது. சரியான வேலையைச் சரியான வழியில் மற்றவர்களைச் செய்ய வைப்பதில் சுயபேச்சு சிறந்த பங்காற்றுகிறது.

நீங்கள் அதிக வருவாய் ஈட்ட விரும்பினாலோ அல்லது உங்கள் பொருளாதார நிலையை மேம்படுத்த விரும்பினாலோ: நாம் எவ்வளவு பணம் சம்பாதிக்கிறோம் என்பது தனிநபரைப் பொறுத்த விஷயம். உங்கள் வருவாயின் அளவு உங்களது உள்ளார்ந்த நம்பிக்கையால் தீர்மானிக்கப்படுகிறது. நீங்கள் அதிகப் பணம் சம்பாதிக்க விரும்பினால், நீங்கள் மதிப்பானவர் என்றும், அதிகப் பணத்திற்குத் தகுதியானவர் என்றும், அதற்கான திறன் படைத்தவர் என்றும், அதற்கு ஆர்வமாக இருக்கிறீர்கள் என்றும் உங்களை நீங்கள் பார்க்கத் துவங்க வேண்டும்.

நம்மில் பலர், நமது வருவாயை அதிகரிக்க விரும்பும்போது, தவறான முனையிலிருந்து பிரச்சனையைக் கையாளும் தவறைச் செய்கிறோம். நம்மால் அதிகப் பணத்தைச் சம்பாதிக்க முடியும் என்று நாம் நம்புவதற்கு முன்பே, அதிகப் பணத்தைச்

சம்பாதிப்பதற்கான வழிகளைத் தேடத் துவங்குகிறோம். உங்களுடைய சுயமதிப்பைப் பற்றி உங்களிடம் நீங்கள் பேசுங்கள். அதிகப் பணத்தைப் பெற்றிருப்பதற்கு நீங்கள் தகுதியானவர்தான் என்று உங்களைப் பற்றிய ஒரு புதிய படத்தை நீங்கள் உருவாக்கத் துவங்கும்போது, அந்தப் பணத்தைச் சம்பாதிப்பதற்கான வழியைக் கண்டுபிடிப்பதற்கு உங்கள் ஆழ்மனம் உங்களுக்கு உதவும். உங்கள் நிகரச் சொத்தைக் குறிப்பிடத்தக்க அளவு அதிகரிப்பது மிகவும் எளிய வேலை என்பதுபோல் நான் மிகைப்படுத்த விரும்பவில்லை. ஆனால் அது முழுக்க முழுக்க உங்கள் மனப்போக்கையும், நம்பிக்கையையும், மனஉறுதியையும் சார்ந்த விஷயம். வாழ்வில் இன்று நீங்கள் இருக்கும் நிலை இதில் அவ்வளவு அதிகப் பங்கு வகிப்பதில்லை.

உங்கள் வருவாயை அதிகரிப்பதில் நீங்கள் தீவிரமாக இருந்தால், சுயமதிப்பு மற்றும் பொருளாதார மதிப்பு பற்றிய சுயபேச்சை மூன்று வாரங்கள் உங்களுக்கு நீங்களே கொடுத்துக் கொள்வதிலிருந்து துவக்குங்கள். பிறகு உங்கள் இலக்குகளையும், அவற்றை அடைவதற்கான உங்கள் திட்டங்களையும் எழுதுங்கள். உள்ளுக்குள் நீங்கள் உண்மையிலேயே யார் என்பதையும், எதை சாதிப்பதற்கு உண்மையிலேயே நீங்கள் திறன் படைத்தவர் என்பதையும் நீங்கள் தீர்மானிக்கும்போது, அடுத்து என்ன செய்ய வேண்டும் என்பதைப் பார்ப்பது சுலபமாக இருக்கும். உங்களுடைய ஆழ்மனத்தைப் பயிற்றுவிப்பதிலிருந்து துவக்குங்கள்; மற்றவை பின்தொடரும்.

நீங்கள் குழந்தைகளை வளர்ப்பவராகவோ, அவர்களுக்குக் கற்பிப்பவராகவோ, அல்லது ஏதேனும் ஒரு வகையில் அவர்களுடன் வேலை செய்பவராகவோ இருந்தால்: புதிய சுயபேச்சை ஒரு வீட்டில் அறிமுகப்படுத்துவது எவ்வாறு அங்கு வாழும் குழந்தைகள்மீது தாக்கத்தை ஏற்படுத்துகிறது என்பது பற்றிய ஒரு கதையை நான் அடிக்கடிக் கேட்க நேரிடுகிறது. பெரும்பாலானவர்களின் விஷயத்தில், தங்கள் பிரச்சனை எதையேனும் தீர்ப்பதற்கு அல்லது தங்களுடைய இலக்குகள் சிலவற்றை அடைவதற்கு உதவுவதற்கு ஒரு பெற்றோரோ அல்லது பெற்றோர் இருவருமோ நேர்மறையான சுயபேச்சைப் பயன்படுத்துகின்றனர். ஒரு பகுதியில் பயன்படுத்தப்படும் சுயபேச்சு வழக்கமாக மற்றப் பகுதிகளுக்கும் பரவும் என்பதால், வீட்டில் அடிக்கடிப் பேசப்படும் சுயபேச்சு வாசகங்கள்

குழந்தைகளின் காதுகளில் விழும்போது, அவர்களும் அதைப் பயன்படுத்தத் துவங்குகின்றனர்.

நேர்மறையான சுயபேச்சைக் குழந்தைகள் எப்படி இயல்பாக ஏற்றுக் கொள்கின்றனர் என்பதைக் கண்டு நான் எப்போதுமே வியந்து போகிறேன். சில குழந்தைகள் தங்கள் பெற்றோரைவிட மிக சுலபமாக அதை ஏற்றுக் கொண்டுவிடுகின்றனர். குழந்தைகள், தங்களைப் பற்றிய நல்ல விஷயங்கள் கூறப்படுவதை வரவேற்க எப்போதும் ஆவலாக இருக்கின்றனர். தினந்தோறும் நாம் செய்யும் தவறுகள் பட்டியலிடப்படுவதை நாம் செவிமடுப்பதற்குப் பதிலாக, நம்மால் எவ்வளவு சிறப்பானவராக இருக்க முடியும் என்று கேட்பதற்கு உள்ளுக்குள் நாம் மிக ஆர்வமாக இருக்கிறோம். குழந்தைகளாக இருக்கும்போது நாம் அதிக சாத்தியக்கூறுகள் கொண்ட ஒரு நபராக இருக்கிறோம். பிறகு, நம்மால் எதைச் செய்ய முடியாது என்று நம்புவதற்கு நாம் பழக்கப்படுத்தப்படும்வரை, குழந்தைகள் என்ற முறையில், நம்மால் எதைச் செய்ய முடியும் என்று நம்புவதில் நாம் அதிக ஆர்வத்துடன் இருக்கிறோம்.

வெற்றி பெறுவதற்கு ஒரு சிறந்த வாய்ப்பை உருவாக்கிக் கொள்ளுதல்

ஒரு வீட்டில் இருக்கும் இரு குழந்தைகளில், ஒரு குழந்தை நேர்மறையான சுயபேச்சைக் கேட்கவும் கற்றுக் கொள்ளவும் அனுமதிக்கப்படுவதாகவும் ஊக்குவிக்கப்படுவதாகவும் கற்பனை செய்யுங்கள். மற்றொரு குழந்தை அதைக் கற்றுக் கொள்ளவோ அல்லது அதன் அனுகூலத்தை அடையவோ அனுமதிக்கப்படவில்லை. இவ்விரு குழந்தைகளும் மற்ற அனைத்து அம்சங்களிலும் ஒரே மாதிரியானவர்களாக இருந்தால், இளம் வயதில் தங்கள் வாழ்வில் எழும் வெவ்வேறு சூழ்நிலைகளுக்கு அவர்கள் ஒவ்வொருவரும் எவ்வளவு வித்தியாசமாகச் செயல்விடை அளிப்பார்கள் என்பதைக் கற்பனை செய்து பாருங்கள்.

ஒரு குழந்தை தன்னைப் பற்றி நினைக்கும் விஷயம் அவன் தன் பள்ளியில் செயல்படும் விதத்தின்மீதும், அவன் எப்படிப்பட்ட நண்பர்களைத் தேர்ந்தெடுக்கிறான், மற்றவர்களுடன் அவன் எவ்வாறு கலந்து பழகுகிறான், பருவ

வயதின் எதிர்பார்ப்புகள் குறித்தப் பிரச்சனைகளை அவன் எவ்வாறு கையாள்கிறான், தவறான பாதையைத் தேர்ந்தெடுப்பதற்குத் தன் சக மாணவர்கள் அல்லது நண்பர்கள் கட்டாயப்படுத்தும்போது அவன் தன்னை எவ்வாறு கட்டுப்பாட்டுடன் வைத்திருக்கிறான், இறுதியில் அவன் எப்படிப்பட்ட வாழ்க்கைத் துணையைத் தேர்ந்தெடுப்பான், எந்த வகையான வேலையில் அவன் சேர்வான், தன் வாழ்வின் ஒவ்வொரு சிறிய மற்றும் பெரிய பகுதிகளில் அவன் எவ்வளவு சிறப்பாகச் செயல்படுவான் ஆகியவற்றின்மீதும் பெரும் தாக்கத்தை ஏற்படுத்துகிறது.

திடமான சுயமதிப்பையும், நல்ல பழக்கங்களையும், 'என்னால் முடியும்!' என்ற நேர்மறையான மனப்போக்கையும் உருவாக்கிய சுயபேச்சைக் கொண்ட ஒரு குழந்தைக்கும், பெரும்பாலான குழந்தைகளைப்போல் எதிர்மறையான பயிற்றுவிப்பைப் பெற்றுள்ள ஒரு குழந்தைக்கும் இடையே நீங்கள் யாரைத் தேர்ந்தெடுப்பீர்கள்? வெற்றியை ஈட்டித் தரக்கூடிய தன்னம்பிக்கையைக் கொண்ட குழந்தையைத்தான் நான் தேர்ந்தெடுப்பேன். பரம்பரையின் காரணமாக வழிவழியாக வந்து சேர்கின்ற பண்புநலன்களோடு கூடவே, அக்குழந்தை சுயமாக நம்புகின்ற விஷயங்கள்தான் உண்மையிலேயே அக்குழந்தை யாராக வளர்கிறான் என்பதைத் தீர்மானிக்கின்றன. தன்னைப் பற்றி அதிகமாக எதை அவன் நம்புகிறானோ, அவன் அதுவாகவே ஆகிறான்.

ஏன் தங்கள் குழந்தைகள் மிக மோசமான நண்பர்களையும் கூட்டாளிகளையும் தேர்ந்தெடுத்துள்ளனர் என்று பெற்றோர்கள் என்னிடம் கேட்டுள்ளனர். நமக்குப் பிடித்தமான நபர்களின் தோழமையையும் கூட்டணியையும் நாம் நாடுகிறோம். தன்னைப் பற்றிய நேர்மறையான பிம்பத்தைக் கொண்டிராத ஒரு குழந்தை, அந்தப் பிம்பத்தைப்போலவே இருக்கின்ற நண்பர்களைத் தேர்ந்தெடுப்பான், அவர்கள் மோசமான நண்பர்களாக இருந்தாலும்கூட. அதே குழந்தைக்குத் தன்னைப் பற்றிய ஒரு சிறப்பான சுயபிம்பத்தைக் கொடுத்துப் பாருங்கள். அப்போது அந்த வகையான பிம்பத்தைப் பிரதிபலிக்கின்ற நண்பர்களையே அவன் தேர்ந்தெடுப்பான். அவன் எதற்கும் லாயக்கற்றவன் என்று ஒரு பருவ வயதுச் சிறுவனிடம் கூறப்பட்டிருந்து, அதை அவன் நம்பும் பட்சத்தில், எதற்கும் லாயக்கற்ற அல்லது மோசமான நண்பர்களை அவன் தேடிக் கண்டுபிடிப்பான்.

சுயபேச்சால் அதை மாற்ற முடியும். சுயபேச்சு அவன் மனத்தில் இருக்கும் படத்தை மாற்றுகிறது. அது அவனுக்குக் கொடுக்கப்பட்டிருக்கும் பயிற்றுவிப்பை மாற்றுகிறது; அந்தப் பயிற்றுவிப்பு ஒரு நம்பிக்கையைத் தோற்றுவிக்கிறது; அந்த நம்பிக்கை ஒரு மனப்போக்கை உருவாக்குகிறது; அந்த மனப்போக்கு உணர்வுகளை உருவாக்குகிறது; அந்த உணர்வுகள் நடத்தையைக் கட்டுப்படுத்துகின்றன. உங்கள் குழந்தை சரியான விஷயங்களைச் செய்ய வேண்டும் என்று நீங்கள் விரும்பினால், முதலிலிருந்து துவக்குங்கள். உங்கள் குழந்தையின் சுயபேச்சிலிருந்து துவக்குங்கள்.

நீங்கள் ஒரு பிரச்சனையை வெற்றி கொள்ளவோ அல்லது ஒரு தடையைத் தகர்த்தெறியவோ விரும்பினால்: பிரச்சனைகளைத் தீர்ப்பதற்கான சுயபேச்சு குறித்த எடுத்துக்காட்டுகளை நாம் ஏற்கனவே பார்த்தோம். நாம் வெற்றி கொள்ள விரும்புகின்ற ஒரு பிரச்சனை சிறிய பிரச்சனையாகவோ அல்லது பெரிய பிரச்சனையாகவோ இருக்கலாம். பெரும் தர்மசங்கடமான நிலைமைகளைச் சமாளிப்பதற்கு அல்லது வெறுமனே சிறிய கடந்தகாலப் பிரச்சனைகளைச் சரிசெய்வதற்கு சுயபேச்சை நீங்கள் பயன்படுத்த விரும்பக்கூடும். சில விஷயங்களில், சிறிய அளவிலான சரியான சுயபேச்சுகூட மிகப் பெரிய மாற்றங்களை உருவாக்குகின்ற ஒரு சிறிய அடியை எடுத்து வைப்பதற்கு உதவும்.

எளிய வார்த்தைகள் - முக்கியமான விளைவுகள்

வானொலியில் ஒருமுறை நான் நேரடியாகப் பேட்டி காணப்பட்டுக் கொண்டிருந்தபோது எனக்கு ஒரு தொலைபேசி அழைப்பு வந்தது. அழைத்தவர் ஒரு பெண்மணி. தான் இரண்டு வருடங்களாக ஒரு வேலைக்கு முயற்சித்து வந்திருந்ததாகவும், ஒரு நேர்காணலைக்கூடத் தன்னால் பெற முடியவில்லை என்றும் அவர் கூறினார். பல வருடங்களுக்கு முன்பு அவர் ஒரு வெற்றிகரமான நிர்வாக உதவியாளராக இருந்து வந்திருந்தார். இறுதியில், குடும்பத் தலைவியாக வீட்டில் இருந்து குடும்பத்தை வளர்த்தெடுப்பதற்கான அவர் தன் வேலையை ராஜினாமா செய்தார். இப்போது அவர் மீண்டும் வேலைக்குச் செல்ல விரும்பினார், ஆனால் அந்த இடைப்பட்டக் காலத்தில் தன் தொழில்ரீதியான தன்னம்பிக்கை முழுவதையும் அவர்

தொலைத்துவிட்டிருந்தார். நாட்கள் செல்லச் செல்ல, தன்னால் ஒரு வேலையைப் பெற முடியாது என்று அவர் அதிகமாக நம்பினார். இரண்டு வருடங்களாக வீட்டில் இருந்து கொண்டு, மிக மோசமானவற்றை நம்பும் சுயபேச்சில் அவர் ஈடுபட்டிருந்தார்.

எழுந்து ஒரு தொலைபேசி அழைப்பு விடுப்பதற்குக்கூடத் தனக்குத் துணிச்சல் இல்லாததுதான் வேலைக்கான நேர்காணலில் கலந்து கொள்வதற்குத் தனக்கு வாய்ப்புக் கிடைக்காததற்குக் காரணம் என்றும் அவர் எங்களிடம் கூறினார். ஒருசில கணங்களில் அவரது சுயநம்பிக்கையை என்னால் மாற்ற முடியவில்லை. அவர் தனது சுயநம்பிக்கையை முற்றிலுமாக அழித்துவிட்டிருந்தார். ஒரு கணத்தில் அதை மாற்றுவது இயலாத காரியம். ஆனால் அவரது கதையைக் கேட்டப் பிறகு, அவர் உண்மையிலேயே ஒரு மாற்றத்தை ஏற்படுத்த விரும்பினார் என்பதை என்னால் கூற முடிந்தது. எனவே, நான் மிகச் சிறிய, மிக எளிய நடவடிக்கையில் கவனம் செலுத்தினேன். ஒரு நேர்காணலைக் கோருவதற்கு அவர் அழைப்பு விடுக்க வேண்டிய முதல் தொலைபேசி எண்ணின் முதல் எண்ணைச் சுழற்றுவதற்கு அவருக்கு உதவக்கூடிய சுயபேச்சைப் பற்றி மட்டும் நான் அவரிடம் பேசினேன். பிறகு அடுத்த எண்ணையும், அதன் பிறகு அடுத்தடுத்த எண்களையும் சுழற்றுமாறு நான் அவரிடம் கூறினேன். நிச்சயமாக முயற்சிப்பதாக அவர் கூறினார். பிறகு நாங்கள் அடுத்த நேயரின் தொலைபேசி அழைப்பின்மீது கவனம் செலுத்தினோம்.

முப்பது நிமிடங்களுக்குப் பிறகு, அதே பெண் மீண்டும் என்னைத் தொலைபேசியில் அழைத்து, தான் வெற்றிகரமாக ஒரு தொலைபேசி அழைப்பை விடுத்ததாக என்னிடம் கூறியபோது நான் மிகவும் மகிழ்ச்சியடைந்தேன், ஆனால் ஆச்சரியப்படவில்லை. அவர் முதலில் ஓர் எண்ணை சுழற்றியிருந்தார், பிறகு அடுத்த எண்ணைச் சுழற்றியிருந்தார். அவர் மிகச் சிறிய அடிகளை எடுத்து வைத்தால், தொலைபேசியில் ஒரு நேரத்தில் ஒரு பொத்தானை அழுத்தினால், அடுத்த அடியை எடுத்து வைப்பது எளிதாக இருக்கும் என்று முன்பு நான் அவரிடம் கூறியிருந்தேன். எப்போது வேண்டுமானாலும் அவர் தன் முயற்சியை நிறுத்திக் கொள்ளலாம் என்றும் நான் கூறினேன். ஆனால் ஒரு பொத்தானை அழுத்துவது நல்லவிதமான உணர்வைக்

கொடுத்தால், நான் அவருக்குப் பரிந்துரைத்திருந்த சுயபேச்சைப் பயன்படுத்தி அடுத்தப் பொத்தானை அழுத்துமாறு அவரிடம் கூறியிருந்தேன்.

இரண்டு வருடங்களில் முதன்முறையாக வெற்றிகரமாக ஒரு தொலைபேசி அழைப்பை விடுத்து, அடுத்த நாள் காலை ஒன்பதரை மணிக்குத் தனது முதல் நேர்முகத் தேர்வில் கலந்து கொள்ளவிருந்ததாக அவர் கூறியபோது நானும் மற்ற நேயர்களும் அமைதியாகப் பாராட்டினோம். அவரது குரலில் இருந்த உற்சாகத்தை என்னால் மறக்க முடியாது. "என்னால் முடியும்! நான் சாதித்துவிட்டேன்!" என்று அக்குரல் மறைமுகமாகத் தெரிவித்தது.

அவர் எடுத்து வைத்தது மிகச் சிறிய அடிதான். மிகச் சிறிய அளவிலான, மிக எளிமையான வார்த்தைகளைக் கொண்ட ஒரு நேர்மறையான சுயபேச்சு அது. தன்னால் செய்ய முடியாது என்று நினைத்த ஒன்றை அவர் செய்தார். அதைத் தானாகவே அவர் செய்தார். அவர் ஒரு நேர்மறையான, ஆக்கபூர்வமான வழியில் மாறியிருந்தார். அவர் பயன்படுத்திய சுயபேச்சு எளிமையானதாக இருந்திருக்கலாம், ஆனால் விளைவுகள் அபாரமாக இருந்தன.

நீங்கள் உங்கள் இலக்குகளை அடைய விரும்பினால்: நல்ல இலக்குகளை அமைப்பது அவற்றை அடைவதற்கான மிக முக்கியமான வழி என்பதை நான் கண்டுகொண்டேன். இலக்குகளை நிர்ணயிப்பதும் அவற்றை அடைவதற்கு உழைப்பதும் ஆரோக்கியமான, செல்வச் செழிப்புடன்கூடிய, அறிவார்ந்த நபராக ஆவதன் ஒரு பகுதியாகும். நிரந்தரமான மற்றும் உண்மையான மனநிறைவிற்கு மதிப்புவாய்ந்த இலக்குகள் இன்றியமையாதவை.

மதிப்புவாய்ந்த இலக்குகளை நிர்ணயித்து, தொடர்ந்து நேர்மறையான சுயபேச்சால் அவற்றுக்கு ஆற்றலளிப்பதைக் கற்பனை செய்யுங்கள். சுயபேச்சு இல்லாமலேயே உங்கள் இலக்குகளை உங்களால் அடைய முடியும். ஆனால் அந்தப் பயணம் கடினமானதாக இருக்கும். உங்களுடைய கனவுகளுக்கு வாழ்வளியுங்கள், உங்கள் குறிக்கோள்களுக்கு வலிமையைக் கொடுங்கள், உங்கள் பாதைக்கு வெளிச்சத்தைக் கொடுங்கள். உங்கள் பயணம் பாதுகாப்பாக அமைவதை உறுதி செய்து கொள்ளுங்கள். உங்கள் இலக்குகளை நிர்ணயித்து, அவற்றை அடைவதற்குத் தேவையான நடவடிக்கைகளை மேற்கொண்டு,

அந்தப் பயணத்தின் ஒரு பகுதியாக ஒவ்வொரு நாளும் உங்களுடன் பேசுங்கள்.

இலக்குகளை நிர்ணயிப்பதும் உங்களுடன் பேசிக் கொள்வதும் அவசியம். ஆனால் சரியான முறையில் உங்களுடன் பேசினால், நீங்கள் பின்பற்றுவதற்கான பாதை சுலபமானதாக இருப்பதை நீங்கள் காண்பீர்கள். நீங்கள் இதுவரை இலக்குகளை நிர்ணயித்து, அவற்றை எழுதிக் கொண்டதில்லை என்றால், முதலில் அதைச் செய்யுங்கள். நீங்கள் ஏற்கனவே இலக்குகளை நிர்ணயிக்கும் பழக்கத்தைக் கொண்டவராக இருந்தால், உங்கள் இலக்குகளுக்கு உங்களது சுயஉத்தரவாதத்தைக் கொடுங்கள். தினமும் சுயபேச்சின் மூலமாக உங்கள் இலக்குகளுக்கு உற்சாகத்தையும் வழிகாட்டுதலையும் கொடுங்கள். மதிப்புவாய்ந்த எந்தவோர் இலக்கிற்கும் உற்சாகமூட்டும் வார்த்தைகளின் அனுகூலம் நிச்சயமாகத் தேவை.

உங்கள் வேலையை நீங்கள் மேம்படுத்த விரும்பினால்:
ஏதோ ஒரு வழியில் நாம் அனைவருமே மற்றவர்களால் வழிநடத்தப்படுகிறோம். நாம் பின்பற்றியாக வேண்டிய விதிகள் நமக்கு உள்ளன. உங்கள் வேலை மற்றும் உங்கள் தொழிலை, உங்கள் கூட்டாளிகளை, உங்கள் முதலாளியை அல்லது மேலதிகாரியை நீங்கள் பார்க்கும் விதமானது, உங்கள் வேலையில் நீங்கள் எவ்வளவு சிறப்பாகச் செயல்படுகிறீர்கள் என்பதன்மீதும், உங்களைப் பற்றி நீங்கள் எவ்வளவு சிறப்பாக உணர்கிறீர்கள் என்பதன்மீதும் ஒரு முக்கியமான தாக்கத்தை ஏற்படுத்தும். உங்கள் வேலை உங்களுக்குப் பிடிக்கவில்லை என்று நீங்கள் உங்களிடம் கூறினால், உங்கள் வேலையை நிச்சயமாக நீங்கள் விரும்ப மாட்டீர்கள். உங்கள் மேலாளர் குறித்து நீங்கள் திருப்தியாக இல்லை என்று நீங்கள் உங்களிடம் கூறினால், நீங்கள் அவர்மீது அதிருப்தியுடன்தான் இருப்பீர்கள்.

உங்கள் சுயபேச்சை உங்களுக்குப் பலனளிக்கும்படி செய்தல்

உங்களுக்கு ஓர் அனுகூலத்தைக் கொடுத்துக் கொள்ளுங்கள். உங்கள் வேலையைப் பற்றியும், உங்களுடன் பணியாற்றும் மக்களைப் பற்றியும் நீங்கள் உங்களிடம் பேசும்போது, உங்கள் வேலை உங்களுக்கு சாதகமாக அமையும் விதத்தில் பேசுங்கள். அப்போது நிச்சயமாக உங்கள் வேலை உங்களுக்கு சாதகமாக

அமையும். உங்களுடனும் உங்கள் வேலையிலும் நீங்கள் மகிழ்ச்சியாக இருப்பதென்று நீங்கள் தீர்மானித்துக் கொள்ளலாம் அல்லது ஒவ்வோர் இரவிலும் வீட்டிற்குச் செல்லும்போது உங்களுக்குப் பிடிக்காத விஷயங்களைப் பற்றிக் குறைகூறிக் கொண்டு இருப்பதென்று தீர்மானிக்கலாம்.

ஒரு மகிழ்ச்சியான, ஊக்குவிக்கப்பட்டுள்ள ஊழியருக்கும், எதுவுமே சரியாக நடைபெறாத ஓர் ஊழியருக்கும் இடையே உள்ள தனிப்பெரும் வேறுபாடு எது என்று நீங்கள் நினைக்கிறீர்கள்? அது முற்றிலும் ஒவ்வோர் ஊழியரின் மனப்போக்குகள் மற்றும் உணர்வுகளைப் பொறுத்த விஷயம். ஒருவரது மனப்போக்குகளும் உணர்வுகளும் அவர் தன் வேலையை ஓர் ஆரோக்கியமான, நேர்மறையான கண்ணோட்டத்தில் பார்ப்பதென்று கொண்டுள்ள தனிப்பட்டத் தீர்மானத்தைச் சார்ந்தவை. 'அதிர்ஷ்டசாலி' ஊழியர்கள் வழக்கமாகத் தங்கள் அதிர்ஷ்டத்தைத் தாங்களே உருவாக்கிக் கொள்கின்றனர். உங்கள் வேலையில் நீங்கள் நிர்ணயிக்கும் இலக்குகளை உங்களால் அடைய முடியும் என்று நம்புங்கள். அப்போது அவற்றை அடைவதற்கான வாய்ப்புகளை நீங்கள் அதிகரித்திருப்பீர்கள்.

நீங்கள் உங்கள் வேலையில் குற்றம் கண்டுபிடிப்பதையோ, அதைப் பற்றிக் குறைகூறுவதையோ, விமர்சிப்பதையோ, அல்லது வெறுப்பதையோ நீங்கள் கண்டால், உடனடியாக அவற்றை நிறுத்திவிட்டு, உங்களிடம் பேசுங்கள். உங்கள் வேலையைவிட மிக மோசமான வேலையில் ஏராளமானவர்கள் இருக்கின்றனர். அவர்களில் சிலர், இப்போது உங்களுக்கு இருக்கும் வாய்ப்பைப் பெறுவதற்குத் தயாராக இருப்பார்கள்.

உங்கள் வேலையோ அல்லது தொழிலோ வெறுமனே வருமானத்தைக் கொடுப்பதைவிட இன்னும் அதிகமானவற்றை உங்களுக்காகச் செய்கிறது. நீங்கள் சிறப்புறுவதற்கும், உங்களிடமிருந்து நீங்கள் சிறந்தவற்றையே எதிர்பார்ப்பதற்கும், அந்த எதிர்பார்ப்பைச் செயல்படுத்துவதற்கும் அது உங்களுக்கு வாய்ப்பளிக்கிறது. உங்கள் வெற்றியானது நீங்கள் அதிகமாக எதைச் சிந்திக்கிறீர்களோ, அதிகமாக உங்களிடம் நீங்கள் எதைக் கூறிக் கொள்கிறீர்களோ, அவற்றையே எப்போதும் சார்ந்திருக்கும். உங்களிடமிருந்து மிகச் சிறந்ததையே எதிர்பாருங்கள், மிகச் சிறந்ததையே உங்களிடம் பேசுங்கள். நீங்கள் அவ்வாறு செய்தால், மிகச் சிறந்தவற்றைப்

பெறுவதற்கான ஒரு நல்ல வாய்ப்பை நீங்கள் உருவாக்கியிருப்பீர்கள்.

கல்லூரியில் நீங்கள் சிறப்பாக விளங்க விரும்பினாலோ அல்லது எந்தவொரு நேரத்திலும் நீங்கள் உங்கள் திறமைகளை மேம்படுத்திக் கொள்ள விரும்பினாலோ: நீங்கள் கல்லூரியில் படித்துக் கொண்டிருந்தாலோ, அல்லது மீண்டும் கல்லூரிக்குச் சென்று படிக்க விரும்பினாலோ, உங்கள் சுயபேச்சானது, அங்கு நீங்கள் தனிப்பட்ட முறையிலும் கல்விரீதியாகவும் எவ்வளவு சிறப்பாகச் செயல்படுகிறீர்கள் என்பதைத் தீர்மானிக்கும் காரணியாக அமையும். சுயபேச்சால் உங்களுடைய அடிப்படையான விஷயங்களில் உங்களுக்கு உதவ முடியும்: நீங்கள் நன்றாகக் காதுகொடுத்துக் கேட்பதற்கும், அதிக ஒருமித்தக் கவனத்துடன் இருப்பதற்கும், நல்ல படிப்புப் பழக்கங்களை உருவாக்கிக் கடைபிடிப்பதற்கும், அதைத் தொடர்ந்து கடைபிடிப்பதற்கான மனஉறுதியை மேம்படுத்துவதற்கும், உங்கள் நினைவாற்றலைக் கூர்தீட்டிக் கொள்வதற்கும், உங்களுடைய உற்சாகத்தை உயர்ந்த நிலையில் வைத்திருப்பதற்கும், உங்கள் இலக்கின்மீது உங்கள் பார்வையை உறுதியாக நிலைப்படுத்துவதற்கும் அது உங்களுக்கு உதவும்.

கல்லூரியில் சிறப்பாக விளங்குவதோ, ஏதேனும் ஒன்றைக் கற்பதில் சிறப்பாகத் திகழ்வதோ, வாழ்வின் வேறு எந்தவொரு பகுதியிலும் சாதிப்பதிலிருந்து வேறுபட்டதல்ல. இதற்கும் அதே மனப்போக்குகளும், திறமைகளும், சுயநம்பிக்கையும்தான் தேவை. ஆனால் கல்வி கற்பதிலும், வேறு ஏதேனும் ஒன்றைக் கற்பதிலும், நம்மிடமிருந்து தனிச்சிறப்புடன்கூடிய முயற்சிகள் எதிர்பார்க்கப்படுகின்றன. அவற்றைக் கையாள்வதற்குத் தனிச்சிறப்புடன்கூடிய சுயபேச்சு அவசியமாகிறது. உங்களுடைய உள்ளார்ந்த கணினியை இயக்குகின்ற பயிற்றுவிப்பு உங்கள் கல்விரீதியான வெற்றியில் ஒரு நேரடித் தாக்கத்தை ஏற்படுத்தும் என்பதில் சந்தேகமில்லை. உங்கள் உள்ளார்ந்த கணினி, நீங்கள் சென்றடைய விரும்பும் இடத்திற்குச் செல்வதற்கான பயிற்றுவிப்பைப் பெற்றுள்ளதை உறுதி செய்து கொள்ளுங்கள். சுயபேச்சை உங்கள் பாடத்திட்டத்தின் ஒரு பகுதியாக ஆக்குங்கள். கல்லூரியிலிருந்தும் உங்களிடமிருந்தும் நீங்கள் அதிகமாகப் பெறுவீர்கள்.

நீங்கள் தனிமையாகவோ அல்லது சோர்வாகவோ உணர்ந்தால்: விஷயங்கள் உங்கள் வாழ்வில் அவ்வளவு சிறப்பாக நடைபெறவில்லை என்றால், உங்களுக்குக்

கொடுக்கப்பட்டுள்ள பயிற்றுவிப்பை மாற்றுவதற்கான வேளை வந்துவிட்டது என்று அர்த்தம். தனிமையையும் மனச்சோர்வையும் கையாள்வதற்கு சுயபேச்சைப் பயன்படுத்துவது நடைமுறையில் மிகவும் சுலபமாகச் செயல்படுத்தக்கூடிய ஒன்று. இது சுயபேச்சின் சிறந்த பயன்களில் ஒன்றும்கூட! சுயபேச்சானது உங்கள் பிரச்சனையின் மூலகாரணத்தை நேரடியாகக் கையாள்கிறது. தனிமையைப் பொறுத்தவரை, மதிப்புவாய்ந்த சுயஉரையாடலில் ஈடுபடுவது உங்களுக்கு மிகவும் உதவும். ஆனால் சுயபேச்சின் சுயஉரையாடல் உருவாக்குகின்ற மறுபயிற்றுவிப்புதான் உங்கள் தனிமை அனுபவத்தை ஒரு நேர்மறையான மற்றும் லாபகரமான அனுபவமாக மாற்றுவதற்கு மிகவும் உதவும் விஷயமாகும்.

நாம்தான் அதை உருவாக்கினோம் - நம்மால் அதை மாற்ற முடியும்

நம் வாழ்வில் நாம் உருவாக்குகின்ற எதையும் நம்மால் மாற்ற முடியும் என்று சிலர் நம்புகின்றனர். ஆனால் அதை மாற்றுவதுதான் பெரும்பாலான மக்களுக்கு மிகக் கடினமான பகுதியாக இருந்து வந்துள்ளது. மனச்சோர்வினால் ஏற்படும் நம்பிக்கையிழப்பும் மகிழ்ச்சியின்மையும் நம்மில் பலரது வாழ்வின் ஓர் அங்கமாக எப்போதும் இருந்து வந்துள்ளன.

ஆனால் சுயமாக உருவாக்கப்பட்ட அத்தகைய மனச்சோர்வுகள் அனைத்தையும் நம்மால் குறைக்க முடியும் அல்லது களைய முடியும். முதலில் அவற்றை உருவாக்கிய எண்ணங்களையும் மனநிலைகளையும் சுயபேச்சு உருவாக்குகின்ற புத்துணர்வூட்டும் உளக்காட்சிகளின் மூலம் நம்மால் இடமாற்றம் செய்ய முடியும். சுயபேச்சின் மூலம் எப்படி நம்மை நாமே மனச்சோர்வுக்கும் ஊக்கமிழப்பிற்கும் ஆளாக்கிக் கொள்ள முடியுமோ, அதேபோல் அவற்றிலிருந்து நம்மால் வெளியேறவும் முடியும். இதற்கு இரும்பு போன்ற மனஉறுதியோ அல்லது ஒரு தனிச்சிறப்பான சூத்திரமோ தேவையில்லை. நமது சுயநம்பிக்கையை வழிநடத்தக்கூடிய ஒரு புதிய பயிற்றுவிப்பும், நம்மைப் பற்றி நம் மனத்தில் உள்ள காட்சிகளில் ஒரு சிறு மாற்றமும், நம்மைச் சுற்றி நிகழ்ந்து கொண்டிருக்கும் விஷயங்களில் ஒரு மாற்றமும் மட்டுமே தேவை.

பொருட்களை நாம் எந்தக் கண்ணோட்டத்தில் பார்க்க விரும்புகிறோம் என்பது நம்முடைய விருப்பத்தேர்வு. நம்முடைய

சூழல்கள் இருட்டானவையாகவும் நம்மை ஊக்கமிழக்கச் செய்பவையாகவும் இருப்பதாக நாம் பார்க்க விரும்பினால், நம்மால் அவ்வாறு பார்க்க முடியும். ஆனால் அதே சூழல்களை, ஏற்றுக் கொள்ளத்தக்க, நம்பிக்கையூட்டுகின்ற, மாற்றப்படக்கூடிய, நேர்மறையாகச் சாத்தியமுள்ள சூழல்களாகப் பார்ப்பதை நாம் தேர்ந்தெடுத்தால், அதுவும் நம்மால் முடியும். ஆனால் விஷயங்கள் வெறுமனே சரியாக நடக்க வேண்டும் என்று நாம் விரும்புவது மட்டும் போதாது. இவ்வாறு வெறுமனே ஆசைப்பட்டதுதான் விஷயங்கள் சரியாக நடக்காமல் போனதற்கு முதல் காரணம். சரியான விளைவை உருவாக்குவதற்கு, சரியான பயிற்றுவிப்பையும் நம்மைப் பற்றிய சரியான மனக்காட்சிளையும் நமக்கு நாமே கொடுத்துக் கொள்ள வேண்டும். இது குறித்து நம்மில் பலரால் நிச்சயமாக ஏதேனும் ஒரு நடவடிக்கை எடுக்க முடியும்.

மனச்சோர்வை முறியடிக்க, சரியான பத்திய உணவையும் சரியான உடற்பயிற்சிகளையும் ஆலோசனையாளர்கள் பரிந்துரைப்பர். புதிய சுயபேச்சையும் அதனோடு சேர்த்துக் கொண்டு, தினமும் அதைக் கடைபிடிப்பதை நான் பரிந்துரைக்க விரும்புகிறேன்.

சுயபேச்சைப் பயன்படுத்துவதற்கான வாய்ப்புகளுக்கு எல்லையே இல்லை

நீங்கள் வெறுமனே சாதிக்க விரும்பினால்: நாம் ஒவ்வொருவரும் ஏதேனும் ஒன்றை சாதிக்க விரும்புகிறோம். நம்மில் சிலருக்கு அது, நாம் சிறந்தவர்களாக உருவாவதாக இருக்கலாம் அல்லது நம் வாழ்வின் ஓரிரு பகுதிகளில் மட்டும் ஏதேனும் ஒன்றை சாதிப்பதாக இருக்கலாம். மற்றவர்களுக்கு, நம் வாழ்வின் ஒவ்வொரு பகுதியிலும் நம்மால் அடையக்கூடிய சிறந்தவற்றை அடைவதாக அது இருக்கலாம். சுயபேச்சின் உதவியைக் கொண்டு நீங்கள் தீர்க்கக்கூடிய உங்கள் பிரச்சனைகளையும் சூழல்களையும் பட்டியலிட்டால், அது நீண்டுகொண்டே போகும். நீங்கள் சிறந்த சுயமதிப்பை உருவாக்க விரும்பினாலோ, அதிகமானவற்றை சாதிக்க விரும்பினாலோ, அல்லது வேலையை மாற்றுவது, ஒரு புதிய திறமையைக் கற்றுக் கொள்வது, அதிகப் படைப்புத்திறன் கொண்டவராக ஆவது, மன அழுத்தத்தைக் குறைப்பது, உங்களை நன்றாக கவனித்துக் கொள்வது, கவலைப்படுவதை

நிறுத்துவது, மற்றவர்களுடன் சகஜமாகப் பழகுவது, மனச்சோர்விலிருந்து விடுபடுவது, உங்களை மட்டுப்படுத்தும் விஷயங்களிலிருந்து வெளியேறுவது, அல்லது ஏதேனும் ஒன்றில் அதிக வெற்றிகரமாக விளங்குவது போன்ற விருப்பங்கள் உங்களுக்கு இருந்தாலோ, இவற்றில் வெற்றி பெறுவதற்கு நீங்கள் சுயமாக உருவாக்கிய சுயபேச்சுதான் மூலகாரணமாக அமையும்.

இக்கணத்தில் உங்கள் மனத்தில் தோன்றுகின்ற வேலை, தொழில், பதவி, நடவடிக்கை, அல்லது வாய்ப்பைப் பற்றிச் சிந்தியுங்கள். நாம் எதிர்கொள்ளக்கூடிய எந்தவொரு சூழலிலும், வெற்றி பெறுவதற்கான சிறந்த வாய்ப்பு யாருக்கு அதிகமாக இருப்பதாக நீங்கள் நினைக்கிறீர்கள்? சுயஉத்தரவாதம் மற்றும் மனஉறுதியைக் கொண்ட, தங்களது பயங்களையும் தடைகளையும் வெற்றி கொண்டவர்களுக்கா அல்லது தங்கள் பழைய பயிற்றுவிப்பை இறுகப் பற்றிக் கொண்டு, நிச்சயமின்மை, சந்தேகம், நம்பிக்கையின்மை ஆகியவற்றுடன் வாழ்பவர்களுக்கா?

இவற்றில் நீங்கள் எதைச் செய்ய விரும்புவீர்கள்? இக்கணத்தில் நீங்கள் தீர்க்க விரும்புகின்ற ஒரு பிரச்சனை குறித்தோ, அல்லது உங்களிடமோ அல்லது உங்கள் வாழ்விலோ நீங்கள் மாற்ற விரும்புகின்ற ஒரு விஷயத்தைக் குறித்தோ கற்பனை செய்யுங்கள். நீங்கள் இரு நபர்களாக இருந்து, அதில் ஒருவர் நேர்மறையான, ஆக்கபூர்வமான சுயபேச்சாளராகவும், இன்னொருவர் அப்படி இல்லாதவராகவும் இருந்தால், நீங்கள் யாரைத் தேர்ந்தெடுப்பீர்கள்? ஒவ்வொரு முறையும் நான் யாரைத் தேர்ந்தெடுப்பேன் என்று எனக்கு நிச்சயமாகத் தெரியும்.

16

பழக்கங்களை மாற்றுதல்

சுயபேச்சு வாசகங்கள் அல்லது சொற்றொடர்களைப் பின்வரும் நான்கு பிரிவுகளில் ஒன்றில் அடக்கிவிடலாம்: பழக்கத்தை மாற்றுகின்ற சுயபேச்சு, மனப்போக்கை வளர்க்கின்ற சுயபேச்சு, ஊக்குவிக்கின்ற சுயபேச்சு, மற்றும் சூழ்நிலைக்கேற்ற சுயபேச்சு.

நாம் மாற்ற விரும்புகின்ற ஓரிரு பழக்கங்கள் நம்மில் பெரும்பாலானவர்களிடம் உள்ளன. வழக்கமாக, நாம் செய்யும் ஏதோ ஒன்றுதான் நமக்கோ அல்லது பிறருக்கோ பிரச்சனைகளை உருவாக்குகின்றது. இந்தப் பழக்கங்கள்தான் நம் வழியில் குறுக்கிட்டு, நம்மை முன்னேறவிடாமல் இழுத்துப் பிடித்து வைக்கின்றன. சிலரது விஷயத்தில், இப்பழக்கங்கள் முற்றிலுமாக அவர்களை முடக்கிப் போட்டுவிடுகின்றன அல்லது தவறான பாதையில் அழைத்துச் செல்கின்றன.

அனைத்துப் பழக்கங்களும் நமது முந்தையப் பயிற்றுவிப்பின் விளைவுதான். நாம் செய்யக் கற்றுக் கொண்ட சில விஷயங்களை நாம் தொடர்ந்து கடைபிடித்து வந்ததன் விளைவாக அவை நமது இயல்பான நடத்தையாகவே ஆகிவிட்டன. உண்மையில் அவை இயல்பானவையே அல்ல. நாம் அவற்றுடன் பிறக்கவில்லை. அவை யாவும் நம்முடன் ஒட்டிக் கொண்ட எதிர்மறையான பயிற்றுவிப்பு மட்டுமே. அவை நமது பழக்கங்கள் மட்டுமே. எந்தவொரு பழக்கத்தையும் ஒரு புதிய பயிற்றுவிப்பால் மாற்றிவிடலாம்.

பழக்கத்தை மாற்ற உதவுகின்ற சுயபேச்சு ஒரு குறிப்பிட்டப் பிரச்சனையின்மீது செயல்பட உங்களுக்கு உதவுகிறது. உங்கள் ஆழ்மனம் இப்போது ஏதோ ஒன்றின்மீது செயல்பட்டுக் கொண்டிருக்கும் விதத்தை நிறுத்திவிட்டு வேறொரு வழியில் அதன்மீது செயல்படத் துவங்குவதற்கு உங்கள் ஆழ்மனத்தை வழிநடத்துகின்ற சுயபேச்சு இது. உங்களுக்கு எதிராகச் செயல்படுகின்ற ஒரு நடத்தையைக் களைந்துவிட்டு, உங்களது நடவடிக்கைகளை மாற்றுவதன் மூலம் உங்களுடைய பிரச்சனைகளைத் தீர்ப்பதற்கு அல்லது உங்கள் இலக்குகளை அடைவதற்கு உங்களுக்கு உதவக்கூடிய ஒரு நடத்தையை உருவாக்குகின்ற சுயபேச்சு இது. நாம் நடவடிக்கைகள் என்று இங்கு குறிப்பிடுவது, நீங்கள் செய்ய வேண்டிய, ஆனால் செய்யாமல் இருக்கின்ற காரியங்களையும், நீங்கள் செய்து கொண்டிருக்கின்ற, ஆனால் செய்யக்கூடாத காரியங்களையும்தான். நம் அனைவருக்கும் பரிச்சயமான மிகப் பொதுவான பழக்கங்களில் சிலவற்றைப் பார்க்கலாம்:

விஷயங்களை உடனடியாகச் செய்யாமல் தள்ளிப்போடுவது அல்லது காலம் தாழ்த்துவது

புகைபிடிப்பது

மிகவும் கடினமாக உழைப்பது அல்லது போதுமான அளவு உழைக்காமல் இருப்பது

வாக்குவாதம் செய்வது

பிரச்சனைகளை உதாசீனப்படுத்துவது

அளவுக்கதிகமாகத் தூங்குவது

பெயர்களையோ அல்லது பிற முக்கியமான விஷயங்களையோ மறந்துவிடுவது

எப்போதும் குறைகூறிக் கொண்டே இருப்பது

சாக்குப்போக்குகளை உருவாக்குவது

பொருட்களைத் தொலைப்பது

அளவுக்கதிகமாக உணவு உட்கொள்வது அல்லது மது அருந்துவது

ஏளனமாகப் பேசுவது

நீங்கள் உண்மையிலேயே “முடியாது” என்று கூற விரும்பும்போது “சரி” என்று ஒப்புக் கொள்வது

ஒருபோதும் குறித்த நேரத்தில் வராமல் இருப்பது

காதுகொடுத்துக் கேளாமல் இருப்பது
மற்றவர்களைக் குறைகூறுவது
அடுத்தவர்கள் பேசும்போது அவர்கள் பேச்சில் குறுக்கிடுவது
ஒழுங்கமைப்பின்றி இருப்பது
உண்மையைக் கூறாமல் இருப்பது
கவலைப்படுவது
புறம்பேசுபவராக இருப்பது
முன்னுரிமைகளை நிர்ணயித்துக் கொள்ளத் தவறுவது
உங்களுடைய உணர்ச்சிகள் உங்களைக் கட்டுப்படுத்த அனுமதிப்பது
நேரத்தை விரயம் செய்வது
யாரும் கேட்காமலேயே அவருக்கு ஆலோசனை வழங்குவது
சம்பாதிப்பதைவிட அதிகமாகச் செலவு செய்வது
அளவுக்கதிகமாகப் பேசுவது
மற்றவர்களை அளவுக்கதிகமாக விமர்சிப்பது
விபரங்கள் குறித்து அக்கறையின்றி இருப்பது
ஒன்றைத் துவக்கிவிட்டு, பிறகு அதை முடிக்காமல் இருந்துவிடுவது

இப்பட்டியலில் இன்னும் ஒருசில பழக்கங்களை உங்களால் நிச்சயமாகச் சேர்த்துக் கொள்ள முடியும். சரியான சுயபேச்சின் வாயிலாக இந்த அனைத்துப் பழக்கங்களையும் நம்மால் மாற்ற முடியும் அல்லது மேம்படுத்த முடியும்.

நீங்கள் மாற்ற விரும்புகின்ற ஒரு பழக்கம், புகைபிடிப்பதை நிறுத்துவது அல்லது குறித்த நேரத்தில் ஒன்றைச் செய்வது போன்ற எந்தவோர் எளிய பழக்கமாக இருந்தாலும் சரி, அதைச் செய்வதற்கு உங்களுக்கு உதவக்கூடிய ஓர் எளிய சுயபேச்சு இருக்கிறது. பழக்கத்தை மாற்றுவதற்கான சுயபேச்சு திட்டவட்டமானது. ஆனால் அது உங்களிடமிருந்து அதிக முயற்சியை எதிர்பார்க்கும். ஏனெனில், உங்களைப் பற்றிய ஒரு புதிய காட்சியை உருவாக்கும்போது, உங்களுடைய பழைய பழக்கத்தை சகித்துக் கொள்ளவோ அல்லது ஏற்றுக் கொள்ளவோ அது மறுக்கிறது. இறுதியில், உங்களுடைய பழைய பழக்கத்தை இடமாற்றம் செய்கின்ற ஒரு புதிய ஆக்கபூர்வமான பழக்கத்தை அது உங்களுக்குள் உருவாக்குகிறது.

உங்கள் சுயபேச்சு நிகழ்காலத்தில் அமைந்திருக்கட்டும்

அனைத்து நேர்மறையான சுயபேச்சும் (பின்வரும் அத்தியாயம் ஒன்றில் விவாதிக்கப்படவிருக்கின்ற சூழ்நிலைரீதியான சுயபேச்சைத் தவிர183 நிகழ்காலத்திலேயே எழுதப்பட வேண்டும், படிக்கப்பட வேண்டும், பதிவு செய்யப்பட வேண்டும், காதுகொடுத்துக் கேட்கப்பட வேண்டும், சிந்திக்கப்பட வேண்டும், பேசப்பட வேண்டும். நீங்கள் விரும்புகின்ற மாற்றம் ஏற்கனவே நிகழ்ந்துவிட்டதுபோல் உங்கள் சுயபேச்சு எப்போதும் அமைய வேண்டும். இதைச் செய்வதன் மூலம், முழுவதுமாகச் செய்து முடிக்கப்பட்டுவிட்டக் காரியம் பற்றிய ஒரு முழுமையான படம் உங்கள் ஆழ்மனத்திற்குக் கொடுக்கப்படுகிறது. "நீ எனக்காக உருவாக்க வேண்டிய 'நான்' இதுதான்," என்ற கட்டளையை உங்கள் மையக் கட்டுப்பாட்டு அறைக்கு நீங்கள் கொடுக்கிறீர்கள். நீங்கள் கொடுக்கும் படம் எவ்வளவு முழுமையாகப் பூர்த்தி செய்யப்பட்டுள்ளதோ, அவ்வளவு அதிகமான திட்டவட்டமான வழிகாட்டுதல்களை நீங்கள் உங்கள் ஆழ்மனத்திற்குக் கொடுக்கிறீர்கள்.

எடுத்துக்காட்டாக, உங்கள் ஆழ்மனத்திற்கு நீங்கள் ஒரு புதிய கட்டளையைக் கொடுக்க விரும்பும்போது, "நான் என் எடையைக் குறைக்கப் போகிறேன்," என்று கூறக்கூடாது. எடையைக் குறைக்கப் போவதாக நீங்கள் கூறும்போது, "நாளையோ அல்லது எதிர்காலத்தில் வேறு ஏதேனும் ஒரு சமயமோ என் எடையை நான் குறைப்பேன், ஆனால் இப்போதைக்கு நான் எப்படி இருக்கிறேனோ, என்னை அப்படியே வைத்திரு," என்று நீங்கள் உங்கள் ஆழ்மனத்திடம் கூறுகிறீர்கள். 'நாளைய தினம்' என்ற ஒன்று கிடையவே கிடையாது.

நீங்கள் உங்களிடம், "நான் செய்யப் போகிறேன், நான் செய்வேன், நான் செய்தாக வேண்டும், நான் செய்ய விரும்புகிறேன்," என்று கூறினால், உங்கள் ஆழ்மனம் உங்களை நம்பும் என்பதில் எனக்கு எந்த சந்தேகமும் இல்லை, ஆனால் அது குறித்து உங்கள் ஆழ்மனம் எதுவும் செய்யாது!

நீங்கள் அடைய விரும்புகின்ற இலக்கை அல்லது விளைவை நிகழ்காலத்தில் குறிப்பிடுங்கள். எது உண்மை, எது உண்மையில்லை என்பது உங்கள் ஆழ்மனத்திற்குத் தெரியாது

என்பதால், நீங்கள் கூறுவதை அது காலப்போக்கில் ஏற்றுக் கொண்டு அதன்மீது செயல்படும். ஆனால், நீங்கள் கொடுக்கின்ற வார்த்தைகளின்படியே அது செயல்படும் என்பதை நினைவில் கொள்ளுங்கள்.

செய்ய வேண்டிய அனைத்தையும், செய்ய வேண்டிய நேரத்தில் எப்போதும் நான் செய்கிறேன்.

நான் ஒருபோதும் விவாதிப்பதில்லை. என் உணர்ச்சிகள் எனக்கு எதிராகச் செயல்பட நான் அனுமதிப்பதில்லை.

நான் புகைபிடிப்பதில்லை!

எனக்கு நல்ல நினைவாற்றல் உள்ளது. எந்தவொரு பெயரையோ அல்லது எனக்கு முக்கியமான எதுவொன்றையோ நான் சுலபமாக நினைவில் வைத்துக் கொள்கிறேன்.

நான் எதைச் சாப்பிட வேண்டுமோ, அதை மட்டுமே சாப்பிடுகிறேன்.

நான் அடுத்தவர் கூறுவதைக் காதுகொடுத்துக் கேட்பதில் திறமைசாலி. அடுத்தவர் கூறுவதை நான் கவனமாகவும், ஆர்வத்தோடும், என்னைச் சுற்றி நடந்து கொண்டிருக்கும் அனைத்து விஷயங்கள் குறித்தப் பிரக்ஞையோடும் முழுமையாகச் செவிமடுக்கிறேன்.

என்னுடைய அபிப்பிராயங்களை எடுத்துரைப்பதற்கான துணிச்சல் என்னிடம் உள்ளது. எனக்கும், நான் செய்கின்ற மற்றும் கூறுகின்ற அனைத்திற்கும் நான் பொறுப்பேற்கிறேன்.

நான் சம்பாதிப்பதைவிட அதிகமாக ஒருபோதும் செலவிடுவதில்லை. எனது நிகழ்காலத்திற்கும் எதிர்காலத்திற்கும் பொருளாதாரரீதியாக நானே பொறுப்பு.

நான் இலக்குகளை நிர்ணயித்து, அவற்றைப் பின்தொடர்ந்து செல்கிறேன். அவற்றின்மீது குறியாக இருந்து, பொருத்தமான நடவடிக்கைகளை மேற்கொண்டு, நான் என் இலக்குகளைச் சாதிக்கிறேன்.

நான் எனது குடும்பத்தாரோடும் அன்புக்குரியவர்களோடும் நேரத்தைச் செலவிடுகிறேன். அவர்களுடைய வாழ்க்கையை என் வாழ்க்கையுடன் பகிர்ந்து கொள்வதிலும், எனது வாழ்க்கையை அவர்களுடைய வாழ்க்கையுடன் பகிர்ந்து கொள்வதிலும் நான் மகிழ்ச்சி கொள்கிறேன்.

மேற்கூறப்பட்ட நேர்மறை சுயபேச்சு தொடர்பான எடுத்துக்காட்டுகள் ஒவ்வொன்றும், நம்மைத் தடுத்து நிறுத்துகின்ற அல்லது நமக்கு வெறுப்பூட்டுகின்ற பழக்கங்களை நேரடியாகக் கையாள்கின்றது. இப்பழக்கங்கள் யாவும் முன்பு நமக்குக் கொடுக்கப்பட்டப் பயிற்றுவிப்பே. இந்த எடுத்துக்காட்டுகள் ஒவ்வொன்றும் நிகழ்காலத்தில் கொடுக்கப்பட்டுள்ளன. நீங்கள் விரும்பும் விளைவுகள் ஏற்கனவே நிகழ்ந்துவிட்டதுபோல் குறிப்பிடப்பட்டுள்ளன. ஒவ்வோர் எடுத்துக்காட்டிலும் ஒரே ஒரு சுயபேச்சு வாசகம் அல்லது இரண்டு வாசகங்கள் மட்டுமே குறிப்பிடப்பட்டுள்ளன. ஆனால் யதார்த்தத்தில், நீங்கள் விரும்பும் மாற்றங்களை உருவாக்குவதற்கு நீங்கள் பல சொற்றொடர்களைப் பயன்படுத்தக்கூடும்.

ஒரு பழக்கத்தை மாற்றுவதற்கு, ஒரு மனப்போக்கை உருவாக்குவதற்கு, அல்லது உள்ளார்ந்த ஊக்குவிப்பை உருவாக்குவதற்கு நீங்கள் சுயபேச்சைப் பயன்படுத்தும்போது, நீங்கள் விரும்புகின்ற விளைவைப் பெறுவதைச் சுற்றி வலிமையான சுயபேச்சு அரண் ஒன்றை உருவாக்கும்போது உங்கள் சுயபேச்சு மிகச் சிறப்பாகச் செயல்படுகிறது. சரியான விதத்தில் கூறப்படும் ஒரே ஒரு வாசகத்தைக் கொண்ட சுயபேச்சால் உங்கள் நடத்தையின்மீது அளப்பரிய தாக்கத்தை ஏற்படுத்த முடியும், ஆனால் உங்களைப் பற்றிய முற்றிலும் புதியதொரு படத்தை உங்கள் ஆழ்மனத்திற்கு நீங்கள் கொடுக்கும்போது மட்டுமே உங்கள் சுயபேச்சிலிருந்து முழுமையான பலனை நீங்கள் பெறுவீர்கள்.

மேற்கூறப்பட்டுள்ள எடுத்துக்காட்டுகளில் ஏதேனும் ஒன்றை நீங்கள் தேர்ந்தெடுத்து, ஒரே ஒரு வாசகத்தைக் கொண்ட சுயபேச்சின் உதவியுடன் ஒரு பழைய பழக்கத்தை நீங்கள் மாற்ற விரும்பினால், அந்த சுயபேச்சு வாசகத்தை நீங்கள் எத்தனை முறை கூறினாலும் சரி, மட்டுப்படுத்தப்பட்ட விளைவுகளையே அது உங்களுக்குக் கொடுக்கும். எனவே, அந்த ஒரு வாசகத்தை எடுத்துக் கொண்டு, உங்கள் பிரச்சனையின் ஒவ்வோர் அம்சத்தையும் உள்ளடக்கிய பல சுயபேச்சு வாசகங்களை அதனோடு இணையுங்கள்.

நீங்கள் சென்றடைய விரும்புகின்ற புதிய இடத்தை முடிவு செய்து, உங்கள் பாதையையும் திசையையும் உயரத்தையும் வேகத்தையும் தீர்மானிப்பதற்கு நீங்கள் பயன்படுத்துகின்ற

வழிகாட்டி அமைப்புமுறைதான் உங்கள் சுயபேச்சு என்பதை நினைவில் கொள்ளுங்கள். எனவே உங்கள் சுயபேச்சு திட்டவட்டமானதாகவும் முழுமையானதாகவும் இருக்கட்டும். தெளிவற்றத் திசைகளையும் விபரங்களையும் கொண்டு நீங்கள் சென்றடைய விரும்புகின்ற இடத்திற்குச் செல்ல முடியும் என்று எதிர்பார்க்காதீர்கள்.

திட்டவட்டமாக வரையறை செய்யுங்கள்

நீங்கள் சுயபேச்சைப் பயன்படுத்தும்போது, எதையும் விட்டுவைக்காதீர்கள். பிரச்சனையைப் பிரித்தெடுத்து, அதை ஒவ்வொரு கோணத்திலிருந்தும் பார்த்து, அந்தப் பிரச்சனைக்குள் இருக்கும் ஒவ்வொரு பகுதியையும் பட்டியலிட்டு, அதைச் சரிசெய்வதற்குத் தனித்தனியாக சுயபேச்சு வாசகங்களை உருவாக்குங்கள். ஒருசில பிரச்சனைகளை ஓரிரு சுயபேச்சு வாசகங்களைக் கொண்டு தீர்த்துவிட முடியும் என்பதை நான் கண்டுகொண்டிருந்தாலும், பெரும்பாலானவர்களின் விஷயத்தில், ஒரு குறிப்பிட்டப் பிரச்சனை எவ்வளவு பெரியதாகவோ அல்லது சிறியதாகவோ இருந்தாலும் சரி, அல்லது ஓர் இலக்கு எவ்வளவு முக்கியமானதாகவோ அல்லது முக்கியமற்றதாகவோ இருந்தாலும் சரி, கவனமாகத் தேர்ந்தெடுக்கப்பட்டப் பத்துப் பன்னிரண்டு சுயபேச்சுப் பரிந்துரைகள் அதற்குத் தேவை என்பதை நான் கண்டுள்ளேன்.

புகைபிடிப்பதை நிறுத்துவதை இலக்காகக் கொண்ட ஒருவரை எடுத்துக் கொள்ளலாம். புகைபிடிப்பது ஒரு பழக்கம் என்பதை உடனடியாக அனைவரும் அங்கீகரிப்பதால் இதை நாம் இங்கு எடுத்துக்காட்டாகப் பார்க்கலாம். காலம் தாழ்த்துவது, வீட்டில் விவாதிப்பது, அல்லது பொன்னான நேரத்தை விரயம் செய்வது போன்ற பழக்கங்களை விட்டொழிக்க விரும்புகின்ற ஒருவரைப் பற்றிகூட நாம் இங்கு அலசலாம். நீங்கள் புகைபிடிக்கும் பழக்கம் இல்லாதவராக இருந்தால்கூட, பின்வரும் சுயபேச்சு எடுத்துக்காட்டை நீங்கள் கையாள விரும்பும் எந்தவொரு விஷயத்திற்கும் ஏற்றவாறு மாற்றியமைத்துக் கொள்ளலாம்.

இந்த ஒருசில சுயபேச்சு வாசகங்களைப் படித்தவுடனேயே, சுயபேச்சு என்பது வெறுமனே ஓரிரு வாசகங்களைக் கொண்ட ஒன்றல்ல என்பதை உடனடியாக நீங்கள் கண்டுகொள்வீர்கள்.

சுயபேச்சு என்பது கவனமாகத் தேர்ந்தெடுக்கப்பட்ட வார்த்தைகளைக் கொண்டு திட்டவட்டமாகவும் சுருக்கமாகவும் அமைக்கப்பட்ட வழிகாட்டுதல்கள். இதில் வழக்கமாக, ஒரே விஷயம் தொடர்பான பல வாசகங்கள் ஒன்றிணைக்கப்பட்டு இருக்கும். நீங்கள் யாராக உருவாக விரும்புகிறீர்களோ அல்லது உங்கள் வாழ்வில் எந்த மாற்றத்தை ஏற்படுத்த விரும்புகிறீர்களோ, அது குறித்த ஒரு விரிவான மனக்காட்சியை அவ்வாசகங்கள் உருவாக்கும்.

இந்த எடுத்துக்காட்டில், புகைபிடித்தல் என்ற பழைய பழக்கத்தை, "நான் எவ்வளவு முயற்சித்தாலும் சரி, புகைபிடிக்கும் பழக்கத்தை என்னால் விட்டொழிக்க முடியவில்லை," "புகைபிடிப்பது என்னை ஆசுவாசப்படுத்திக் கொள்ள உதவுகிறது," "நான் புகைபிடிப்பதை நிறுத்தும்போது என் உடல் எடை அதிகரிக்கிறது," போன்ற தினசரி எதிர்மறை சுயபேச்சு ஆதரித்து வந்துள்ளது. அதுதான் உங்களுக்குக் கொடுக்கப்பட்டிருக்கும் பழைய பயிற்றுவிப்பு. ஆனால், 'பழக்கத்தை மாற்றுகின்ற' புதிய சுயபேச்சு அவை அனைத்தையும் வேறு விதமாகப் பார்க்கின்றது.

பின்வரும் சுயபேச்சில், ஒவ்வொரு வாசகமும் எந்த உருவக் காட்சியைத் தீட்டுகிறது என்பதை கவனமாகப் பாருங்கள். புகைபிடிப்பது பொருத்தமான விஷயம்தான் என்று நினைத்து வந்திருந்த ஒருவரது ஆழ்மனத்திற்குக் கொடுக்கப்படுகின்ற சுயபேச்சு அறிவுறுத்தல்களைக் குறித்துக் கொள்ளுங்கள்.

புகைபிடிப்பதை நிறுத்துவதற்கான நேர்மறை சுயபேச்சு

நான் புகைபிடிப்பதில்லை. எனது நுரையீரல்கள் வலிமையாகவும் ஆரோக்கியமாகவும் உள்ளன. என்னால் ஆழமாகவும் முழுமையாகவும் சுவாசிக்க முடிகிறது.

என் உடல்நிலையைப் பராமரிப்பது எனக்கு முக்கியமான விஷயம். என்னை திடகாத்திரமாக வைத்துக் கொள்ளவும், நான் நல்லவிதமாக உணரவும் நான் விரும்புகிறேன்.

நான் புகைபிடிக்காதவனாக இருப்பதில் பெருமிதம் கொள்கிறேன்.

முன்பு எப்போதையும்விட இப்போது என்னிடம் அதிக ஆற்றலும் தெம்பும் இருக்கின்றன. நான் என் வாழ்க்கையை மகிழ்ச்சியாக அனுபவிக்கிறேன். நான் இப்புவியில் வாழ்வதில் பெருமகிழ்ச்சி கொள்கிறேன்.

நான் ஒரு சிகரெட்டைப் பார்க்கும்போதோ அல்லது அது பற்றி நினைக்கும்போதோகூட, "நான் புகைபிடிப்பதில்லை" என்ற வார்த்தைகள் என் காதில் விழுகின்றன. பிறகு நான் புகைபிடிப்பதில்லை.

எனக்குத் தீங்கு ஏற்படுத்தும் விதத்தில் என்னைக் கட்டுப்படுத்துகின்ற அல்லது என்மீது ஆதிக்கம் செலுத்துகின்ற பழக்கம் எதுவும் என்னிடம் இல்லை. நான் என் கட்டுப்பாட்டில் இருக்கிறேன். நான் செய்யும் அனைத்தும் என் கட்டுப்பாட்டில் உள்ளன. எனக்கும் என் எதிர்காலத்திற்கும் எது சிறந்ததோ, அதையே நான் செய்கிறேன்.

சுத்தமான, புத்துணர்வூட்டும் காற்றை சுவாசிப்பதும், ஆரோக்கியமாக இருப்பதும், என் உடலும் மனமும் என் கட்டுப்பாட்டில் இருப்பதும் உண்மையிலேயே எனக்கு மகிழ்ச்சியளிக்கின்றன.

எனக்கென்று நான் நிர்ணயிக்கும் எந்தவோர் இலக்கையும் என்னால் அடைய முடிகிறது. என்னுடைய இலக்கை ஏற்கனவே நான் அடைந்துவிட்டது போன்ற ஒரு தெளிவான படத்தை என் மனத்தில் நான் பார்க்கிறேன். என் இலக்கை நான் உருவாக்குகிறேன், அதை அடிக்கடிப் பார்க்கிறேன், இறுதியில் அதை நான் அடைகிறேன்.

நான் தினமும் உடற்பயிற்சி செய்கிறேன். நான் என்னை ஆரோக்கியமாக வைத்திருக்கிறேன். என் வாழ்நாள் முழுவதும் நான் ஆற்றலையும் தெம்பையும் அனுபவிக்கிறேன்.

என்னுடைய புலன்கள் அனைத்தும் தெளிவாகவும் உயிர்த்துடிப்போடும் உள்ளன. என் பார்வையும், என் நுகர்ச்சி உணர்வும், என் செவித்திறனும், என் ருசியுணர்வும், என் தொடுவுணர்வும் முன்பு எப்போதையும்விட அதிக உயிர்த்துடிப்புடன் இருக்கின்றன.

புகைபிடிப்பது எவ்விதத்திலும் வலிமையானது, புத்திசாலித்தனமானது, கவர்ச்சிகரமானது என்று நான் நினைப்பதில்லை. புகைபிடிக்கும் பழக்கத்திற்கு என் வாழ்வில் இடமில்லை.

நான் ஆசுவாசமாக இருப்பதற்கும், நல்லவிதமாக உணர்வதற்கும், ஆழமாகவும் முழுமையாகவும் சுவாசிப்பதற்கும், எந்த நேரத்திலும் புகைபிடிக்காமல் இருப்பதற்கும், எல்லாச் சூழல்களிலும்

ஆரோக்கியமானவனாக இருப்பதற்கும் எனக்கு நான் அனுமதியளிக்கிறேன்.

என்னுடன் இருப்பதற்கு மக்கள் விரும்புகின்றனர். நான் தன்னம்பிக்கையும் சுயமதிப்பும் உடையவனாக இருக்கிறேன். என்னை நான் நேசிக்கிறேன், அது மிகத் தெளிவாக வெளிப்படுகிறது!

புகைபிடிக்காதவனாக இருப்பது எனக்கு சுலபமானதாக உள்ளது. பிறக்கும்போது நான் புகைபிடிக்காமல்தானே இருந்தேன். புகைபிடிக்காமல் இருப்பது எனக்கு இயல்பான விஷயமாக உள்ளது.

நீங்கள் புகைபிடிக்கும் பழக்கம் கொண்டவராக இருந்து, அப்பழக்கத்தை விட்டொழிக்க விரும்பினால், மேலே கொடுக்கப்பட்டுள்ள சுயபேச்சு வாசகங்களை உங்கள் ஆழ்மனத்திடம் அடுத்த மூன்று வாரங்களுக்கு தினமும் மூன்று அல்லது நான்கு முறை படித்துக் காட்டிவிட்டு, பிறகு என்ன நிகழ்கிறது என்று பாருங்கள். மற்றவர்களைப்போலவே, உங்களுக்கு நீங்களே கொடுத்துக் கொள்ளும் புதிய அறிவுறுத்தல்கள் உங்களுக்குப் பழகிப் போயுள்ள பழைய பயிற்றுவிப்பின்மீது ஏற்படுத்தக்கூடிய நம்புதற்கரிய தாக்கத்தை நீங்கள் கண்டறிவீர்கள். நாம் செய்கின்ற எதிலும், பழைய பழக்கங்கள் என்பவை நாம் ஏற்றுக் கொண்டுவிட்ட, நமக்குப் பழகிப் போய்விட்டப் பழைய பயிற்றுவிப்பே அன்றி வேறெதுவும் இல்லை.

நீங்கள் ஒரு பழைய பழக்கத்தை மாற்ற விரும்பினால், உங்களது பழைய பயிற்றுவிப்பைக் கண்டுபிடித்து, அதை அங்கீகரித்து, அது குறித்து ஏதேனும் செய்வதென்று தீர்மானித்து, பிறகு அப்பழக்கத்தை அழித்துவிட்டு அதனிடத்தில் அதைவிடச் சிறப்பான ஒன்றை வையுங்கள்.

பழக்கத்தை மாற்றுவதற்கு உதவுகின்ற சுயபேச்சிற்கான இன்னோர் எடுத்துக்காட்டைப் பார்க்கலாம். இந்த எடுத்துக்காட்டில், தங்களது முழு ஆற்றலை அடைவதிலிருந்து ஏராளமான மக்களைத் தடுத்து நிறுத்துகின்ற ஒரு பழக்கத்தைக் கையாள்வதற்கு சுயபேச்சை நாம் பயன்படுத்தலாம். கவலைப்படுவதில் நேரத்தை விரயம் செய்யும் பழக்கம்தான் அது. இந்த ஒரே ஓர் எதிர்மறைப் பழக்கத்தை வெற்றி கொண்டது, பல சராசரி நபர்களை வெற்றியாளர்களாக மாற்றி, அவர்களுக்குக் கூடுதல் நேரத்தையும், மனஅமைதியையும்,

வாழ்க்கை குறித்த ஒரு புதிய கண்ணோட்டத்தையும் கொடுத்துள்ளது.

பழக்கங்களை மாற்றுவதற்கான சுயபேச்சிற்கான எடுத்துக்காட்டுகளை நீங்கள் படிக்கும்போது, அந்த சுயபேச்சு வெறுமனே அறிகுறிகளைப் பற்றி மட்டுமே பேசவில்லை என்பதையும், அது பழைய பழக்கத்தை முறித்து, அதன் வேர்வரை சென்று பார்க்கிறது என்பதையும் கவனியுங்கள். புதிய நேர்மறை சுயபேச்சு ஒரு பிரச்சனையை எல்லாக் கோணங்களில் இருந்தும் முழுமையாகப் பார்க்கிறது. அது முற்றிலும் புதிய, சிறப்பான ஓர் உளச்சூழலை உருவாக்குகிறது. நீங்கள் கவலையின்றியும் அதிக ஆக்கபூர்வமான நபராகவும் இருப்பதுபோன்ற, உங்களைப் பற்றிய ஒரு புதிய படத்தை அது உருவாக்குகிறது.

இம்முறை, புதிய சுயபேச்சை நீங்கள் படிக்கும்போது, அதை வாய்விட்டு உரக்கப் படிக்க முயற்சி செய்யுங்கள். வெறும் வார்த்தைகளாக அதைப் பார்க்காமல், அதற்கு உயிரூட்டுங்கள். சுயபேச்சை நீங்கள் நேரடியாக உங்களை நோக்கிக் குறிப்பிட்டுப் படிக்கும்போது, அது அதிகச் செயற்திறன் கொண்டதாக ஆகிறது.

கவலையிலிருந்து விடுபடுவதற்கான நேர்மறை சுயபேச்சு

நான் கவலைப்படுவதில்லை. என்னுடைய சிந்தனை என் கட்டுப்பாட்டில் இருக்கிறது. என்னிடமுள்ள சிறந்தவற்றை உருவாக்குகின்ற மற்றும் நிறைவேற்றுகின்ற எண்ணங்களை மட்டுமே நான் எண்ணுகிறேன்.

என் மனம் எப்போதும் நேர்மறையான விஷயங்களையே தொடர்ந்து சிந்திக்கிறது. அது பிரகாசமாகவும், குதூகலமாகவும், உற்சாகமாகவும் இருக்கிறது. நல்ல மற்றும் நேர்மறையான எண்ணங்களாலும் யோசனைகளாலும் அது நிறைந்துள்ளது.

என் உடலிலும் மனத்திலும் என்னால் சுலபமாக ஆசுவாசமாகவும் சௌகரியமாகவும் இருக்க முடிகிறது. நான் அமைதியாகவும், தன்னம்பிக்கையோடும், சுயஉறுதிப்பாட்டோடும் இருக்கிறேன்.

என் மனம் முறையாகவும் சிறப்பாக ஒழுங்கமைக்கப்பட்டும் உள்ளது. நான் சிந்திக்கும் விஷயங்களை நான் என்

பிரக்ஞையோடு தேர்ந்தெடுக்கிறேன். அதிக நேர்மறையான, எனக்கு மிகவும் பலனளிக்கின்ற எண்ணங்களையே நான் எப்போதும் தேர்ந்தெடுக்கிறேன்.

என்னுடைய எண்ணங்கள் அனைத்தும் எனக்குள் ஆரோக்கியத்தை உருவாக்குகின்றன.

அதிக இணக்கத்தையும், சமநிலையையும், நலனையும் எனக்குள்ளும் என்னைச் சுற்றி இருக்கும் உலகத்திலும் உருவாக்குகின்ற எண்ணங்கள்மீது மட்டுமே என் மனம் ஈடுபடுகிறது.

நான் எப்போதும் இயல்பாக ஒரு தீர்மானமான, உறுதியான வழியிலேயே சிந்திக்கிறேன்.

நான் செய்யும் அனைத்திலும் சிறந்த விளைவையே பெறுவேன் என்பதில் நான் எப்போதும் தீர்மானமாகவும் உறுதியாகவும் இருக்கிறேன்.

என்னைச் சுற்றி இருக்கும் உலகத்தைப் பிரகாசமான, நன்னம்பிக்கையுடன்கூடிய, சுயஉறுதிப்பாட்டுடன்கூடிய கண்ணோட்டத்தில் பார்ப்பதை நான் தேர்ந்தெடுக்கிறேன்.

எனக்கு எது சிறந்ததோ, அதை மட்டுமே நான் செய்கிறேன். சிறந்தவற்றை எனக்குள் நான் உருவாக்குகிறேன். மற்றவர்களிடம் இருக்கும் சிறந்தவற்றை நான் கவர்ந்திழுக்கிறேன். என்னைச் சுற்றி இருக்கும் உலகத்தில் உள்ள சிறந்தவற்றை நான் கண்டுபிடிக்கிறேன்.

எனக்கென்று நான் ஏற்றுக் கொண்டுள்ள கடமைகளையும் பொறுப்புகளையும் நான் ஆர்வத்தோடும் தவறாமலும் செய்து முடிக்கிறேன்.

என்னால் நிறைவேற்ற முடியும் என்று நான் அறிந்துள்ள பொறுப்புகளை மட்டுமே நான் ஏற்றுக் கொள்கிறேன்.

என்னால் ஏதேனும் செய்ய முடியும் என்ற வாய்ப்புள்ள விஷயங்கள்மீது மட்டுமே என் மனத்தை நான் ஒருமுகப்படுத்துகிறேன்.

நல்ல, ஆரோக்கியமான, நேர்மறையான, ஆக்கபூர்வமான எண்ணங்கள்மீது என் மனத்தை நான் மும்முரமாக ஈடுபடுத்துவதால், கவலைப்படுவதற்கு எனக்கு நேரம் இருப்பதே இல்லை.

நான் தேர்ந்தெடுக்கும் எண்ணங்களை நான் கட்டுப்படுத்துகிறேன். என்னுடைய அனுமதியோ அல்லது

ஒப்புதலோ இன்றி எந்தவொரு சமயத்திலும் எந்தவோர் எண்ணத்தாலும் என் மனத்தில் குடியிருக்க முடியாது. **நான் ஒருபோதும் கவலைப்படுவதில்லை.**

நீங்கள் மாற்ற விரும்புகின்ற ஒவ்வொரு பழக்கத்திற்கும், அதை மாற்றுவதற்கான சரியான சுயபேச்சு இருக்கிறது. பழக்கத்தை மாற்றுவதற்கான சுயபேச்சு குறித்து நாம் பார்த்த இரண்டு எடுத்துக்காட்டுகளும், சுயபேச்சு எவ்வாறு உருவாக்கப்பட வேண்டும் என்பதையும், பிரச்சனையை மட்டுமன்றி, மாற்றத்தை ஆதரிக்கின்ற மனச்சூழலை எவ்வாறு உருவாக்க வேண்டும் என்பதையும் பற்றிய ஒரு யோசனையை உங்களுக்குக் கொடுத்திருக்கும்.

பழக்கத்தை மாற்ற வேண்டும் என்றால் வார்த்தைகளை மாற்றுங்கள்

நாம் அனைவரும் பழக்கத்திற்கு அடிமையானவர்கள். ஆனால் நாம் பழகியுள்ள எந்தவொரு பழக்கத்தையும் நம்மால் மாற்ற முடியும். அப்பழக்கங்களை மாற்றுவது நமக்குக் கடினமாக இருந்து வந்துள்ளதுதான் கடந்தகாலத்தில் நமக்குப் பிரச்சனையாக இருந்து வந்தது. அதற்குக் காரணம், நம்முடைய பழைய பயிற்றுவிப்பை மாற்றாமல், நாம் வெறுமனே நமது திசையை மாற்ற முயற்சித்துக் கொண்டிருந்ததுதான். சுயபேச்சைக் கொண்டு இவ்விரண்டையும் நம்மால் சாதிக்க முடியும்: சுயபேச்சின் மூலம் நாம் பழைய பயிற்றுவிப்பை அழிக்கும் அதே நேரத்தில், புதிய பயிற்றுவிப்பை உருவாக்கிக் கொண்டிருக்கிறோம்.

நீங்கள் மாற்ற விரும்பும் ஒரு பழக்கத்தைத் தேர்ந்தெடுங்கள். உங்கள் வாழ்க்கையை ஒரே இரவில் மாற்ற முயற்சிக்காதீர்கள். முதலில் ஒரு சிறிய பழக்கத்திலிருந்து துவக்குங்கள். பிறகு, உங்களை உங்களிடம் விவரித்துக் கூறுகின்ற வார்த்தைகளை மாற்றுங்கள். தொடர்ந்து இதைச் செய்து வாருங்கள். அதன் பிறகு உங்களுக்குள் நிகழும் மாற்றங்களைப் பார்ப்பதும், உங்களைத் தடுத்துக் கொண்டிருந்த பழைய பழக்கங்கள் மறைவதைப் பார்ப்பதும், பலனளிக்கின்ற, மதிப்புவாய்ந்த, வெற்றிக்கு இட்டுச் செல்கின்ற புதிய பழக்கங்கள் உருவாவதைப் பார்ப்பதும் உற்சாகமூட்டுவதாக இருக்கும்.

17
மனப்போக்குகளை மாற்றுதல்

நாம் செய்யும் அனைத்தும் நேரடியாகவோ அல்லது மறைமுகமாகவோ நமது மனப்போக்குகள்மீது தாக்கத்தை ஏற்படுத்துகின்றன. ஒருவரது மனப்போக்கில் ஏற்படும் ஒரு மாற்றத்தால் அவரது வாழ்வின் அனைத்து விஷயங்கள்மீதும் தாக்கத்தை ஏற்படுத்த முடியும். நமது மனப்போக்கில் நிகழ்கின்ற மிகச் சிறிய அனுசரிப்புக்கூட நாம் என்ன செய்கிறோம் என்பதன்மீதும், அதை நாம் எவ்வாறு செய்கிறோம் என்பதன்மீதும் அளப்பரிய தாக்கத்தை ஏற்படுத்தும். பள்ளிக்குச் செல்கின்ற ஒரு குழந்தை உங்களுக்கு இருந்தால், அது உண்மை என்பதை நீங்கள் அறிவீர்கள். மனப்போக்கில் ஏற்படும் ஒரு மாற்றம், அக்குழந்தையின் மதிப்பெண்களிலும், உடையிலும், பழக்கங்களிலும், நண்பர்களிலும் ஒரு மாற்றத்தை விளைவிப்பதைக் காண்பீர்கள்.

மனப்போக்கு எவ்வளவு சிறப்பானதாக இருக்கிறதோ, நாம் செய்யும் அனைத்திலும் விளைவுகள் அவ்வளவு சிறப்பானவையாக இருக்கும். மனப்போக்கு நமது உணர்வுகளை பாதிப்பதாலும், நமது உணர்வுகள் நாம் செய்யும் காரியங்களையும் அவற்றை நாம் செய்யும் விதத்தையும் பாதிப்பதாலும், ஒரு நல்ல மனப்போக்கைக் கொண்டிருப்பது நம் வெற்றி தோல்விகளைத் தீர்மானிக்கின்ற காரணியாக அமைகிறது. சரியான மனப்போக்கைக் கொண்டிருப்பது நம்மை அனுகூலமான நிலையில் வைக்கிறது.

நமது மனப்போக்குகள் நமக்குக் கொடுக்கப்பட்டுள்ள பயிற்றுவிப்பின் விளைவால் உருவானவையாக இருப்பதால், நமது மனப்போக்குகளைக் கூர்ந்து கவனித்து, அவை ஏன் அப்படி இருக்கின்றன என்பதை ஆய்வு செய்து, அவற்றில் நாம் எதை மாற்ற வேண்டும் என்று தீர்மானிப்பது நாம் மேற்கொள்ளக்கூடிய அறிவார்ந்த செயலாக இருக்கும். ஒவ்வொரு மனப்போக்கும் நம்மைச் சுற்றியுள்ளவற்றைப் பற்றி நாம் உணரும் விதத்தின்மீதும், அவை குறித்து நாம் மேற்கொள்ளும் நடவடிக்கைகள்மீதும் நேரடியான தாக்கத்தை ஏற்படுத்துவதால், நமது மனப்போக்குகள் முக்கியமானவை. சரியான மனப்போக்குகள் இல்லாமல், நாம் பெரிதும் விரும்புகின்ற மகிழ்ச்சி மற்றும் வெற்றிக்கான புதையற்களஞ்சியத்தைத் திறப்பதற்கான திறவுகோல் நம்மிடம் ஒருபோதும் இருக்காது.

நம்மைப் பற்றி நாம் பார்க்கும் படத்தின் மிகப் பெரிய பகுதி நம் மனப்போக்குகளால்தான் உருவாக்கப்படுகிறது. அவற்றின் ஊடாகத்தான் நாம் அனைத்தையும் பார்க்கிறோம். நமது மனநிலைகள், நமது ஆர்வம், நமது தயக்கங்கள், மற்றும் நமது நடத்தை ஆகியவற்றின் வாயிலாக நமது மனப்போக்குகள் தம்மை வெளிப்படுத்திக் கொள்கின்றன.

நமது மனப்போக்குகள்தான் வெற்றியை நோக்கி நம்மை உந்தித் தள்ளுகின்றன அல்லது தோல்வி எனும் படுகுழியில் நம்மைத் தள்ளிவிடுகின்றன. நாம் எடுத்து வைக்கும் ஒவ்வோர் அடியும் அவற்றின்மீதுதான் எடுத்து வைக்கப்படுகிறது. நம்முடைய ஆளுமையாக மற்றவர்கள் அவற்றைத்தான் பார்க்கின்றனர். அவைதான் நம்மை விவரிக்கின்றன, வரையறுக்கின்றன, நம்மைப் பற்றிய படத்தை உலகிற்குக் காட்டுகின்றன. நமது மனப்போக்குகள் நம்மை ஏழைகளாகவோ அல்லது பணக்காரர்களாகவோ, மகிழ்ச்சியானவர்களாகவோ அல்லது மகிழ்ச்சியற்றவர்களாகவோ, மனநிறைவு கொண்டவர்களாகவோ அல்லது முழுமையற்றவர்களாகவோ ஆக்குகின்றன. நாம் மேற்கொள்ளக்கூடிய ஒவ்வொரு நடவடிக்கையையும் தீர்மானிக்கின்ற தனிப்பெரும் காரணி அவைதான். நாமும் நமது மனப்போக்குகளும் பிரிக்க முடியாதபடி பின்னிப் பிணைந்துள்ளோம். நாம்தான் நமது மனப்போக்குகள், நமது மனப்போக்குகள்தான் நாம்.

மற்றவர்களுடைய மனப்போக்குகளை நிர்வகித்தல்

ஒரு பெற்றோராகவோ, ஆசிரியராகவோ, மேலாளராகவோ, அல்லது நண்பராகவோ, மற்றவர்களுடைய மனப்போக்குகளை உருவாக்குவதற்கு நீங்கள் ஏதோ ஒரு வகையில் பொறுப்பு என்றால், ஊக்கத்தொகை, அறிவுரை, தண்டனை, குறைகூறல்கள், அல்லது புகழ்ச்சிகளின் வாயிலாக இன்னொருவருடைய மனப்போக்கை மாற்ற முடியும் என்று எதிர்பார்க்காதீர்கள். மனப்போக்குகள் அவ்விதத்தில் மாறுவதில்லை!

வருடக்கணக்காக, வியாபாரத் துறையைச் சேர்ந்த மேலாளர்கள், விற்பனையை அதிகரிப்பதற்காக அல்லது உற்பத்தித் திறனை மேம்படுத்துவதற்காக ஊழியர்களின் மனப்போக்குகளை உயர்த்துவதற்கு ஊக்கத் தொகைகளைக் கொடுக்கும் வழிமுறையைப் பயன்படுத்தி வந்துள்ளனர். இதன் மூலம் குறுகியகால மேம்பாடு அவர்களுக்குக் கிடைத்தாலும்கூட, விரைவில் ஒரு புதிய ஊக்கத்தொகைத் திட்டத்தை அமல்படுத்த வேண்டிய அவசியம் ஏற்படுவதை அந்த வியாபாரங்கள் கண்டுபிடிக்கின்றன. அவர்கள் உண்மையில் எவருடைய மனப்போக்குகளையும் மாற்றவில்லை. அவர்கள் வெறுமனே தங்கள் ஊழியர்களின் வெளிப்புற நடத்தையில் ஒரு தற்காலிகமான, குறுகியகால விளைவை ஏற்படுத்தி இருந்தார்களேயன்றி, அந்த ஊழியர்களின் மனப்போக்குகளில் எந்த மாற்றத்தையும் ஏற்படுத்தவில்லை.

மனப்போக்குகளை மாற்றுவதற்கு நாம் அடிக்கப் பயன்படுத்தும் இன்னொரு தவறான வழிமுறை, ஒரு நபருக்கு எதிராகச் செயல்படுவதாக அவரிடம் நாம் காணும் ஒரு மனப்போக்கை மேம்படுத்த அவருக்கு உதவ முயற்சிப்பது. ஆலோசனையாளர்களும், பெற்றோர்களும், கணவன்மார்களும், மனைவிமார்களும், மேலாளர்களும், நண்பர்களும் அடிக்கடி யாரேனும் ஒருவரிடம், "உங்கள் மனப்போக்கை நீங்கள் மாற்ற வேண்டும்," என்று கூறிவந்தாலும்கூட, அவ்வாறு கூறுவது ஒருபோதும் பலனளித்ததில்லை. ஒருவரிடம் அவ்வாறு வெறுமனே கூறுவது தவறான விளைவை ஏற்படுத்தக்கூடும். ஏனெனில், அது எதிர்மறைப் பயிற்றுவிப்பாகும். அது அந்நபருக்குச் சாதகமாக வேலை செய்யாது, அவருக்கு எதிராகவே செயல்படும். தன்னைப் பற்றி ஏற்கனவே தான் நினைத்துக் கொண்டிருக்கும் அனைத்து மோசமான

விஷயங்களும் உண்மை என்று அவர் கொண்டிருக்கும் நம்பிக்கையை அது ஆழப்படுத்தும். உண்மையில், ஒருவருடைய மனப்போக்கு 'தாழ்ந்த' நிலையில் இருக்கும்போதுதான், அந்த மனப்போக்கை மாற்றுவதற்கு ஒரு வழியைக் கண்டுபிடிப்பது அவருக்கு மிகவும் கடினமானதாக இருக்கும்.

நமது மனப்போக்குகள் நமது நம்பிக்கைகளால் தீர்மானிக்கப்படுகின்றன. நாம் அவ்வளவு சிறந்தவர்கள் அல்ல என்று நாம் நம்பினால், நம்மைப் பொறுத்தவரை அது உண்மைத் தகவல்! அதுதான் யதார்த்தம்! ஆனால் அது உண்மையே அல்ல. அதை நம்புகின்றவருக்கு மட்டுமே அது உண்மை.

நம் ஒவ்வொருவருக்குள்ளும் மனப்போக்குகள் உருவாக்கப்படுகின்ற செயல்முறையை ஒரு கணம் நினைவுபடுத்திப் பாருங்கள்: "பயிற்றுவிப்பானது நம்பிக்கைகளை உருவாக்குகின்றது, நம்பிக்கைகள் மனப்போக்குகளை உருவாக்குகின்றன, மனப்போக்குகள் உணர்வுகளை உருவாக்குகின்றன, உணர்வுகள் நடவடிக்கைகளைத் தீர்மானிக்கின்றன, நடவடிக்கைகள் விளைவுகளை உருவாக்குகின்றன." நடத்தை, உணர்வுகள், மனப்போக்கு, நம்பிக்கைகள் ஆகிய ஒவ்வொன்றும் நமது பயிற்றுவிப்பினால் ஏற்படுகின்ற, நாம் எதிர்பார்க்கின்ற, அறிவார்ந்த விளைவுகள். அப்படியென்றால், நம்முடைய ஒவ்வொரு மனப்போக்கும், அது நல்லதோ கெட்டதோ, அதை முந்திக் கொண்ட பயிற்றுவிப்பின் இயல்பான விளைவுதான்.

நாம் ஒவ்வொருவரும் அவ்வப்போது மனப்போக்குப் பிரச்சனையால் துன்புறுகிறோம். ஒரு 'மோசமான மனப்போக்கு' என்பது படிப்பில் அக்கறையற்ற ஒரு மாணவனுக்கோ அல்லது ஊதிய உயர்வு கிடைக்காத ஓர் ஊழியருக்கோ அல்லது தனது தனிப்பட்ட வாழ்க்கையில் பிரச்சனை ஏற்பட்டுள்ள ஒரு சிறந்த நண்பனுக்கோ மட்டுமே உரியதல்ல. மனப்போக்குகள் நல்லவையோ அல்லது கெட்டவையோ, அவை நம் வாழ்வின் ஒரு பகுதியே.

உங்கள் மனப்போக்குகளை மாற்றுதல்

நாம் மாற்ற விரும்புகின்ற ஒரு மனப்போக்கு, ஒரு தீவிரப் பிரச்சனையுடன்கூடிய மனப்போக்காக இருக்க வேண்டிய அவசியமில்லை. அது ஓர் எளிய பிரச்சனையாக, சற்று சரிசெய்தால் நம்முடைய வாழ்வின் ஒரு சிறு பகுதியைச்

சிறப்படையச் செய்கின்ற ஒரு மனப்போக்காக இருக்கலாம். நம்மிடம் உள்ள மிக எளிய அல்லது மிக முக்கியமான மனப்போக்குகள்கூட நமது பயிற்றுவிப்பின் ஓரிரு அம்சங்களை மறுபயிற்றுவிப்பு செய்வதன் மூலம் மாற்றப்பட முடியும் என்பதால், நாம் உண்மையிலேயே மாற்றத்தை ஏற்படுத்த விரும்பினால், அதைச் செய்வதிலிருந்து நம்மை எதுவொன்றாலும் தடுத்து நிறுத்திவிட முடியாது. ஏனெனில், பயிற்றுவிப்பில் எவ்வாறு மாற்றத்தை ஏற்படுத்த வேண்டும் என்பதை நாம் நன்றாக அறிவோம்.

உங்களைப் பற்றி நீங்கள் கொண்டுள்ள மனப்போக்குகள் கூடுதலாக ஒரு முக்கியமான விளைவை உருவாக்குகின்றன: உங்களைப் பற்றி நீங்கள் கொண்டுள்ள மனப்போக்குகள், உங்களைச் சுற்றி இருப்பவற்றைப் பற்றி நீங்கள் கொண்டுள்ள மனப்போக்குகளைத் தீர்மானிக்கின்றன. எனவே வேறு ஏதேனும் ஒன்றைப் பற்றி நீங்கள் உணரும் விதத்தை நீங்கள் மாற்ற விரும்பினால், முதலில் உங்களைப் பற்றி நீங்கள் கொண்டிருக்கும் மனப்போக்குகளை நீங்கள் மாற்ற வேண்டும்.

இதன் காரணமாகத்தான், மனப்போக்கை மாற்றுவதற்கான பெரும்பாலான சுயபேச்சு உங்களைக் கையாள்வதாக இருக்கிறது. அதாவது, உங்களை நீங்கள் எவ்வாறு பார்க்கிறீர்கள் என்பதை அது கையாள்கிறது. இதை விளக்குவதற்கு, மனப்போக்கை மாற்றுவதற்கான சுயபேச்சு பற்றி ஏற்கனவே எழுதப்பட்டுள்ளவற்றை நாம் ஆய்வு செய்யலாம். இந்த வகையான சுயபேச்சு, "கவலையிருந்து விடுதலை," "உங்களுக்கு நீங்களே பொறுப்பேற்றுக் கொள்ளுதல்," "சுயமதிப்பை உருவாக்குதல்," "பருவவயதுக் குழந்தைகளுக்கான நேர்மறை சுயபேச்சு," "தடைகளைத் தாண்டுதல்," "மனஉறுதியும் உறுதியான தீர்மானமும்," "வெற்றிகரமான திருமணம்," "தனிப்பட்டக் குறைபாடுகளிலிருந்து மீளுதல்" போன்ற தலைப்புகளை உள்ளடக்கியுள்ளது.

இந்த எடுத்துக்காட்டிற்கு, "தனிப்பட்டப் பொறுப்பு" என்ற மனப்போக்கிற்கான சுயபேச்சு வசனத்தை நாம் பயன்படுத்தலாம். இவ்வுலகில் நாம் ஒவ்வொருவரும் வகிக்கின்ற பங்கு பற்றிய நமது மனப்போக்குகள், நாம் என்றென்றைக்கும் மிகவும் பொக்கிஷமாகப் பாதுகாக்கின்ற மிக முக்கியமான மனப்போக்குகளாகும். நாம் யாராக இருக்கிறோமோ அதற்கும், நாம் செய்யும் காரியங்களுக்கும் பொறுப்பேற்றுக் கொள்கின்ற

மனப்போக்கைப் பெற்றிருப்பதற்கும், சாக்குப்போக்குகளை உருவாக்குகின்ற அல்லது நம்முடைய வாழ்க்கையை மற்றவர்களின் கைகளில் ஒப்படைக்கின்ற மனப்போக்கைப் பெற்றிருப்பதற்கும் இடையே உள்ள வேறுபாடானது, நம்மைப் பற்றி உணர்ந்து கொள்வதற்கும் சுயபொறுப்பு நமக்குள் உருவாக்குகின்ற மனநிறைவிற்கும் இன்றியமையாதது.

உங்களுக்கு நீங்களே பொறுப்பேற்றுக் கொள்வதற்கான சுயபேச்சு

என்னுடைய எண்ணங்கள் உட்பட, என்னைப் பற்றிய அனைத்திற்கும் நான் முழுமையாகப் பொறுப்பேற்றுக் கொள்கிறேன். என் மனத்தின் அளப்பரிய வளங்கள் என் கட்டுப்பாட்டில் உள்ளன.

நான் செய்யும் காரியங்களுக்கும், என்னைப் பற்றி என்னிடம் நான் கூறிக் கொள்ளும் விஷயங்களுக்கும் நான் மட்டுமே பொறுப்பு. வேறு யாராலும் இப்பொறுப்பை என்னுடன் பகிர்ந்து கொள்ள முடியாது.

மற்றவர்களும் தங்களுக்குத் தாங்களே பொறுப்பேற்றுக் கொள்ள நான் அனுமதிக்கிறேன். அவர்களுடைய பொறுப்புகளை அவர்களுக்காக நான் ஏற்றுக் கொள்ளாமல் இருக்க முயற்சிக்கிறேன்.

நான் பொறுப்புடையவனாக இருப்பது குறித்து மகிழ்ச்சியாக இருக்கிறேன். அது என்னை என் கட்டுப்பாட்டில் வைக்கிறது. நான் மிகவும் மகிழ்ச்சியாக அனுபவிக்கின்ற ஒரு சவால் அது.

எந்த நேரத்திலும் வேறு எவரும் என் வாழ்க்கையை அல்லது நான் செய்யும் எதுவொன்றையும் கட்டுப்படுத்துவதற்கோ, அல்லது அவற்றிற்குப் பொறுப்பேற்பதற்கோ நான் அனுமதிப்பதில்லை.

என்னைப் பற்றிய எதையும் அதிர்ஷ்டத்தின்வசம் நான் ஒப்படைப்பதில்லை. நான் மற்றும் என் வாழ்க்கை என்றும் வரும்போது, எனக்கு விருப்பமானதைத் தேர்ந்தெடுப்பதை நான் விரும்புகிறேன்.

நான் எனக்காகத் தேர்ந்தெடுக்கும் விஷயங்கள் எனது சொந்த விருப்பத்தேர்வுகளே. எந்த நேரத்திலும் வேறு எவரும் எனக்காக எதுவொன்றையும் தேர்ந்தெடுக்க நான் அனுமதிப்பதில்லை. நான் தேர்ந்தெடுக்கின்ற

ஒவ்வொன்றிற்கும், நான் மேற்கொள்கின்ற ஒவ்வொரு தீர்மானத்திற்கும் நான் முழுமையாகப் பொறுப்பேற்றுக் கொள்கிறேன்.

நான் ஏற்றுக் கொள்கின்ற அனைத்துப் பொறுப்புகளையும் நான் தவறாமல் நிறைவேற்றுகிறேன். என்னால் நிறைவேற்ற முடியாத பொறுப்புகளை நான் ஏற்றுக் கொள்வதில்லை.

நான் நம்பிக்கைக்குரியவன். மற்றவர்கள் என்னை தாராளமாக நம்பலாம். என் வெற்றிக்கு நானே பொறுப்பு. நான் ஏற்றுக் கொள்கின்ற அனைத்துப் பொறுப்புகளையும் எப்போதும் நான் நிறைவேற்றுகிறேன்.

நான் யார்மீதும் குறைகூறுவதில்லை அல்லது என்னுடைய பொறுப்புகளைப் பகிர்ந்து கொள்வதில்லை. என்னுடைய தலைவிதியை நானே நிர்ணயித்துக் கொள்வதற்கான மாபெரும் ரகசியத்தை நான் கண்டுகொண்டிருக்கிறேன். எனக்கு நானே பொறுப்பு என்பதை நான் கற்றுக் கொண்டுள்ளேன்.

சாக்குப்போக்குகளைக் கூற வேண்டிய தேவை எனக்கு இல்லை. என்னுடைய பொறுப்புகளை எனக்காகப் பிறர் ஏற்றுக் கொள்ள வேண்டியதுமில்லை. என்னுடைய பாரத்தை நானே மகிழ்ச்சியாகச் சுமக்கிறேன். அதை நான் சிறப்பாகவே செய்கிறேன்.

ஒவ்வொரு நாளும் நான் எனது நடவடிக்கைகளை மட்டுமன்றி எனது உணர்ச்சிகளையும் எண்ணங்களையும் மனப்போக்குகளையும்கூட அங்கீகரித்து, அவற்றுக்குப் பொறுப்பேற்றுக் கொள்கிறேன்.

என்னுடைய வலிமைகளையும், மகிழ்ச்சியையும், நேர்மறை மனப்போக்கையும், ஆரோக்கியமான நம்பிக்கைகளையும் உருவாக்குகின்ற விதத்தில் என் வாழ்க்கையை வாழ்வதற்கும், என் கடந்தகாலத்திற்கும், எனது எதிர்காலத்திற்கும் நான் பொறுப்பேற்கிறேன்.

இது ஒரு சிறந்த மனப்போக்கு! இது நாம் அனைவருமே சிறிதளவாவது சுவீகரித்துக் கொள்ள வேண்டிய ஒரு மனப்போக்கு. நமக்கு ஆதரவாக நிற்பதற்கும், சமூகத்தில் நமது முத்திரையைப் பதிப்பதற்கும் நமக்கு உதவக்கூடிய ஒரு மனப்போக்கு இது. நாம் விரும்பினால், இந்த மனப்போக்கை நம் வாழ்வில் எந்த நேரத்திலும் நம்மால் வளர்த்துக் கொள்ள முடியும். மற்றவர்கள் நம்மைவிட முக்கியமானவர்கள்,

மதிப்புவாய்ந்தவர்கள் என்று நம்மிடம் கூறிய பழைய பயிற்றுவிப்பை நீக்கிவிட்டு, வேறொரு நேர்மறையான புதிய பயிற்றுவிப்பை அங்கு நிலைப்படுத்துவதன் மூலம் இந்த மனப்போக்கையும், இன்னும் இதுபோன்ற பல மனப்போக்குகளையும் நம் ஒவ்வொருவராலும் வளர்த்துக் கொள்ள முடியும்.

மனப்போக்கை மாற்றக்கூடிய சுயபேச்சிற்கான ஓர் எடுத்துக்காட்டு இது. இதை நம்மில் யார் வேண்டுமானாலும் எப்போது வேண்டுமானாலும் பயன்படுத்தலாம். நான் மீண்டும் ஒரு வகுப்பைறையில் சென்று கற்பிக்க வேண்டியிருந்தால், இதை என் தினசரிப் பாடத்திட்டத்தின் ஒரு பகுதியாக நிச்சயமாகச் சேர்த்துக் கொள்வேன். சுயபேச்சின் மிக அடிப்படையான மற்றும் முதன்மை வடிவங்களில் ஒன்று இது. இது நம்முள் உருவாக்கும் மனப்போக்கு நம் வாழ்வின் ஒவ்வொரு பகுதியையும் தொடுகிறது. வெற்றிக்கான அடிப்படை இதுதான். நாம் பிறக்கும்போது கடவுள் நமக்குக் கொடுத்த உரிமை இது. இதை மீட்டெடுத்து, நம் எஞ்சிய வாழ்நாள் முழுவதும் இதை மகிழ்ச்சியாகப் பாதுகாத்துப் பயன்படுத்த வேண்டிய பொறுப்பு நம்முடையது. இது நம்மை மறுசீரமைத்து உருவாக்குகிறது. இது நம் நடத்தையை ஒழுங்கமைக்கிறது, நமது வலிமையைப் பராமரிக்கிறது, நமது துணிச்சலை பலப்படுத்துகிறது. சுயநம்பிக்கையின் உள்ளார்ந்த அம்சம் இதுதான்.

சுயமதிப்பை உருவாக்குவதற்கான சுயபேச்சு

நான் உண்மையிலேயே மிகவும் தனிச்சிறப்பு வாய்ந்தவன். உள்ளடியே நான் என்னை விரும்புகிறேன். என்னைப் பற்றி நான் நல்லவிதமாக உணர்கிறேன்.

நான் எப்போதும் என்னை மேம்படுத்திக் கொள்ள முயற்சித்து, ஒவ்வொரு நாளும் அதிகச் சிறப்பானவனாக ஆகி வந்து கொண்டிருந்தாலும்கூட, இன்று நான் யாராக இருக்கிறேனோ, அதை நான் விரும்புகிறேன். நாளைக்கு நான் இன்னும் சிறப்பானவனாக ஆகும்போது, அப்போதும் என்னை நான் விரும்புவேன்.

என்னைப்போல் இன்னொருவன் இவ்வுலகில் இல்லை என்பது உண்மை. இன்னொரு 'நான்' எனக்கு முன்பும் ஒருபோதும் இருந்ததில்லை, எனக்குப் பிறகும் ஒருபோதும் இருக்கப் போவதில்லை.

என் உச்சிமுதல் உள்ளங்கால்வரை நான் தனித்துவமானவன். சில வழிகளில் வேறு சிலரைப்போல் நான் தோன்றக்கூடும், நடந்து கொள்ளக்கூடும், அவர்கள் பேசுவதைப்போல் பேசக்கூடும். ஆனால் நான் அவர்களில்லை. நான் நான்தான்.

நான் உணரும் விதத்தையும், நான் சிந்திக்கும் விதத்தையும், விஷயங்களை நான் செய்யும் விதத்தையும் நான் விரும்புகிறேன். நான் எனக்கு ஒப்புதல் அளிக்கிறேன். நான் யாராக இருக்கிறேனோ, அதற்கும் நான் ஒப்புதல் வழங்குகிறேன்.

என்னைப் பற்றிய பல சிறந்த பண்புநலன்கள் என்னிடம் இருக்கின்றன. என்னிடம் ஏராளமான திறமைகளும் திறன்களும் இருக்கின்றன. எனக்கே தெரியாத பல திறமைகள் என்னிடம் ஒளிந்து கொண்டிருக்கின்றன. எல்லா நேரங்களிலும் எனக்குள் நான் புதிய திறமைகளைக் கண்டுபிடித்துக் கொண்டே இருக்கிறேன்.

நான் நேர்மறையானவன். நான் தன்னம்பிக்கை கொண்டவன். நல்ல விஷயங்களை நான் பரப்புகிறேன். நீங்கள் என்னை சற்றுக் கூர்ந்து கவனித்தால், என்னைச் சுற்றி ஒரு பிரகாசத்தைக்கூட உங்களால் காண முடியும்.

வாழ்க்கையை நான் நேசிக்கிறேன். உயிருடன் இருப்பதில் நான் மகிழ்ச்சி கொள்கிறேன். நான் மிகவும் தனிச்சிறப்பு வாய்ந்தவன். இவ்வுலகில் ஒரு தனிச்சிறப்பான நேரத்தில் நான் வாழ்ந்து கொண்டிருக்கிறேன்.

நான் அறிவார்ந்தவன். என் மனம் விரைவாகவும், எச்சரிக்கையாகவும், புத்திசாலித்தனமாகவும், குதூகலமாகவும் செயல்படுகிறது. நான் நல்ல எண்ணங்களை எண்ணுகிறேன். விஷயங்கள் என் வாழ்வில் சரியாக நடைபெறுவதற்கு என் மனம் எனக்கு உதவுகிறது.

என்னிடம் ஏராளமான ஆற்றலும் உற்சாகமும் வலிமையும் இருக்கின்றன. நான் நானாக இருப்பதில் பேரானந்தம் கொள்கிறேன்.

நான் மற்றவர்களைச் சுற்றி இருக்க விரும்புகிறேன், மற்றவர்கள் என்னைச் சுற்றி இருக்க விரும்புகின்றனர். நான் கூறுவதைக் கேட்கவும், நான் சிந்திப்பதைத் தெரிந்து கொள்ளவும் மக்கள் ஆர்வத்தோடு இருக்கின்றனர்.

நான் ஏராளமாகப் புன்னகைக்கிறேன். நான் உள்ளூரவும் வெளியேயும் மகிழ்ச்சியாக இருக்கிறேன்.

பல விஷயங்களில் எனக்கு ஆர்வமுள்ளது. எனக்குக் கிடைத்துள்ள ஆசீர்வாதங்களையும், நான் கற்கும் விஷயங்களையும், இனிமேல் கற்றுக் கொள்ளவிருக்கும் விஷயங்களையும் நான் பாராட்டுகிறேன்.

நான் இதமானவன், உண்மையானவன், நேர்மையானவன், நியாயமானவன். இன்னும் பல நல்ல குணங்கள் என்னிடம் உள்ளன. இவைதான் நான். நான் யாராக இருக்கிறேனோ, அதை நான் நேசிக்கிறேன். நான் நானாக இருப்பதில் மிகவும் மகிழ்ச்சி கொள்கிறேன்.

எவ்வளவு எளிய வார்த்தைகள் இவை! நமக்கு உள்ளே நாம் யாராக இருக்கிறோமோ, அந்த உண்மையைப் பற்றி அழகாக எடுத்துரைக்கும் எளிய வார்த்தைகள் அவை. இந்த சுயநம்பிக்கையும் சுயமதிப்பும் நம் அனைவருக்காகவும் காத்திருக்கின்றன. நாம் இப்படிப்பட்டப் பிரக்ஞையோடு ஒவ்வொரு நாளும் வாழ்ந்தால், வாழ்க்கை எப்படி இருக்கும் என்பதை உங்களால் கற்பனை செய்ய முடிகிறதா?

வளர்ந்து வரும் குழந்தைகளின் மனத்தில் இதுபோன்ற வார்த்தைகள் அழிக்க முடியாதபடி பதிவு செய்யப்பட்டுவிட்டால், அவர்கள் எப்படிப்பட்ட மனிதர்களாக வளர்வார்கள் என்பதைக் கற்பனை செய்து பாருங்கள். அவர்கள் உருவாக்கக்கூடிய உலகத்தைக் கற்பனை செய்யுங்கள். இன்று, இக்கணத்தில், உங்களைப் பற்றிய சிறந்தவற்றின்மீது நம்பிக்கை கொள்வதிலிருந்து துவக்குங்கள். உங்களுக்கு ஆதரவாக இருக்கின்ற, உங்களுக்கு நம்பிக்கை ஊட்டுகின்ற, உங்களை உற்சாகப்படுத்துகின்ற, வாழ்க்கையை நிறைவாகவும் நேர்மறையான வழியிலும் வாழ்வதற்கு உங்களுக்குத் துணிச்சலையும் உறுதியான நம்பிக்கையையும் கொடுக்கின்ற மனப்போக்குகள் குறித்து ஒவ்வொரு நாளும் ஒவ்வொரு சூழலிலும் பிரக்ஞையோடு வாழுங்கள்.

அது சாத்தியமற்றதுபோல் உங்களுக்குத் தோன்றினால், உங்கள் பழைய பயிற்றுவிப்புதான் அதற்குக் காரணம் என்பதை நான் உங்களுக்கு நினைவுபடுத்த விரும்புகிறேன். ஏனெனில், உங்களுக்கு அது சாத்தியமில்லை என்று நம்புவதற்குத்தான் நீங்கள் பயிற்றுவிக்கப்பட்டு இருக்கிறீர்கள். அது தவறான பயிற்றுவிப்பு.

உங்களுடைய மனப்போக்குகளைக் கணக்கெடுங்கள்

உங்களுடைய மனப்போக்குகளைப் பாருங்கள். அவற்றை சீர்தூக்கிப் பாருங்கள், ஆய்வு செய்யுங்கள். உங்களைப் பற்றி நீங்கள் கொண்டிருக்கும் நம்பிக்கைகளைக் கணக்கெடுங்கள். உங்கள் மனப்போக்குகள் நல்லவையாக இருந்தாலும் சரி, மோசமானவையாக இருந்தாலும் சரி, அவற்றை உங்கள் மனத்தில் கணக்கிட்டு, எந்த மனப்போக்குகள் உங்களுக்கு சாதகமாக வேலை செய்கின்றன என்பதையும், எவை உங்களுக்கு எதிராக வேலை செய்கின்றன என்பதையும் தீர்மானியுங்கள். நீங்கள் உங்களிடம் வைத்துக் கொள்ள விரும்பாத மனப்போக்குகளைத் தூக்கி எறியுங்கள். அவற்றை உங்களிடமிருந்து களைந்துவிடுங்கள். நீங்கள் விரும்புபவற்றை மட்டும் வைத்துக் கொள்ளுங்கள். நீங்கள் மாற்ற விரும்புகின்ற மனப்போக்குகளை மாற்றுங்கள். உங்கள் மனப்போக்குகளை உங்கள் கட்டுப்பாட்டிற்குள் கொண்டு வாருங்கள். உங்களுக்கு நீங்களே மீண்டும் பொறுப்பேற்றுக் கொள்ளுங்கள்.

சாகசப் பயணத்தைத் துவக்குங்கள். உங்கள் மனத்தில் ஒளிந்துள்ள அணிகலன்களையும் நவரத்தினங்களையும் கண்டுபிடியுங்கள். நீங்கள் உங்கள் வாழ்வில் சுவீகரித்துக் கொள்ள விரும்புகின்ற மனப்போக்குகளைத் தேடிச் செல்லுங்கள். உங்களிடம் சரியான விதத்தில் பேசத் துவங்குங்கள்.

மனப்போக்குகளில் ஏற்படுகின்ற சிறிய மாற்றங்களால் வாழ்வில் பெரிய மாற்றங்களை உருவாக்க முடியும். உங்கள் மனப்போக்குகள் உங்களைச் சுற்றி இருக்கும் அனைத்து முக்கியமான விஷயங்களையும் பாதிக்கின்றன. நீங்கள் உங்களைப் பற்றி உணரும் விதத்தையும், உங்கள் வேலையையும், உங்கள் நண்பர்களையும், உங்கள் அன்புக்குரியவர்களையும் அவை பாதிக்கின்றன. உங்கள் மனப்போக்குகள் சிறப்படையும்போது, உங்கள் வாழ்வும் சிறப்படைகிறது. நீங்கள் ஓரிரு மாற்றங்களை ஏற்படுத்த விரும்பினால், மனப்போக்கைச் சரிசெய்வதும், வாழ்க்கையைச் சிறிது மேம்படுத்துவதும்தான் நீங்கள் செய்ய வேண்டிய முதல் வேலை.

18
பிரச்சனைகளைத் தீர்ப்பதும் இலக்குகளை அடைவதும்

நமது பழக்கங்கள்மீதும் மனப்போக்குகள்மீதும் ஒரு நேர்மறையான தாக்கத்தை ஏற்படுத்துகின்ற அதே சமயத்தில், குறிப்பாகப் பிரச்சனைகளைத் தீர்ப்பதற்கும் நம் இலக்குகளை அடைய நமக்கு உதவுவதற்குமான ஒரு பிரத்யேகமான சுயபேச்சு இருக்கிறது. பிரச்சனைகளும் இலக்குகளும் எப்போதும் இணைந்தே செல்லும் தன்மை கொண்டவை. 'பிரச்சனைகள்' என்பவை நம் இலக்குகளை அடைய விடாமல் நம்மைத் தடுப்பவை என்று வழக்கமாகக் கருதப்படுகின்றன. ஒரே ஒரு கணம் மட்டும், 'பிரச்சனை' என்ற வார்த்தையை நீக்கிவிட்டு, அதற்குப் பதிலாக 'சவால்' என்ற வார்த்தையைப் பயன்படுத்திப் பாருங்கள். இலக்குகள் சவால்களை உருவாக்குகின்றன. சவால்கள் இலக்குகளை உருவாக்குகின்றன.

உங்கள் பிரச்சனைகளைத் தீர்க்க உங்களுக்கு உதவக்கூடிய அதே சுயபேச்சுதான் உங்கள் இலக்குகளை அடைவதற்கும் உங்களுக்கு உதவப் போகிறது. உங்கள் மூளையைப் பொறுத்தவரை, பிரச்சனைகளைத் தீர்ப்பதும் இலக்குகளை அடைவதும் ஒரே விஷயம்தான். உங்கள் ஆழ்மனத்தைப் பொறுத்தவரை, நீங்கள் ஒரு சவாலை எதிர்கொண்டு அதிலிருந்து மீள்வது போலவும், ஒரு பிரச்சனையைத் தீர்ப்பது

போலவும், ஓர் இலக்கை அடைவது போலவும் உங்களைப் பார்ப்பதற்கு, ஒரே விதமான அறிவுறுத்தல்கள்தான் தேவை. இவை எல்லாவற்றுக்கும் தேவைப்படும் சுயபேச்சு ஒன்றுதான்.

பிரச்சனைகளையும் இலக்குகளையும் நம் மனம் ஒரே மாதிரிதான் பார்க்கிறது என்பதை நான் ஒப்புக் கொண்டாலும்கூட, எல்லாப் பிரச்சனைகளுமே வாய்ப்புகள்தான் என்று நம்மிடம் கூறுபவர்களுடன் எனக்கு உடன்பாடு இல்லை. சில பிரச்சனைகள் சாத்தியக்கூறுள்ள வாய்ப்புகளாக இருக்கலாம். ஆனால் எல்லாப் பிரச்சனைகளும் வாய்ப்புகள் அல்ல. கையில் துப்பாக்கியுடன் ஒருவன் உங்கள் முன் நின்றுகொண்டு, உங்கள் தலைக்குக் குறி வைத்துப் பேசிக் கொண்டிருந்தால், அது ஒரு வாய்ப்பு அல்ல 21– அது ஒரு பிரச்சனை!

நம் ஆழ்மனம் நம் இலக்குகளை அடைவதற்கு நமக்கு எவ்வாறு உதவுகிறதோ, அதே வழியில்தான் அது நமது பிரச்சனைகளையும் அங்கீகரித்து, அவற்றை ஏற்றுக் கொண்டு, அவற்றின்மீது செயல்படுகிறது என்பதைப் புரிந்து கொள்வதன் மூலம், வாழ்வின் இயல்பான சூழல்கள் என்று நம்மிடம் கூறப்பட்டு வந்துள்ள பல விஷயங்களை (அவற்றை வெற்றி கொண்டால் நமது இலக்குகளை நாம் இயல்பாக அடைந்துவிடலாம் என்று கூறப்பட்ட விஷயங்களை242 நாம் பார்க்கும் விதத்தை ஒரு நேர்மறையான வழியில் நம்மால் மாற்ற முடியும். ஒரு குறிக்கோளை அடையாமல் ஒரு பிரச்சனையை உங்களால் தீர்க்க முடியாது.

'இலக்குகள்' என்பதன் உண்மையான பொருள்

நாம் மிகவும் ஆக்கபூர்வமான வழியில் நம்மிடம் பேச விரும்பினால், 'இலக்கு' என்ற வார்த்தைக்கான உண்மையான அர்த்தத்தை நாம் புரிந்து கொள்ள வேண்டும். இவ்வார்த்தை மிக மோசமாக துஷ்பிரயோகம் செய்யப்பட்டு வந்துள்ளது. அதற்குத் தகுதியில்லாத அதிகாரம் கொடுக்கப்பட்டு வந்துள்ளது. சுயமேம்பாடு பற்றிய புத்தகங்களை நான் ஆழமாகப் படிக்கப் படிக்க, நம் மொழியில் உள்ள ஏராளமான வார்த்தைகள் ஒருசில நூலாசிரியர்களால் மறுவரையறை செய்யப்பட்டு, தகுதியில்லாத உயர்ந்த அந்தஸ்து அவற்றுக்குக் கொடுக்கப்பட்டிருந்தது எனக்குத் தெரிய வந்தது.

எடுத்துக்காட்டாக, 'வெற்றி' என்ற அற்புதமான வார்த்தைகூடப் பரவலாகத் திரித்துக் கூறப்பட்டு வந்துள்ளது. வெற்றி என்றால் மிகப் பெரிய செல்வந்தராக இருப்பது, ஆடம்பரக் காரை ஓட்டுவது, கடற்கரையோர மாளிகை வீட்டில் வசிப்பது போன்றவைதான் என்று நமக்குப் பல முறை கூறப்பட்டு வந்துள்ளதன் விளைவாக, தங்கள் சொந்த வழியில் வெற்றிகரமாக விளங்கி வந்துள்ள பல தனிநபர்கள், வெற்றிக்கான பொருத்தமற்ற வரையறையைச் சரியான வரையறையாகத் தவறுதலாக ஏற்றுக் கொண்டனர். இதன் விளைவாக, தாங்கள் வெற்றி பெற்றுக் கொண்டிருந்ததாகப் பார்ப்பதற்குப் பதிலாக, அவர்கள் தாங்கள் தோல்வியுற்றுக் கொண்டிருந்ததாகத் தங்களைப் பார்த்தனர்.

அதேபோல், 'இலக்கு' என்ற வார்த்தையும் தவறாகப் புரிந்து கொள்ளப்பட்டு, தவறாகப் பயன்படுத்தப்பட்டு வந்துள்ளது. அது ஒரு பிரம்மாண்டமான விஷயமாகவும், நம்மைவிட அதிக அர்ப்பணிப்புடன் இருக்கின்றவர்கள் மட்டுமே நிர்ணயித்துக் கொள்ளக்கூடிய ஒன்றாகவும் சித்தரிக்கப்படுகிறது.

இலக்குகளை நிர்ணயிப்பது எளிதான செயலாக இருக்க வேண்டும். மாபெரும் 'வெற்றிகளை' அடைவதற்கு ஆசைப்படுவதில் எந்தத் தவறும் இல்லை. ஆனால் மிக உயர்ந்த சிகரங்களின்மீது நம் பார்வையை நாம் நிலைப்படுத்தும்போது, அவற்றை நாம் அடையும் வழியில் நாம் எட்டுகின்ற சிறுசிறு இலக்குகளை அங்கீகரிக்க நாம் ஒருபோதும் தவறிவிடக்கூடாது. அதாவது, ஒவ்வொரு நாளும் நாம் உயிர்வாழ்வதற்கும், தாக்குப்பிடிப்பதற்கும், தடைகளிலிருந்து மீள்வதற்கும், சாதிப்பதற்கும் நமக்கு உதவுகின்ற, நம்மையும் அறியாமல் அடுத்தடுத்து நாம் நிர்ணயிக்கின்ற இலக்குகளை நாம் அங்கீகரிக்க வேண்டும். நம்முடைய தேவைகள், விருப்பங்கள், மற்றும் நம்மிடம் நாம் எதிர்பார்க்கின்ற சிறிய விஷயங்கள் ஆகியவைதான் அவை. இவை நம்முடைய மிக முக்கியமான சில இலக்குகளாகும். ஏனெனில், இவை நம்முடைய அன்றாட வாழ்க்கைக்கான இலக்குகளாகும்.

நாம் வெறுமனே குறுகியகால இலக்குகள், நடுத்தரக்கால இலக்குகள், மற்றும் நீண்டகால இலக்குகளை மட்டும் அமைத்துக் கொள்ளக்கூடாது. உங்களால் கற்பனை செய்ய முடிகின்ற மிக பிரம்மாண்டமான இலக்குகளை அடைவதற்கு, சரியான சுயபேச்சால் உதவ முடியும் என்றாலும்கூட, நம்மில்

பெரும்பாலானவர்கள், அதிபராக ஆவது அல்லது கோடீஸ்வரராக ஆவது போன்ற இலக்குகளைத் திங்கட்கிழமை காலை வேளைகளில் கையாள்வதில்லை.

சிறிது எடையைக் குறைப்பது, வேலையில் அதிகச் சிறப்பாகச் செயல்படுவது, ஒரு பதவி உயர்வைப் பெறுவது, அதிக வருவாய் ஈட்டுவது அல்லது அதிகமாக சேமிப்பது, மனச்சோர்விலிருந்து மீள்வது, அதிக ஒழுங்கமைப்புடன் செயல்படுவது, அதிகச் சிறப்பான வியாபாரத் திட்டங்களை எழுதுவது, அல்லது விற்பனையில் சிறந்து விளங்குவது போன்ற ஏதேனும் ஒரு நடைமுறை இலக்கு உங்களுக்கு இருக்கக்கூடும்.

நீங்கள் தேர்ந்தெடுக்கும் எதுவும் உங்கள் இலக்காக இருக்கலாம்

உங்கள் இலக்குகள் மிக முக்கியமானவையாகவோ, அல்லது அதிக ஓய்வு நேரத்தைப் பெற்றிருப்பது, தவறாமல் தேவாலயத்திற்குச் செல்வது, குடும்பத்தைச் சிறப்பாக நிர்வகிப்பது, நல்ல மதிப்பெண்களைப் பெறுவது, சிறந்த தனிப்பட்ட உறவுகளைக் கொண்டிருப்பது, அதிக ஆரோக்கியத்துடன் இருப்பது, சிம்பொனி இசை நிகழ்ச்சிக்குச் செல்வது, வீட்டிற்கு ஒரு கடிதம் எழுதுவது, உங்கள் மனைவிக்கு அடிக்கடி மலர்க்கொத்துக்களை அனுப்புவது, யாருக்கேனும் ஏதேனும் சிறப்பான ஒன்றைச் செய்வது, அடிக்கடிப் புன்னகைப்பது, கோல்ஃப் விளையாட்டில் சிறப்புறுவது, அல்லது அதிக அளவில் மீன் பிடிப்பது போன்று எளிதானவையாகவோ இருக்கலாம்.

உங்கள் இலக்குகளும், அவற்றுக்கும் உங்களுக்கும் குறுக்கே நிற்கும் பிரச்சனைகளும் எதுவாக வேண்டுமானாலும் இருக்கலாம், எவ்வளவு பெரிதாகவோ அல்லது சிறியதாகவோ இருக்கலாம். ஆனால் உங்கள் ஆழ்மனம் அவை அனைத்தையும் ஒரே மாதிரியாகத்தான் கையாள்கிறது. நீங்கள் அவற்றை அடைய வேண்டுமென்றால், சரியான திசைகளையும் சரியான வார்த்தைகளையும் உங்களுக்கு நீங்களே கொடுத்துக் கொள்ளுங்கள். நீங்கள் உங்கள் மனத்திடம் கூறும் எதுவொன்றையும் உங்கள் மனம் அர்ப்பணிப்புடன் செய்யும் என்பதால், அந்த அனுகூலத்தைப் பயன்படுத்திக் கொள்ளுங்கள்.

ஏதேனும் ஒரு பிரச்சனையைத் தீர்ப்பதற்கு அல்லது ஏதேனும் ஓர் இலக்கை அடைவதற்கு, அந்தப் பிரச்சனையோ அல்லது இலக்கோ எவ்வளவு பெரியதாக இருந்தாலும் சரி சிறியதாக இருந்தாலும் சரி, நமக்குள் நடைபெறும் உள்ளார்ந்த மனச் செயல்முறை ஒன்றுதான். நீங்கள் உங்கள் வேலையில் அதிகச் சிறப்பாகச் செயல்படவோ, உங்கள் எடையைக் குறைக்கவோ, அல்லது உங்கள் வாழ்வில் செல்வத்தை உருவாக்கவோ விரும்பினால், உங்கள் ஆழ்மனத்தைப் பொறுத்தவரை இவை அனைத்தும் ஒன்றுதான். உங்கள் இலக்கை அடைவதற்கு உதவக்கூடிய பயிற்றுவிப்பை நீங்கள் அதற்கு எவ்வளவு அதிகமாகக் கொடுக்கிறீர்களோ, அது அவ்வளவு அதிகமாக அந்தத் திசையில் செயல்படத் துவங்கும்.

நாம் ஒரு குறிப்பிட்டப் பிரச்சனையை அல்லது இலக்கைக் குறி வைப்பதற்கு முன்பு, பிரச்சனைகளைப் பொதுவாக நாம் பார்க்கும் விதத்தைக் கையாள்கின்ற, அதாவது ஒரு குறிப்பிட்ட நாளில் நாம் எதிர்கொள்ளும் பிரச்சனைகளைப் பற்றி நாம் நம்பும் விஷயங்களைக் கையாள்கின்ற சுயபேச்சிற்கான எடுத்துக்காட்டு ஒன்றை நாம் பார்க்கலாம். பிரச்சனைகளை நாம் எப்படிப் பார்க்கிறோம் என்பது, அவை குறித்து நாம் என்ன செய்கிறோம் என்பதில் ஒரு முக்கியப் பங்கு வகிக்கிறது. பிரச்சனைகளை நாம் ஆய்வு செய்கிறோமா, தவிர்க்கிறோமா, எதிர்கொள்கிறோமா, அவற்றை உதாசீனப்படுத்துகிறோமா, அல்லது தீர்க்கிறோமா?

பிரச்சனை என்ன என்பதோ அல்லது அது எவ்வளவு பெரிய பிரச்சனை என்பதோ நமது உள்ளார்ந்த கணினிக்கு ஒரு பொருட்டல்ல. ஆனால் நமது பிரச்சனைகளைப் பற்றி நம்மிடம் நாம் கூறிக் கொள்ளும் விஷயங்கள் அக்கணத்திலிருந்து நாம் மேற்கொள்ளும் ஒவ்வொரு நடவடிக்கையையும் பாதிக்கும்.

பிரச்சனைகளைத் தீர்ப்பது

'பிரச்சனைகளைத் தீர்ப்பது' எனும் பிரச்சனையை எவ்வாறு கையாள வேண்டும் என்பதற்கான ஒருசில சுயபேச்சு வாசகங்கள் இவை:

பிரச்சனைகளைத் தீர்ப்பதில் நான் சிறந்தவன். நான் சவால்களை விரும்புகிறேன். அவற்றை நான் நேருக்கு நேர் எதிர்கொள்கிறேன்.

பிரச்சனைகள்தான் என்னுடைய ஆசிரியர்கள். நான் கற்றுக் கொள்வதற்கும் வளர்வதற்கும் அவை எனக்கு உதவுகின்றன. அவை இல்லாமல், நான் எங்கும் சென்றடைய முடியாது. அவை இருக்கும்போது, என்னுடைய இலக்குகளை நோக்கி நான் முன்னேறிச் செல்கிறேன்.

என்னால் வெற்றி கொள்ள முடியாத பிரச்சனை எதுவும் கிடையாது. உளரீதியாகவும், உடல்ரீதியாகவும், ஆன்மீகரீதியாகவும் நான் வலிமையாக இருக்கிறேன். என் மனஉறுதியும் வலிமையும் வைராக்கியமும் நான் எதிர்கொள்கின்ற எந்தவொரு பிரச்சனையைவிடவும் எப்போதும் பெரிதாக இருக்கின்றன.

ஒரு புதிய பிரச்சனையை நான் சந்திக்கும்போது, அப்பிரச்சனையை எனது எதிரியாக நான் பார்ப்பதில்லை. பிரச்சனைக்கான தீர்வைக் கண்டுபிடிப்பது என் சொந்த வளர்ச்சியில் என்னை முன்னோக்கி அழைத்துச் செல்லும் என்பதை நான் அறிவேன்.

என்னுடைய ஆன்மீகரீதியான மற்றும் உளரீதியான கல்விக்கும் தயாராதலுக்கும் பிரச்சனைகள் ஒரு முக்கிய அம்சம் என்பதை நான் அறிந்துள்ளதால், அனைத்துப் பிரச்சனைகளுமே எனக்கு முக்கியமானவை என்று நான் அங்கீகரிக்கிறேன்.

பிரச்சனைகளைக் கண்டு நான் பயப்படுவதில்லை, அவற்றுக்கு நான் தீர்வு காண்கிறேன். பிரச்சனைகளை நான் உதாசீனப்படுத்துவதில்லை, அவற்றை நான் எதிர்கொள்கிறேன். பிரச்சனைகளை நான் தவிர்ப்பதில்லை, அவற்றை வெற்றி கொள்கிறேன்!

ஒவ்வொரு பிரச்சனையும் தனக்கான தீர்வைத் தன்னகத்தே கொண்டுள்ளது என்பதை நான் அறிவேன். எனவே, பிரச்சனையை நான் சிறப்பாகப் புரிந்துகொள்ளும்போது, அதற்கான தீர்வை அதிகத் தெளிவாக என்னால் பார்க்க முடிகிறது.

பிரச்சனைகள் இருப்பது எனக்கு ஒரு பிரச்சனையல்ல. தன்னம்பிக்கையும், சுயஉறுதிப்பாடும், நேர்மறை மனப்போக்கும், மனஉறுதியும் என்னிடம் இருக்கின்றன. நான் எதிர்கொள்ளும் எந்தவொரு பிரச்சனையிலிருந்தும் நான் மீண்டுவிடுவேன் என்பதை எப்போதுமே நான் அறிந்துள்ளேன். அதுபோலவே எப்போதும் நிகழ்கிறது.

பெரிய முட்டுக்கட்டைகளைச் சிறிய, சுலபமாகக் கையாளக்கூடிய கூறுகளாக ஆக்குவதில் நான் திறமைசாலி. எந்தவொரு பிரச்சனையையும் அதன் உண்மையான அளவைவிடப் பெரிதாக நான் ஒருபோதும் பார்ப்பதே இல்லை.

நான் ஒருபோதும் கவலைப்படுவதில்லை. 'கவலை நேரத்தை' நேர்மறையான, ஆக்கபூர்வமான, 'தீர்வு நேரமாக' நான் மாற்றுகிறேன். நான் என் மனத்தை எப்போதும் விழிப்பாக வைத்திருக்கிறேன். எல்லாத் தீர்வுகளுக்கும் நான் திறந்த மனத்துடன் இருக்கிறேன். தீர்வுகள் என்னிடம் விரைவாகவும் சுலபமாகவும் வருகின்றன.

பல பிரச்சனைகள் தம்மோடு பல அனுகூலங்களையும் சாத்தியக்கூறுள்ள வாய்ப்புகளையும் உடனழைத்து வருகின்றன என்பதை உணர்ந்து கொள்ள நான் கற்றுக் கொண்டுள்ளேன். அப்பிரச்சனைகள் ஏற்பட்டிருக்காவிட்டால், அந்த அனுகூலங்களும் வாய்ப்புகளும் வெளிப்பட்டிருக்காது.

பிரச்சனைகள் இல்லாத வாழ்க்கையை வாழ்வதை நான் நாடுவதில்லை. மாறாக, தீர்வுகளைக் கண்டுபிடிக்கின்ற, அந்தத் தீர்வுகள் உருவாக்குகின்ற பலன்களை மகிழ்ச்சியாக அனுபவிக்கின்ற வாழ்க்கையை வாழ்வதையே நான் தேர்ந்தெடுக்கிறேன்.

சவால், மீட்பு, தீர்வு, ஆக்கிரமிப்பு போன்ற வார்த்தைகளோடுதான் நான் ஒவ்வொரு நாளும் வாழ்கிறேன். சவால்கள் என்பவை உண்மையிலேயே வாய்ப்புகள்தான். அவற்றிலிருந்து மீள்வது என்பது தவிர்க்க முடியாத விளைவு. தீர்வுகள்தான் என்னுடைய வெற்றிக்கான படிக்கட்டுகள். வெற்றிதான் என்னுடைய வாழ்க்கைமுறை.

மேற்கூறப்பட்டுள்ள சுயபேச்சை இரண்டு வாரங்கள் தினமும் மூன்று அல்லது நான்கு முறைகள் படித்து வந்தால், உங்கள் பிரச்சனைகளை நீங்கள் வேறு விதமாகப் பார்க்கத் துவங்கிவிடுவீர்கள் என்று நான் நம்புகிறேன். இத்தனைக்கும், மேலே கொடுக்கப்பட்டுள்ள சுயபேச்சு வாசகங்கள் ஒரு குறிப்பிட்டப் பிரச்சனையைக் கையாள்வதற்கானவைகூட அல்ல. இந்த சுயபேச்சு வெறுமனே உங்கள் பிரச்சனைகளைப் பார்க்கின்ற உங்களது பொதுவான அணுகுமுறையை மட்டுமே கையாள்கின்றது.

இப்போது நாம் ஒரு திட்டவட்டமான எடுத்துக்காட்டைப் பார்க்கலாம். நம்மில் பலருக்கு, ஏதோ ஒரு நேரத்தில், நாம் நிர்ணயித்த எந்தவோர் இலக்கையும் அடைவதற்குத் தடையாக நின்ற ஒரு பொதுவான பிரச்சனையை எடுத்துக் கொள்வோம். 'ஒழுங்கமைப்புடன் இருப்பது,' அதாவது, நம்முடைய நேரத்தையும் வளவசதிகளையும் அதிக ஆற்றல்மிக்க, அதிக ஆக்கபூர்வமான வழியில் நிர்வகிப்பதுதான் அப்பிரச்சனை.

நேர நிர்வாகம் பற்றியும், அதிக ஒழுங்கமைப்புடன் இருப்பது பற்றியும் அற்புதமான புத்தகங்கள் எண்ணற்றவை இருக்கின்றன. முதலில், ஒழுங்கமைப்பு மற்றும் தனிப்பட்டக் கட்டுப்பாடும் எனும் உள்ளார்ந்த சூழலை நமக்குள் நாம் உருவாக்கிக் கொண்டால், இப்புத்தகங்களால் நமக்கு எவற்றையெல்லாம் கற்றுக் கொடுக்க முடியும் என்பதைப் பற்றி யோசித்துப் பாருங்கள். நாம் அறிகுறிகளுக்குத் தீர்வு காண்கின்ற உத்திகளைப் பயன்படுத்த முயற்சிப்பதற்கு முன்பு, ஒரு புதிய, அதிக ஒழுங்கமைப்புடன்கூடிய சுயகோட்பாட்டை உருவாக்குகின்ற ஒரு புதிய உள்ளார்ந்த பயிற்றுவிப்பை நாம் உருவாக்குவதாகக் கற்பனை செய்யுங்கள். நம்மை ஒழுங்கமைத்துக் கொள்வதற்கும், நேரத்தை நிர்வகிப்பதற்கும், அதிக ஆக்கபூர்வமாகச் செயல்படுவதற்கும் ஏராளமான வழிமுறைகளும் அமைப்புமுறைகளும் எண்ணற்றப் புத்தகங்களில் கொடுக்கப்பட்டுள்ளன. இவற்றில் ஓரிரு புத்தகங்களைப் படிப்பதற்கு நாம் நேரம் எடுத்துக் கொள்ள வேண்டும், அவ்வளவுதான்.

மறுபயிற்றுவிப்பு செய்யப்பட்ட, உறுதியாக நம்புகின்ற, கடந்தகாலத்தில் உங்கள் நம்பிக்கை எதுவாக இருந்தாலும் அதை விட்டுவிட்டு, 'ஒழுங்கமைப்புடன் இருப்பது' உங்களது இயல்பான வழி என்று இப்போது நம்புகின்ற, ஏற்றுக் கொள்கின்ற ஒரு மனம் இருந்தால், நீங்கள் உங்கள் நேரத்தை நிர்வகிப்பதைப் பற்றியோ அல்லது அதிக ஒழுங்கமைப்புக் கொண்டவராக ஆவது பற்றியோ ஏதேனும் புத்தகங்களைப் படிக்கும்போது எவ்வளவு சிறப்பாக இருக்கும் என்பதை நினைத்துப் பாருங்கள்.

உங்களுக்கு அதிக விளைவுகளைக் கொடுப்பதற்கும், உங்களுக்கென்று நீங்கள் நிர்ணயித்துள்ள மற்ற இலக்குகளை அடைவதற்கு உங்களுக்கு உதவுவதற்கும், உங்களது எண்ணங்களையும், நேரத்தையும், நடவடிக்கைகளையும்

ஒழுங்கமைப்பது உங்கள் இலக்காக இருந்தால், கீழே குறிப்பிட்டுள்ளது போன்ற, முற்றிலும் புதிய உள்ளார்ந்த கட்டளைகளைப் பயன்படுத்துவது உங்களுக்கு அதிகப் பலனளிப்பதாகவும் சுலபமானதாகவும் இருக்கும்.

நான் ஒழுங்கமைப்புடன் இருக்கிறேன். என் வாழ்க்கை என் கட்டுப்பாட்டில் இருக்கிறது. நானும் என் கட்டுப்பாட்டில் இருக்கிறேன். எனது எண்ணங்களும், எனது நேரமும், என் நடவடிக்கைகளும், என் எதிர்காலமும் என் கட்டுப்பாட்டில்தான் உள்ளன.

என்ன செய்ய வேண்டும், அதை எப்போது செய்ய வேண்டும் என்பதை நான் அறிந்திருக்கிறேன். செய்ய வேண்டிய அனைத்தையும், செய்ய வேண்டிய நேரத்தில் நான் செய்கிறேன்.

என்னுடைய நேரத்தை அதிகபட்சமாகப் பயன்படுத்திக் கொள்வதற்கு என் மனத்தை நான் பயிற்றுவிக்கிறேன். என் நேரமும், அதை நான் எவ்வாறு பயன்படுத்துகிறேன் என்பதும் என் கட்டுப்பாட்டில்தான் உள்ளன. நான் ஒழுங்கமைப்புடனும் செயற்திறனுடனும் இருப்பதையும், எல்லாம் என் கட்டுப்பாட்டில் இருப்பதையும் விரும்புகிறேன். என் நேரத்தை என் கட்டுப்பாட்டில் வைத்திருப்பது இதைச் சாத்தியமாக்குகிறது.

நான் ஒருபோதும் நேரத்தை விரயம் செய்வதில்லை. நான் எப்போதும் என் நேரத்தைத் திட்டமிடுகிறேன். என் நேரத்தை நான் திட்டமிடுவதால், நான் செய்ய விரும்பும் விஷயங்களைச் செய்வதற்கு எனக்கு எப்போதுமே நேரம் இருக்கிறது.

ஒவ்வொரு நாளும் நான் அதிக ஒழுங்கமைப்பு உடையவனாக ஆகிறேன். என் வீடு, வேலை, நான் செய்யும் விஷயங்கள், நான் எண்ணும் எண்ணங்கள் மற்றும் என் வாழ்வின் அனைத்துப் பகுதிகளும் என் கட்டுப்பாட்டில் உள்ளன.

நான் மிகச் சிறந்த ஒழுங்கமைப்புடன் செயல்படுகிறேன். ஒவ்வோர் இரவும், நான் அடுத்த நாள் செய்ய வேண்டியவற்றைப் பட்டியலிடுகிறேன். என் முன்னுரிமைகளை நிர்ணயித்து, அவற்றை நான் பின்பற்றுகிறேன்.

நான் எப்போதும் நேரம் தவறாமையைக் கடைபிடிக்கிறேன். நான் எப்போதும் தேவையான இடத்தில், தேவையான நேரத்தில் இருக்கிறேன். ஓரிடத்தில் குறித்த நேரத்தில் இருப்பது எனக்கு சுலபமானதாக இருக்கிறது. என் நேரத்தை எவ்வளவு அதிகமாக என் கட்டுப்பாட்டில் வைத்திருக்கிறேனோ, எவ்வளவு அதிக ஒழுங்கமைப்புக் கொண்டவனாக நான் ஆகிறேனோ, குறித்த நேரத்தில் ஓரிடத்தில் இருப்பது எனக்கு அவ்வளவு அதிக சுலபமானதாக இருக்கிறது.

என் உணர்வுகளும், உணர்ச்சிகளும், மனப்போக்குகளும், தேவைகளும் என் கட்டுப்பாட்டில் இருக்கின்றன. அவற்றை நான் கட்டுப்படுத்துகிறேன், அவை என்னைக் கட்டுப்படுத்துவது இல்லை.

என் நடத்தைகளின் விளைவை நானே தீர்மானிக்கிறேன். என் வாழ்க்கையை என் விருப்பத்தேர்வின்படி வாழ்வதை நான் தேர்ந்தெடுக்கிறேன். எனவே, எல்லாவற்றையும் என் கட்டுப்பாட்டில் கொண்டு வருவதற்கு நான் நேரத்தை எடுத்துக் கொள்கிறேன்.

நான் முறையான, ஒழுங்கமைப்புடன்கூடிய மனத்தைப் பெற்றிருக்கிறேன். நான் ஒழுங்கமைப்புடன்கூடிய விதத்தில் சிந்திப்பதால், என் வாழ்க்கையை நான் ஒழுங்கமைப்புடன் நடத்துகிறேன்.

எல்லா நேரங்களிலும் எல்லா விஷயங்களிலும் நான் மிகவும் நேர்மறையாகவும் ஆக்கபூர்வமாகவும் சிந்திக்கிறேன். நான் எவ்வாறு சிந்திக்கிறேனோ, அவ்வாறே வாழ்கிறேன். நான் 'சரியாக' சிந்திக்கிறேன்.

என்னுடைய தலைவிதியை நானே தீர்மானிக்கிறேன். நான் எங்கே போய்க் கொண்டிருக்கிறேன் என்பதையும், ஏன் அங்கே போய்க் கொண்டிருக்கிறேன் என்பதையும் நான் அறிவேன். என் வாழ்க்கை என் கைகளிலும் என் கட்டுப்பாட்டிலும் உள்ளது.

என்னுடைய இலக்குகளும், அவற்றை நான் சாதிப்பதும் என் கட்டுப்பாட்டில் உள்ளன. என்னுடைய இலக்குகளையும் அவற்றை அடைவதற்கான நடவடிக்கைகளையும் ஒவ்வொன்றாக எழுதிக் கொள்வதன் மூலம் என் இலக்குகளை நான் ஒழுங்கமைக்கிறேன். எனது இலக்குகள் தெளிவாக வரையறுக்கப்பட்டு ஒழுங்கமைக்கப்பட்டிருப்பது எனது வெற்றிக்கான ரகசியங்களில் ஒன்று.

நான் என்ன சிந்திக்கிறேன் என்பதும், நான் எவ்வாறு சிந்திக்கிறேன் என்பதும் என் கட்டுப்பாட்டில் உள்ளன. எனவே, எனக்கு உதவக்கூடிய, உண்மையிலேயே எனக்குப் பலனளிக்கக்கூடிய எண்ணங்களை எண்ணுவதை மட்டுமே நான் தேர்ந்தெடுக்கிறேன்.

சுயபேச்சை எழுதுவது, வாசிப்பது, பதிவு செய்வது, காதுகொடுத்துக் கேட்பது, செயல்படுத்துவது ஆகியவற்றின் மூலமும், அதே வகையான சுயபேச்சைத் தங்களுக்காகப் பயன்படுத்தி வருபவர்களுடன் உரையாடுவதன் மூலமும் சுயபேச்சைப் பல வருடங்களாக எனக்காக நான் பயன்படுத்தி வந்திருந்தும்கூட, அதன் மதிப்பும் நேரடியான அணுகுமுறையின் முக்கியத்துவமும் என்னை இன்னும் வியப்பில் ஆழ்த்துகின்றன. சுயபேச்சு எவ்வளவு அதிக எளிமையாகவும் நேரடியாகவும் இருக்கிறதோ, அது அவ்வளவு அதிகச் சிறப்பாகச் செயல்படுகிறது.

எடைக் குறைப்பிற்கான சுயபேச்சை ஒலிநாடாவில் பதிவு செய்வதில் நான் மும்முரமாக ஈடுபட்டிருந்தபோது, திட்டவட்டமான, நேரடியான வார்த்தைகளைப் பயன்படுத்துவதன் முக்கியத்துவம் இன்றியமையாதது என்பது நிரூபணமாகியது. எடையைக் குறைப்பது மற்றும் அதைத் தக்க வைப்பது தொடர்பான பிரச்சனைக்கு நான் சுயபேச்சை எழுதிக் கொண்டிருந்தபோது, அப்பிரச்சனைக்கு மிகவும் இன்றியமையாத பதினான்கு அம்சங்களை நான் அடையாளம் கண்டேன். “மனத்தளவில் தயாராவது,” “மன உறுதி,” “ஆரோக்கியமாக இருப்பதும் நல்லவிதமாக உணர்வதும்,” “நிதானமாக அமர்ந்து உணவு உட்கொள்வது,” “இரு வேளை உணவிற்கு இடையே நொறுக்குத் தீனியைக் கட்டுப்படுத்துவது,” “எடைக் குறைப்பிற்குக் குறுக்கே நிற்கும் தடைகளில் இருந்து மீள்வது,” “இழந்த எடையை மீண்டும் கூட்டாமல் இருப்பது” போன்ற அம்சங்கள் எடைக் குறைப்பில் உள்ளடங்கியுள்ளன.

நான் கண்டறிந்த பதினான்கு அம்சங்கள் ஒவ்வொன்றுக்கும் அவற்றை நேரடியாகக் கையாள்வதற்கு முக்கியமான சுயபேச்சு வாசகங்கள் தேவைப்பட்டன. இந்த வாசகங்கள் ஒவ்வொன்றும் பிரச்சனையின் அந்தக் குறிப்பிட்ட அம்சத்தை நேரடியாகக் கையாள்வதற்காக எழுதப்பட்டன. ஒட்டுமொத்தப் பிரச்சனைக்குக் காரணமாக இருந்த அனைத்து விபரங்களையும் இந்த வாசகங்கள் கையாண்டன. உங்கள்

சுயபேச்சு எளிமையானதாக இருக்க வேண்டும். அதே சமயத்தில், நேரடியானதாகவும், நீங்கள் சந்திக்கும் பிரச்சனையின் அல்லது நீங்கள் நிர்ணயித்துள்ள இலக்கின் ஒவ்வோர் அம்சத்தையும் கையாள்வதாகவும் இருக்க வேண்டும்.

சரியான சுயபேச்சு எவ்வளவு திட்டவட்டமானதாகவும் நேரடியானதாகவும் இருக்க வேண்டும் என்பதற்கான ஓர் எடுத்துக்காட்டைப் பார்க்கலாம். எடைக் குறைப்புப் பற்றி எழுதப்பட்டப் பதினான்கு சுயபேச்சிலிருந்து ஒரே ஒரு சுயபேச்சின் வாசகங்களில் ஒருசிலவற்றை இங்கு நான் உங்களுக்குத் தருகிறேன். எடைக் குறைப்புப் பிரச்சனையை எதிர்கொண்டுள்ள ஒவ்வொருவரும் ஏதோ ஒரு நேரத்தில் கையாள வேண்டியிருக்கின்ற ஒரு குறிப்பிட்டப் பிரச்சனை, 'நிதானமாக அமர்ந்து சாப்பிடுவது.' அது சுயகட்டுப்பாடு எனும் முக்கியமான சுயஅறிவுறுத்தலில் துவங்கி, பிறகு பிரச்சனையின் விபரங்களில் கவனத்தைத் திருப்புகிறது.

எல்லா நேரங்களிலும் எல்லாச் சூழ்நிலைகளிலும் ஒவ்வொரு வகையிலும் நான் என் கட்டுபாட்டில் இருக்கிறேன்.

ஒவ்வொரு முறை நான் சாப்பிடுவதற்கு உட்காரும்போதும், என்னுடைய இலக்கை அடைவது குறித்த எனது மனஉறுதியை நான் மீண்டும் வலியுறுத்துகிறேன். சரியாகச் சாப்பிடுவதன் மூலமும், ஒருபோதும் நாக்கு ருசிக்கு ஆளாகாமல் இருப்பதன் மூலமும், நான் விரும்புகின்ற எடைய நான் சுலபமாக அடைகிறேன்.

வீட்டில் சாப்பிடும்போதும் சரி, வெளியில் சாப்பிடும்போதும் சரி, குறைவாகச் சாப்பிடுவதை உண்மையிலேயே நான் மகிழ்ச்சியாக அனுபவிக்கிறேன்.

நான் வெளியே சென்று உணவருந்தும்போது குறைவான உணவை வரவழைத்துச் சாப்பிடுவதன் மூலமும், வீட்டில் உணவருந்தும்போது குறைவாகப் பரிமாறிக் கொள்வதன் மூலமும், ஒவ்வொரு நாளும் என் இலக்கில் என் கவனத்தைக் குவிப்பதன் முக்கியத்துவம் குறித்த விழிப்புணர்வு எப்போதும் எனக்கு இருக்கும்படி நான் பார்த்துக் கொள்கிறேன்.

நான் சாப்பிட அமரும்போது, வேறு யாரும் எந்தவோர் எதிர்மறையான வழியிலும் என்மீது தாக்கம் ஏற்படுத்துவதற்கோ, எனக்கு ஆசை காட்டுவதற்கோ, அல்லது என்னை ஊக்கமிழக்கச் செய்வதற்கோ நான் அனுமதிப்பதில்லை.

நான் என்ன சாப்பிடுகிறேன் என்பதும், நான் என் இலக்கை அடைவதும் என் பொறுப்பு. என்னுடைய வெற்றியைத் தடுப்பதற்கோ அல்லது கட்டுப்படுத்துவதற்கோ நான் யாரையும் அனுமதிப்பதில்லை.

என்னுடைய வெற்றியின் மூலம் மற்றவர்களும் பலனடையக்கூடும் என்றாலும்கூட, எடைக் குறைப்பு தொடர்பான எனது இலக்குகளை என் தனிப்பட்டக் காரணங்களுக்காகவே நான் அடைகிறேன். எனக்கும், என் வாழ்க்கைக்கும், என் எதிர்காலத்திற்கும், என் சொந்த நலனுக்கும் மட்டுமே நான் அந்த இலக்குகளைப் பின்தொடர்ந்து செல்கிறேன்.

தேவைக்கு அதிகமாக ஒருவாய் உணவை உட்கொள்ளக்கூட நான் ஒருபோதும் சபலம் கொள்வதில்லை. நான் வலிமையானவன். என் இலக்கை அடையும் திறன் படைத்தவன். நான் என் இலக்கை அடைந்து கொண்டிருக்கிறேன்.

என் முன் ஏராளமான உணவு வைக்கப்பட்டிருக்கும் சூழ்நிலைகளில் நான் இருப்பது இப்போது எனக்குப் பிரச்சனை இல்லை. அந்த உணவை வேண்டாம் என்று ஒதுக்கிவிட்டு, என் இலக்கை அடைவதில் நான் வெற்றி பெறுகிறேன்.

நிதானமாக அமர்ந்து உணவருந்துவதை நான் மகிழ்ச்சியாக அனுபவிக்கிறேன். ஒவ்வொரு முறை நான் அவ்வாறு செய்யும்போதும், என் கடந்தகாலத்தை நான் வெற்றி கொள்கிறேன். ஒல்லியான, அதிக மகிழ்ச்சியான, அதிகத் தன்னம்பிக்கை கொண்ட நபராக நான் இருப்பது போன்ற எதிர்காலத்தை உருவாக்கிக் கொண்டிருக்கிறேன்.

நான் சாப்பிட உட்காரும்போது, யாரும் என் இலக்கை எனக்கு நினைவுபடுத்த வேண்டியதில்லை அல்லது நான் சாப்பிடக்கூடாத உணவை உண்பதிலிருந்து என்னைத் தடுத்து நிறுத்த வேண்டியதில்லை. எனக்கு நான் முழுமையாகப் பொறுப்பேற்கிறேன். வேறு யாரும் எனக்காகப் பொறுப்பேற்க வேண்டியதில்லை.

என்னுடைய எடையையும் பசியையும் கட்டுப்படுத்துவது எனக்கு இப்போது சுலபமானதாக இருக்கிறது. சிறிய அளவில் உணவருந்துவது எனக்கு மகிழ்ச்சி அளிக்கிறது. நிதானமான, ஆரோக்கியமான, அதிக ஆசுவாசமான வழியில் உணவு உட்கொள்வதை நான் ரசித்து அனுபவிக்கிறேன்.

நான் என்னுடைய இலக்கை நிர்ணயித்துவிட்டேன், அதை நிறைவேற்றுவதற்குத் தொடர்ந்து முயற்சிக்கிறேன். நான் என் உணவு நேரத்தைச் சாதனை நேரமாக மாற்றியுள்ளேன்.

இத்தகைய ஆரோக்கியமான சுயபேச்சை ஒரு குறுகிய காலம்வரை மட்டுமே பயன்படுத்தினாலும்கூட, முன்பு நாம் அடைய விரும்பிய இலக்குகளை அடைய விடாமல் நம்மைத் தடுத்தப் பழைய சுயபேச்சை நம்மால் எளிதில் களைய முடியும். உங்களிடம் என்ன கூறுகிறீர்கள் என்பதில் நீங்கள் சிறிது மாற்றத்தைப் புகுத்தும்போது, புதிய அறிவுறுத்தல்கள் தாமாகவே உங்களிடம் வந்து சேர்கின்றன.

திட்டவட்டமாக இருங்கள் - பிரச்சனையைத் தீருங்கள்

ஒரு நல்ல சுயபேச்சானது ஒட்டுமொத்தப் பிரச்சனையையும் கையாள்வதாகவும் திட்டவட்டமானதாகவும் இருக்க வேண்டும். உங்கள் நலன் பற்றிய விரிவான, பொதுப்படையான சுயபிரகடனங்கள் ஒரு விரிவான, பொதுப்படையான மனப்போக்கை உருவாக்குவதற்கு அருமையாக உதவும். ஆனால் நீங்கள் ஒரு பிரச்சனையைத் தீர்க்க விரும்பும்போது, அப்பிரச்சனையைத் தீருங்கள்! நீங்கள் மிகத் துல்லியமான இலக்குகளை அடைய விரும்பினால், அது எவ்வளவு சிறிய இலக்குகளாக இருந்தாலும்கூட; துல்லியமான கட்டளைகளை உங்களுக்குக் கொடுத்துக் கொள்ளுங்கள்.

அதனால்தான் சுயபிரகடனங்களைப் பலமுறை உங்களுக்கு நீங்களே தொடர்ந்து கூறிக் கொள்வது அர்த்தம் வாய்ந்ததாக இருந்தது. ஆனால் சுயபிரகடனங்களை உருவாக்குவதற்குக் பயன்படுத்தப்பட்ட வார்த்தைகள் துல்லியமாகவும், நமது பழக்கங்களையும் பிரச்சனைகளையும் இலக்குகளையும் நேரடியாகத் தாக்குவதாகவும் இருப்பதற்குப் பதிலாக பொதுப்படையான கோட்பாடுகளாகவே எப்போதும் இருந்து வந்துள்ளன.

ஒருசில வருடங்களுக்கு முன், நேர்மறையான சுயபேச்சிற்கான கலைக்களஞ்சியத்தை நான் எழுதிக் கொண்டிருந்தபோது, எனது நெருங்கிய நண்பர்களில் ஒருவர், சுயபிரகடனங்கள் அடங்கிய சில ஒலிநாடாக்களை எனக்கு அனுப்பி வைத்தார். அந்த சுயபிரகடனங்களைப் பதிவு

செய்திருந்தவர் அர்ப்பணிப்பும் ஆன்மீக ஈடுபாடும் கொண்டிருந்த ஓர் அருமையான மனிதர். 'முழுமை' பற்றியும், 'நமக்குள் உறைந்திருக்கும் மாபெரும் பிரபஞ்ச உண்மையுடனான ஐக்கியம்' பற்றியும் அவர் அவற்றில் விரிவாகப் பேசியிருந்தார்.

நான் அந்த ஒலிநாடாக்களைப் பலமுறை கேட்டேன். அவற்றிலிருந்த ஒவ்வொரு வார்த்தையையும் சிந்தனையையும் கவனமாகச் செவிமடுத்தேன். அவற்றுக்கு உத்வேகமளித்தக் கொள்கைகளுடன்கூட நான் உடன்பட்டேன். ஆனால் எதுவொன்றைக் குறித்தும் என்ன செய்யப்பட வேண்டும் என்று என் ஆழ்மனத்திற்குத் தெரிவிப்பதற்கான கட்டளைகள் அதில் ஒன்றுகூட இல்லை. இந்த அற்புதமான கருத்துக்களை நம் மனத்திற்குக் கற்றுக் கொடுக்கின்ற மதநம்பிக்கைகளை நான் குறைகூறவில்லை. அந்த மதங்களைச் சேர்ந்த மக்கள் இப்புவியில் உள்ள சில சிறந்த சுயபேச்சாளர்கள் என்பதில் ஐயமில்லை.

ஆனால் உங்கள் வாழ்க்கை மாற வேண்டும் என்று நீங்கள் விரும்பினால், நீங்கள் திட்டவட்டமாகச் செயல்பட வேண்டும். சுயபிரகடனங்களின் சக்தியை ஆதரிப்பவர்களில் நீங்களும் ஒருவர் என்றால், உங்கள் எதிர்பார்ப்புகளை உயரத்தில் வையுங்கள், ஆனால் உங்கள் பாதங்கள் நிலத்தில் ஊன்றப்பட்டிருப்பதை உறுதி செய்து கொள்ளுங்கள்.

தங்களது வாழ்வை மேம்படுத்த வேண்டும் என்ற கனவைக் கொண்டிருப்பவர்களால் நிச்சயமாக அதைச் சாதிக்க முடியும். நீங்கள் ஒரு பிரச்சனையைத் தீர்க்க விரும்பினாலோ அல்லது ஏதேனும் ஓர் இலக்கை அடைய விரும்பினாலோ, உங்களால் முடிந்த அளவுக்கு மிகத் துல்லியமான மற்றும் முழுமையான அறிவுறுத்தல்களை நீங்கள் உங்களுக்குக் கொடுக்கக் கற்றுக் கொள்ள வேண்டும். உங்களுக்கு ஒரு பிரச்சனை இருந்தால், அதைக் கையாளுங்கள், ஆனால் அதைக் கையாள்வதன் ஊடாக, உங்களிடம் ஓர் உரையாடலை நிகழ்த்துங்கள். உங்களுக்கென்று ஓர் இலக்கு இருந்தால், அது எந்தவோர் இலக்காக இருந்தாலும் சரி, உங்களுக்கு என்ன வேண்டும் என்று உங்கள் ஆழ்மனத்திற்குத் தெளிவாக எடுத்துரைக்கின்ற விரிவான அறிவுறுத்தல்களைக் கொடுங்கள். பிறகு, உங்கள் வழியைவிட்டு விலகி நில்லுங்கள். உங்கள் எதிர்பார்ப்புகள் உங்கள் கண்முன் விரிவதை நீங்கள் காண்பீர்கள்.

19
உள்ளார்ந்த ஊக்குவிப்பு

நம்முடைய வாழ்வில் இயக்கத்தை அல்லது முடக்கத்தைத் தோற்றுவிக்கக்கூடிய ஓர் ஆற்றல் உள்ளது. அன்பு, பயம், மகிழ்ச்சி, கோபம், ஆழ்விருப்பம், அல்லது மனச்சோர்வு போன்றவற்றின் வடிவில் வருகின்ற ஓர் ஆற்றல் அது. பேரானந்தம், அக்கறை, பெருமிதம், பொறாமை, தீவிர ஆசை, துயரம், பரிவு, அல்லது பேருவகை போன்றவற்றின் வடிவிலும் இது வருகிறது. இவை அனைத்தும் நமது உணர்ச்சிகள். இவைதான் நமக்கு ஊக்கமளிக்கும் ஆற்றல்கள் மற்றும் ஊக்கமிழக்கச் செய்யும் ஆற்றல்கள். இவைதான் நம்மை இயங்கச் செய்கின்றன அல்லது நம்மைத் தடுத்து நிறுத்துகின்றன. இவைதான் நம்மை நடவடிக்கை எடுக்கத் தூண்டுகின்றன அல்லது அடிபணிந்து போகச் செய்கின்றன.

'வெகுமதி அல்லது தண்டனை' வழிமுறையின் மூலமாகத் தங்கள் ஊழியர்களின் மனப்போக்கை மாற்ற முயற்சித்த மேலாளர்கள் பற்றிய எடுத்துக்காட்டு ஒன்றை முன்பு நான் உங்களுக்குக் கொடுத்தேன். அந்த வழிமுறையைப் பயன்படுத்துவது மனப்போக்குகளை மாற்றாது என்று நான் சுட்டிக்காட்டினேன். அது வெறுமனே நமக்குள் ஏற்கனவே இருக்கின்ற பயம் அல்லது ஆழ்விருப்பம் போன்ற இயல்பான உணர்ச்சிகளைப் பயன்படுத்தி, நடவடிக்கை எடுப்பதற்கு ஒரு நபரைத் தற்காலிகமாக ஊக்குவிக்கின்றது, அவ்வளவுதான்.

நமது உணர்ச்சிரீதியான ஊக்குவிப்பாளர்களை நமக்காக வேலை செய்ய வைப்பது எப்படி? நம்மிடமுள்ள சிறந்தவற்றையும் மற்றவர்களிடமுள்ள சிறந்தவற்றையும் வெளிக்கொணர்ந்து, சிறந்தவற்றை நடைமுறைப்படுத்த எவ்வாறு நாம் உதவுவது? வெளியிலிருந்து வருகின்ற ஊக்குவிப்பைப் பயன்படுத்தும் ஊக்குவிப்பு உத்திகளை முந்தைய அத்தியாயம் ஒன்றில் நாம் பார்த்தோம். உங்களை ஊக்குவித்துக் கொள்வதற்கு சுயபேச்சைப் பயன்படுத்துவதற்கான திட்டவட்டமான செயல்முறையை இப்போது நாம் பார்க்கலாம்.

வெளியிலிருந்து வருகின்ற ஊக்குவிப்புதான் மிகவும் பொதுவான ஊக்குவிப்பாகும். நம்மைத் தட்டிக் கொடுத்துப் பாராட்டுவதற்கும், உந்தித் தள்ளுவதற்கும், கட்டாயப்படுத்துவதற்கும், அல்லது முன்னே செல்வதற்குத் தள்ளிவிடுவதற்கும், நாம் செய்ய வேண்டியவற்றைச் செய்வதற்கும் நமக்கு வெளியே ஏதோ ஒன்றை நாம் சார்ந்திருக்கிறோம்.

வெளியிலிருந்து வரும் ஊக்குவிப்பானது உங்களால் முடிந்த அளவுக்குச் சிறப்பாகச் செய்வதற்கு உங்களை ஊக்குவிக்கின்ற ஓர் ஆதரவான நண்பரிடமிருந்து வர வேண்டிய அவசியமில்லை. வெளியிலிருந்து ஊக்குவிக்கும் பல ஊக்குவிப்புக் காரணிகள் மனிதர்களிடம் இருந்து வருபவை அல்ல.

இதை விளக்குவதற்கு, நம்மை வழிநடத்தி இயக்குவதைத் தாண்டி இன்னும் அதிகமாக நம்மை ஊக்குவிக்கின்ற வெளிப்புற ஊக்குவிப்புக் காரணிகள் பற்றிய ஒருசில எடுத்துக்காட்டுகளை நான் உங்களுக்குக் கொடுக்கிறேன். இக்காரணிகள் நம்முடைய கவனத்தை வலுக்கட்டாயமாக எதிர்பார்க்கின்றன, பொருத்தமான நடவடிக்கை எடுப்பதற்கு நம்மை வலியுறுத்துகின்றன. நமது மேலதிகாரி, வங்கிக் கடன், தவணைத் தொகை, நாம் போக விரும்பாத ஒரு விருந்து, பல் மருத்துவர், மேசை நிறையக் குவிந்து கிடக்கும் வேலைகள், ஒரு காலாண்டுத் தேர்வு, மனத்திற்குப் பிடித்த ஒரு தொலைக்காட்சி நிகழ்ச்சி, மின்சாரக் கட்டணம், அல்லது சனிக்கிழமையன்று நடைபெறவுள்ள கிரிக்கெட் போட்டி போன்றவைதான் அக்காரணிகள்.

இவை நம் கண்களுக்கு எப்படித் தெரிந்தாலும் சரி, இவை அனைத்துமே ஊக்குவிப்புக் காரணிகள்தான். இவற்றில் பெரும்பாலானவற்றை நேர்மறையான காரணிகள் என்று கருதலாம். ஏனெனில், இவை நம் வீட்டு வாடகையை நம்மை ஒழுங்காகக் கட்ட வைக்கின்றன, குறித்த நேரத்தில் நம்மை வேலைக்குச் செல்ல வைக்கின்றன, சமுதாயக் கடமைகளை நிறைவேற்ற வைக்கின்றன, குடும்பத்தைக் காப்பாற்றச் செய்கின்றன, நமக்கென்று சிறிது ஓய்வைக் கொடுத்துக் கொள்ளக்கூடச் செய்கின்றன.

நேர்மறையான உந்துதல்

நம்மைச் சற்று வளர்த்துக் கொள்வதற்கும், நாம் சற்றுக் கூடுதலாக சாதிப்பதற்கும், நமது இலக்குகளை அடைவதற்கும், ஒரு சிறப்பான வாழ்க்கையை வாழ்வதற்கும் நம்மை உந்தித் தள்ளுகின்ற ஊக்குவிப்புக் காரணிகள்தான் மிகச் சிறந்த மற்றும் நமக்கு மிகவும் பிடித்த ஊக்குவிப்புக் காரணிகளாகும். இவை வழக்கமாக, நம்மால் மாபெரும் விஷயங்களைச் செய்ய முடியும் என்றோ, எந்தவொரு தடையையும் நம்மால் தகர்த்தெறிய முடியும் என்றோ, அல்லது எந்தவோர் இலக்கையும் நம்மால் அடைய முடியும் என்றோ யாரோ ஒருவர் நம்மிடம் கூறுவதன் வடிவில் வரும். இப்படிப்பட்ட விஷயங்களைக் கூறுவதில் குறிப்பாக ஊக்குவிப்புப் பேச்சாளர்கள் வல்லவர்கள். நாம் எவ்வளவு சிறப்பானவர்கள் என்று யாரோ ஒருவர் கூறுவதை நாம் ரசித்தாலும்கூட, வெளியிலிருந்து வரும் ஒவ்வோர் ஊக்குவிப்புக் காரணியும் தற்காலிகமானதுதான், அது எவ்வளவு உற்சாகமூட்டுவதாக இருந்தாலும் சரி, எவ்வளவு ஊக்குவிப்பதாக இருந்தாலும் சரி.

நம் அனைவரிடமும் ஏராளமான ஊக்குவிப்பும் ஏராளமான ஊக்குவிப்புக் காரணிகளும் உள்ளன என்பதைத்தான் இவை காட்டுகின்றன. ஆனால் கேள்வி இதுதான்: யார்வசம் கட்டுப்பாடு உள்ளது? நீங்கள் தொடர்ந்து முன்னேறிச் செல்வதற்கு நீங்கள் பொறுப்பேற்கிறீர்களா அல்லது அன்றாட வாழ்வின் சூழல்கள் உங்கள் வாழ்க்கைக்குப் பொறுப்பேற்றுக் கொள்ள அனுமதிக்கிறீர்களா? எது உங்களை ஊக்குவிக்கிறது, எது உங்களை ஊக்குவிக்கவில்லை என்பதை நீங்கள் கவனமாகத் தீர்மானிக்கிறீர்களா? அனைத்தையும்விட மிக முக்கியமாக, வெளிப்புறக் காரணிகளால் நீங்கள்

ஊக்குவிக்கப்படுகிறீர்களா அல்லது உங்கள் வாழ்வில் நீங்களே உங்களுக்கான தனிப்பெரும் ஊக்குவிப்பாளராக விளங்குகிறீர்களா?

உங்கள் வாழ்வில் நீங்கள் செய்கின்ற அனைத்தின்மீதும் தாக்கத்தையும் பாதிப்பையும் ஏற்படுத்துகின்ற ஆற்றல்களை நீங்கள் உங்கள் கட்டுப்பாட்டில் வைத்திருக்க விரும்பினால், உங்களுடைய சொந்த ஊக்குவிப்பையும் உங்கள் கட்டுப்பாட்டிற்குள் வைத்திருக்க விரும்புவீர்கள். அதாவது, உங்களுக்குத் தேவையான வலிமையான, கவனத்தை ஈர்க்கின்ற, தொடர்ச்சியான, நம்பகமான, பலனளிக்கின்ற ஊக்குவிப்பை நீங்கள் உங்களுக்குக் கொடுத்துக் கொள்ளக்கூடிய மிகச் சிறந்த ஒரு வழியில் உங்களை ஊக்குவித்துக் கொள்ள விரும்புவீர்கள். அப்படிப்பட்ட ஊக்குவிப்பு உங்கள் ஒருவரிடமிருந்து தவிர வேறு யாரிடமிருந்தும் உங்களுக்குக் கிடைக்காது.

நமக்குள் உருவாகின்ற உள்ளார்ந்த ஊக்குவிப்பு மட்டுமே நிச்சயமான ஊக்குவிப்பாகும். இதற்கு வேறு எவரது உதவியும் தேவையில்லை. நம்மை வேறு யாரும் தங்கள் ஊக்குவிப்பின் மூலம் ஆதரிக்க வேண்டியதில்லை, நமக்கு உதவ வேண்டியதுமில்லை. ஒரு திட்டவட்டமான குறிக்கோள், சுயமதிப்பு, சுயஉறுதி ஆகியவற்றிலிருந்துதான் சுயஊக்குவிப்பு பிறக்கிறது.

எல்லோருக்கும் தேவையான ஏதோ ஒன்று

நம் அனைவருக்குமே ஊக்குவிப்பு அவசியம்தான். வாழ்க்கை நடத்துவதற்கு நாம் என்ன செய்கிறோம் என்பதோ, இக்கணத்தில் நம் வாழ்வில் நாம் என்ன செய்து கொண்டிருக்கிறோம் என்பதோ இதில் எந்த வித்தியாசத்தையும் ஏற்படுத்தப் போவதில்லை. நீங்கள் ஒரு விற்பனையாளராக இருந்தாலும் சரி, அல்லது ஒரு தடகள வீரராகவோ, மேலாளராகவோ, அல்லது அலுவலக ஊழியராகவோ இருந்தாலும் சரி, உங்களிடம் இருக்கும் ஊக்குவிப்பின் அளவுதான் நீங்கள் உங்கள் இலக்குகளை அடைவதற்கும் அடையாமல் போவதற்கும் இடையேயான வித்தியாசத்தை ஏற்படுத்தும். உங்கள் ஊக்குவிப்பு உங்களுடைய பதவியையும், வருவாயையும், மனஉறுதியையும், விளைவுகளையும் பாதிக்கின்றது. உங்கள் மனப்போக்கைப் போலவே, உங்கள் ஊக்குவிப்பும் நீங்கள் செய்யும் அனைத்தையும் பாதிக்கிறது.

நீங்கள் போட்டிகள் நிறைந்த ஒரு துறையில் இல்லாவிட்டாலும்கூட, நீங்கள் தொடர்ந்து முன்னோக்கி நடைபோடுவதற்கு உங்களுக்கு ஊக்குவிப்பு அவசியம் தேவைப்படுகிறது. ஊக்குவிப்பு வற்றிப் போய்விட்ட ஏராளமான பெற்றோர்களை நான் அறிவேன். தங்கள் குழந்தைகளை வளர்ப்பது என்று வரும்போது, அவர்களிடமுள்ள ஊக்குவிப்பு காணாமல் போய்விடுகிறது. தன் சொந்த உத்வேகத்தை இழந்துவிட்ட ஒரு மதபோதகரைவிட, ஊக்குவிப்பும் உத்வேகமும் நிறைந்த ஒரு மதபோதகர் தன் தேவாலயத்தில் அதிக எண்ணிக்கையிலான உறுப்பினர்களுக்கு உத்வேகமூட்டுவார். சராசரியாகத் தேர்ச்சி பெறுவதற்கு ஊக்குவிக்கப்பட்டுள்ள ஒரு மாணவனைவிட, நல்ல மதிப்பெண்களைப் பெறுவதற்காகச் சிறப்பாக ஊக்குவிக்கப்பட்டுள்ள ஒரு மாணவன் அதிக நேரம் படிப்பான்.

காலையில் எழுந்ததுமுதல் இரவு படுக்கப் போகும்வரை நம் ஒவ்வொருவருக்குமே ஏதோ ஒரு வகையான ஊக்குவிப்பு தேவைப்படுகிறது. உண்மையைக் கூற வேண்டும் என்றால், நமக்கு ஊக்குவிப்பு எதுவும் தேவைப்படாத ஒரே சமயம் நாம் உறங்கும் நேரம் மட்டும்தான். நாம் நம்மைச் சார்ந்திருப்பதற்குப் பதிலாக வெளியில் உள்ள ஏதோ ஒன்றை அல்லது யாரோ ஒருவரைச் சார்ந்திருப்பதுதான் நம்மில் பெரும்பாலானவர்களுக்கு உள்ள பிரச்சனை. தங்களைத் தாங்களே மிகச் சிறப்பாக ஊக்குவித்துக் கொள்ளும் மக்கள்தான் தாங்கள் மேற்கொள்ளும் எதிலும் வெற்றிகரமாகத் திகழ்பவர்களாக இருக்கின்றனர். அவர்கள் தங்கள் சொந்தக் காலில் நிற்கின்றனர், தாங்கள் தேர்ந்தெடுத்துள்ள திசையில் நடக்கின்றனர், தங்கள் வெற்றிக்குப் பொறுப்பேற்றுக் கொள்கின்றனர்.

ஏதோ ஒன்றைச் செய்வதற்கு யாரோ ஒருவரை ஊக்குவிப்பதற்கு, முதலில் அவரது உணர்ச்சிகள்மீது நீங்கள் தாக்கத்தை ஏற்படுத்த வேண்டும். உண்மையில், ஒன்றைச் செய்வதற்கு உள்ளூர ஒப்புதல் இல்லாத ஒருவரை, அந்தக் காரியத்தைச் செய்வதற்கு வெளியிலிருந்து எவரொருவராலும் ஒருபோதும் ஊக்குவிக்க முடியாது என்று ஊக்குவிப்புத் துறையைச் சேர்ந்த உளவியலாளர்கள் நம்புகிறார்கள். நமது உணர்ச்சிகள் நமது ஊக்குவிப்புக் காரணிகளாக இருப்பதால், நமக்குள் ஊக்குவிப்பு ஏற்படுவதற்கு முன் நமது உணர்ச்சி

மாற்றப்பட வேண்டும் அல்லது வேறு திசையில் வழிநடத்தப்பட வேண்டும்.

நம்மை ஊக்குவிப்பதற்கு நமக்கு உதவுவதற்கு வெளிப்புறக் காரணிகளைச் சார்ந்திருப்பதற்குப் பதிலாக, அதே ஊக்குவிப்பிற்காக நம்மை மட்டும் நாம் சார்ந்திருக்க வேண்டியிருந்தால் எவ்வளவு சிறப்பாக இருக்கும் என்று சிந்தித்துப் பாருங்கள். நாம் நம்மிடம் பேசிக் கொள்ளும்போது சரியான வார்த்தைகளைப் பயன்படுத்தக் கற்றுக் கொண்டால், நமக்குத் தேவையான ஊக்குவிப்பை எந்த நேரத்திலும் சுலபமாக நம்மால் நமக்குக் கொடுத்துக் கொள்ள முடியும்.

சுயஊக்குவிப்பிற்கான சுயபேச்சு குறித்த இந்த முதல் எடுத்துக்காட்டு, உணர்ச்சிரீதியாக நம்மை உயர்த்திக் கொள்வதற்கு வடிவமைக்கப்பட்டிருக்கும் ஒரு சுயபேச்சாகும். நீங்கள் முன்னேறிச் செல்வதற்கு உங்களுக்கு உதவும் விதத்தில் அது உங்களைப் பற்றி உங்களிடம் பேசுகிறது. அதோடு, உங்கள்மீது நீங்கள் நம்பிக்கை கொள்வதற்கு உதவக்கூடிய சுயபேச்சின் மூலமாக அது உங்களுக்கு ஊக்குவிப்பைக் கொடுக்கிறது. சவாலைச் சமாளிப்பதற்கு மட்டும் நீங்கள் உங்களைப் பயிற்றுவித்துக் கொண்டிருக்கவில்லை, மாறாக, நீங்கள் நிர்ணயிக்கும் எந்தவொரு காரியத்தையும் உங்களால் செய்ய முடியும், அதை நிச்சயமாக நீங்கள் செய்வீர்கள் என்ற கூடுதல் நம்பிக்கையையும் நீங்கள் உங்களுக்கு வழங்கிக் கொண்டிருக்கிறீர்கள்.

எந்த நேரத்திலும் எவரொருவரும் பயன்படுத்தக்கூடிய சுயபேச்சு இது. அதிக அளவு விற்பனை செய்வது, காலையில் குறித்த நேரத்தில் கண்விழிப்பது, கிரிக்கெட் விளையாட்டில் ஓட்டங்களைக் குவிப்பது போன்ற ஒரு குறிப்பிட்டப் பகுதிக்கான சுயபேச்சு அல்ல இது. மாறாக, இவற்றைச் சாதிப்பதற்கு உதவுவதோடு கூடவே, இன்னும் அதிகமானவற்றை நிகழ்த்திக் காட்டுவதற்கான சுயபேச்சு இது. உங்கள் வாழ்வின் எந்தவொரு பகுதியிலும் உங்களை நீங்களே ஊக்குவித்துக் கொள்வதற்கு உங்களுக்கு உதவக்கூடிய புதிய அறிவுறுத்தல்களை உங்கள் ஆழ்மனத்திற்குக் கொடுக்கின்ற ஒரு சுயபேச்சு இது:

என்னால் செய்ய முடியும் என்று நான் நம்புகின்ற எதையும் என்னால் செய்ய முடியும்! என்னிடம் அதற்கான திறமை ஏராளமாக உள்ளது. ஒவ்வொரு நாளும் அத்திறமை என்னுள் அதிகமாக வளர்ந்து கொண்டிருக்கிறது.

நான் இலக்குகளை நிர்ணயித்து, அவற்றை அடைகிறேன். வாழ்வில் எனக்கு என்ன வேண்டும் என்பதை நான் நன்றாக அறிவேன். அதை நோக்கி நான் செயல்படுகிறேன், அதை நான் அடைகிறேன்.

மக்கள் என்னை விரும்புகின்றனர். நான் என்னைப் பற்றி நல்லவிதமாக உணர்கிறேன். நான் யாராக இருக்கிறேனோ, அது குறித்து நான் பெருமித உணர்வைக் கொண்டுள்ளேன். என்மீது நான் நம்பிக்கை கொண்டிருக்கிறேன்.

எதுவும் என்னைத் தடுத்து நிறுத்துவதில்லை. என்னிடம் ஏராளமான மனஉறுதி உள்ளது. பிரச்சனைகளை நான் அனுகூலங்களாக மாற்றுகிறேன். மற்றவர்கள் ஒருபோதும் வாய்ப்புக் கொடுக்காத விஷயங்களில்கூட நான் சாத்தியக்கூறுகளைக் கண்டுபிடிக்கிறேன்.

என்னிடம் ஏராளமான ஆற்றல் உள்ளது. நான் மிகவும் உயிர்த்துடிப்புடன் இருக்கிறேன். வாழ்க்கையை நான் மகிழ்ச்சியாக அனுபவிக்கிறேன் என்று என்னால் நிச்சயமாகக் கூற முடியும். மற்றவர்களாலும் அதை நிச்சயமாகக் கூற முடியும். நான் எப்போதும் முன்னோக்கிப் பார்த்துக் கொண்டே இருக்கிறேன். அதை நான் மிகவும் விரும்புகிறேன்.

நான் தேர்ந்தெடுக்கும் எதையும் என்னால் சாதிக்க முடியும் என்பதை நான் அறிவேன். என் வழியில் குறுக்கிடுவதற்கோ என்னைத் தடுத்து நிறுத்துவதற்கோ எந்தவோர் எதிர்மறையான எண்ணத்தையும் நான் அனுமதிப்பதில்லை.

எதைக் கண்டும் யாரைக் கண்டும் எனக்கு பயமில்லை. என்னிடம் வலிமையும், சக்தியும், உறுதியும், தன்னம்பிக்கையும் உள்ளன. நான் சவால்களை விரும்புகிறேன். ஒவ்வொரு நாளும் அவற்றை நான் நேருக்கு நேராக எதிர்கொள்கிறேன்.

நான் உலகின் உச்சியில் இருக்கிறேன். அதை நோக்கி நான் செயல்படுகிறேன். எனக்கு என்ன வேண்டும் என்பது குறித்து என் மனத்தில் ஒரு தெளிவான படம் உள்ளது. என் கண்முன்னே அதை என்னால் காண முடிகிறது. எனக்கு என்ன வேண்டும் என்பதும், அதை எவ்வாறு பெறுவது என்பதும் எனக்குத் தெரியும். அதற்கு நானே பொறுப்பு என்பதும், அதை என்னால் செய்ய முடியும் என்பதும் எனக்குத் தெரியும்.

முட்டுக்கட்டைகளைப் பற்றி எனக்குக் கவலையில்லை. நான் உயிரோடு இருக்கிறேன் என்பதையும், செயல்பட்டுக்

கொண்டிருக்கிறேன் என்பதையும்தான் அவை குறிக்கின்றன. நான் எதற்காகவும் தேக்கமடையப் போவதில்லை.

நான் என்னை நம்புகிறேன். நான் வெற்றி பெறுவதற்குத் தேவையான அனைத்தும் ஏராளமாக என்னிடம் உள்ளதை நான் அறிவேன். அதை எப்படிப் பயன்படுத்துவது என்பதும் எனக்குத் தெரியும். எப்போதையும்விட இன்று, நான் யாராலும் தடுத்து நிறுத்த முடியாதவனாக இருக்கிறேன்.

குறைபாடுகளா? அவற்றைக் குறைபாடுகளாகக்கூட நான் அங்கீகரிப்பதில்லை. என்னால் வெற்றி கொள்ள முடியாத சவால்கள் எதுவும் கிடையாது. என்னால் ஏற முடியாத சுவர் எதுவும் கிடையாது. என்னால் தீர்க்க முடியாத எந்தப் பிரச்சனையும் எனக்குக் கிடையாது. பிரச்சனைகளை நான் எனக்கு சாதகமாகச் செயல்படுமாறு மாற்றிவிடுகிறேன்.

நான் நிமிர்ந்து நிற்கிறேன்! நான் நேர்மையானவன், உண்மையானவன். மக்களுடன் கலந்து பழகுவதை நான் விரும்புகிறேன். மக்களும் என்னை நேசிக்கின்றனர். நான் சிறப்பாகவும் தெளிவாகவும் சிந்திக்கிறேன். என்னையும் என் வாழ்க்கையையும் நான் சிறப்பாக ஒழுங்கமைத்துக் கொள்கிறேன். நான் என் கட்டுப்பாட்டில் இருக்கிறேன். என்னைப் பற்றிய அனைத்தும் என் கட்டுப்பாட்டில் உள்ளன.

எனக்கு விருப்பமானவற்றையே நான் செய்கிறேன். யாரும் எனக்காக எதையும் தேர்ந்தெடுக்க நான் அனுமதிப்பதில்லை. என் வாழ்வில் உள்ள சூழல்களுக்கு நான் யாரையும் குறைகூறுவதில்லை. என்னுடைய வெற்றிகளுக்கான வெகுமதிகளை நான் எவ்வளவு சுலபமாக ஏற்றுக் கொள்கிறேனோ, அதேபோல் என்னுடைய தோல்விகளையும் நான் ஏற்றுக் கொண்டு, சுலபமாக அவற்றைக் கடந்து செல்கிறேன்.

நான் ஒருபோதும் என்னிடம் கச்சிதத்தை எதிர்பார்ப்பதில்லை. ஆனால் என்னிடமிருந்து மிகச் சிறந்த முயற்சியை நான் நிச்சயமாக எதிர்பார்க்கிறேன். அதனால் மிகச் சிறந்தவற்றையே நான் பெறுகிறேன்.

நான் ஒருபோதும் சாக்குப்போக்குகளைக் கூறுவதில்லை. குறித்த நேரத்திலும் சரியான விதத்திலும் என் வேலைகளை நான் முடித்துவிடுகிறேன். அதிகமானவற்றைச் செய்வதற்கு, முன்பு எப்போதையும்விட இப்போது என்னிடம் அதிக உள்ளார்ந்த வலிமை உள்ளது.

நான் ஓர் அசாதாரணமான பிறவி. எனது இலக்குகளும், என்மீது நான் கொண்டுள்ள அளப்பரிய நம்பிக்கையும் என்னுடைய இலக்குகளை யதார்த்தமாக மாற்றுகின்றன. என்னுடைய கனவுகளை வாழ்வதற்கான சக்தி என்னிடம் உள்ளது. என்மீது நான் கொண்டுள்ள நம்பிக்கையைப்போல் என் கனவுகள்மீதும் நான் நம்பிக்கை கொண்டுள்ளேன். அந்த நம்பிக்கை மிகவும் வலிமையாக இருப்பதால், என் உற்சாகத்தை எதுவும் குன்றச் செய்வதில்லை.

மேற்கூறப்பட்ட வாசகங்களை ஒவ்வொரு நாளும் உங்கள் கண்ணாடியின் முன்னால் நின்று படியுங்கள். நம்மைப் பற்றிய இந்த அற்புதமான உண்மைகளை ஒவ்வொரு நாளும் நம்மிடம் கூறக்கூடிய, நம்மீது நம்பிக்கை கொண்ட ஒரு நண்பர் நம்முடன் இருந்தால் எப்படி இருக்கும் என்று கற்பனை செய்து பாருங்கள். உண்மையில், அப்படிப்பட்ட ஒரு நண்பர் நமக்கு இருக்கிறார். நம் ஒவ்வொருவருக்கும் அப்படிப்பட்ட ஒரு நண்பர் இருக்கிறார். அவர் நமக்குள்தான் இருக்கிறார். அவரிடம் கேட்க வேண்டியது மட்டும்தான் நம் வேலை. எந்த நேரத்திலும் எந்தச் சூழலிலும் அவர் தவறாமல் நம்முன் ஆஜராவார்.

உங்கள் சுயபேச்சிற்கு உயிரூட்டுதல்

சுயநம்பிக்கை, சுயஊக்குவிப்பு ஆகிய புதிய வார்த்தைகளை நீங்கள் முதன்முதலில் படிக்கும்போது, அவை வெறும் உத்வேகமூட்டும் எண்ணங்களை வெறுமனே மீண்டும் வலியுறுத்துவதைத் தவிர வேறெதுவும் செய்வதில்லை. அவ்வார்த்தைகளுக்கு உயிரூட்டுங்கள். அவற்றை உங்கள் மனத்தில் ஆழப் பதிய வையுங்கள். அவற்றை உங்களுக்குச் சொந்தமாக்கிக் கொள்ளுங்கள்.

நீங்கள் தனியாக இருந்தால், அந்த வார்த்தைகளை வாய்விட்டு உரக்கப் படியுங்கள். உங்களுடைய நம்பிக்கையின்மையைக் களைவதற்கு உங்களுக்கு நீங்கள் அனுமதி அளித்துக் கொள்ளுங்கள். உங்களுடைய சந்தேகங்களை ஒதுக்கி வையுங்கள். ஒருசில கணங்களுக்கு, இந்த ஒட்டுமொத்த உலகிலேயே நீங்கள் ஒருவர்தான் மிகவும் முக்கியமான நபர் என்பதுபோல் உங்களிடம் பேசுங்கள்.

இவ்வாறு செய்யும்போது முதலில் சற்று அசௌகரியமாகவோ அல்லது வினோதமாகவோ நீங்கள் உணரக்கூடும். ஆனால் அதைப் பற்றிக் கவலைப்படாதீர்கள்.

சுயபேச்சை நீங்கள் நீண்ட நாட்களாகப் பயன்படுத்தி வந்திருந்தாலொழிய, முதலில் இது நிச்சயமாகச் சற்று வினோதமாகத்தான் தோன்றும். ஏனெனில், நீங்கள் உங்கள் பழைய பயிற்றுவிப்பிற்கு ஓர் அதிர்ச்சியைக் கொடுத்துக் கொண்டிருக்கிறீர்கள். உங்களைப் பற்றிய அற்புதமான, புதிய, தொடர்ச்சியான விவரிப்பைக் காதுகொடுத்துக் கேட்பதற்கு அது பழக்கப்படுத்தப்பட்டிருக்கவில்லை.

நீங்கள் இதை எவ்வளவு அதிகமாகச் செய்கிறீர்களோ, அது அவ்வளவு அதிக சுலபமாகவும் அதிக இயல்பாகவும் உங்களுக்கு வரும். வெகு விரைவில், உங்கள் பழைய பயிற்றுவிப்பு ஒரு குறிப்பிட்டக் காலம்வரை போராட முயற்சித்தாலும்கூட, உங்களை முட்டாளாக உணரச் செய்தாலும்கூட, தொடர்ந்து அதைச் செய்யுங்கள். உங்களுடைய புதிய வார்த்தைகள் வெற்றி பெறும்.

புதிய கட்டளைகளை உங்களால் உரக்கப் படிக்க முடியாவிட்டால், அமைதியாகப் படியுங்கள். நீங்கள் கூறுவதைக் காதுகொடுத்துக் கேட்குமாறு உங்களிடம் கூறுங்கள். உங்களைப் பற்றி நீங்கள் எவ்வாறு வர்ணித்துக் கொண்டிருக்கிறீர்களோ, உண்மையிலேயே நீங்கள் அந்த நபரைப்போல் இருப்பதாக உங்கள் மனத்தில் பாருங்கள்.

சுயபேச்சு என்பது உங்களை ஊக்குவிப்பதற்கான வெறும் வார்த்தைகள் அல்ல. சுயபேச்சை உங்களுக்கு நீங்கள் பயன்படுத்தும்போது, அவ்வார்த்தைகள் உயிரூட்டம் பெறுகின்றன. அவற்றை நீங்கள் பிரக்ஞையோடு படிக்கவும் பேசவும் துவங்கும்போது, அவை ஒரு தனிப்பட்ட அர்த்தத்தைப் பெறுவதோடு, உங்கள் வாழ்வின் ஒவ்வொரு பகுதியிலும் ஒரு முக்கியமான அங்கம் வகிக்கின்றன. உங்கள் சுயபேச்சுதான் உங்களைப் பற்றிய உண்மையை உங்களுக்கு எடுத்துரைக்கின்ற உங்களது சிறந்த நண்பர்.

புதிய வார்த்தைகளையும் புதிய வகையான சுயபேச்சையும் கொண்டு உங்கள் ஆழ்மனத்திற்கு நீங்கள் அதிர்ச்சியூட்டப் போகிறீர்கள் என்றால், அதில் முழுமூச்சாக இறங்குங்கள். உங்கள் வாழ்வில் உள்ள ஊக்கமிழக்கச் செய்யும் காரணிகள் உங்களை பலவீனப்படுத்தவோ அல்லது உங்களை மண்டியிடச் செய்யவோ அனுமதிப்பதற்குப் பதிலாக, அவற்றை எட்டி உதையுங்கள். எழுந்து நின்று அவற்றை நேருக்கு நேர் எதிர்கொள்ளுங்கள், கதவைச் சுட்டிக்காட்டி உங்கள் வாழ்விலிருந்து வெளியேறுமாறு அவற்றிடம் கூறுங்கள்.

அவற்றுக்கு உங்கள் வாழ்வில் இனி இடமில்லை. அவை இனி உங்களுக்குத் தேவையில்லை. அவற்றைச் செயலிழக்கச் செய்யுங்கள், ஒழித்துக் கட்டுங்கள்.

நீங்கள் பேசி முடித்துவிட்டதாக உங்கள் ஆழ்மனம் நினைக்கும்போது, இன்னும் சிறிது நேரம் பேசுங்கள். ஆனால் இப்போது, உங்கள் ஆழ்மனம் கவனமாகக் காதுகொடுத்துக் கேட்க வேண்டும் என்று கட்டாயப்படுத்துங்கள்:

மகத்துவம் என்பது மகத்துவமானவர்களின் மனத்தில் தோன்றுகிறது என்பதை நான் அறிவேன். என்னைப் பற்றி நான் என்ன நம்புகிறேனோ, அதுவாக நான் ஆவேன் என்பதை நான் அறிவேன். எனவே, சிறந்தவையே எனக்கு ஏற்படும் என்று நான் நம்புகிறேன்.

நான் யதார்த்தமானவன். என் கால்கள் என் நிலத்தில் உள்ளன. ஆனால், என்னுடைய முழுமையான எதிர்பார்ப்புகளுக்கு ஏற்ப வாழ்வதற்கான சுதந்திரத்தை நான் எனக்குக் கொடுக்கிறேன்.

மற்றவர்களுடைய குறுகிய நோக்கு நம்பிக்கைகளால் என்னை ஒருபோதும் நான் மட்டுப்படுத்துவதில்லை. மாறாக, எல்லையற்ற சாத்தியக்கூறுகளுக்கு நான் திறந்த மனத்துடன் இருக்கிறேன்.

"என்னால் முடியாது" என்று யாரேனும் கூறும்போது, "ஏன் முடியாது?" என்று நான் கேட்கிறேன். "அது சாத்தியமில்லை" என்று யாரேனும் கூறும்போது, நான் நம்பும் அளவுக்கு எதுவுமே சாத்தியம் என்று நான் பதிலளிக்கிறேன். எனது நம்பிக்கையைக் கொண்டு என்னால் எதையும் சாதிக்க முடியும் என்று நான் நம்புகிறேன்.

என்னிடம் உத்வேகமும், உற்சாகமும், வலிமையும், தாக்குப்பிடிக்கும் திறனும் உள்ளன. என்னைப் பற்றியும், நான் செய்யும் அனைத்தைப் பற்றியும் ஒரு நல்ல, வலிமையான, வெற்றி மனப்போக்கு என்னிடம் உள்ளது. நான் யதார்த்தமானவன், ஆனால் எந்தவொரு சூழ்நிலையிலும், சிறப்பான விளைவுகள் ஏற்படுவது சாத்தியம் என்று நான் நம்புகிறேன்.

கடந்தகாலத்தில் என்னைப் பற்றி எனக்கு ஏதேனும் சந்தேகம் இருந்திருந்தால், இன்று அதை ஒதுக்கி வைப்பதற்கான நல்ல நாள். என்னைத் தடுத்து நிறுத்துகின்ற எந்தவோர் அவநம்பிக்கையையும் தூக்கி எறிவதற்கான ஒரு நல்ல நாள் இது.

நான் வெற்றிப் பாதையில் பயணித்துக் கொண்டிருக்கிறேன் என்பதை நான் அறிவேன். நான் எப்போதும் முன்னோக்கியே பார்க்கிறேன். ஒருபோதும் நான் பின்னோக்கிப் பார்ப்பதில்லை. ஒரு நேரத்தில் ஒரு விஷயத்தில் கவனத்தைக் குவிப்பதற்கான திறன் என்னிடம் உள்ளது. எனவே, என் கையில் இருக்கும் வேலையில் என் கவனத்தை ஒருமுகப்படுத்துகிறேன். அதை நான் முழுமையாகச் செய்து முடிக்கிறேன்.

எதுவும் என் வழியில் குறுக்கிட முடியாத ஒரு நாள் இது. எனக்குக் கூடுதல் மனஉறுதி தேவைப்படும்போது, அது என்னிடம் இருக்கிறது. எனக்கு அதிக ஆற்றலும் உத்வேகமும் தேவைப்படும்போது, அவை என்னிடம் இருக்கின்றன. நான் செய்து முடிக்க வேண்டிய வேலையோ அல்லது எதிர்கொள்ள வேண்டிய சவாலோ எதுவாக இருந்தாலும் சரி, அதைச் செய்து முடிப்பதற்கான சக்தியும், அதை நிறைவேற்றுவதற்கான பொறுமையும் என்னிடம் இருக்கின்றன.

என்னைப் பற்றிய இந்த உண்மைகளை நான் என்னிடம் கூறிக் கொண்டிருக்கும் இக்கணத்தில், என்னால் வெற்றி பெற முடியும் என்பதும், நான் வெற்றி பெற்றுக் கொண்டிருக்கிறேன் என்பதும் எனக்குத் தெரியும். இக்கணத்தில், என் முன் உள்ள ஏதேனும் ஒரு சவாலைப் பற்றி நான் சிந்தித்தாலும், அந்த சவாலை எதிர்கொண்டு நான் இன்னும் சிறந்த வெற்றியாளனாக ஆவேன் என்று எனக்குத் தெரியும்.

நான் எப்போதும் நிமிர்ந்து நிற்கிறேன். நான் ஒரு வெற்றியாளன் என்பதுபோல் தோன்றுகிறேன், நடந்து கொள்கிறேன், பேசுகிறேன், சிந்திக்கிறேன், உணர்கிறேன். ஏதேனும் ஒரு பிரச்சனை எனக்கு மனச்சோர்வை ஏற்படுத்தத் துவங்கும்போது, நான் உடனடியாக சுதாரித்துக் கொள்கிறேன். நான் என் பிரச்சனைகளைக் கையாள்கிறேன், அவற்றைத் தீர்க்கிறேன். விரக்தியோ அல்லது தோல்வியோ என்னை அச்சுறுத்தும்போது, நான் முன்பு எப்போதையும்விட அதிக வல்லமையானவனாக, அதிக நேர்மறையானவனாக, இன்னும் சிறப்பான ஒழுங்கமைப்பு கொண்டவனாக, அதிக மனஉறுதி கொண்டவனாக ஆகிறேன்.

இன்று, இக்கணத்தில், முழுமையான சுயஉறுதியையும், சுயநம்பிக்கையையும், என்மீது தொடர்ச்சியான

நம்பிக்கையையும் எனக்குப் பரிசாக வழங்கிக் கொள்வதற்கான திறன் என்னிடம் உள்ளது.

என்னிடம் உள்ள சிறந்தவற்றை எதிர்பார்க்கும் விஷயம் எதுவாக இருந்தாலும் சரி, அதை என்னால் செய்ய முடியும் என்பதை நான் அறிவேன்.

இன்று ஒரு மிகச் சிறந்த நாள். தேவையான திறனும் திறமையும் என்னிடம் உள்ளன. எனவே, எல்லாவற்றையும் சரியாகவும் சிறப்பாகவும் செய்வதை நான் தேர்ந்தெடுக்கிறேன். இன்று மகிழ்ச்சியாகவும் அன்பாகவும் வாழ்வதை நான் தேர்ந்தெடுக்கிறேன்.

எல்லாவற்றுக்கும் நூறு சதவீதம் நானே பொறுப்பு என்பதை நான் அறிவேன். ஒரு விஷயத்தை நான் எவ்வாறு பார்க்கிறேன், அது குறித்து நான் என்ன செய்கிறேன் என்பதுதான் அதில் நான் வெற்றி பெறுகிறேனா இல்லையா என்பதைத் தீர்மானிக்கிறது. அதனால்தான் நான் வெற்றி பெறுகிறேன்.

நான் என்னுடைய பார்வையை நிலைப்படுத்துகிறேன். என்னுடைய சமநிலையைத் தக்க வைத்துக் கொள்கிறேன். நான் எதற்கும் தயங்குவதில்லை. நான் முழுமையாக முயற்சிக்கிறேன். இவ்வுலகம் வாய்ப்புகளால் நிரம்பியுள்ளதை நான் அறிவேன்.

நான் அற்புதமானவன். இன்று அதை வெளிக்காட்டுவதற்கான ஒரு சிறந்த நாள்.

இத்தகைய சுயவழிகாட்டுதலை உங்கள் வாழ்வில் ஊக்குவிப்பு அவசியம் தேவைப்படுகின்ற எந்தவொரு பகுதிக்கும் ஏற்றவாறு மாற்றியமைத்து எழுத முடியும் என்பதை உங்களால் சுலபமாகப் பார்க்க முடியும்.

தங்கப் பதக்கங்களை வெல்வதற்கு ஒலிம்பிக் தடகள வீரர்கள் தங்களை ஊக்குவித்துக் கொள்வதற்கு சுயபேச்சைப் பயன்படுத்துகின்றனர். உயர்நிலைப் பள்ளி மாணவர்களும் தொழில்முறை தடகள வீரர்களும்கூட சுயபேச்சைப் பயன்படுத்தி வெற்றிகரமான விளைவுகளைப் பெறுகின்றனர். வார்த்தைகள் மாறக்கூடும், ஆனால் அது உருவாக்குகின்ற உள்ளார்ந்த ஊக்குவிப்பு ஒன்றுதான். அணித் தலைவரும் பயிற்றுவிப்பாளரும் நமக்கு அவசியம் என்றாலும்கூட, சரியான சுயபேச்சைக் கொண்டு அவர்களுடைய வேலைகளை நாம் சுலபமாக்குகிறோம், நமது வெற்றிகளை சாத்தியமாக்குகிறோம்.

சுயமாக ஊக்குவிக்கப்பட்டுள்ள சுயபேச்சாளர்கள் அடங்கிய குழுவைப் பெறுவதற்கு எந்தவொரு பயிற்றுவிப்பாளரும் ஆர்வமாக இருப்பார் என்பதில் சந்தேகமில்லை. விளையாட்டுத் துறை நிர்வாகிகள் பலர் சுயபேச்சு உத்திகளை ஏற்கனவே பயன்படுத்தி வருகின்றனர். சரியான முறையில் பயன்படுத்தப்படும்போது, ஒரு வெற்றிகரமான அணியை அது உருவாக்கும்.

வீறுகொண்டு எழ சுயபேச்சு

உள்ளார்ந்த ஊக்குவிப்பிற்கு சுயபேச்சைப் பயன்படுத்தத் துவங்கியுள்ள இன்னொரு தொழில் விற்பனைத் துறையாகும். விற்பனையாளர்கள் பலமுறை நிராகரிக்கப்படுவதால், அவர்கள் ஒரு தொடர்ச்சியான சுயநம்பிக்கை மனப்போக்கைக் கொண்டிருக்க வேண்டியது அவசியம் என்று நான் முன்பே குறிப்பிட்டிருந்தேன். ஏனெனில், போட்டியில் ஒருவர் வெற்றி பெறும்போது வேறொருவர் தோற்க வேண்டியுள்ளது. ஒருவரிடம் ஒரு பொருளையோ அல்லது சேவையையோ விற்க முடியாமல் போன ஒரு விற்பனையாளரின் மனத்தில், அந்த விற்பனை இழப்பு ஒரு தோல்வியாகப் பதிவாகிறது. இதன் காரணமாக, திறமையான தொழில்முறை ஊக்குவிப்பாளர்களின் சேவை இத்துறையில் மிகவும் அதிகமாகத் தேவைப்படுகிறது.

தங்களுடைய பொருட்களை அல்லது சேவைகளை விற்பதற்கு விற்பனையாளர்களைச் சார்ந்திருக்க வேண்டிய நிலையில் உள்ள நிறுவனங்கள், தங்களிடம் இருக்கும் பயிற்சித் திட்டங்களோடு கூடவே சுயபேச்சுப் பயிற்சியையும் சேர்த்துக் கொள்ள வேண்டும் என்று நான் பரிந்துரைக்கிறேன். இது செயல்படுத்துவதற்கு எளிதானது, ஆனால் இதன் விளைவுகள் ஆழமானவையாக இருக்கும்.

நீங்கள் நிர்வாகத்திலோ அல்லது விற்பனைத் துறையிலோ பதவி வகிப்பவர் என்றால், அடுத்து வரவிருக்கின்ற சுயபேச்சைக் கவனமாகப் படியுங்கள். நீங்கள் தொழில்முறை விற்பனையில் இல்லாவிட்டாலும்கூட, விற்பனைக்காகப் பயன்படுத்தப்படும் அதே சுயபேச்சு, உங்கள் வாழ்வில் நீங்கள் ஒருவர்மீது தாக்கத்தை ஏற்படுத்த விரும்பும்போது, அல்லது உங்கள் வழிக்கு அவரை வரவழைக்க விரும்பும்போது, அல்லது நீங்கள்

விரும்புவதை அவரைச் செய்ய வைக்க முயற்சிக்கும்போது பயன்படுத்தப்படுவதை நீங்கள் காணலாம்.

விற்பனையில் பன்னிரண்டு தனித்தனிப் பகுதிகள் உள்ளன. அவை ஒவ்வொன்றுக்கும் ஒரு சுயபேச்சு உள்ளது. சாத்தியக்கூறுள்ள வாடிக்கையாளர்களைக் கண்டுபிடிப்பது, பொருளைப் பற்றியோ அல்லது சேவையைப் பற்றியோ விளக்குவது, உள்ளார்ந்த மறுப்புகளைச் சமாளிப்பது, ஒரு பரிவர்த்தனையைக் கடைசிவரை எடுத்துச் செல்வது, சூழல்கள் சாதகமாக இல்லாதபோது உங்களை ஊக்குவிப்புடன் வைத்துக் கொள்வது போன்றவை அவற்றில் அடங்கும். பின்வரும் எடுத்துக்காட்டில், பல்வேறு பகுதிகளை இணைத்து, விற்பனை தொடர்பான சுயபேச்சில் ஒருசிலவற்றை நான் உங்களுக்கு வழங்குகிறேன்:

ஒவ்வொரு நாளையும் நான் ஒரு தெளிவான மனத்துடனும், என் நேரம் மற்றும் முயற்சியில் இருந்து அதிகபட்ச விளைவுகளைப் பெறுவதற்கான ஒரு திட்டவட்டமான திட்டத்துடனும் துவக்குகிறேன். என்னுடைய திட்டத்தைச் செயல்படுத்தி, என் இலக்குகளை நான் அடைகிறேன்.

என்னைப் பற்றித் துல்லியமாக விவரிப்பதற்கு, கடினமாக உழைப்பவன், தகுதியானவன், திறமையானவன், ஆற்றல்மிக்கவன், உற்சாகமானவன், ஒழுங்கமைப்புடன் இருப்பவன், மனஉறுதி படைத்தவன், மாபெரும் வெற்றியாளன் போன்ற வார்த்தைகள் பொருத்தமாக இருக்கும்.

என்னுடைய கண்ணோட்டத்தை ஏற்றுக் கொள்வதற்கு மற்றவர்களைச் சம்மதிக்க வைப்பதில் நான் திறமை பெற்றவன். ஏனெனில், என் கருத்துக்களையும், என் பொருளையும், என் சேவையையும் நான் யாரிடம் வழங்கிக் கொண்டிருக்கிறேனோ, அவரது கண்ணோட்டத்தை முதலில் நான் எப்போதும் அங்கீகரிக்கிறேன், புரிந்து கொள்கிறேன்.

எப்படிக் காதுகொடுத்துக் கேட்க வேண்டும் என்று எனக்குத் தெரியும். நான் அவ்வாறே நடந்து கொள்கிறேன். என்னிடம் கூறப்படும் வார்த்தைகளை மட்டுமன்றி, அவற்றுக்குப் பின்னால் உள்ள எண்ணங்களையும் காதுகொடுத்துக் கேட்பதற்கு நான் கற்றுக் கொண்டுள்ளேன்.

நான் எப்போதும் தயாராக இருக்கிறேன். ஒன்றைச் சரியாகச் செய்வதற்கு நான் நேரத்தை எடுத்துக் கொள்கிறேன். நான் செய்யும் அனைத்திலும் நான் தயாராகவும், உறுதியாகவும், தன்னம்பிக்கையோடும், வெற்றிகரமாகவும் இருக்கிறேன்.

என் வேலையின் விபரங்களை நான் எப்போதும் கவனமாகக் கையாள்கிறேன். விற்பனை தொடர்பான விபரங்கள் எப்போதுமே எனக்கு சுவாரசியமூட்டுகின்றன. நான் அவற்றைக் குறித்த நேரத்தில், முழுமையான கவனத்துடன் கையாள்கிறேன்.

நான் எப்போதும் என்னை ஊக்குவித்துக் கொள்கிறேன். நல்ல விற்பனை விளக்கங்களைக் கொடுக்க வேண்டுமென்றால், நான் ஊக்கத்தோடும் ஆற்றலோடும் இருக்க வேண்டும் என்பதையும், எல்லாம் என் கட்டுப்பாட்டில் இருக்க வேண்டும் என்பதையும் நான் அறிவேன். நான் எப்போதும் அப்படித்தான் இருக்கிறேன். என்னுடைய விற்பனை விளக்கங்கள் எப்போதும் தொழில்முறையாகவும் ஆற்றல்மிக்கவையாகவும் இருக்கின்றன.

ஒரு பிரச்சனையை எதிர்கொள்வதையோ, ஒரு விற்பனை அழைப்பை மேற்கொள்வதையோ நான் ஒருபோதும் தவிர்ப்பதில்லை. நான் தொடர்ந்து முயற்சித்துக் கொண்டே இருக்கிறேன். அது தொடர்ந்து என்னை வெற்றி பெறச் செய்கிறது.

நான் உருவாக்குகின்ற விற்பனையை மேற்கொள்வதற்கு நான் தகுதியானவன்தான். விற்பனையில் வெற்றி பெறுவது, நான் திறன்மிக்கவன் என்றும் ஆக்கபூர்வமானவன் என்றும் என்னை நான் பார்ப்பதிலிருந்து துவங்குகிறது.

நான் எப்போதும் நேர்மையாகவும் உண்மையாகவும் நடந்து கொள்கிறேன். விற்பனையில் அனைத்துச் சாதனைகளும் நம்பிக்கை, திறமை, மற்றும் மனஉறுதியில் இருந்துதான் துவங்குகின்றன. வாடிக்கையாளர்களை நான் எந்தத் தயக்கமும் இன்றி அணுகுகிறேன், கேட்கிறேன். நான் விற்பனையைச் சிறப்பாக முடிக்கிறேன்.

'வேண்டாம்' என்று யாரேனும் என்னிடம் கூறினால், அது என்னை பாதிப்பதில்லை. மாறாக, 'வேண்டாம்' என்ற வார்த்தையைக் கேட்பது என்னுடைய மனஉறுதியை இரட்டிப்பாக்கி, என்னுடைய நேர்மறையான உற்சாகத்தைக் கூட்டுகிறது.

விற்பனைத் திறமைகளைக் கொண்ட ஒரு நபர், மேற்கூறப்பட்ட ஒருசில சுயஅறிவுறுத்தல்களைப் பயன்படுத்தினால்கூட, எந்தவொரு விற்பனை நிறுவனத்திலும் மிகச் சிறந்த விற்பனையாளராக உருவாவார் என்பதில் எந்த சந்தேகமும் இல்லை. கடந்தகாலத்தில் நான் பல விற்பனையாளர்களுடன் சேர்ந்து பணியாற்றியுள்ளதில், இதற்கு நேரெதிரான சுயபேச்சைத்தான் அவர்கள் அடிக்கடிப் பயன்படுத்தி வருகின்றனர் என்பது எனக்குத் தெரியும்.

நம்முடைய கடந்தகாலப் பயிற்றுவிப்பின் காரணமாக, குறைகூறுதல், சாக்குப்போக்குகளைக் கூறுதல், சந்தேகம் கொள்ளுதல் போன்ற ஊக்கமிழக்கச் செய்யும் சுயபேச்சின் பக்கம் நாம் மிக சுலபமாக ஈர்க்கப்பட்டுவிடுகிறோம். இது நமது தோல்விக்கும் குறைவான சாதனைக்கும் மற்றவர்கள்மீதும் பிற சூழல்கள்மீதும் பழி சுமத்தும்படி செய்கிறது. விற்பனை மேலாளர்மீதும், நிறுவனத்தின்மீதும், கமிஷன் முறையின்மீதும், அல்லது போட்டி நிறுவனத்தின்மீதும் நாம் பழி போடுகிறோம்.

சுயநம்பிக்கையைத் தமக்குள் தூண்டுவதற்குப் பதிலாக, பல விற்பனையாளர்கள், தாங்கள் மேற்கொள்ள வேண்டிய நடவடிக்கைகளைத் தவிர்ப்பதன் மூலம் அன்றைய தினத்தின் பிரச்சனைகளைத் தீர்க்கின்றனர். நடவடிக்கை எடுப்பதற்கு நம்மை நாமே ஊக்குவித்துக் கொள்வது என்ற மிக அதிக ஆக்கபூர்வமான காரியத்தில் ஈடுபடுவதற்கு ஒருசில நிமிடங்களைச் செலவிடுவதற்குப் பதிலாக, நடவடிக்கைகளைத் தவிர்ப்பதற்கு நம்மை நாம் ஊக்குவித்துக் கொள்கிறோம்.

உறங்கிக் கிடக்கும் சக்தியைத் தட்டியெழுப்ப வேண்டும்

நம்மை நாமே ஊக்குவித்துக் கொள்வதற்கு நம்மால் கற்றுக் கொள்ள முடியும். ஒரு காரியத்தை நாமாகத் துவக்குவதற்கும், செய்வதற்கும், சாதிப்பதற்கும் நம்மால் கற்றுக் கொள்ள முடியும். அதைச் செய்வதற்குக் குறைவான நேரமும் குறைவான பயிற்சியும் போதும். நாம் துவக்க வேண்டும், அவ்வளவுதான். நமக்குள் இருக்கின்ற சாதிக்க வேண்டும் என்ற துடிப்பு மற்றதைப் பார்த்துக் கொள்ளும்.

"முன்னேறிச் சென்று சாதிப்பதுதான் நல்லது" என்று நம்மிடம் கூறுவதற்கு ஓர் இன்றியமையாத பகுதி நம் ஒவ்வொருவருக்குள்ளும் காத்திருக்கிறது. இவ்வளவு காலமாக

அதைத்தான் நாம் செய்ய விரும்பி வந்துள்ளோம். அதற்குத் தேவைப்பட்டதெல்லாம் ஒருசில வார்த்தைகள் மட்டுமே.

நமக்குள் ஒரு மாபெரும் சக்தி உறங்கிக் கொண்டிருக்கிறது. நமக்குள் இருந்து வருகின்ற ஊக்குவிப்பு அதற்குத் தேவை. அதை நாம் கொடுத்தால், ஒவ்வொரு நாளும் சரியான வழியில் அந்த சக்தி நம்மில் ஒரு பகுதியாக மாறி, நமது பயங்களை வெற்றி கொண்டு, தடைகளைத் தகர்த்து, நம்மை வெற்றிக்கு வழிநடத்தும். அந்த அளப்பரிய சக்தி நாம் விடுப்பதற்காகக் காத்திருக்கிறது. இது நம்முடைய இன்றியமையாத, சுயநிறைவளிக்கும் ஒரு பகுதியாகும். நாம் என்ன செய்ய வேண்டும் என்று கூறுவதற்காக இது நீண்டகாலமாக நம்முள் காத்து வந்திருக்கிறது. நாளை காலையில் அதைக் கட்டவிழ்த்துவிடுங்கள், உறக்கத்திலிருந்து தட்டி எழுப்புங்கள்.

20
சூழ்நிலைரீதியான சுயபேச்சு

அன்றாட வாழ்விற்கான மிகவும் ஆற்றல்வாய்ந்த, ஆனால் மிக எளிய சுயபேச்சு உத்திகளில் ஒன்று இந்த அத்தியாயத்தில் கொடுக்கப்பட்டுள்ளது. உண்மையில், இந்த உத்தி மிகவும் எளிமையாக இருப்பதால் நம் கண்ணில் படாமல் சுலமாகத் தப்பிவிடுகிறது. வெறுமனே தீர்மானிப்பதன் மூலம் நாம் எவரொருவரும் நடைமுறையில் செயல்படுத்தக்கூடிய ஒரு வழிமுறை இது. இது கற்றுக் கொள்ளப்பட வேண்டிய ஓர் உத்தி அல்ல. அந்த உத்தி குறித்து நீங்கள் விழிப்புணர்வுடன் இருக்க வேண்டும், பிறகு அதைச் செய்ய வேண்டும், அவ்வளவுதான். நீங்கள் அதை எவ்வளவு அதிகமாகப் பயன்படுத்துகிறீர்களோ, அவ்வளவு அதிகச் சிறப்பாக அது பலனளிக்கிறது. அதை நீங்கள் பயன்படுத்தும் முதல் தடவைகூட அது உங்களுக்குப் பலனளிக்கும்.

சூழ்நிலைரீதியான சுயபேச்சைப் பயன்படுத்துவது குறித்து நான் முதலில் ஆய்வு செய்தபோது, இவ்வளவு எளிமையான ஒன்றால் சிறப்பாகப் பலனளிக்க முடியுமா என்று வியந்தேன் என்பதை நான் ஒப்புக் கொண்டாக வேண்டும். பலவேறு சுயஉதவி உத்திகளை ஆய்வு செய்ததிலிருந்தும், கண்காணித்ததில் இருந்தும், மிக எளிமையான மற்றும் மிக வெளிப்படையான உத்திகளே எப்போதும் மிகவும் ஆற்றல்மிக்க உத்திகளாக இருந்து வந்துள்ளதை நான் கண்டுகொண்டேன். சூழ்நிலைரீதியான சுயபேச்சிற்கும் இந்த விவரிப்பு மிகப் பொருத்தமான ஒன்றுதான்.

சிக்கலற்ற இந்த சுயபேச்சு அவ்வளவு மதிப்பு வாய்ந்ததாக இருக்குமா என்ற சந்தேகம் உங்களுக்கு ஏற்பட்டால், இதை நீங்கள் முயற்சித்துப் பார்க்குமாறு நான் உங்களை வலியுறுத்துகிறேன். முதலில் ஒரு நாள், பிறகு ஒரு வாரம், அதன் பிறகு ஒருசில வாரங்கள் முயற்சித்துப் பாருங்கள். அப்போது, சூழ்நிலைரீதியான சுயபேச்சைப் பயன்படுத்துவது உங்களுக்குப் பழக்கமாகிவிடும். அதன் பிறகு, அது முக்கியமற்றதாகவோ அல்லது எளிமையானதாகவோ உங்களுக்குத் தோன்றாது. மாறாக, அது உங்களுடைய சொந்த வளர்ச்சியிலும் வெற்றியிலும் உங்களுடைய மிக வலிமையான துணையாக ஆகிவிடும். அந்த சுயபேச்சு எது?

உடனடி மாற்றத்தை ஏற்படுத்திக் கொள்வது

என்னுடைய தோழி ஒருவர் தன்னுடைய அத்தையைப் பற்றிய ஒரு கதையை என்னிடம் கூறினார். சமையல் செய்வதில் அவருடைய அத்தைக்குப் பல வருடங்களாக ஆர்வம் இருந்ததில்லை. ஆனால் தன் பெரிய குடும்பத்திற்காக அவர் அதைச் செய்ய வேண்டியிருந்தது. சமைப்பதற்காக அவர் தன் சமையலறைக்குள் நுழைந்தபோதெல்லாம், "இது குதூகலமான அனுபவமாக இருக்கப் போகிறது. இன்று நான் மகிழ்ச்சியாக சமைக்கப் போகிறேன்," என்று தனக்குத் தானே கூறிக் கொள்வார்.

பிறகு, எல்லோரும் சாப்பிட்டு முடித்து, பாத்திரங்களைக் கழுவி முடித்தவுடன், "இது ஒன்றும் அவ்வளவு மோசமில்லை!" என்று கூறுவார். ஒருசில எளிய சுயபேச்சு வார்த்தைகளைக் கூறியதன் மூலம், ஒரு சலிப்பூட்டும் வேலையை ஓர் ஏற்றுக் கொள்ளத்தக்க வேலையாக அவர் மாற்றினார். அவர் தன் வேலையை மாற்றவில்லை, மாறாக அது குறித்துத் தான் உணர்ந்த விதத்தை மாற்றினார்.

சூழ்நிலைரீதியான சுயபேச்சு என்பது அதுதான். சூழ்நிலைகளை நாம் பார்க்கும் விதத்தை மாற்றுவதன் மூலம் அச்சூழ்நிலையை மாற்றுகின்ற சுயபேச்சு அது. இது நடைமுறையில் பயன்படுத்தத்தக்க உடனடியான சுயபேச்சு. எந்த நேரத்திலும் இதைப் பயன்படுத்திப் பலன் பெற முடியும். சூழ்நிலைரீதியான சுயபேச்சானது கடந்த சில அத்தியாயங்களில் நாம் பார்த்த சுயபேச்சு வகைகளிலிருந்து மாறுபட்டது. ஒரு விளைவை உருவாக்குவதற்கு இதில்

எந்தவொரு குறிப்பிட்ட முழுநீள வசனமும் தேவையில்லை. அதை ஒரு கணத்தில் உங்களால் உருவாக்க முடியும், அமைதியாகவோ அல்லது உரத்தக் குரலிலோ அதை உங்களால் உங்களிடம் கூறிக் கொள்ள முடியும். அது தனியோர் எண்ணமாகவோ அல்லது நன்றாக யோசித்துத் தேர்ந்தெடுக்கப்பட்ட ஒருசில வார்த்தைகளாகவோ இருக்கலாம்.

சூழ்நிலைரீதியான சுயபேச்சு நிகழ்காலத்தில் மட்டுமே அமைக்கப்பட வேண்டும் என்ற அவசியமில்லை. அது ஏற்கனவே இக்கணத்தையோ அல்லது இன்றைய தினத்தையோதான் கையாண்டு கொண்டிருக்கிறது. உங்களைப் பற்றிய ஒரு புதிய, நீண்டகால, உள்ளார்ந்த படத்தை உருவாக்குவது அதன் முதல் நோக்கமல்ல, மாறாக, இன்றைய தினத்தைக் கையாள்வதுதான் அதன் முதல் முன்னுரிமை. எனவே, "இன்று நான் வேலைக்குச் செல்வதை நான் மகிழ்ச்சியாக அனுபவிக்கப் போகிறேன்," என்று நீங்கள் உங்களிடம் கூறும்போது, அந்த வார்த்தைகள் இக்கணத்தைத்தான் கையாள்கின்றன.

மற்ற வகையான சுயபேச்சைப்போலவே, இந்த உடனடியான சுயபேச்சும் உங்கள் மனப்போக்கை மாற்றுவதற்கும், ஒரு மோசமான பழக்கத்திலிருந்து விடுபடுவதற்கும், ஒரு பிரச்சனையைத் தீர்ப்பதற்கும், ஓர் இலக்கை அடைவதற்கும், சிறப்பாகச் செயல்படுவதற்கு உங்களை ஊக்குவித்துக் கொள்வதற்கும் உங்களுக்கு உதவக்கூடும், ஆனால் அது அதை ஒரு வித்தியாசமான வழியில் சாதிக்கிறது.

நீங்கள் விரும்பாத ஒரு சூழ்நிலையை நீங்கள் எதிர்கொள்ள நேரிடும்போது அல்லது நீங்கள் உடனடியாக நடவடிக்கை எடுக்க வேண்டிய ஓர் எதிர்பாராத வாய்ப்பு உங்களுக்குக் கிடைக்கும்போது, சூழ்நிலைரீதியான சுயபேச்சை நீங்கள் பயன்படுத்தலாம். பெரும்பாலான விஷயங்களில், உங்களுக்குப் பிடிக்காத ஏதோ ஒரு தற்காலிகச் சூழலிலிருந்து விடுபடுவதற்கு இவ்வகையான சுயபேச்சைப் பயன்படுத்தலாம். இதற்கான ஓர் எடுத்துக்காட்டை நான் உங்களுக்குத் தருகிறேன்:

நீங்கள் உங்கள் வேலையில் மும்முரமாக ஈடுபட்டிருக்கிறீர்கள். அப்போது உங்கள் தொலைபேசி மணி ஒலிக்கிறது. நீங்கள் யாரிடம் பேசுவதைத் தள்ளிப் போட்டு வந்திருக்கிறீர்களோ, அவரிடமிருந்து இப்போது உங்களுக்குத்

தொலைபேசி அழைப்பு வந்துள்ளது. அவரிடம் நீங்கள் இப்போது பேசியாக வேண்டும் என்பது உங்களுக்குத் தெரியும். ஆனால் அவரிடம் பேசுவதில் உங்களுக்கு விருப்பமில்லை. இருந்தாலும் எப்போதேனும் அப்பிரச்சனையை நீங்கள் எதிர்கொண்டாக வேண்டும் என்பதை நீங்கள் அறிவீர்கள். நீங்கள் செய்யக்கூடிய இரண்டு காரியங்கள் இருக்கின்றன: ஒன்று, அவரிடம் இப்போது நீங்கள் தொலைபேசியில் பேசலாம்; அல்லது அதை வேறொரு சமயத்திற்குத் தள்ளிப் போடலாம். ஆனால் அதற்குள் அப்பிரச்சனை மோசமாகியிருக்கக்கூடும். அடுத்து நீங்கள் என்ன செய்யப் போகிறீர்கள் என்பது உங்கள் விருப்பத்தேர்வு. தொலைபேசி அழைப்பிற்குப் பதிலளிப்பதா அல்லது அதைத் தள்ளிப் போடுவதா என்று தீர்மானிப்பது உங்கள் பொறுப்பு. இப்படிப்பட்ட சமயங்களில்தான் சரியான சுயபேச்சின் ஒருசில வார்த்தைகள் நீங்கள் சரியான காரியத்தைச் செய்வதற்கு உங்களுக்கு உதவும். "ஐயோ, அவரா? நான் அவரைப் பிறகு அழைப்பதாக அவரிடம் கூறுங்கள்," என்று உங்களிடம் நீங்கள் கூறுவதற்குப் பதிலாக, பிரச்சனையை அக்கணத்திலேயே தீர்ப்பதற்கு இந்த சுயபேச்சை நீங்கள் பயன்படுத்தலாம்:

பிரச்சனைகளைத் தீர்ப்பது எனக்குப் பிடித்தமான விஷயம். நான் எப்போதும் பிரச்சனைகளைக் கையாள்கிறேன், அவற்றை ஒருபோதும் நான் தள்ளிப் போடுவதில்லை. நான் அந்த அழைப்பிற்குப் பதிலளிக்கத் தயார். பிரச்சனையை நேருக்கு நேர் எதிர்கொள்ள நான் தயார்.

இக்கணத்தில், இந்த சுயபேச்சு வார்த்தைகளை உங்களிடம் கூறிக் கொள்வதற்கு உங்களுக்கு ஆறேழு நொடிகள் ஆகலாம். அவ்வாறு செய்வதன் மூலம் எதிர்காலத்தில் பல மணிநேரங்கள் துயரத்தில் மூழ்குவதை நீங்கள் தவிர்த்துவிடலாம். சரியான விஷயத்தைச் செய்வதற்கு உங்களிடம் நீங்களே பிரக்ஞையோடு வலியுறுத்திக் கொள்வதற்கு நேரத்தை எடுத்துக் கொள்வது உங்கள் நேரத்தை மிச்சப்படுத்திக் கொடுத்துள்ளதோடு, இன்னொரு வழியில் உங்களுக்கு மிக முக்கியமான வேறொரு காரியத்தையும் செய்துள்ளது. உங்களுடைய தனிப்பட்ட மதிப்பை வளர்ப்பதில் அது ஒரு சிறு வெற்றியை உருவாக்கியுள்ளது. இது உங்கள் சுயமதிப்பிற்குக் கிடைத்துள்ள முக்கிய வெற்றியாகும்.

சூழ்நிலைரீதியான சுயபேச்சு சில சமயங்களில் மற்ற அனைத்து வகையான சுயபேச்சையும்விட மிகவும் மதிப்புவாய்ந்தது என்று நான் உறுதியாக நம்புகிறேன். நீங்கள் உங்கள் வாழ்க்கையைக் கட்டுக்கோப்பாக ஆக்குவதற்கு மற்ற வகையிலான சுயபேச்சைப் பிரக்ஞையோடு கடைபிடித்து வருபவராகவும், பிற முக்கியமான வழிகளில் உங்களை மேம்படுத்துவதற்கு முயற்சித்துக் கொண்டிருப்பவராகவும் இருந்தால், சூழ்நிலைரீதியான சுயபேச்சு தானாக ஓர் உபவிளைவாக வரும். ஆனால் தனிச்சிறப்பு வாய்ந்த இந்த சுயபேச்சுக் குறித்த விழிப்புணர்வு உங்களுக்கு இல்லை என்றால், அதைப் பயன்படுத்துவது எவ்வளவு சுலபம் என்பதும், அதனால் உங்களுக்கு எவ்வளவு நன்மைகள் ஏற்படக்கூடும் என்பதும் உங்களுக்குத் தெரியாமலேயே போய்விடக்கூடும்.

கவனச் சிதறலுக்கு உங்களை ஆட்படுத்திக் கொள்ளுதல்

ஒருசில வருடங்களுக்கு முன்பு, போக்குவரத்து நெரிசலில் மாட்டிக் கொண்டால் பொறுமையின்றி நடந்து கொள்கின்ற நபர்களின் பட்டியலில் நானும் இடம்பெற்றிருந்தேன். தவறான நேரத்தில் மாறுகின்ற போக்குவரத்துச் சமிக்கை விளக்கைப் பார்த்தோ அல்லது தவறான திசையில் முந்திச் செல்கின்ற மற்ற ஓட்டுனர்களைப் பார்த்தோ மோசமான வார்த்தைகளால் வசைபாடும் மக்களை நான் அறிவேன்.

ஓட்டுனர் இருக்கையில் அமர்ந்துள்ளவர்கள் தங்கள் ஒட்டுமொத்த வெறுப்பையும் வெளிப்படுத்துகின்றனர். இவ்வாறு கோபப்பட்டுக் கொண்டு காரோட்டுவது ஒரு பழக்கமாகிப் போனவுடன், அவர்கள் எப்போது காரில் ஏறி ஓட்டுனர் இருக்கையில் அமர்ந்தாலும் மன அழுத்தத்துடனேயே காரோட்டுகின்றனர்.

லாஸ் ஏஞ்சலீஸ் நகரில் ஒரு வெற்றிகரமான தொழிலதிபராக விளங்கும் என் நண்பர் ஒருவர் சாதாரணமாக மிகவும் ஆசுவாசமான, அமைதியான நபர். அவர் எப்போதும் பரிவுடனும் கரிசனத்துடனும் புரிதலுடனும் நடந்து கொள்பவர். ஆனால், சாலையில் காரோட்டிச் செல்லும்போது யாரேனும் தவறான திசையில் அவரது காரை முந்திச் சென்றுவிட்டால், அவரது சுபாவம் முற்றிலுமாக மாறிவிடும். சிறிது நேரத்திற்குப் பிறகு என் நண்பர் மீண்டும் ஆசுவாசமாகிவிடுவார் – மீண்டும்

இன்னொருவர் அவரைத் தவறான திசையில் முந்திச் செல்லும்வரை!

சிவப்பு விளக்கும் மெல்ல நகரும் போக்குவரத்தும் எனக்கு மனஅழுத்தத்தை ஏற்படுத்திய விஷயங்கள். ஒருநாள் நான் என் அலுவலகத்திற்குக் காரில் சென்று கொண்டிருந்தபோது, என் வீட்டிற்கும் என் அலுவலகத்திற்கும் இடையே நான் எதிர்கொண்ட ஒவ்வொரு போக்குவரத்துக் கம்பத்திலும் பச்சை விளக்கு வருவதற்காக நான் படபடப்புடன் காத்துக் கொண்டிருந்ததைக் கண்டேன். திடீரென்று, என் மனப்போக்கிற்கும் என் ஆரோக்கியத்திற்கும் நான் பெரும் தீங்கு இழைத்துக் கொண்டிருந்ததை உணர்ந்தேன். அதைவிட அதிகமாக, பக்குவம் வாய்ந்த ஒரு நபருக்குரிய நடத்தையை நான் பிரதிபலிக்கவில்லை என்பதையும் நான் உணர்ந்தேன். ஓர் ஒன்றரை வயதுக் குழந்தைக்குப் பசிக்கும்போது அது எவ்வாறு நடந்து கொள்ளுமோ, அதேபோலத்தான் போக்குவரத்துக் குறித்து நான் நடந்து கொண்டேன் என்ற விழிப்புணர்வு எனக்கு ஏற்பட்டது.

நான் உடனடியாக ஒரு தீர்மானத்திற்கு வந்தேன். இனி எந்தவொரு சூழ்நிலையிலும் போக்குவரத்து எனக்கு மனஅழுத்தத்தை ஏற்படுத்த நான் அனுமதிக்கப் போவதில்லை என்று நான் முடிவு செய்தேன். சூழ்நிலைரீதியான இந்த சுயபேச்சு ஒன்றின் மூலம் என் தீர்மானத்தை நான் வலியுறுத்தினேன்:

நான் காரோட்டிச் செல்லும்போது ஆசுவாசமாக இருப்பதை நான் மகிழ்ச்சியாக அனுபவிக்கிறேன்.

நான் எங்கு சென்றாலும் சரி, எனக்குத் தேவையான நேரத்தை எப்போதும் நான் எனக்குக் கொடுத்துக் கொள்கிறேன். குறித்த நேரத்திலோ அல்லது அதற்கு முன்போ எந்த இடத்தையும் நான் அடைந்துவிடுகிறேன்.

போக்குவரத்து விளக்குகள் தாமாக மாறுகின்றன. அவை என் கட்டுப்பாட்டில் இல்லை. நான் சாலைச் சந்திப்பை நெருங்குவதற்கு முன் விளக்கு மாறினால், நான் பொறுமையாகவும் ஆசுவாசமாகவும் காத்திருப்பேன்.

மெதுவாக நகர்கின்ற அல்லது நகராமல் நிற்கின்ற போக்குவரத்து எனக்கு ஒரு பிரச்சனை அல்ல. என்னுடைய எண்ணங்களை ஒழுங்கமைப்பதற்கும், எனக்குப்

பலனளிக்கக்கூடிய விஷயங்களைப் பற்றிச் சிந்திப்பதற்கும் எனக்கு இப்போது கிடைத்துள்ள நேரத்தை நான் மகிழ்ச்சியாக அனுபவிக்கிறேன்.

இந்த சுயதூண்டுதல்கள் சிறப்பாகப் பலனளித்தன. அதன் பிறகு, நான் காரில் சென்றபோது, ஒருசில சமயங்கள் இந்த சுயபேச்சை நான் மீண்டும் மீண்டும் கூற வேண்டியிருந்தது. ஆனால் அன்றிலிருந்து, காரோட்டும்போது நான் முற்றிலும் வித்தியாசமாக உணர்ந்துள்ளேன். இந்த மாற்றம் எனக்குக் கடினமானதாக இருந்ததா? இல்லை. எவரொருவராலும் இதைச் செய்ய முடியுமா? நிச்சயமாக முடியும்.

மனஅழுத்தம் உருவாக்கும் வேதியியல் தாக்கம்

நாம் எவ்வளவு தூரம் நம்மை மனஅழுத்தத்திற்கு ஆளாக்கிக் கொள்கிறோம்! எப்படிப்பட்ட உணர்ச்சிகளை நாம் பொறுத்துக் கொள்ள வேண்டியுள்ளது! எதிர்மறையான உணர்ச்சிரீதியான மனஅழுத்தம் ஏற்பட்ட ஓரிரு நிமிடங்களில் நமது மூளை நமது அமைப்புமுறைக்குள் விடுவிக்கின்ற இயற்கையான வேதிப் பொருட்களின் விளைவு குறித்தச் செயல்முறை பற்றிய மாபெரும் உள்நோக்கை மனம் மற்றும் மூளை தொடர்பான ஆராய்ச்சியில் ஈடுபடுள்ளவர்கள் பெற்றுள்ளனர்.

கோபம், கவலை, எதிர்மறையான மனஅழுத்தம், விரக்தி போன்ற உணர்ச்சிகளை ஒருசில நிமிடங்கள் நாம் அனுபவித்தால்கூட, அது நம்முடைய உடலில் விஷத்தன்மையை உருவாக்குகின்றது. நாம் ஏன் அதைச் செய்கிறோம்? நாம் ஏன் நம் கட்டுப்பாட்டை இழக்கிறோம்? அவ்வாறு இருப்பதில் எந்தத் தவறும் இல்லை என்று நாம் நினைப்பதுதான் அதற்குக் காரணம். பக்குவமின்மையின் எச்சசொச்சங்கள் இன்னும் நம்மிடம் ஒட்டிக் கொண்டிருக்கின்றன என்று அர்த்தம்.

பெருநிறுவனங்களில் உயர் பதவிகளில் இருப்பவர்கள்கூட, சில சமயங்களில் நிலை தடுமாறுவதை நான் பார்த்திருக்கிறேன். வாழ்க்கை அக்கணத்தில் அவர்கள் விருப்பப்படி இல்லாமல் போவதுதான் அதற்குக் காரணம்.

நாம் அனைவரும் மனிதப் பிறவிகளே. ஆனால், மனிதர்களுக்குரிய பலவீனங்களில் ஒருசிலவற்றை விட்டொழித்து, கூட்டத்திலிருந்து தனித்து நிற்பதிலிருந்து

எதுவொன்றாலும் நம்மைத் தடுத்து நிறுத்த முடியாது. உங்களைச் சுற்றி இருக்கும் மக்கள் தங்கள் சூழ்நிலைகளும் சூழல்களும் தங்களைக் கட்டுப்படுத்த அனுமதிப்பதைத் தேர்ந்தெடுத்தால், உங்களால் அது குறித்து அவ்வளவாக எதுவும் செய்ய முடியாது. ஆனால் உங்களைப் பற்றி உங்களால் ஏதேனும் செய்ய முடியும். நீங்கள் எதிர்கொள்ளும் ஒவ்வொரு சூழ்நிலையையும், நீங்கள் எதிர்பாராத ஒவ்வொரு சிக்கலையும், உங்களால் மாற்ற முடியாத அல்லது கட்டுப்படுத்த முடியாத ஒவ்வொரு சூழலையும் நீங்கள் எவ்வாறு கையாள்கிறீர்கள் என்பது குறித்து உங்களால் ஏதேனும் நடவடிக்கை எடுக்க முடியும்.

நம் தனிப்பட்ட வாழ்விலும், வீட்டிலும், பள்ளியிலும், நண்பர்களிடமும், நம் வாழ்வைக் கட்டுப்படுத்துகின்ற சட்டதிட்டங்களிடமும், நம்மீது ஆட்சி செலுத்துபவர்களிடமும் நமது நேரத்தை நாம் செலவிடும் விதம் குறித்து நாம் மாற்ற விரும்புகின்ற விஷயங்கள் நம் அனைவரிடமும் ஏராளமாக உள்ளன.

பிரக்ஞையுடன்கூடிய நடவடிக்கைகள் அல்லது கட்டுப்பாட்டை மீறிய எதிர்வினைகள்

வாழ்வில் நம்மால் எதுவும் செய்ய முடியாத விஷயங்கள் குறித்து நாம் எவ்வாறு எதிர்வினை ஆற்றுகிறோம் என்பதுதான் எப்போதும் நமது சுயகட்டுப்பாட்டிற்கும், நம் வாழ்வில் அமைதி நிலவுவதற்கும், நாம் உயர்ந்த நிலையில் இருப்பதற்கும், நம் மனத்தைக் கட்டுப்படுத்துவதற்கான நமது திறனுக்கும் உண்மையான சோதனையாக இருக்கும். பக்குவத்தின் ஒரு பகுதி அது. நமக்கு நாமே பொறுப்பேற்றுக் கொள்வதும், ஒவ்வொரு நாளும் அதன்படி வாழ்வதும்தான் அது.

தங்களால் எதுவும் செய்ய முடியாத விஷயங்கள் குறித்துத் தொடர்ந்து குறைகூறும் எண்ணற்ற மக்களைக் கண்டு அடிக்கடி நான் வியக்கிறேன். துளிகூட நம் கட்டுப்பாட்டில் இல்லாத வானிலையைப் பற்றிக் குறைகூறும் மக்களை என்னவென்று கூறுவது? மழையோ அல்லது வெயிலோ தங்கள் ஒட்டுமொத்த நாளையும் சீரழிப்பதற்கு அனுமதித்த யாரேனும் ஒருவரை நிச்சயமாக நம் அனைவருக்குமே தெரிந்திருக்கும். வானிலை தான் என்ன செய்ய விரும்புகிறதோ, அதைச் செய்கிறது. அதைப் பற்றி எவ்வளவு உரத்தக் குரலில் நாம் குறைகூறினாலும், அது மாறப் போவதில்லை. நம் கட்டுப்பாட்டில் இல்லாத எதைப்

பற்றியும் குறைகூறுவது முட்டாள்தனமானது மட்டுமல்லாமல், குறைகூறுவதற்கு நாம் பயன்படுத்துகின்ற எதிர்மறை சுயபேச்சு அன்றைய தினத்தில் நாம் மனத்தளவிலும் உடலளவிலும் எவ்வாறு செயல்படுகிறோம் என்பதன்மீது ஒரு நேரடியான தாக்கத்தையும் ஏற்படுத்துகிறது.

சூழ்நிலையின் யதார்த்தத்தை அங்கீகரித்து, அதை மகிழ்ச்சியாக ஏற்றுக் கொள்வதற்கு நமது சுயபேச்சை மாற்றியமைத்துக் கொள்வது சுலபமானது, ஆரோக்கியமானது. எப்படியானாலும் மழை பெய்யத்தான் போகிறது! அதை வேறு விதமாகப் பார்க்க முயற்சி செய்யுங்கள். குறைந்தபட்சம் அன்றைய தினமாவது உங்கள் ஆழ்மனமும் வெளிமனமும் விஷயங்களை வித்தியாசமாகப் பார்ப்பதற்கு உதவுகின்ற இப்படிப்பட்ட சுயபேச்சு வாசகங்களை உங்களிடம் நீங்களே கூறிக் கொள்ளுங்கள்:

இன்று மழை பெய்து கொண்டிருக்கிறது. ஆனால் அதனால் எனக்கு எந்தப் பிரச்சனையும் இல்லை. இன்றைய நாள் எனக்கு நல்லவிதமாக அமையப் போகிறது. இந்த மழை அதைத் தடுத்து நிறுத்தப் போவதில்லை.

ஒரு நல்ல மனப்போக்கைக் கொண்டிருப்பது ஒரு நல்ல யோசனையைப் பெற்றிருப்பதைவிட அதிக நன்மை பயப்பதாகக் கூறும் மருத்துவரீதியான மற்றும் அறிவியல்ரீதியான ஆதாரங்கள் ஏராளமாக உள்ளன.

நல்ல மனநிலையைக் கொண்டிருப்பது நமக்கு அனுகூலமாகச் செயல்படும் என்பதைப் பல வருடங்களாக நாம் அறிந்து வந்துள்ளோம். ஆனால் சரியான மனப்போக்கைக் கொண்டிருப்பது நம் வாழ்நாள் முழுவதும் ஒவ்வொரு கணமும் ஏற்படுகின்ற மனரீதியான மற்றும் உயிரியல்ரீதியான எதிர்வினைகளில் ஒரு முக்கியப் பங்கு வகிக்கிறது என்பது இப்போது நமக்குத் தெரிய வந்துள்ளது.

எண்ணங்கள், மனநிலைகள், மனப்போக்குகள், மற்றும் நடவடிக்கைகள், நமது மனரீதியான மற்றும் உடல்ரீதியான வேதியலில் நாம் நினைப்பதைவிட முக்கியமான பங்கு வகிப்பதாக நரம்பியல் அறிவியல் துறையில் நிகழ்த்தப்படுகின்ற ஆய்வுகள் தெரிவிக்கின்றன. நம்மைப் பொறுத்தவரை, இந்த ஆய்வு முடிவுகள் விழிப்பூட்டுபவையாக இருக்கின்றன. ஒருசில

தற்செயலான எண்ணங்கள் எவ்வளவு முக்கியத்துவம் வாய்ந்தவையாக இருந்துவிட முடியும்? நாம் கற்பனை செய்துள்ளதைவிட அவை அதிக முக்கியத்துவம் வாய்ந்தவைதான்.

நமது உயிரியல்ரீதியான சூழலும், நமது உடற்கூறும், ஆரோக்கியமும் நமது மனநிலையை பாதிக்கின்றன. நமது உள்ளார்ந்த உயிரியல் சூழல் எவ்வளவு அதிகச் சிறப்பான நிலையில் இருக்கிறதோ, நாம் அவ்வளவு அதிகச் சிறப்பாகச் சிந்திக்கிறோம், நடந்து கொள்கிறோம். இதற்கு நேரெதிரானதும் உண்மை. நாம் எவ்வளவு அதிக ஆக்கபூர்வமாகச் சிந்திக்கிறோமோ, அவ்வளவு அதிக நேர்மறையாக உணர்ச்சிரீதியாகவும் உடல்ரீதியாகவும் நம்மீது நாம் தாக்கத்தை ஏற்படுத்திக் கொள்கிறோம்.

சூழ்நிலைச் சுழற்சி

இன்றைய நாள் உங்களுக்கு நல்ல நாளாக அமையப் போகிறது என்று நீங்கள் உங்களிடம் கூறிக் கொள்ளும் ஓர் எளிய நடவடிக்கை, மனரீதியாக உங்களுக்கு நம்பிக்கையூட்டுவதோடு மட்டுமல்லாமல், உங்கள் மூளையில் சில வேதியியல் மற்றும் மின்தூண்டுதல்களை முடுக்கிவிடுகிறது. இது உங்கள் மனநிலையின்மீது பாதிப்பை ஏற்படுத்துகிறது. அந்தத் தாக்கம் உங்களை உடலின்மீது தாக்கத்தை விளைவிக்கிறது. இது நீங்கள் சிந்திக்கும் விதத்தின்மீது தாக்கத்தை ஏற்படுத்துகிறது.

இது தானாக உருவாகிக் கொள்ளும் ஒரு சுழற்சியாகும்: எண்ணம், உணர்ச்சிரீதியான செயல்விடை, உடல்ரீதியான செயல்விடை, எண்ணம், உணர்ச்சிரீதியான செயல்விடை, ... என்று இச்சுழற்சி தொடரும். அதனால்தான், காலையில் எழுந்தவுடன் நிகழும் ஓர் எதிர்மறை நிகழ்வை நாம் கவனத்தில் எடுத்துக் கொண்டுவிட்டால், அன்றைய நாள் முழுவதும் அது மற்ற அனைத்து விஷயங்களையும் எதிர்மறையாக பாதிக்கிறது. அது நமது ஆற்றலையும், உற்சாகத்தையும், சுயமுயற்சியையும், உத்வேகத்தையும் பாதிக்கிறது.

சுருக்கமாகக் கூறினால், ஓர் எதிர்மறைச் சுழற்சியில் முதல் அம்சத்தை உருவாக்குவதற்கு ஒரே ஒரு நிகழ்வை அனுமதிப்பதன் மூலம் ஓர் ஒட்டுமொத்த நாளையும் உங்களால்

வெற்றிகரமாகச் சீர்குலைக்க முடியும். இந்த எதிர்மறைச் சுழற்சி உங்களுக்கு ஏற்பட்டுள்ள பிரச்சனையால் உருவாக்கப்படவில்லை. அந்தப் பிரச்சனைக்கு நீங்கள் எவ்வாறு செயல்விடை அளித்தீர்கள் என்பதுதான் அந்தச் சுழற்சியைத் துவக்கி வைத்தது.

எனவே, உங்கள் கட்டுப்பாட்டில் இல்லாத, உங்களால் எதுவும் செய்ய முடியாத விஷயங்களால் சோர்வடைவது எவ்விதத்திலும் நடைமுறைக்கு உகந்ததல்ல. ஆனால் அவற்றைப் பற்றி நீங்கள் உணரும் விதத்தை ஒருசில கணங்களில் உங்களால் மாற்ற முடியும். ஓர் எதிர்மறையான சுழற்சியை உருவாக்குவதற்குப் பதிலாக, உங்களுக்கு விருப்பமான எந்த நேரத்திலும் ஒரு நேர்மறையான சுழற்சியை உங்களால் உருவாக்க முடியும்.

மகிழ்ச்சியற்று இருப்பதில் மகிழ்ச்சி கொள்ளும் மக்களை நாம் அனைவருமே சந்தித்திருப்போம். அவர்கள் வாழ்வில் விஷயங்கள் எவ்வளவு சிறப்பாகச் சென்று கொண்டிருந்தாலும் சரி, தங்களை மகிழ்ச்சியின்றி வைத்திருப்பதற்கு அவர்கள் ஏதேனும் ஒன்றை நிச்சயமாகக் கண்டுபிடிப்பார்கள். அதிர்ஷ்டவசமாக, நம்மில் பெரும்பாலானவர்கள் மகிழ்ச்சியாக உணர விரும்புகிறோம். மகிழ்ச்சியின்றி இருப்பதைவிட மகிழ்ச்சியாக இருப்பதை நாம் விரும்புகிறோம். மோசமாக உணர்வதைவிட நல்லவிதமாக உணர்வதை நாம் விரும்புகிறோம். உண்மை என்னவென்றால், தாங்கள் விரும்பும் எந்தவொரு நேரத்திலும் மகிழ்ச்சியாக அல்லது மகிழ்ச்சியின்றி இருப்பதையும், கட்டுப்பாட்டுடன் அல்லது கட்டுப்பாடின்றி இருப்பதையும் எவரொருவராலும் தேர்ந்தெடுக்க முடியும். உங்கள் உள்ளார்ந்த சுயபேச்சானது உங்கள் வாழ்வில் தோன்றும் ஒவ்வொரு சூழ்நிலைக்குமான ஒரு மாயாஜாலத் தீர்வு அல்ல. ஆனால், நீங்கள் கட்டுப்பாட்டுடன் இருப்பதற்கும், அச்சூழ்நிலைகளை அதிகப் பலனளிக்கும் விதத்தில் கையாள்வதற்கும் அது உங்களுக்கு உதவும்.

நாளின் ஒவ்வொரு கணமும் நம் முகத்தில் புன்முறுவல் பூத்திருக்க வேண்டும் என்று நாம் எதிர்பார்க்கக்கூடாது. ஆனால், சற்றுக் கூடுதலாகப் புன்னகைப்பதன் மூலம் நாம் ஒவ்வொருவரும் நம் வாழ்வில் அதிகச் சிறப்பாகச் செயல்படுவோம் என்று நான் நம்புகிறேன்.

சராசரியான சூழல்களிலும் சிறப்பாகச் செயல்படுதல்

இயல்பாக ஏற்படுகின்ற, ஆனால் மகிழ்ச்சியற்றச் சூழ்நிலைகளை நாம் சில சமயங்களில் எதிர்கொள்ள நேரிடுவது உண்மை. ஒரு குழந்தையை இரவு பதினோரு மணிக்கு அவசரச் சிகிச்சைப் பிரிவிற்கு எடுத்துச் சென்றுவிட்டு, பதினாறு தையல்களுடனும் வங்கிக் கணக்கில் 250 டாலர்கள் குறைவாகவும் நீங்கள் திரும்பி வந்தால், நான் என்ன கூறுகிறேன் என்பது உங்களுக்குப் புரியும்.

அது உங்களுக்கு நேர்ந்தால், உங்கள் மனத்தில் என்ன சிந்தனை ஓடிக் கொண்டிருக்கும் என்பதைக் கற்பனை செய்து பாருங்கள். காயம் அவ்வளவு தீவிரமானதாக இல்லாமல் போனாலும் நீங்கள் கவலையுடன் இருப்பீர்கள். உங்கள் குழந்தை காயப்பட்டு ஓடி வந்தபோது, நீங்கள் செய்து கொண்டிருந்த வேலையை உடனடியாக நிறுத்திவிட்டு, அடுத்த ஓரிரு மணிநேரங்களை ஒரு மருத்துவமனையின் அவசரச் சிகிச்சைப் பிரிவின் வாசலில் காத்துக் கொண்டிருப்பதில் நீங்கள் செலவிடுவீர்கள். அது ஓர் அழகிய நாளுக்கான கச்சிதமான முடிவாக இருக்காது.

இச்சூழ்நிலை உங்களுக்கு ஏற்பட்டால் நீங்கள் எவ்வாறு உணர்வீர்கள்? உங்கள் பிரக்ஞையின்றி நீங்கள் உங்களிடம் என்ன கூறிக் கொள்வீர்கள்? கோபம், கரிசனம், வருத்தம் போன்ற உணர்ச்சிகள் உங்கள் மனத்தில் மாறி மாறி ஏற்பட்டுக் கொண்டிருக்கக்கூடும்.

அப்படிப்பட்ட சமயங்களில் நீங்கள் உங்களிடம் என்ன கூறிக் கொள்கிறீர்கள் என்பது உங்கள் மனநிலையையும், நீங்கள் உணரும் விதத்தையும், உங்களையும் உங்கள் சூழ்நிலையையும் நீங்கள் எவ்வாறு கையாள்கிறீர்கள் என்பதையும் பாதிக்கும். உங்கள் குழந்தை எவ்வளவு நலமாக இருக்கிறான் என்பது மருத்துவரின் உதவி மற்றும் நீங்கள் கொடுக்கக்கூடிய ஒருசில ஊக்குவிப்பு வார்த்தைகளைச் சார்ந்திருக்கும். நீங்கள் எவ்வளவு சிறப்பாகச் செயல்படுகிறீர்கள் என்பது முற்றிலும் உங்களைச் சார்ந்தது! உங்களை உங்கள் கட்டுப்பாட்டில் வைத்திருக்கப் போவதாக நீங்கள் தீர்மானித்திருந்தால், உங்களிடம் சரியான வழியில் பேசுவீர்கள். உடனடியாகவும், நேரடியாகவும், யதார்த்தமாகவும், நேர்மறையாகவும் பேசுவீர்கள்.

ஒவ்வொரு மோசமான சூழ்நிலையையும் உடனடியாக ஒரு நல்ல சூழ்நிலையாக நீங்கள் மாற்ற வேண்டும் என்று சூழ்நிலைரீதியான சுயபேச்சு உங்களிடம் எதிர்பார்ப்பதில்லை. மாறாக, எந்தவொரு சூழ்நிலையிலும் உங்களால் முடிந்த அளவுக்குச் சிறப்பாகச் செயல்படுவதற்கான ஒரு வழியை அது உங்களுக்குக் காட்டுகிறது. உங்களை உங்கள் கட்டுப்பாட்டில் வைக்கிறது, எந்தவொரு சூழ்நிலையிலும் உங்களால் முடிந்த அளவுக்குச் சிறப்பாகச் செயல்பட அது உங்களுக்கு உதவுகிறது.

நீங்கள் தனியாகக் காரில் சென்று கொண்டிருந்தபோது உங்கள் காரின் டயர் பழுதாகிய அனுபவம் உங்களுக்கு ஏற்பட்டுள்ளதா? அப்போது உங்களிடம் நீங்கள் பேசிக் கொண்ட விஷயங்கள் நிச்சயமாகச் சிறப்பான வாசகங்களாக இருந்திருக்காது என்பது உறுதி.

டயர் பழுதானவுடனேயே சுயபேச்சு துவங்கிவிடுகிறது. பிறகு சிறிது நேரம் நீடிக்கிறது. ஒன்று, அது உங்களைக் கட்டுப்பாட்டில் வைத்து, உங்கள் உத்வேகத்தை உயர்ந்த நிலையில் வைக்கிறது. இல்லையென்றால், பெரும்பாலான சூழல்களில் நிகழ்வதைப்போல், நமது சொந்த வார்த்தைகளும் எண்ணங்களும் நமது பிரச்சனையை இன்னும் மோசமாக்குகின்றன.

விஷயங்கள் மோசமாகப் போகும்போது நமக்கு நாமே கூறிக் கொள்ளும் வார்த்தைகள்தான் பிரச்சனைக்குக் காரணமாகின்றன. அவை நமது நிலைமையை மேம்படுத்துவதற்குப் பதிலாக அல்லது நமது பிரச்சனையைத் தீர்க்க உதவுவதற்குப் பதிலாக, நமக்கு அதிகப் பிரச்சனையை உருவாக்குகின்றன. சாலையில் பழுதாகி நிற்கும் காரின் டயரை மாற்றும் யாரேனும் மகிழ்ச்சியாக விசிலடித்தபடி டயரை மாற்றுவதை நீங்கள் பார்த்திருக்கிறீர்களா?

உங்களது நாளைச் சீரழிக்கவோ அல்லது சிறப்பான ஒன்றாக ஆக்குவதற்கோ கணக்கிலடங்கா வாய்ப்புகள் உள்ளன

நமக்கு ஏமாற்றத்தையும் வருத்தத்தையும் ஏற்படுத்தக்கூடிய விஷயம் எதுவாக வேண்டுமானாலும் இருக்கலாம். நமக்கு ஏமாற்றத்தை ஏற்படுத்துகின்ற, நம்மைக் கோபத்திற்கு ஆளாக்குகின்ற, நமது கவனத்தைச் சிதறடிக்கின்ற ஏராளமான

விஷயங்களை ஒவ்வொரு நாளும் நாம் எதிர்கொள்கிறோம். நம் அன்றாட வாழ்வில் நிகழ்கின்ற பல விஷயங்கள் நமக்கு தினசரி விரக்திகளை ஏற்படுத்தக்கூடியதாக அமைகின்றன. அவற்றில் ஓரிரு விஷயங்கள் உங்களுக்கு நிகழ்ந்தால்கூட, தவறான சுயபேச்சைப் பயன்படுத்துவதன் மூலம் நீங்கள் பாதை விலகிச் செல்லக்கூடும். உங்களது வெறுப்பு அளவுக்கதிகமான ஒன்றாக இருந்தால், ஒட்டுமொத்த நாளையும் அது சீரழித்துவிடும்.

சூழ்நிலைரீதியான சுயபேச்சு உங்கள் பிரச்சனையை மாற்றாமல் போகக்கூடும், ஆனால் தேவையான நேரத்தில் பிரக்ஞையோடும் உடனடியாகவும் நீங்கள் அதைப் பயன்படுத்தினால், அப்பிரச்சனைக்கு நீங்கள் எவ்வாறு செயல்விடை அளிக்கிறீர்கள் என்பதையும், அன்றைய தினம் நீங்கள் எவ்வளவு சிறப்பாகச் செயல்படுகிறீர்கள் என்பதையும் அது விரைவாக மாற்றும். இச்சூழ்நிலைகளில் சில மிகவும் முக்கியமானவை, ஆனால் சில சூழ்நிலைகள் மிகவும் அற்பமானவை. இந்த அற்பமான சூழ்நிலைகளால் எவ்வாறு நம்மைச் சோர்வுக்கு ஆளாக்க முடிகிறது என்று நினைத்துப் பார்த்தால் வியப்பாக இருக்கிறது. சூழ்நிலைகளுக்கு நாம் செயல்விடை அளிக்கும் விதம்தான் நமக்குப் பிரச்சனையாக அமைகிறது.

இச்சூழ்நிலைகள்தான் விவாதங்கள், விரக்தி, கவலை, மனஅழுத்தம், மோசமான நாட்கள் ஆகியவற்றுக்குக் காரணம். சூழ்நிலைகள் எதுவாக வேண்டுமானாலும் இருக்கலாம்: ரொட்டி கருகிவிட்டது; விமானம் தாமதமாகியுள்ளது; உங்கள் முதலாளி உங்களிடம் கடுமையாக நடந்து கொள்கிறார்; உங்கள் குழந்தை சரியாகப் படிக்கவில்லை; நீங்கள் குளித்துக் கொண்டிருக்கும்போது தண்ணீர் நின்றுவிடுகிறது; உங்களுக்குப் பிடித்தமான தொலைக்காட்சி நிகழ்ச்சியை நீங்கள் தவறவிட்டுவிட்டீர்கள்; சந்திப்புக் கூட்டத்திற்குச் செல்ல நேரமாகிவிட்டது, ஆனால் அணிவதற்குச் சரியான ஆடையை உங்களால் கண்டுபிடிக்க முடியவில்லை; உங்களுடைய பதவி உயர்வு தாமதமாகியுள்ளது, . . . தவறாகப் போகும் அனைத்து விஷயங்களும் உண்மையிலேயே அவ்வளவு மோசமானவையா? நம்முடைய ஆழ்மனத்தைப் பொறுத்தவரை, அவை எவ்வளவு மோசம் என்று நாம் கருதுகிறோமோ, அவை அவ்வளவு மோசமாக அமைகின்றன.

நீங்கள் ஒரு வரிசையில் காத்திருக்க நேரிடும்போது, தேவையில்லாமல் சோர்வடைந்து ஓர் எதிர்மறைச் சுழற்சியைத் தோற்றுவிப்பதற்குப் பதிலாக, வித்தியாசமாக ஏதேனும் ஒன்றை உங்களிடம் கூறுவதற்குப் பழகிக் கொள்ளுங்கள். "வரிசையில் காத்திருப்பதை நான் வெறுக்கிறேன்," என்று சிந்திப்பதற்குப் பதிலாக, கீழ்க்கண்ட சுயபேச்சைப் பயன்படுத்தி, வரிசையில் நிற்பதைப் பார்க்கின்ற உங்கள் கண்ணோட்டத்தை மாற்றுவது சுலபமானதாக இருக்கும். அது எவ்வாறு பலனளிக்கும் என்று நீங்கள் வியந்தால், உங்களுக்குக் கிடைக்கும் அடுத்த வாய்ப்பில் அதைப் பயன்படுத்திப் பாருங்கள்.

"வரிசையில் நிற்பதை நான் பொருட்படுத்துவதில்லை. நான் என்ன செய்ய வேண்டுமோ அதைத்தான் செய்து கொண்டிருக்கிறேன். வரிசையில் நிற்பதில் எனக்கு எந்தத் தொந்தரவும் இல்லை. வேலைகளைச் செய்து முடிப்பதை நான் உண்மையிலேயே விரும்புகிறேன்."

ஒருவரைத் தொலைபேசியில் தொடர்பு கொள்ள முயற்சிக்கும்போது அவரது தொலைபேசியின் தானியங்கி பதிலளிக்கும் இயந்திரத்திடமிருந்து தகவலைப் பெறுவதை வெறுக்கும் மக்களை நான் அறிவேன். "பதிலளிக்கும் இயந்திரத்தை நான் வெறுக்கிறேன்" என்று அவர்கள் தங்களைத் தாங்களே நம்ப வைத்துள்ளனர், பயிற்றுவித்துள்ளனர். உண்மையில், பதிலளிக்கும் இயந்திரங்கள் அவ்வளவு மோசமானவை அல்ல. ஒருவரைத் தொலைபேசியில் தொடர்பு கொள்ள முடியாமல் போகும்போது, இந்த இயந்திரங்கள் அவர்களுக்கு இடையே தொடர்பை ஏற்படுத்துகின்றன. எப்போதும் தொலைபேசிக்கு அருகில் இருப்பதற்குப் பதிலாக, வேறு ஏதேனும் ஒரு வேலையில் ஈடுபடுவதற்கு இது மக்களுக்கு உதவுகிறது. இந்த இயந்திரங்கள் தம் வேலையைச் சிறப்பாகச் செய்கின்றன. அவை நமக்கு எரிச்சலை ஊட்டுவதற்கு அவற்றை நாம் அனுமதிக்கலாம் அல்லது இந்த நூற்றாண்டின் தொழில்நுட்பத்தில் ஒரு பகுதியாக அவற்றை நாம் ஏற்றுக் கொள்ளலாம். பதிலளிக்கும் இயந்திரங்கள் இல்லையென்றால், நீங்கள் விடுக்கும் அழைப்பிற்குப் பதிலளிக்க மறுமுனையில் யாரும் இருக்க மாட்டார்கள்.

பதிவு செய்யப்பட்ட ஒரு செய்தியைக் கொண்ட பதிலளிக்கும் இயந்திரத்துடன் பேசுவதில் உங்களுக்கு விருப்பமில்லை என்று உங்களிடம் நீங்கள் கூறிக் கொள்வது, அவற்றைப் பயன்படுத்துவதிலிருந்து மக்களைத் தடுத்து நிறுத்தப் போவதில்லை. தற்போது அதை மாற்ற முடியாது. ஆனால் அந்த இயந்திரம் கூறும் செய்திக்கு நீங்கள் எவ்வாறு செயல்விடை அளிக்கிறீர்கள் என்பதை உங்களால் மாற்ற முடியும்: "ஒரு தகவலைப் பதிவு செய்வதற்காவது ஒரு வழி இருப்பதில் எனக்கு மகிழ்ச்சி."

யதார்த்தத்தை அங்கீகரித்தல்

ஒரு சூழ்நிலையை நீங்கள் விரும்புகிறீர்களோ இல்லையோ, அந்த நேரத்தில் அந்தச் சூழ்நிலைதான் நிலவுகிறது என்றால், அதுதான் உண்மை. அதுதான் சூழ்நிலை.

காரோட்டும்போது 'சீட் பெல்ட்' அணிவதை வெறுக்கின்ற மக்களை எனக்குத் தெரியும். அவற்றைத் தாங்கள் அணியக் கூடாததற்கான காரணங்களை அவர்கள் அடுக்கிக் கொண்டே போவார்கள். அந்த பெல்ட் தங்கள் ஆடைகளைக் கசக்குவதாகவும், அவை எவ்வளவு அசௌகரியமானவை என்றும் கூறி, பெல்ட்டை அணிவது தனிநபரின் விருப்பமாக இருக்க வேண்டுமே அன்றி ஒரு சட்டமாக இருக்கக்கூடாது என்று விவாதிப்பர். காரோட்டும்போது நீங்கள் உங்கள் சீட் பெல்ட்டை அணியத்தான் வேண்டும். ஆனால் நீங்கள் சீட் பெல்ட் அணிகிறீர்களா இல்லையா என்பது உங்கள் விருப்பத்தேர்வு. ஆனால் விதிமுறைகளை நீங்கள் கடைபிடிக்க விரும்பினால், சீட் பெல்ட் எவ்வளவு தொந்தரவு என்றோ அல்லது அதை அணிவதில் உங்களுக்கு எந்தத் தொந்தரவும் இல்லை என்றோ கூறுவதும் உங்கள் விருப்பத்தேர்வுதான். அது ஓர் அன்றாடப் பிரச்சனையாக இருக்கலாம் அல்லது ஒரு பாதுகாப்புக் கருவியாக இருக்கலாம். அது குறித்து எதிர்மறையான எண்ணத்தைப் பிரதிபலிக்க வேண்டிய அவசியமில்லை.

சூழ்நிலைரீதியான சுயபேச்சு மிகச் சிறிய அசௌகரியங்களுக்குக்கூட நன்றாகப் பலனளிப்பதைப்போல், நமது வருவாயையும் தொழில்முறை வளர்ச்சியையும் நேரடியாக பாதிக்கின்ற மிக முக்கியமான சூழல்களில் அது சம அளவில் பலனளிக்கும். நான் பெருநிறுவனங்களுடன் வேலை

செய்யும்போது, நிறுவன அமைப்பின் ஒவ்வொரு நிலையிலும் இருக்கின்ற தனிநபர்களிடமிருந்து ஏராளமான வருத்தங்களையும் குறைகளையும் நான் செவிமடுக்கிறேன். அவர்கள் தங்கள் திருப்தியின்மையை வெளிப்படுத்தும் விஷயங்களில் பெரும்பாலானவை, அவர்களால் எதுவும் செய்ய முடியாத விஷயங்களாகும். அது நிறுவனத்தின் கொள்கையாக இருக்கலாம், அல்லது அரசாங்க விதிமுறையாகவோ, ஒரு மேலாளரின் நடவடிக்கையாகவோ இருக்கலாம். இவை அனைத்தும் வியாபார உலகின் ஓர் அங்கம்தான்.

வியாபாரத்தின் மாற்ற முடியாத யதார்த்தங்களை அங்கீகரிப்பதற்கு நேர்மறையான சுயபேச்சாளர் விரைவில் கற்றுக் கொள்கிறார். அவற்றிலிருந்து எவ்வளவு சிறந்த பலனைப் பெற முடியுமோ அதைப் பெறுவதோடு, அவற்றை எதிர்த்துப் போராடுவதை அவர் நிறுத்திவிடுகிறார். மாறாக, தான் வேலை செய்வதற்கு ஒரு நல்ல இடத்தையும், தன் தொழிலில் முன்னேறுவதற்கு ஒரு நல்ல வாய்ப்பையும் தனக்கு ஏற்படுத்திக் கொள்ளும் விதத்தில் தனது நிறுவனம் முன்னேறுவதற்கு உதவுவதில் அவர் மும்முரமாக ஈடுபடுகிறார். வியாபாரச் சூழல்களில் நான் பல வருடங்களைச் செலவிட்டப் பிறகு, தனிப்பட்ட மனப்போக்குகள் எனும் தடைகளிலிருந்து மீள்வதற்கான வழிமுறைகள் மற்றும் உத்திகள் குறித்தும், நமது வேலைகளில் உற்பத்தித் திறனைப் பெருக்குவதற்கு சுயபேச்சைப் பயன்படுத்துவது குறித்தும் பல விஷயங்களை என்னால் விவாதிக்க முடிகிறது. நமது மனப்போக்குகளில் தினந்தோறும் சிறுசிறு நேர்மறையான மாற்றங்களைச் செய்வது நமது வேலையில் நமக்கு எவ்வளவு உதவும் என்பதைக் கற்பனை செய்து பாருங்கள்.

ஒரு சராசரி நபர் ஒரு மாதத்தில் அல்லது ஒரு வருடத்தில் எதிர்கொள்ளும் பிரச்சனைகளையும் ஏமாற்றங்களையும் நான் ஒருபோதும் கணக்கிட முயற்சித்ததில்லை. அவற்றில் நாம் உழலத் தேவையில்லை. போதுமான பிரச்சனைகளும் ஏமாற்றங்களும் நம் ஒவ்வொருவருக்கும் இருக்கின்றன. உங்களுக்கு விளக்குவதற்காகவே நான் ஒருசில எடுத்துக்காட்டுகளைப் பயன்படுத்தியுள்ளேன். இப்போது உங்களுடைய சொந்த எடுத்துக்காட்டுகளை உங்களால் நினைத்துப் பார்க்க முடியும் என்று நான் நினைக்கிறேன். உங்கள் அன்றாட வாழ்வில் உங்களுக்கு இடையூறாக வருகின்ற எதைப்

பற்றியாவது நினைத்துப் பாருங்கள். அப்போது சூழ்நிலைரீதியான சுயபேச்சைப் பயன்படுத்துவதற்கான ஒரு வாய்ப்பை உங்களால் கண்டுபிடிக்க முடியும்.

சில சமயங்களில், நம்மைச் சரியான திசையில் சிந்திக்க வைப்பதற்கு நம்மைச் சுற்றி இருப்பவர்கள் ஏதேனும் நம்பகமான உத்தியைப் பயன்படுத்துவார்கள். இது தொடர்பான ஒரு கதை என் நினைவிற்கு வருகிறது. தன் கணவனுடைய புதிய காரின் பம்பரில் ஒரு பள்ளத்தை ஏற்படுத்திவிட்டு, தன் கணவனின் வசவுக்கு ஆளாகாமல் தப்பிய, புதிதாகத் திருமணமாகியிருந்த ஒரு புத்திசாலி மனைவியைப் பற்றிய கதை இது. அந்தக் கணவன் தன் கார் குறித்துப் பெருமிதமும் மகிழ்ச்சியும் கொண்டிருந்தான். அதில் ஒரு சிறு கீறல் விழுந்தால்கூட அவனுக்கு அது ஒரு பெரும் பிரச்சனையாக ஆகும் என்பதை அவள் அறிந்திருந்தாள். அவள் தன் வீட்டிற்குள் நுழைந்தபோது, பதற்றத்துடன் தன் கணவனிடம் சென்று, "நான் மிக மோசமான ஒரு விபத்தில் சிக்கிக் கொண்டேன். உங்கள் காரைப் பாழ்படுத்திவிட்டேன்," என்று கூறினாள். உடனடியாகத் தன் மனைவியின் பாதுகாப்புக் குறித்து அக்கறை கொண்ட அந்தக் கணவன், அவள் தன் கண்ணீருக்கிடையே தான் பாதுகாப்பாக இருப்பதாகக் கூறியதைக் கேட்டுப் பெரும் நிம்மதி அடைந்தான்.

தன் மனைவியின் நலனுக்கும், தன் காரின் இழப்புக் காரணமாகத் தனக்கு ஏற்பட்ட வேதனைக்கும் இடையே அலைக்கழிக்கப்பட்ட அவன், இறுதியில், அந்தக் கார் எங்கு இருக்கிறது என்று அவளிடம் கேட்டான். "நம் வீட்டு வாசலில் இருக்கிறது," என்று அவள் கூறினாள். கவலையும் அதிர்ச்சியும் ஒருசேர, அவன் அவள் தோளைச் சுற்றிக் கை போட்டுக் கொண்டு, தன் காரின் எச்சசொச்சங்களைப் பார்ப்பதற்காக அவளுடன் வெளியே வந்தான். தன் காரின் பம்பரில் ஒரு சிறு பள்ளம் மட்டுமே ஏற்பட்டிருந்ததைக் கண்டதும் அவனது பயம் மகிழ்ச்சியாக மாறியது. "இது ஒன்றுமே இல்லை! இதை நாம் சரி செய்துவிடலாம். இது ஒரு சிறு பள்ளம்தான். இது நம் கண்ணுக்குப் புலப்படக்கூட இல்லை. உனக்கு எந்தக் காயமும் ஏற்படாததில் எனக்கு மகிழ்ச்சி," என்று அவன் கூறினான்.

ஆனால் வீட்டிற்குள் நுழையும்போதே அவள் தன் கணவனிடம், "உங்கள் காரில் ஒரு பள்ளத்தை ஏற்படுத்திவிட்டேன்," என்று கூறியிருந்தால், அந்தக் கணவனின் நடத்தை வேறு விதமாக இருந்திருக்கும். அன்று மாலை அவனது

சுயபேச்சு நிம்மதியும் நன்றியும் கலந்த எண்ணங்களாக இருந்திருக்காது. இவர்களது விஷயத்தில், தன் கணவனைப் பற்றி நன்றாகத் தெரிந்து வைத்திருந்த இந்தப் பெண், அவனது சுயபேச்சை அவனுக்காக வடிவமைத்தாள். ஆனால் பெரும்பாலான சமயங்களில் நமக்கு யாருடைய உதவியும் கிடைப்பதில்லை. நமது சுயபேச்சை நாமே வடிவமைத்துக் கொள்ள வேண்டியுள்ளது.

அக்கணவன் ஓர் அனுபவமிக்க, நேர்மறையான சுயபேச்சாளனாக இருந்திருந்தால், அப்பிரச்சனை குறித்து அவனது மனைவியால் அவனிடம் ஒரு நேரடியான அணுகுமுறையைப் பயன்படுத்தியிருக்க முடியும். சூழ்நிலையை நாம் எப்படிப் பார்க்கிறோம், அந்த நேரத்தில் நம்மிடம் நாம் என்ன கூறிக் கொள்கிறோம் என்பதன் அடிப்படையில்தான் நமது செயல்விடைகள் அமைகின்றன என்பது இங்கு நாம் கருத்தில் கொள்ள வேண்டிய முக்கியமான விஷயம். பம்பரில் ஏற்பட்டப் பள்ளம் இங்கு ஒரு பிரச்சனையல்ல. அக்கணவன் தன் மனத்திற்குள் தேர்ந்தெடுத்த நிலைதான் அவனது செயல்விடையைத் தீர்மானித்தது.

அடுத்தச் சூழ்நிலை நீங்கள் செயல்விடை அளிப்பதற்கான ஒரு வாய்ப்பு

உள்ளூர நாம் ஒவ்வொருவரும் தேர்ந்தெடுக்கும் நிலைதான் நாம் எதிர்கொள்ளும் எந்தவொரு நிகழ்விற்கும் நாம் எவ்வாறு செயல்விடை அளிக்கிறோம், எவ்வாறு எதிர்வினை ஆற்றுகிறோம் என்பதைத் தீர்மானிக்கும். போக்குவரத்து நெரிசலில் சிக்கிக் கொள்வது உங்கள் ரத்த அழுத்தத்தை அதிகரிக்கும் என்றால், அதை உங்கள் கட்டுப்பாட்டிற்குள் கொண்டுவருவது புத்திசாலித்தனமான காரியமாக உங்களுக்குத் தோன்றவில்லையா?

கடந்தகாலத்தில், கடுஞ்சினம் உங்களுக்கு இடையூறாக இருந்திருந்தால், தொடர்ந்து அது உங்களுக்குத் தொந்தரவு கொடுப்பதை நீங்கள் நிறுத்த வேண்டும். அன்றாட வாழ்வில் நடைபெறும் நிகழ்வுகள் உங்களை எதிர்மறையாக பாதிப்பதற்கோ, உங்களுக்கு வருத்தத்தை ஏற்படுத்துவதற்கோ, உங்கள் இலக்கிலிருந்து விலகிச் செல்வதற்கோ, அல்லது உங்கள் நாளைப் பாழ்படுத்துவதற்கோ நீங்கள் அனுமதித்திருந்தால், எந்த நேரத்திலும் அதை உங்களால் மாற்ற முடியும்.

நாம் பிறக்கும்போது நம் ஒவ்வொருவருக்கும் ஒரே ஒரு ஜாடி நிறைய மட்டும் ஆற்றல் வழங்கப்பட்டு, நமக்கு விருப்பமான விதத்தில் அதைப் பயன்படுத்திக் கொள்ளலாம் என்று கூறப்பட்டிருந்தால், நம்மில் பெரும்பாலானவர்கள் அந்த ஆற்றலை ஒரு முழுமையான, மதிப்பான வழியில் பயன்படுத்துவோம் என்று நினைக்கிறீர்களா? நாம் அனைவரும் அதை விரும்புவோம் என்பதில் எனக்கு எந்த சந்தேகமும் இல்லை. உங்களிடம் எஞ்சியிருக்கும் ஆற்றலை நீங்கள் இக்கணத்தில் எவ்வாறு பயன்படுத்த விரும்புவீர்கள்? கோபம், குறைகூறுதல்கள், அல்லது வாழ்வில் ஏற்படும் அற்பமான திருப்தியின்மைகள் ஆகியவற்றில் அந்த ஆற்றலை விரயம் செய்வீர்களா? அல்லது குறைந்த அளவு ஆற்றலே உங்களிடம் உள்ளதென்றால், உங்கள் மனத்திற்கு நிறைவையும் அமைதியையும் கொடுக்கக்கூடிய எண்ணங்கள் மற்றும் நடவடிக்கைகள்மீது அதைக் கவனமாகப் பயன்படுத்துவீர்களா?

அடுத்த முறை உங்களுக்கு ஏதேனும் ஒரு பிரச்சனை ஏற்படும்போது, அதற்கு நீங்கள் எவ்வாறு செயல்விடை அளிக்கிறீர்கள் என்பதைக் கவனியுங்கள். நீங்கள் ஒரு பக்குவமான, திறமையான, கட்டுப்பாட்டுடன்கூடிய நபர் என்று உங்களைப் பற்றி நீங்கள் கருதினால், உங்கள் எண்ணங்களை உங்கள் கட்டுப்பாட்டிற்குள் கொண்டு வாருங்கள். உங்களுக்கு சௌகரியமாக இருக்கும்போது அல்லது உங்கள் வாழ்வில் அனைத்து விஷயங்களும் சிறப்பாகச் சென்று கொண்டிருக்கும்போது மட்டுமே இவ்வாறு நடந்து கொள்ளாமல் எல்லா நேரங்களிலும் உங்கள் எண்ணங்கள் உங்கள் கட்டுப்பாட்டில் இருக்கட்டும். வாழ்வில் ஏற்படும் அற்பமான அசௌகரியங்களில் உங்கள் மனத்தின் சக்தியை வீணாக்காதீர்கள். அந்த ஆற்றலை வேறு ஏதேனும் ஒரு நல்ல விஷயத்திற்குப் பயன்படுத்துங்கள். அந்த ஆற்றலை உங்கள் கட்டுப்பாட்டிற்குள் கொண்டு வந்து, அதை ஒரு நல்ல விஷயத்தின்மீது குவியுங்கள், செயல்படுத்துங்கள். உங்களை உங்கள் கட்டுப்பாட்டில் கொண்டு வருவதற்கு உதவுகின்ற வார்த்தைகளையும் வழிகாட்டுதல்களையும் நீங்களே உங்களுக்குக் கொடுத்துக் கொள்ளுங்கள். இது அவ்வளவு கடினமான காரியமல்ல. அதோடு, இது எப்போதும் மதிப்புவாய்ந்த ஒன்றாகும்.

21

செயல்படுத்தத் துவங்குதல்

சுயபேச்சைப் பற்றிக் கற்றுக் கொண்டு, அதன் பயன்பாட்டைப் புரிந்து கொண்ட பிறகு, மக்கள், பின்வரும் மூன்று பொதுவான பிரிவுகளில் ஏதேனும் ஒன்றில் அடங்குவார்கள் என்பதை நான் கண்டுகொண்டுள்ளேன்:

1. சுயபேச்சின் கொள்கைகளைச் செயல்படுத்துவதற்கான ஒரு நடவடிக்கைத் திட்டத்தை வடிவமைத்து, அதில் மும்முரமாக ஈடுபடுபவர்கள் முதல் வகையினர். தங்களது புதிய சுயபேச்சைப் பயன்படுத்துவதற்கான சாத்தியக்கூறுகளை அவர்கள் அர்ப்பணிப்புடனும் எதிர்பார்ப்புடனும் அலசுவார்கள். தங்கள் இலக்குகளை அடைவதில் சுயபேச்சை ஒரு முக்கிய அங்கமாக ஆக்குவதை அவர்கள் பிரக்ஞையுடன் தேர்ந்தெடுப்பார்கள்.

2. சுயபேச்சின் அடிப்படைக் கொள்கைகளை ஏற்றுக் கொண்டு, திட்டவட்டமான வழியிலன்றி, சாதாரணமாக அக்கொள்கைகளைத் தங்கள் வாழ்வில் அமல்படுத்துபவர்கள் இரண்டாவது வகையினர். சுயபேச்சின் கோட்பாடுகளை அவர்கள் செயல்படுத்துகின்றனர், ஆனால் அவற்றை

உருவாக்குவதில் அவர்கள் மும்முரமாக ஈடுபடுவதில்லை, மாறாக, வெறுமனே அவற்றைக் கடைபிடித்து, அவை தங்கள் வாழ்வில் பலனளிக்க அனுமதிக்கின்றனர்.

3. சுயபேச்சு குறித்து எதுவும் செய்யாமல், அதிலிருந்து எந்தப் பலனையும் பெறாமல் இருந்துவிடுபவர்கள் மூன்றாவது வகையினர்.

நீங்கள் முதல் இரண்டு பிரிவில் ஏதேனும் ஒன்றைச் சேர்ந்தவராக இருந்தால், நாம் விவாதித்துள்ள சுயபேச்சுக் கொள்கைகளிலிருந்து நீங்கள் மிகச் சிறந்த பலனை அடைவதற்கு உங்களுக்கு உதவக்கூடிய சில பரிந்துரைகளை நான் உங்களுக்கு வழங்குகிறேன். ஒன்றைப் பற்றிக் கற்றுக் கொள்வது என்பது ஒரு விஷயம்; கற்றுக் கொண்டதை நடைமுறையில் செயல்படுத்துவது என்பது முற்றிலும் வேறு விஷயம்.

உங்கள் உள்ளார்ந்த உலகிலும் சரி, வெளியுலகிலும் சரி, நீங்கள் முன்னேறிச் செல்ல வேண்டும் என்று உங்கள் மனத்தின் ஏதோ ஒரு பகுதி விரும்புவதாக வைத்துக் கொள்வோம். அப்படியிருந்தால், சுயபேச்சை உடனடியாகச் செயல்படுத்தத் துவங்குவதற்கு நீங்கள் செய்யக்கூடிய பல விஷயங்கள் உள்ளன. இவற்றில் பெரும்பாலான நடவடிக்கைகள் செய்வதற்கு மிகவும் சுலபமானவை. சில நடவடிக்கைகளுக்குக் கூடுதல் முயற்சி தேவைப்படலாம். நீங்கள் அவற்றில் ஏதோ ஒன்றைச் செய்கிறீர்களோ அல்லது எல்லாவற்றையும் செய்கிறீர்களோ, உங்கள் முயற்சி நிச்சயமாக உங்களுக்குப் பலனளிக்கும்.

ஒருசில நடைமுறைச் செயல்பாடுகள்

ஒரு விஷயம் எளிமையானதாக இல்லையென்றால், அது வேலை செய்யாது என்று நான் முன்பு கூறியிருந்தேன். எனவே, இப்போது நீங்கள் மேற்கொள்ள வேண்டிய நடவடிக்கைகளை எளிமையானவையாகவும் நடைமுறையில் செயல்படுத்தக் கூடியவையாகவும் அமைக்கிறேன். நீங்கள் ஒரே நாளில் ஒரு மலையை நகர்த்த வேண்டும் என்று யாரும் உங்களிடம் எதிர்பார்க்கவில்லை. ஆனால், எந்த முயற்சியும் எடுக்காமல் நீங்கள் வெறுமனே உட்கார்ந்திருக்க வேண்டும் என்று உங்கள்மீது அக்கறையுள்ள எவரும் விரும்ப மாட்டார்கள். எனவே, நீங்கள் மேற்கொள்ளக்கூடிய சில நடவடிக்கைகளை நான் உங்களுக்குப் பரிந்துரைக்கிறேன்.

இவற்றில் எதையும் நீங்கள் பின்பற்றாவிட்டால், மிகக் குறைவான விளைவுகளே உங்களுக்குக் கிடைக்கும். ஆனால் தனிப்பட்ட உற்சாகத்தோடும் மனஉறுதியோடும் நீங்கள் உங்களால் முடிந்த அளவுக்குச் சிறப்பாக முயற்சித்தால், புதிய உற்சாகமூட்டும் சாகசங்களை உங்கள் வாழ்வில் நீங்கள் உருவாக்குவீர்கள். ஒருசிலர் மட்டுமே கற்பனை செய்து பார்க்கின்ற விஷயங்களை நீங்கள் சாதிப்பீர்கள். புதிய கதவுகளைத் திறப்பீர்கள், புதிய வாய்ப்புகளைத் தேடுவீர்கள், புதிய சவால்களை வெற்றி கொள்வீர்கள், புதிய வெகுமதிகளைப் பெறுவீர்கள். ஒருசிலரால் மட்டுமே கற்பனை செய்து பார்க்கக்கூடிய அற்புதமான விஷயங்களை சாதிப்பீர்கள். வேறு எவரும் உங்களுக்காகச் செய்யாத அனைத்து விஷயங்களையும் நீங்கள் செய்வீர்கள்.

நீங்கள் உங்கள் வாழ்வில் செயல்படுத்தத்தக்க யோசனைகள் சிலவற்றை நான் உங்களுக்குத் தருகிறேன். அவற்றை நீங்கள் முயற்சித்துப் பாருங்கள். ஆனால் வெற்றிக்கான உச்சகட்ட அமைப்புமுறை எதையும் நான் உங்களுக்குக் கொடுக்கப் போவதில்லை. யாராலும் அதை உங்களுக்குக் கொடுக்க முடியாது. அதை உங்களுக்கு நீங்களேதான் கொடுத்துக் கொள்ள வேண்டும். உங்களது மனத்தை மீண்டும் உங்கள் கட்டுப்பாட்டிற்குள் கொண்டு வருமாறு மட்டுமே நான் பரிந்துரைக்கிறேன். உங்கள் மனத்தை நீங்கள் பயிற்றுவித்துக் கொள்ளுங்கள். உங்கள் வாழ்க்கையை உங்கள் விருப்பம்போல் வடிவமைத்துக் கொள்ளுங்கள். விளைவுகளை மகிழ்ச்சியாக ஏற்றுக் கொள்ளுங்கள். நீங்கள் உங்கள் ஆழ்மனத்திற்கு கொடுக்கும் அறிவுறுத்தல்களை மாற்றத் துவங்கும்போது, உங்கள் வாழ்க்கையை மீண்டும் உங்கள் கட்டுப்பாட்டில் கொண்டுவருவீர்கள்.

சுயவழிகாட்டுதலின் விளைவுகள்

கடந்த பல வருடங்களின்போது, சரியான வழியில் சுயபேச்சில் ஈடுபடுவதன் முக்கியத்துவத்தைக் கற்றுக் கொண்ட ஏராளமான நபர்களை சந்திக்கும் வாய்ப்பு எனக்குக் கிடைத்துள்ளது. அவர்கள் அதிசயமான மனிதர்கள். அவர்களில் பலர் சாதாரணப் பின்புலத்திலிருந்து வந்தவர்கள். ஆனால் அவர்கள் ஒவ்வொருவரது வாழ்க்கையிலும் வியத்தகு விளைவுகள் ஏற்பட்டுள்ளன.

அவர்கள் மிகவும் இயல்பான சாதனையாளர்களாக உருவாகியுள்ளனர். அவர்களுடைய வேலை எதுவாக இருந்தாலும் சரி, வாழ்வில் அவர்களது பாத்திரம் எதுவாக இருந்தாலும் சரி, கூட்டத்திலிருந்து அவர்கள் தனித்து நிற்கின்றனர். அவர்கள் தன்னம்பிக்கையைப் பற்றிப் பேச வேண்டியதில்லை, அது அவர்களிடம் பிரகாசமாக ஒளிவீசுகிறது. அவர்கள் தங்களது வெற்றிகளை வெளிப்படுத்த வேண்டியதில்லை, அவற்றோடு அவர்கள் வாழ்கின்றனர். அவர்கள் அக்கறையாக இருப்பதுபோல் நடிப்பதில்லை, அவர்கள் உண்மையிலேயே அக்கறை கொண்டுள்ளனர். அவர்கள் ஒவ்வொருவரும் தத்தம் வழிகளில் இவ்வுலகை இன்னும் சற்றுச் சிறந்த இடமாக மாற்றுவதில் ஒரு பங்கு வகிக்கின்றனர். இவர்களைப் போன்றவர்கள் போதுமான எண்ணிக்கையில் இருந்தால், நாம் அனைவரும் சிறப்பாக வாழ்வோம் என்று அடிக்கடி நான் நினைப்பதுண்டு.

எனக்கு வளர்ந்த மகன்கள் இருவர் உள்ளனர். நம்மில் பெரும்பாலானவர்களைப்போல் இவர்கள் இருவரும் கடுமையாகப் போராடி, சிறப்பான பக்குவத்தைப் பெற்று, மிக அருமையான மனிதர்களாக உருவாகியுள்ளனர். ஒரு தந்தை என்ற பெருமிதத்தில் நான் இவ்வாறு கூறவில்லை. மாறாக, அசாதாரணமான ஏதோ ஒன்று அவர்களிடம் இருப்பதை நான் கண்டுகொண்டுள்ளேன்.

தனித்துவமான அறிவுக்கூர்மையும், விழிப்புணர்வும், அக்கறையும் கொண்ட நபர்களாக அவர்கள் பரிணமித்தனர். என் மகன்களாக இல்லாமல் போயிருந்தாலும் நான் தெரிந்து கொள்ள விரும்பியிருக்கக்கூடிய நபர்களாக இருந்தனர் அவர்கள். அவர்கள் தங்கள் மனத்தில் பட்டதைப் பேசுகின்றனர், தங்கள் கருத்தில் உறுதியாக இருக்கின்றனர், இறுதிவரை தங்கள் மதிப்பைப் பாதுகாக்கின்றனர். இவ்வுலகிற்குப் பலனளிக்கின்றவர்களில் இவர்களும் அடங்குவர். அவர்களிடம் இருக்கும் எந்தப் பண்புநலன் இளம் வயதில் எனக்கு இருந்திருந்தால் நன்றாக இருந்திருக்கும் என்று நான் ஆய்வு செய்ய முயற்சித்துள்ளேன். ஒரு விஷயம் எனக்குத் தெளிவாகப் புலப்படுகிறது. தங்களிடம் எவ்வாறு பேசுவது என்பதை அவர்கள் இருவரும் கற்றுக் கொண்டுள்ளனர்.

ஒரு சராசரி நபர் ஒரு புதிய விழிப்புணர்வின் ஊடாக வளர்ந்து, ஒரு பிரகாசமான, அற்புதமான மனிதராக உருமாறிய அசாதாரணமான மாற்றத்தை நான் கவனித்து வந்துள்ளேன். அக்கறையின்மை சுயநம்பிக்கையாக மாறியதை நான் பார்த்துள்ளேன். தங்களைப் பற்றிய ஒரு மகத்தான உணர்வைத் தங்களுக்குள் வளர்த்துக் கொண்ட இவர்கள், மற்றவர்களுடன் அதைப் பகிர்ந்து கொண்டனர். அவர்களில் சிலரை நான் பார்த்ததில்லை, ஆனால் எனக்கு அவர்களைத் தெரியும். தங்களை வெற்றி கொண்டவர்கள் அவர்கள். தங்களுக்குள் இருக்கும் ஆற்றலைக் கைப்பற்றி, சரியான திசையில் அதை அவர்கள் வழிநடத்தியுள்ளனர். உண்மையைத் தங்கள் வசமாக்கியுள்ளனர். உள்ளார்ந்த நிலையில் தங்களுடன் ஓர் ஆழ்ந்த தொடர்பைக் கொண்டிருக்கின்றனர்.

அவர்கள் தங்களுக்கென்று ஒரு குறிக்கோளைக் கொண்டுள்ளனர். தங்கள் இருத்தலுக்கான காரணத்தைப் புரிந்து கொண்டுள்ளனர். அவர்கள் தங்களது சொந்த ஆலோசனையாளராக இருக்கின்றனர். தாங்கள் கூறுவதைக் காதுகொடுத்துக் கேட்கின்றனர். நம் ஒவ்வொருக்கு உள்ளேயும் இருக்கின்ற நம்பிக்கையின் ஒரு பகுதியாக அவர்கள் இருக்கின்றனர். அவர்கள்தான் உண்மையான சாதனையாளர்கள்.

அவர்கள் நம்மிடமிருந்து மிகவும் வேறுபட்டவர்களா? நான் அப்படி நினைக்கவில்லை. அவர்கள் தங்களையும் தங்கள் வாழ்க்கையையும் ஒழுங்குமுறையுடன் வைத்துக் கொள்வதற்கு ஒருசில சிறிய மாற்றங்களைச் செய்துள்ளனர். தங்களைத் தங்கள் கட்டுப்பாட்டில் வைத்துக் கொள்வதிலும், வாழ்வில் தங்களுக்கு விருப்பமானவற்றைச் செய்வதைத் தேர்ந்தெடுப்பதிலும் அவர்கள் வெற்றி பெற்றுள்ளனர்.

நீங்கள் ஒரு வித்தியாசத்தை ஏற்படுத்த விரும்பினால், மீண்டும் உங்கள் வாழ்க்கையை உங்கள் கட்டுப்பாட்டிற்குள் கொண்டுவர விரும்பினால், பின்வரும் சில உத்திகளை முயற்சித்துப் பாருங்கள். அது உங்களுக்குப் பலனளித்தால், அதை இன்னும் அதிகமாகச் செய்யுங்கள். அதைப் பயன்படுத்தி வெற்றி பெறாத மனிதர் எவரையும் நான் இதுவரை சந்தித்ததில்லை. அது உங்களுக்குப் பலனளிக்க வேண்டும் என்று நீங்கள் விரும்பினால், அது நிச்சயமாகப் பலனளிக்கும்.

உங்களுடைய சொந்த சுயபேச்சைக் காதுகொடுத்துக் கேளுங்கள்

அடுத்த நாற்பத்தெட்டு மணிநேரங்களுக்கு, உங்களிடம் நீங்கள் கூறிக் கொள்ளும் ஒவ்வொரு வார்த்தையையும் கவனமாகக் கேளுங்கள். நல்லதோ அல்லது கெட்டதோ, உரத்தக் குரலில் அல்லது அமைதியாக உங்களைப் பற்றி உங்களிடம் நீங்கள் கூறும் வார்த்தைகளைச் செவிமடுங்கள். நீங்கள் எண்ணும் ஒவ்வோர் எண்ணத்தையும் பிரக்ஞையுடன் கவனியுங்கள்.

எதிர்மறையான சுயபேச்சு, நேர்மறையான சுயபேச்சு ஆகிய இரண்டையும் கவனியுங்கள். குறிப்பாக, உங்கள் பிரக்ஞையின்றி ஆஜராகும் சுயபேச்சைக் கவனியுங்கள். நாளை காலையில் நீங்கள் வார்க்கும் தோசை உங்கள் தோசைக் கல்லில் ஒட்டிக் கொண்டுவிட்டால், அதைப் பற்றி நீங்கள் உங்களிடம் என்ன கூறுகிறீர்கள் என்று காதுகொடுத்துக் கேளுங்கள். நீங்கள் ஏதோ ஒன்றைச் செய்ய வேண்டும் என்று நினைத்திருந்து, அது குறித்து இதுவரை எதுவும் செய்திருக்கவில்லை என்றால், அந்த விஷயத்தை மீண்டும் வெளிக்கொண்டு வாருங்கள். உங்களுக்குள் இருந்து என்ன பதில் வருகிறது என்று பாருங்கள்.

பிரச்சனைகளுக்கும் வாய்ப்புகளுக்கும் நீங்கள் எவ்வாறு செயல்விடை அளிக்கிறீர்கள் என்பதைக் கவனியுங்கள். துணிகரச் செயல்களில் இறங்குவது குறித்து நீங்கள் எவ்வாறு நடந்து கொள்கிறீர்கள் என்று பாருங்கள். உங்களுடைய பழைய சுயபேச்சு உங்களை இருட்டான மூலையில் முடக்கிப் போடுகிறதா அல்லது நீங்கள் தைரியமாக எழுந்து நிற்க உதவுகிறதா? நீங்கள் உயர்ந்த நிலையில் இருக்கிறீர்கள் என்றும், தன்னம்பிக்கையும் தளரா முயற்சியும் கொண்டிருக்கிறீர்கள் என்றும் உங்கள் சுயபேச்சு உங்களிடம் கூறுகிறதா அல்லது அது உங்களை முடக்கிப் போடுகிறதா? நீங்கள் உங்களை நேர்மறையானவராகக் கருதுகிறீர்களா அல்லது எதிர்மறையானவராகக் கருதுகிறீர்களா? அதைவிட மிக முக்கியமாக, நீங்கள் ஒரு நேர்மறையான சுயபேச்சாளராக இருந்து வந்திருக்கிறீர்களா அல்லது எதிர்மறையான சுயபேச்சாளராக இருந்து வந்திருக்கிறீர்களா?

நீங்கள் உங்களிடம் பேசும்போது என்ன கூறுகிறீர்கள் என்பதைக் கவனியுங்கள். அடுத்த இரண்டு நாட்களுக்கு உங்கள் நண்பர்கள் நீங்கள் வேறு ஏதோ சிந்தனையில் மூழ்கியிருப்பதாக நினைத்தால் பரவாயில்லை. நீங்கள் உங்களிடம் கூறுவதை மட்டும் தொடர்ந்து கவனமாகக் கேளுங்கள். நீங்கள் என்ன செவிமடுக்கிறீர்கள் என்பது, அது குறித்து நீங்கள் என்ன செய்யப் போகிறீர்கள் என்பதைப் பற்றி ஏராளமானவற்றைக் கூறும்.

மற்றவர்களின் சுயபேச்சைக் கவனியுங்கள்

அதே நேரத்தில், மற்றவர்களது சுயபேச்சையும் கவனியுங்கள். குறிப்பாக, உங்கள் குடும்ப உறுப்பினர்கள், நெருங்கிய நண்பர்கள், வேலையில் உங்கள் கூட்டாளிகள் ஆகியோர் பேசுவதைக் கேளுங்கள். அவர்கள் தங்களைப் பற்றிக் கூறுகின்ற அனைத்தையும் கேளுங்கள். தாங்கள் பேசும் எதைப் பற்றியும் அவர்கள் சிந்திப்பதையும் உணர்வதையும் காதுகொடுத்துக் கேளுங்கள். எதிர்மறையான சுயபேச்சு எவ்வளவு அழிவுபூர்வமானது என்பதை உறுதி செய்து கொள்வதற்கு மற்றவர்கள் அதைக் கையாள்வதைப் பார்ப்பதைவிட விரைவான வழி வேறெதுவும் கிடையாது.

இப்போதைக்கு, அவர்களது சுயபேச்சைப் பற்றி யாரிடமும் எதுவும் கூறாதீர்கள். வெறுமனே அவர்கள் பேசுவதைக் கவனியுங்கள். பின்னொரு சமயத்தில் அவர்களிடம் பேசுவதற்கு உங்களுக்கு ஏராளமான நேரம் இருக்கும். குறிப்பாக, 'அபிப்பிராயங்களை' நீங்கள் கவனமாகக் கேளுங்கள். அனைத்து அபிப்பிராயங்களும் நமது சொந்த நம்பிக்கைகளைத்தான் பிரதிபலிக்கின்றன. நமக்கென்று அபிப்பிராயம் இல்லாவிட்டால், அவை மற்றவர்களின் நம்பிக்கைகளைப் பிரதிபலிக்கின்றன. ஒருவருடைய சுயபேச்சில் அது எத்தகையத் தாக்கத்தை ஏற்படுத்துகிறது என்பதைப் பாருங்கள்.

அதோடு, அந்த நபரின் வாழ்க்கை யாருடைய கட்டுப்பாட்டில் இருக்கிறது என்று பாருங்கள். யார் அவரைக் கட்டுப்படுத்துகிறார்கள்: அவரது முதலாளியா, மனைவியா, பணமா, அல்லது பாதுகாப்பா? ஒருவரது சுயபேச்சை நீங்கள் போதுமான நேரம் செவிமடுத்தால், அவர்களது வெளிப்புற ஊக்குவிப்புகள் எவை என்பதை அது உங்களுக்கு எப்போதும் தெரிவித்துவிடும்.

உங்களுடைய கடந்தகால சுயபேச்சைப் பட்டியலிடுங்கள்

அடுத்த நடவடிக்கைக்குச் சிறிதளவு கூடுதல் முயற்சி தேவை. ஆனால் அதைச் செய்வதற்கு இருபது அல்லது முப்பது நிமிடங்களை நீங்கள் செலவிட்டால்கூட, அது உங்களுக்குப் பல விஷயங்களை வெளிக்காட்டுவதாக அமையும். இப்பயிற்சியை நீங்கள் வேறு யாரேனும் ஒருவருடன் (கணவன், மனைவி, நண்பர்) சேர்ந்து துவக்குவதாக இருந்தால், நீங்கள் எழுதிக் கொண்ட குறிப்புகளை இப்பயிற்சியின் முடிவில் அவர்களுடன் பகிர்ந்து கொள்ள நீங்கள் ஆர்வமாக இருக்கக்கூடும்.

அடிக்கடி நீங்கள் உங்களுக்குக் கொடுத்துக் கொள்கின்ற பத்து முக்கியமான எதிர்மறை சுயபேச்சை ஒரு தாளில் எழுதிக் கொள்ளுங்கள். அதிகமாக அலட்டிக் கொள்ள வேண்டாம். நீங்கள் அதிகமாகப் பயன்படுத்தும் வாசகங்களை எழுதிக் கொள்ளுங்கள். அவை உங்கள் நினைவிற்கு வரவில்லை என்றால், நீங்கள் முயற்சிக்கவில்லை என்று அர்த்தம். நமக்கே தெரியாமல் நாம் பயன்படுத்துகின்ற சுயபேச்சு வாசகங்கள் எண்ணற்றவை உள்ளன.

“என்னால் முடியாது,” “என் வாழ்வில் எதுவும் சரியாக நடைபெறுவதில்லை,” அல்லது “இன்றைய நாள் எனக்கு எந்தப் பிரயோஜனமும் இல்லாத ஒரு நாள்” போன்றவை எதிர்மறையான சுயபேச்சு என்பதை நினைவில் கொள்ளுங்கள். இவை எடுத்துக்காட்டுகள் மட்டுமே. இன்னும் நூற்றுக்கணக்கான சுயபேச்சு வாசகங்கள் உள்ளன.

நீங்கள் அதிகமாகப் பயன்படுத்துகின்ற எதிர்மறை சுயபேச்சு வாசகங்களைப் பத்திரமாக வையுங்கள். அவற்றை இன்னும் சற்று நேரத்தில் நாம் பார்க்கலாம்.

‘ஊடகப் பேச்சு’ ஏற்படுத்துகின்ற தாக்கத்தைப் பற்றிய விழிப்புணர்வைப் பெறுதல்

அடுத்த ஏழு நாட்களுக்கு ‘ஊடகப் பேச்சை’ உன்னிப்பாகக் காதுகொடுத்துக் கேளுங்கள். வானொலி, தொலைக்காட்சி, தினசரி செய்தித்தாள்கள், பத்திரிகைகள் போன்றவற்றிலிருந்து உங்களுக்குக் கிடைக்கும்

பயிற்றுவிப்புதான் ஊடகப் பேச்சு என்று அழைக்கப்படுகிறது. உங்களைச் சுற்றியுள்ளவர்கள் பலரின் சுயபேச்சில் ஊடகப் பேச்சின் சாராம்சம் இருப்பதை நீங்கள் காணலாம்.

ஊடகப் பேச்சின் ஊடாக நீங்கள் பெற்றுக் கொண்டிருக்கும் பயிற்றுவிப்பிற்கு நீங்கள் எவ்வாறு செயல்விடை அளிக்கிறீர்கள் என்பது, ஊடகப் பேச்சுக் குறித்த எடுத்துக்காட்டுகளை நீங்கள் கண்காணிக்கும்போதும் சேகரிக்கும்போதும் நீங்கள் நினைவில் கொள்ள வேண்டிய முக்கியமான விஷயம். (தொலைக்காட்சியில் மிக அதிகமாக விளம்பரப்படுத்தப்பட்ட சோப்பு அல்லது அழகு சாதனப் பொருள் ஏதேனும் ஒன்றை நீங்கள் எப்போதேனும் வாங்கியிருக்கிறீர்களா?)

இந்தப் பயிற்சியை நாம் செய்வதற்குக் காரணம், 'வெளிப்புறத் தாக்கம்' என்ற ஒன்றை உங்களுக்குப் பரிச்சயப்படுத்துவதுதான். வெளியிலிருந்து வருகின்ற தாக்கம் என்றால் என்ன என்பது நம் அனைவருக்கும் தெரிந்த விஷயம்தான். ஆனால், அது நம் வாழ்வில் ஏற்படுத்தும் விளைவைப் பற்றி ஆர அமர்ந்து பேசுவதற்கும் சிந்திப்பதற்கும் நமக்கு நேரம் இருப்பதில்லை. கட்டாயத்தின் பேரில் நீங்கள் எத்தனைக் காரியங்களைச் செய்கிறீர்கள் என்பதை எப்போதேனும் நீங்கள் யோசித்துப் பார்த்திருக்கிறீர்களா?

உங்களுடைய மாபெரும் பொறுப்பு

உங்கள் வாழ்வில் திணிக்கப்படும் கட்டாயங்கள் மற்றும் பயிற்றுவிப்புகள் குறித்து உங்களுக்கு எவ்வளவு அதிகமான விழிப்புணர்வு ஏற்படுகிறதோ, அவற்றை அடையாளம் காண்பதும், அவை குறித்து ஏதேனும் செய்வதும் அவ்வளவு அதிக சுலபமாக இருக்கும். இக்கணத்தில் நீங்கள் செய்து கொண்டிருப்பதை அப்படியே நிறுத்திவிட்டு, "இது யாருடைய கட்டுப்பாட்டில் இருக்கிறது?" என்ற கேள்வியை உங்களிடம் நீங்களே கேட்டுக் கொள்வது ஓர் ஆரோக்கியமான யோசனை. பயிற்றுவிப்பு எவ்வாறு வேலை செய்கிறது, அது எங்கிருந்து வருகிறது என்பது பற்றிய விழிப்புணர்வு உங்களுக்கு ஏற்பட்டப் பிறகு, உங்கள் மனத்திற்குக் கொடுக்கப்பட்டுள்ள பயிற்றுவிப்புக்கு யார் பொறுப்பு என்று நீங்கள் நினைக்கிறீர்கள்? நீங்கள்தான்!

சிலரைப் பொறுத்தவரை, அது ஒரு பாரமான பொறுப்பு. ஆனால் அது உங்களை எவ்வளவு தூரம் விடுவிடுக்கும் என்பதை நினைத்துப் பாருங்கள். உங்களது சொந்த எண்ணங்களை உருவாக்குவதும், உங்கள் சொந்த எதிர்காலத்தின் பாதையைத் தீர்மானிப்பதும்தான் உங்களுக்குக் கிடைக்கக்கூடிய மிக முக்கியமான தனிப்பட்டப் பொறுப்பு. அப்பொறுப்பை ஏற்றுக் கொள்வது முன்பு எப்போதும் இல்லாத அளவுக்கு உங்கள் வாழ்க்கையை உங்கள் கட்டுப்பாட்டிற்குள் கொண்டுவரும்.

உங்களிடமிருந்தும் உங்களைச் சுற்றி இருப்பவர்களிடம் இருந்தும் வரும் சுயபேச்சு பற்றிய விழிப்புணர்வு உங்களுக்கு ஏற்பட்டுவிட்டால், எதிர்காலத்தில் உங்கள் சுயபேச்சிற்கு நீங்கள் பொறுப்பேற்றுக் கொள்ள விரும்புவீர்கள். உங்களுக்காக ஒரு சுயபேச்சை உருவாக்கத் துவங்குவதுதான் நீங்கள் மேற்கொள்ள வேண்டிய அடுத்த நடவடிக்கை.

22

உங்களுடைய சொந்த சுயபேச்சை உருவாக்குதல்

உங்களுக்கென்று சொந்தமாக ஒரு சுயபேச்சை உருவாக்குவதுதான் சுயபேச்சைப் பயன்படுத்துவதைப் பழகிக் கொள்வதற்குச் சிறந்த வழி. இது எவ்வளவு சுலபம் என்று உங்களுக்குக் காட்டுவதற்கு, ஏதேனும் ஓர் எளிய விஷயத்தைப் பற்றி ஒரு சிறு சுயபேச்சை எழுதுவதற்கு ஒருசில நிமிடங்களை எடுத்துக் கொள்ளுமாறு நான் உங்களுக்குப் பரிந்துரைக்கிறேன். இதை நீங்கள் உங்கள் மனத்தில்கூடச் செய்து கொள்ளலாம்.

'த கம்ப்ளீட் புக் ஆப் செல்ப் டாக்' என்ற எனது புத்தகத்தில், அன்றாட வாழ்வில் தொடர்புடைய ஐம்பத்து இரண்டு பகுதிகளைப் பற்றி நான் குறிப்பிட்டுள்ளேன். வீடு, அலுவலகம், தனிப்பட்ட வளர்ச்சி, உள்ளார்ந்த நிலையில் நம்மைக் கையாள்வது, நம் வாழ்வில் உள்ள மற்றவர்களைக் கையாள்வது, இலக்குகளை அடைவது போன்ற பகுதிகள் அவற்றில் சில. அன்றாட வாழ்விற்கான அந்த ஐம்பத்து இரண்டு பகுதிகள் ஒவ்வொன்றுக்கும் தனித்தனியாக ஒரு சுயபேச்சை நான் அப்புத்தகத்தில் எழுதியுள்ளேன். வேலை, வீடு, குடும்பம், இலக்குகள், பிரச்சனைகள், தனிநபர் ஆற்றல் போன்ற, வாழ்வின் எந்தவொரு பகுதியிலும் சுயபேச்சைப் பயன்படுத்த

விரும்புகின்ற மக்களுக்கு ஓர் உடனடிக் கையேடாக இருக்கும் விதத்தில் அப்புத்தகம் எழுதப்பட்டுள்ளது.

அப்புத்தகத்தை எழுதுவதற்கு, நான் 1,400க்கும் அதிகமான சுயபேச்சு வாசகங்களையும் சுயதூண்டுதல்களையும் ஆய்வு செய்து, அடையாளம் கண்டு, சேகரித்து, திருத்தி அமைத்தேன். அச்செயல்முறையின் வாயிலாக, கடந்தகாலத்தில் நமக்கு எதிராகச் செயல்பட்ட எந்தவோர் எண்ணத்தையும், நமக்கு அனுகூலமாகச் செயல்படுவதற்கு உதவுகின்ற ஒரு சுயவழிகாட்டுதலாக மாற்றி எழுத முடியும் என்பதை நான் கற்றுக் கொண்டேன். நமது சுயபேச்சு ஒருபோதும் தனியானதல்ல. நாம் சிந்திக்கின்ற எதுவொன்றும் அதில் அடங்கியுள்ளது. நமக்குச் சாதகமாகச் செயல்படுவதற்கு அவற்றில் ஏதேனும் ஒன்றை அல்லது எல்லாவற்றையும் நம்மால் திருத்தி எழுத முடியும்.

ஒவ்வொரு பகுதிக்குமான சரியான சுயபேச்சு

உங்களுடைய சுயபேச்சை வேறு வார்த்தைகளைக் கொண்டு திருத்தி அமைக்கத் துவங்கும்போது, உங்கள் மனத்தில் உதயமாகின்ற எந்தவொரு விஷயத்தை வேண்டுமானாலும் நீங்கள் தேர்ந்தெடுத்து, சரியான சுயபேச்சைக் கொண்டு அதை மாற்றி அமைக்கலாம். நீங்கள் செயலில் இறங்குவதற்கு ஒருசில எடுத்துக்காட்டுகளை நான் உங்களுக்குக் கொடுக்கிறேன்.

கடந்தகாலத்தில் நீங்கள் பயன்படுத்தி வந்துள்ள ஏதேனும் பத்து எதிர்மறையான சுயபேச்சு வாசகங்களை எழுதுமாறு முன்பு நான் உங்களிடம் கூறினேன். நீங்கள் பயன்படுத்துகின்ற எந்தவோர் எதிர்மறையான சுயபேச்சையும் சுலபமாக ஒரு நேர்மறையான சுயபேச்சாக மாற்ற முடியும். சரியான வழியில் சுயபேச்சைப் பயன்படுத்துவது மிகவும் சுலபமானது மற்றும் இயல்பானது என்பதை விரைவில் நீங்கள் கண்டுகொள்வீர்கள்.

எதிர்மறையான சுயபேச்சிற்கான சில எடுத்துக்காட்டுகளை நாம் பார்க்கலாம். அதற்கான மாதிரிப் பட்டியல் ஒன்று இது. இதில் இடம்பெற்றுள்ள வாசகங்கள் நீங்கள் பயன்படுத்துபவையாக இல்லாமல் போகலாம் அல்லது நீங்கள் எதிர்கொள்ளாத பிரச்சனைகளை அல்லது வாய்ப்புகளை இவை குறிக்கலாம். ஆனால் இவை உங்களது சுயபேச்சை ஒத்திருக்கும் வகையில் இருக்கும்.

1. "வேலையில் எதுவும் எனக்கு சாதகமாக நடைபெறுவதில்லை."

2. "என்னுடைய மகனிடம் இனிமேலும் என்னால் சகஜமாகப் பேச முடியவில்லை." (இது உங்கள் மகனுக்குப் பதிலாக வேறு யாராக வேண்டுமானாலும் இருக்கலாம்.)

3. "காலையில் படுக்கையைவிட்டு எழுவது எனக்கு மிகவும் சிரமமாக இருக்கிறது."

4. "இன்று மிகவும் கடினமான ஒரு நாளாக இருந்து வந்துள்ளது."

5. "நான் உண்மையில் இன்னும் அதிகமாக உடற்பயிற்சி செய்ய வேண்டும்."

6. "நான் கூடுதலாக சேமிக்க விரும்புகிறேன், ஆனால் அது மட்டும் நடப்பதே இல்லை."

7. "எனக்கு இன்னும் அதிக நேரம் இருந்தால் நன்றாக இருக்கும்."

முந்தைய அத்தியாயங்களில் நாம் பார்த்த சுயபேச்சு வாசகங்களை நினைவுபடுத்திப் பாருங்கள். உங்களுடைய எதிர்மறை சுயபேச்சு வாசகங்களை நீங்கள் பட்டியலிட்டு இருந்தால், அவற்றை இப்போது நேர்மறையான வழியில் நிகழ்காலத்தில் எழுதுங்கள். நீங்கள் அப்பட்டியலைத் தயாரித்திருக்கவில்லை என்றால், எதிர்மறை வாசகங்கள் குறித்து உங்கள் நினைவுக்கு வருகின்ற எடுத்துக்காட்டுகளைப் பற்றிச் சிந்தித்துப் பார்த்து, உங்கள் மனத்தில் அவற்றை வேறு வார்த்தைகளைக் கொண்டு மாற்றி எழுதுங்கள்.

முதலாவது எடுத்துக்காட்டு:

"வேலையில் எதுவும் எனக்குச் சாதகமாக நடைபெறுவதில்லை," என்ற சுயபேச்சு வாசகத்தை, "நான் என் வேலையை நேசிக்கிறேன். பிரச்சனைகளைப் புரிந்து கொண்டு, அவற்றை நான் கடந்து செல்கிறேன்," என்று சுலபமாக மாற்றி அமைக்கலாம்.

இரண்டாவது எடுத்துக்காட்டு:

உங்கள் ஆழ்மனத்தை சுயஅழிவுக்குப் பயிற்றுவிக்கின்ற, **“என்னுடைய மகனிடம் இனிமேலும் என்னால் சகஜமாகப் பேச முடியவில்லை,”** போன்ற வார்த்தைகளை, “என் மகன் பேசுவதைக் காதுகொடுத்துக் கேட்பதற்கும், அவனுடன் பேசுவதற்கும், கருத்துப் பரிமாற்றத்தில் ஈடுபடுவதற்கும் நான் நேரம் ஒதுக்கிக் கொள்கிறேன். நான் பொறுமையோடும் புரிதலோடும் நடந்து கொள்கிறேன். இந்த மதிப்புமிக்க விஷயத்தை நான் ஒழுங்காகச் செய்கிறேன்,” என்ற வார்த்தைகளை உள்ளடக்கிய ஒரு புதிய அறிவுறுத்தலாக சுலபமாக மாற்றி எழுதலாம்.

மூன்றாவது எடுத்துக்காட்டு:

“காலையில் படுக்கையைவிட்டு எழுவது எனக்கு மிகவும் சிரமமாக இருக்கிறது,” என்று உங்களிடம் நீங்கள் கூறிக் கொள்வது காலையில் படுக்கையைவிட்டு வேகமாகவோ சுலபமாகவோ எழுவதற்கு உங்களுக்கு எந்த விதத்திலும் உதவாது. அந்த எண்ணம் தோன்றுகின்ற ஒவ்வொரு முறையும், “காலையில் படுக்கையைவிட்டு எழுவது எனக்கு சுலபமாக இருக்கிறது. நான் உற்சாகமாகக் கண் விழிக்கிறேன்,” என்று மாற்றிக் கூறுங்கள். அதை ஒருசில நாட்கள் அல்லது எவ்வளவு காலம் தேவைப்படுகிறதோ அவ்வளவு காலம் உங்களிடம் கூறி வாருங்கள். இறுதியில், காலையில் கண்விழிப்பதைக் கடினமாக ஆக்கிய உங்கள் பழைய பயிற்றுவிப்பை நீங்கள் அழித்துவிட்டிருப்பீர்கள்.

வெறுமனே ஓரிரு வாசகங்களை மாற்றுவது உங்கள் வாழ்வில் ஒரு மாபெரும் மாற்றத்தை ஏற்படுத்தாது என்பதை நினைவில் கொள்ளுங்கள். நீங்கள் சில மாற்றங்களைச் செய்ய விரும்பினால், உங்களால் கண்டுபிடிக்க முடிகின்ற அனைத்துப் பழைய வாசகங்களையும் மாற்றுங்கள். உங்களது பழைய சுயபேச்சில் எத்தனை அதிகமான வாசகங்களை நீங்கள் மாற்றுகிறீர்களோ, உங்களிடம் பேசும்போது புதிய சுயபேச்சை எவ்வளவு அடிக்கடிப் பயன்படுத்துகிறீர்களோ, மாற்றத்தை ஏற்படுத்துவதிலும் அதை நிரந்தரமான மாற்றமாக ஆக்குவதிலும் நீங்கள் அவ்வளவு சிறப்பாக விளங்குவீர்கள்.

நான்காவது எடுத்துக்காட்டு:

"இன்று மிகவும் கடினமான ஒரு நாளாக இருந்து வந்துள்ளது," என்று இனி ஒருபோதும் உங்களிடம் கூறிக் கொள்ளாதீர்கள். அதற்குப் பதிலாக, அது உங்கள் ஆழ்மனத்திடம் என்ன கூறுகிறது என்பதைப் பற்றி நினைத்துப் பாருங்கள். அன்றைய தினம் கடினமான ஒன்றாக அமைந்தது என்று நீங்கள் கூறுவது, நீங்கள் தோற்றுப் போய்விட்டதாக உங்களை உணரச் செய்கிறது. இது சாதிப்பதெல்லாம், நீங்கள் தோற்றுவிட்டதாக உங்கள் ஆழ்மனத்தை நம்ப வைக்கிறது, அவ்வளவுதான்.

நீங்கள் தோற்றுவிட்டதாக உங்கள் ஆழ்மனத்திற்கு மீண்டும் மீண்டும் தெரிவிக்கப்படும் எதுவொன்றும், தொடர்ந்து தோல்வியையே உருவாக்க வேண்டும் என்று உங்கள் ஆழ்மனத்திற்குக் கட்டளையிடுகிறது. அன்றைய தினம் அற்புதமான ஒன்றாக அமைந்ததாக நீங்கள் நடிக்க வேண்டியதில்லை, ஆனால் அது மிகவும் மோசமான நாளாக அமைந்ததாக உங்களை நீங்கள் நம்ப வைக்க வேண்டியதுமில்லை. நீங்கள் கடினமாக உழைத்தீர்கள், ஆனால் எல்லாம் நீங்கள் விரும்பிய விதத்தில் நடைபெறவில்லை. அதனால் என்ன? உங்களைச் சற்று ஆசுவாசப்படுத்திக் கொள்ளுங்கள். உங்கள் எண்ணத்தை இவ்வாறு மாற்றி அமையுங்கள்: "இன்றைய நாள் அருமையான நாளாக அமைந்தது. நான் என்னைப் பற்றி நல்லவிதமாக உணர்கிறேன். நாளைய தினம் இன்னும் சிறப்பானதாக அமையும்." இவ்வாறு நினைப்பது உங்கள் பிரச்சனைகளையோ அல்லது கடின உழைப்பையோ நீங்கள் புறக்கணிப்பதாக ஆகிவிடாது. இது மீண்டும் உங்களை உற்சாகத்துடன் செயல்பட வைக்கிறது, அவ்வளவுதான்.

ஐந்தாவது எடுத்துக்காட்டு:

நீங்கள் உண்மையிலேயே சிறந்த உடற்திறனுடனும் ஆரோக்கியத்துடனும் இருக்க விரும்பியிருந்து, ஆனால் அது குறித்து எந்த நடவடிக்கையும் எடுக்காமல் இருந்திருந்தால், "நான் உண்மையில் இன்னும் அதிகமாக உடற்பயிற்சி செய்ய வேண்டும்," என்று உங்களிடம் கூறிக் கொள்வது உடற்பயிற்சி

செய்வதை நீங்கள் இன்னும் தள்ளிப்போடுவதற்கு மட்டுமே உதவும். "நான் ஒவ்வொரு நாளும் உடற்பயிற்சி செய்கிறேன்," என்ற சுயபேச்சு வாசகம் எனக்கு மிகவும் பிடித்த ஒன்று. இன்னும் சில வாசகங்களையும் நான் சேர்த்துக் கொள்வேன்: "உடற்பயிற்சி செய்வதை நான் மகிழ்ச்சியாக அனுபவிக்கிறேன். உடற்பயிற்சி செய்வதால் எனக்கு ஏற்படும் உணர்வை நான் உண்மையிலேயே விரும்புகிறேன். மனரீதியாகவும் உடல்ரீதியாகவும் என்னை ஆரோக்கியமாக வைத்துக் கொள்வதில் நான் மகிழ்ச்சி கொள்கிறேன். நான் நல்லவிதமாகத் தோற்றமளிக்கிறேன், நல்லவிதமாக உணர்கிறேன். தினசரி உடற்பயிற்சி என்னை அவ்வாறு வைக்கிறது. ஒவ்வொரு நாளும் என் உடலையும் மனத்தையும் பயிற்றுவிப்பதையும், என்னை திடகாத்திரமாகவும் வெற்றியாளனாகவும் வைத்திருப்பதையும் நான் ஆவலோடு எதிர்பார்க்கிறேன்."

ஆறாவது எடுத்துக்காட்டு:

"நான் கூடுதலாக சேமிக்க விரும்புகிறேன், ஆனால் அது மட்டும் நடப்பதே இல்லை," போன்ற பணம் குறித்த சுயபேச்சை நம்மில் பலர் பயன்படுத்தியிருக்கிறோம். இது எந்த வகையிலும் நமக்கு உதவுவதில்லை, மாறாக, அதற்கு நேரெதிரானதைத்தான் செய்கிறது. பொருளாதாரப் பாதுகாப்பின்மையை அது உருவாக்குகிறது. பொருளாதாரரீதியாக முடங்கிக் கிடப்பதற்கோ, அல்லது குடும்பம் நடத்துவதற்குத் தேவையான பணத்தை ஈட்டி ஏதோ வாழ்க்கையை ஓட்டுவதற்கோ, அல்லது சிறந்த பணவளத்துடன் வாழ்வதற்கோ நம்மை நம்மால் சுலபமாகப் பயிற்றுவித்துக் கொள்ள முடியும். போதுமான அளவு அல்லது தேவைக்கு சற்றுக் கூடுதலான பணத்தைப் பெற்றிருப்பது பெரும்பாலான மக்களுக்குப் பேருதவியாக இருக்கின்றது. ஆனால் அதை சாதிப்பதற்கு எதை நாம் செவிமடுக்க வேண்டுமோ, துல்லியமாக அதற்கு நேரெதிரானதைத்தான் நாம் நம்மிடம் கூறிக் கொள்கிறோம்.

"எனக்குத் தேவையான பணத்தையும், அதைவிடக் கூடுதல் பணத்தையும் சம்பாதிப்பதில் நான் திறமைசாலி. பணத்தை சேமிப்பதில் நான் சிறந்தவன். ஒவ்வொரு மாதமும் தவறாமல் நான் சிறிதளவு பணத்தை சேமிக்கிறேன். ஒவ்வொரு வாரமும், ஒவ்வொரு மாதமும், ஒவ்வொரு வருடமும், நான் பொருளாதாரரீதியாகப் பாதுகாப்பாக ஆகி வருகிறேன்." உங்கள்

மனத்திற்குச் சரியான வழிகாட்டுதலையும் சரியான சவாலையும் கொடுங்கள். அப்போது, உங்களைத் தடுத்து நிறுத்துவதற்கு எது கடினமாக உழைத்ததோ, உங்களுக்கு உதவுவதற்கும் அது அதே அளவு கடினமாக உழைக்கும்.

உங்கள் ஆழ்மனம் நீங்கள் கூறுவதை அப்படியே செய்கிறது. பணப் பிரச்சனை இருப்பதாக நீங்கள் கூறும்போது, உங்கள் ஆழ்மனம் அதை நிறைவேற்றுகிறது. நீங்கள் உங்கள் சுயபேச்சை மாற்றவில்லை என்றால், உங்கள் ஆழ்மனமும் தான் செயல்படும் விதத்தை மாற்றாது. ஒரு நல்ல பொருளாதார அடித்தளத்தை நீங்கள் உருவாக்க விரும்பினால், உங்கள் ஆழ்மனத்துடன் பேசுங்கள். உங்கள் ஆழ்மனம் என்ன செய்ய வேண்டும் என்று விரும்புகிறீர்களோ, அதை அதனிடம் கூறுங்கள். நீங்கள் விரும்பும் விளைவுகள் ஒரே இரவில் ஏற்படாமல் போகக்கூடும், ஆனால் நிச்சயமாக ஏற்படும்.

ஏழாவது எடுத்துக்காட்டு:

“எனக்கு இன்னும் அதிக நேரம் இருந்தால் நன்றாக இருக்கும்,” என்ற வார்த்தைகளை, “நான் நேரத்தை உருவாக்குகிறேன். நான் செய்ய வேண்டியதைச் செய்வதற்கு நான் நேரத்தை ஒதுக்கிக் கொள்கிறேன்,” என்று மாற்றி அமையுங்கள். கிட்டத்தட்ட எவரிடமும் கூடுதல் நேரம் இருப்பதில்லை. வேலையில் மிகவும் மும்முரமாக இருக்கும் மக்கள் உண்மையிலேயே தாங்கள் தேர்ந்தெடுக்கும் விஷயங்களைச் செய்வதற்குத் தேவையான நேரத்தை உருவாக்கிக் கொள்கின்றனர். நம் நேரத்தை நாம் எவ்வாறு பயன்படுத்துகிறோம் என்பதைத் தேர்ந்தெடுப்பதற்கான சுதந்திரம் நமக்கு இருப்பதை நாம் மறந்துவிடும்போதுதான் பிரச்சனை ஏற்படுகிறது. போதுமான நேரம் இல்லாதது ஒரு பிரச்சனையாக இருந்தால், சுயபேச்சில் நான் இதையும் சேர்த்துக் கொள்வேன்: “எங்கே, எப்போது, எப்படி என் நேரத்தைச் செலவிடுவது என்பதைத் தேர்ந்தெடுப்பது என் பொறுப்பு. என் வாழ்வில் மாபெரும் அனுகூலங்களை உருவாக்குகின்ற ஒரு வழியில் என் நேரத்தைச் செலவிடுவதை நான் தேர்ந்தெடுக்கிறேன்.”

உங்களுக்குக் கிடைக்கின்ற ஒவ்வொரு சந்தர்ப்பத்திலும் இந்த ஒருசில சுயபேச்சு வார்த்தைகளை நீங்கள் அடிக்கடிப் பேசி வந்தால், மீண்டும் எல்லாம் உங்கள் கட்டுப்பாட்டிற்குள்

வந்துவிடும். உங்கள் நேரத்தை நிர்வகிப்பது குறித்த ஒரு புத்தகத்தைப் படித்து, அதிலுள்ள யோசனைகளை நீங்கள் நடைமுறையில் செயல்படுத்துவது இதனால் ஏற்படும் விளைவாக இருக்கலாம். நீங்கள் அளவுக்கதிகமான வேலைகளுக்குப் பொறுப்பேற்றுக் கொள்ளாமல் போகக்கூடும், அடிக்கடி "முடியாது" என்று நீங்கள் கூறக்கூடும், உங்களுடைய அட்டவணையை மாற்றி அமைக்கக்கூடும், அல்லது நேர விரயத்தைக் குறைத்து நீங்கள் செய்து முடிக்க வேண்டிய வேலைகளைச் செய்வதற்கு அதிக நேரத்தை நீங்கள் செலவிடக்கூடும்.

சுயபேச்சு இவ்வாறுதான் வேலை செய்கிறது. அது உங்கள் ஆழ்மனத்திற்குத் திட்டவட்டமான அறிவுறுத்தல்களைக் கொடுத்து, பிரச்சனையின்மீது நடவடிக்கை எடுக்கும்படி அதைத் தூண்டுகிறது. அதற்குச் சரியான வழிகாட்டுதல்களை நீங்கள் கொடுத்தால், சரியான தீர்வுகளை அது உங்களுக்குக் கொண்டுவரும்.

நமது எதிர்மறையான சுயபேச்சு வாசகங்களை நேர்மறையாக மாற்றுவதற்கான சில எடுத்துக்காட்டுகள் இவை. சற்று யோசித்துப் பார்த்தால், நம் ஒவ்வொருவராலும் நமது சொந்த எடுத்துக்காட்டுகள் பலவற்றை நினைவுகூர முடியும். அவை ஒவ்வொன்றையும் இதே வழியில் வேறு வார்த்தைகளில் மாற்றி எழுதலாம்.

பழைய வார்த்தைகளை ஒரு தாளில் எழுதிக் கொள்வது உதவும் என்று நான் நம்புகிறேன். நீங்கள் அவ்வார்த்தைகளை மீண்டும் படித்துப் பார்க்கும்போது, அவை ஏன் உங்களுக்குப் பலனளிக்கவில்லை என்று பார்ப்பது உங்களுக்கு சுலபமானதாக இருக்கும். நீங்கள் தீர்க்க விரும்புகின்ற ஒரு பிரச்சனையான பகுதி உங்களுக்கு இருந்தால், அதை எழுத முயற்சி செய்யுங்கள். பழைய வார்த்தைகளைப் பயன்படுத்துங்கள். எது தவறாக உள்ளது என்பதைக் குறிப்பிட்டு, அது குறித்து நீங்கள் என்ன செய்ய விரும்புகிறீர்கள் என்பதை எழுதுங்கள். பிறகு, ஒவ்வோர் எண்ணமாக, ஒவ்வொரு வாக்கியமாகப் படித்துப் பாருங்கள். கடந்தகாலத்தில் அதில் உங்களைப் பற்றி நீங்கள் உங்களிடம் என்ன கூறி வந்துள்ளீர்கள்? உங்களுக்கு நீங்களே கொடுத்து வந்துள்ள வார்த்தைகள் கேள்வி, சந்தேகம், அல்லது எதிர்மறை ஒப்புதல் ஆகியவற்றைக் குறிப்பவையாக இருந்தால், அவற்றை ஒவ்வொன்றாக நேர்மறையாக மாற்றுங்கள்.

உங்களுடைய பழைய எதிர்மறையான சுயபேச்சைப் புதிய நேர்மறையான சுயபேச்சாக நீங்கள் திருத்தி அமைக்கும்போது, அதைச் சரியான வார்த்தைகளைக் கொண்டு எழுதுவது முக்கியம். சுயபேச்சை எழுதும்போது நீங்கள் செய்ய வேண்டிய மற்றும் செய்யக்கூடாத விஷயங்களைப் பற்றிய பட்டியல் கீழே கொடுக்கப்பட்டுள்ளது.

சுயபேச்சிற்கான சோதனைப் பட்டியல்

1. உங்களுடைய சுயபேச்சு நிகழ்காலத்தில் அமைந்துள்ளதா?

உங்கள் சுயபேச்சை எப்போதும் நிகழ்காலத்திலேயே அமையுங்கள். இருபதாவது அத்தியாயத்தில் நாம் பார்த்த சூழ்நிலைரீதியான சுயபேச்சைத் தவிர இது மற்ற அனைத்து சுயபேச்சிற்கும் பொருந்தும். மற்ற அனைத்து வகையான சுயபேச்சிலும், நீங்கள் உங்கள் ஆழ்மனத்திற்குக் கொடுப்பதற்காக உருவாக்கிக் கொண்டிருக்கின்ற படம், நீங்கள் உங்கள் இலக்கை ஏற்கனவே அடைந்துவிட்டது போன்ற உங்களைப் பற்றிய ஒரு முழுமையான படமாக இருக்க வேண்டும்.

2. அது திட்டவட்டமானதாக இருக்கிறதா?

திட்டவட்டமாக எழுதுங்கள். விபரங்களைக் குறிப்பிடுங்கள். பிரச்சனை அல்லது இலக்குக் குறித்த ஒவ்வோர் அம்சத்தையும் உங்கள் சுயபேச்சு உள்ளடக்கி இருக்கட்டும். குழப்பமான வழிகாட்டுதல்கள் குழப்பமான முடிவுகளுக்குத்தான் வழிவகுக்கும். நீங்கள் எவ்வளவு அதிகத் திட்டவட்டமாக இருக்கிறீர்களோ, நீங்கள் உங்களுக்குக் கொடுத்துக் கொள்ளும் வழிகாட்டுதல்களும் அவ்வளவு அதிகத் திட்டவட்டமானவையாக இருக்கும்.

3. தேவையற்றப் பக்க விளைவுகள் எதுவும் இல்லாமல் அது உங்கள் வேலையைச் செய்து முடிக்கிறதா?

உங்களுடைய குறிக்கோள்களை ஓர் ஆரோக்கியமான மற்றும் பயனளிக்கும் விதத்தில் சாதிப்பதற்கு உங்களை வழிநடத்துகின்ற சுயபேச்சாகவே உங்கள் சுயபேச்சு எப்போதும் அமையட்டும். தன் உடல் எடையில் முப்பத்தைந்து கிலோவைக் குறைப்பதற்குத் தான் எதையும் செய்யத் தயார் என்று கூறிய

ஒரு பெண்ணின் கதை என் நினைவிற்கு வருகிறது. அவரது சுயபேச்சு பலித்தது. அவர் நோய்வாய்ப்பட்டார். பிறகு மருத்துவமனையில் சேர்ந்து சிகிச்சை பெற்றார். இறுதியில் அவர் தன் எடையையும் இழந்தார்.

உங்கள் இலக்கை அடைவதிலிருந்து எதுவும் உங்களைத் தடுத்து நிறுத்தப் போவதில்லை என்று உங்களிடம் நீங்கள் கூறிக் கொள்வதில் எந்தத் தவறும் இல்லை. ஆனால், உங்கள் இலக்கை ஒரு பாதுகாப்பான மற்றும் மதிப்பான வழியில் அடைவீர்கள் என்று உங்கள் ஆழ்மனத்திற்குத் தெரிவிப்பதற்கு கூடுதலாக ஒருசில வார்த்தைகளைச் சேர்த்துக் கொள்வது ஒரு நல்ல யோசனை.

உங்கள் ஆழ்மனமானது நம்புதற்கரிய சக்தி படைத்த, இலக்குகளை சாதித்துக் கொடுக்கின்ற ஒன்றாகும். வலிமையாகப் பயிற்றுவிக்கப்படும் பட்சத்தில், நீங்கள் உங்கள் இலக்குகளை அடைவதற்குத் தேவையான எதையும் அது உங்களுக்காகச் செய்யும். என்ன செய்ய வேண்டும் என்று நீங்கள் அதனிடம் கூறினாலொழிய, சரி மற்றும் தவறுக்கு இடையேயான வேறுபாடு எதுவும் அதற்குத் தெரியாது. நீங்கள் உங்களுக்குக் கொடுத்துக் கொள்ளும் வார்த்தைகள், உங்கள் வேலையானது சம்பந்தப்பட்ட அனைவருக்கும் பலனளிக்கும் விதத்திலும் ஓர் ஆரோக்கியமான விதத்திலும் செய்யப்பட வேண்டும் என்று உங்கள் ஆழ்மனத்திற்குக் கூறுவதை உறுதி செய்து கொள்ளுங்கள்.

4. அது பயன்படுத்துவதற்கு சுலபமாக உள்ளதா?

எளிமையான சுயபேச்சுதான் நல்ல சுயபேச்சு. நினைவுகூர்வதற்கும் தேவையான எந்த நேரத்திலும் பயன்படுத்துவதற்கும் அது சுலபமானதாக இருக்க வேண்டும். அப்படி இல்லையென்றால், நீங்கள் அதைப் பயன்படுத்த மாட்டீர்கள். தெளிவான காட்சிகளைத் தீட்டுகின்ற எளிமையான வார்த்தைகளைப் பயன்படுத்துங்கள்.

5. அது நடைமுறையில் செயல்படுத்தக்கூடியதாக உள்ளதா?

கனவுகள் காண்பதற்கும் அவற்றை யதார்த்தமாக மாற்றுவதற்கும் சுயபேச்சை உங்களால் பயன்படுத்த முடியாது என்று இதற்கு அர்த்தமல்ல. ஆனால் உங்களுக்காக நீங்கள்

உருவாக்கும் முன்னோக்குகள் நல்ல திடமான அடித்தளத்தில் அமைக்கப்பட்டிருக்க வேண்டும். சாத்தியமற்றதை அடைவதற்கு உங்களை நீங்கள் பயிற்றுவித்தால், விரக்தியையும் தோல்வியையும்தான் நீங்கள் உருவாக்குவீர்கள். உங்கள் எல்லைகளை விரிவாக்குங்கள், உங்களுடைய உயர்ந்த எதிர்பார்ப்புகளைக் குறி வையுங்கள், சிறந்தவற்றை உங்களால் அடைய முடியும் என்று உங்களிடம் கூறிக் கொள்ளுங்கள்.

உங்களால் அடைய முடியும் என்று முன்பு நீங்கள் நினைத்திருந்ததற்கு அப்பாற்பட்டதையும் நீங்கள் கூறலாம். ஆனால் உங்களது அன்றாடப் பிரச்சனைகள் சிலவற்றைச் சமாளிப்பது எப்படி என்பதையும், சாதிக்கப்படக்கூடிய சாத்தியமுள்ள இலக்குகளை அடைவதற்கும் நீங்கள் கற்றுக் கொள்ளும்வரை, உங்களிடமிருந்து அதிசயங்களையும் அற்புதங்களையும் உடனடியாக எதிர்பார்க்காதீர்கள். நீங்கள் உண்மையிலேயே சிறந்தவராக இருந்தால், அதிசயங்களை நிகழ்த்துவதற்குப் போதுமான நேரம் பின்னாளில் உங்களுக்குக் கிடைக்கும்.

6. அது தனிப்பட்டதாகவும் உண்மையானதாகவும் உள்ளதா?

நீங்கள் உங்களிடம் பேசிக் கொள்ளும்போது, உங்களிடம் நேரடியாகப் பேசுங்கள். சுற்றி வளைத்துப் பேசாதீர்கள். பழைய சுயபேச்சைப் புதிய சுயபேச்சாக மாற்றுவதற்கான முக்கியக் காரணங்களில் ஒன்று, நீங்கள் எங்கே இருந்து வந்துள்ளீர்கள், நீங்கள் எங்கே போய்க் கொண்டிருக்கிறீர்கள், நீங்கள் யார் என்று நீங்கள் நினைத்தீர்கள், நீங்கள் உண்மையிலேயே யாராக இருக்க விரும்புகிறீர்கள் போன்ற உண்மைத் தகவல்களைக் கையாள்வதற்கு ஒரு சிறப்பான வழியை உங்களுக்குக் கொடுத்துக் கொள்வதுதான்.

கடந்தகாலத்தில் உங்களைத் தடுத்து வந்திருந்த பழைய முட்டுக்கட்டைகளை மீண்டும் எதிர்கொள்வதிலிருந்து உங்களைத் தடுத்து நிறுத்துவதற்கான ஒரே வழி, அவை குறித்து நேர்மையாக இருப்பதுதான். உள்ளது உள்ளபடியே அவற்றைப் பாருங்கள். நீங்கள் இப்போது எப்படிப்பட்டவராக இருக்கிறீர்களோ, அதன்படி உங்களைக் கணக்கெடுங்கள். நீங்கள் எப்படிப்பட்டவராக ஆக விரும்புகிறீர்கள் என்பது குறித்த இலக்கில் உங்கள் பார்வையை நிலைப்படுத்துங்கள்.

7. உங்களுடைய சுயபேச்சு உங்களிடமிருந்து போதுமானவற்றை எதிர்பார்க்கிறதா?

நாம் நிலத்தில் காலூன்றி நிற்பது எவ்வளவு முக்கியமோ, நம்மிடமிருந்து சிறந்தவற்றை எதிர்பார்ப்பதும் அதே அளவுக்கு முக்கியமானது. நீங்கள் சவால்களைப் பின்தொடர்ந்து செல்வதற்கும், தடைகளிலிருந்து மீள்வதற்கும், வெற்றியாளராக வெளிவருவதற்கும் உங்களை ஊக்குவிப்பதாக உங்கள் சுயபேச்சு இருக்க வேண்டும்.

வெற்றிக்கும் தோல்விக்கும் இடையேயான வேறுபாடு உங்கள் ஆழ்மனத்திற்குத் தெரியாது என்பதாலும், நாம் கொடுக்கும் தூண்டுதல்கள்மீதே அது செயல்படுகிறது என்பதாலும், வாழ்வில் வெற்றியைத் தவிர வேறெதையும் நாம் ஏற்றுக் கொள்ளாமல் இருப்பது நமக்கு நல்லது. உங்கள் சுயபேச்சு உங்களிடமிருந்து மிகச் சிறந்ததை எதிர்பார்ப்பதாக அமைந்திருப்பதை உறுதி செய்து கொள்ளுங்கள்.

சுயபேச்சை எந்த வடிவத்தில் பயன்படுத்தும்போதும் இந்த சோதனைப் பட்டியலை நினைவில் வைத்துக் கொள்ளுங்கள். உங்களுடைய சுயபேச்சு இந்த வழிகாட்டுதல்களைப் பின்பற்றினால், நீங்கள் உங்களைத் தவறாகப் பயிற்றுவித்துவிடுவீர்களோ என்று பயப்படுவதற்குப் பதிலாக, சரியான விளைவுகளைப் பெறுவதற்கு மிகச் சரியான வழியில் உங்களை நீங்கள் பயிற்றுவிப்பீர்கள் என்று நீங்கள் உறுதியாக நம்பலாம்.

விலாவாரியாக எழுதுவது உங்களுக்குப் பழக்கமில்லை என்றால், உங்களுடைய பழைய சுயபேச்சு குறித்துப் பிரக்ஞையுடன் இருப்பதன் மூலமும், பொருத்தமான முறையில் அதை மாற்றுவதன் மூலமும் நேர்மறையான விளைவுகளை உங்களால் பெற முடியும். ஆனால் எந்தப் புதிய சுயபேச்சு அறிவுறுத்தல்களைப் பின்பற்றுவது என்பதை சுலபமாகத் தீர்மானிப்பதற்கு அவற்றை எழுதிக் கொள்வது உதவும். பிரத்யேகமாக உங்களுக்கென்று நீங்கள் சில சுயபேச்சு வாசகங்களை எழுதிக் கொண்டால், உங்களுடைய சுயதூண்டுதல்களை ஓர் ஒலிநாடாவில் பதிவு செய்வதில் நீங்கள் வெற்றி பெறுவதை அது சுலபமாக்கும்.

உங்களுடைய சொந்த சுயபேச்சு ஒலிநாடாக்களை உருவாக்குதல்

ஓர் இலக்கை அடைவதற்கோ அல்லது சில மாற்றங்களை ஏற்படுத்துவதற்கோ ஒரு தனிப்பட்ட சுயபேச்சை நீங்கள் உற்சாகத்தோடு உருவாக்க விரும்பினால், சுயபேச்சு ஒலிநாடாக்களைச் செவிமடுப்பது ஒரு நேர்மறையான உத்வேகத்தை உங்களுக்குக் கொடுக்கும். இந்த சுயபேச்சு ஒலிநாடாக்களை மீண்டும் மீண்டும் கேட்பது உங்களுக்கு உள்ளார்ந்த ஊக்குவிப்பைக் கொடுக்கும். உங்களுடன் நிரந்தரமாகக் குடியிருக்கக்கூடிய மிக முக்கியமான சுயஊக்குவிப்பு இது.

சுயபேச்சைப் பயன்படுத்துவதற்கு சுயபேச்சு ஒலிநாடாக்களைக் கேட்க வேண்டிய அவசியமில்லை, ஆனால் உங்களுடைய பழைய பயிற்றுவிப்புப் பழக்கங்களை மாற்றும் செயல்முறையை இது சுலபமானதாகவும் விரைவானதாகவும் ஆக்குகிறது. நாம் இதுவரை விவாதித்துள்ள சுயபேச்சு உத்திகளை இக்கணத்தில் நீங்கள் ஏற்கனவே பயன்படுத்திக் கொண்டிருக்கக்கூடும். நீங்கள் என்ன கூறுகிறீர்கள், அதை எப்படிக் கூறுகிறீர்கள் என்பது குறித்து இப்போது நீங்கள் அதிக விழிப்புணர்வுடன் இருக்கத் துவங்கியிருக்கும்பட்சத்தில் நீங்கள் சரியான திசையில் சென்று கொண்டிருக்கிறீர்கள் என்று அர்த்தம்.

அதை நீங்கள் தொடர்ந்து செய்து வந்தால், சுயபேச்சு ஒலிநாடாக்களின் துணையுடனோ அல்லது அவற்றின் துணையின்றியோ நீங்கள் ஒரு வெற்றிகரமான சுயபேச்சாளராக ஆவீர்கள். ஆனால் ஓரிரு சுயபேச்சு ஒலிநாடாக்களைப் பதிவு செய்ய முயற்சிப்பது இவ்வுத்தியைப் பற்றி உணர்ந்து கொள்ள உங்களுக்கு ஒரு வாய்ப்பாக அமையும். வர்த்தகரீதியாகத் தயாரிக்கப்பட்ட சுயபேச்சு ஒலிநாடாக்களை நீங்கள் எப்போதாவது கேட்டிருந்தால், அது எப்படிப்பட்டச் சிறப்பான அனுபவமாக அமையக்கூடும் என்பதையும், அது உங்களுக்கு எத்தகைய அனுகூலத்தை வழங்கக்கூடும் என்பதையும் நீங்கள் ஏற்கனவே அறிந்திருப்பீர்கள்.

எனக்காக முதன்முதலில் சில சுயபேச்சு வசனங்களை எழுதி, அவற்றை ஒலிநாடாக்களில் பதிவு செய்தபோது, நான் சற்றுத் தயங்கினேன். வீட்டில் இருந்தபடியே முதன்முறையாக

இப்படிப்பட்ட முயற்சியில் ஈடுபடும் எவரொருவருக்கும் ஏற்படும் இயல்பான தயக்கம்தான் இது. பதிவு செய்வது குறித்தத் தொழில்நுட்பம் குறித்து நம்மில் பெரும்பாலானவர்களுக்கு எதுவும் தெரிந்திருக்காமல் இருக்கக்கூடும். நம்மில் பலர் தொழில்முறைப் பேச்சாளர்களும் அல்ல. நமது குரலை ஓர் ஒலிநாடாவில் பதிவு செய்வது போன்ற ஓர் எளிய காரியம்கூட நமக்கு அசௌகரியமானதாக இருக்கக்கூடும். ஆனால் அது அப்படி இருக்கத் தேவையில்லை. நீங்கள் உங்கள் சுயபேச்சை ஓர் ஒலிநாடாவில் பதிவு செய்ய முயற்சிக்க விரும்பினால், பின்வரும் ஒருசில பரிந்துரைகள் உங்களுக்கு உதவும்.

வெளியிலிருந்து வருகின்ற ஊக்குவிப்புக் குரல்

ஒலிநாடாவில் உங்கள் குரல் எப்படியிருக்குமோ என்று நீங்கள் கவலைப்படாதீர்கள். சுயபேச்சு உங்கள் குரலில் அல்லாமல் வேறொருவரின் குரலில் பதிவு செய்யப்பட்டால் அது இன்னும் சிறப்பாகப் பலனளிக்கும். நம்மீது நாம் நம்பிக்கை கொள்வதற்கு முன்பு, வேறு யாரோ ஒருவர் நம்மைப் பற்றிய நல்ல விஷயங்களைக் கூறுவதை நாம் நம்புகிறோம். வெளியிலிருந்து வருகின்ற அதிகாரக் குரலைக் கேட்டு நாம் வளர்ந்து வந்திருக்கிறோம். நம்மைப் பற்றிய நமது சொந்த அபிப்பிராயங்களை ஏற்றுக் கொள்வதைவிட அதிகமாக, மற்றவர்கள் நம்மைப் பற்றி நம்மிடம் கூறுகின்ற விஷயங்களை ஏற்றுக் கொள்வதற்கு நாம் பழக்கப்படுத்தப்பட்டு வந்திருக்கிறோம்.

உங்களுடைய புதிய சுயபேச்சை நீங்கள் பதிவு செய்யும்போது, உங்கள் நம்பிக்கைக்கு உரிய, தனது உண்மையான அபிப்பிராயத்தை உங்களுடன் பகிர்ந்து கொள்கின்ற ஒரு நண்பர் அல்லது கூட்டாளியின் உதவியை நாடுங்கள். உங்களுடைய சுயபேச்சு வாசகங்களை அவரது குரலில் ஒலிநாடாவில் பதிவு செய்து தருமாறு அவரிடம் கேளுங்கள். இந்த சுயபேச்சு ஒலிநாடாவை நீங்கள் சில நாட்கள் கேட்டவுடனேயே, நீங்கள் செவிமடுத்துக் கொண்டிருக்கும் குரல் உங்களது உள்ளார்ந்த குரலாக மாறிவிடும். உங்களிடம் நீங்களே பேசிக் கொள்வதுபோல் நீங்கள் உணரத் துவங்குவீர்கள். ஒலிநாடாவில் ஒலித்துக் கொண்டிருக்கும் குரலில் கவனம் செலுத்துவதற்குப் பதிலாக, உங்களுடைய உள்ளார்ந்த குரலை நீங்கள் செவிமடுக்கத் துவங்குவீர்கள்.

உங்களது சுயபேச்சு வசனங்கள் மிகவும் நீளமாக இல்லாமல் பார்த்துக் கொள்ளுங்கள். சுமார் இருபதிலிருந்து இருபத்திரண்டு நிமிடங்கள் இருந்தால் போதும். இந்த ஒலிநாடாக்கள் அடிக்கடிப் பயன்படுத்தப்படக்கூடியவையாக இருக்க வேண்டும், வெறுமனே ஒரே மூச்சில் நாம் எப்போதாவது கேட்பதுபோல் இருக்கக்கூடாது.

சுயபேச்சு நிகழ்காலத்திலும் நேர்மறையாகவும் இருக்க வேண்டும்

உங்கள் சுயபேச்சு ஒலிநாடாவை உருவாக்குவதற்கு நீங்கள் பயன்படுத்தவிருக்கின்ற சுயபேச்சை முன்பு கொடுக்கப்பட்டப் பரிந்துரைகளைக் கொண்டு வடிவமைத்துக் கொள்ளுங்கள். பதினைந்திலிருந்து பதினெட்டு சுயதூண்டுதல்களை எழுதிக் கொள்ளுங்கள். அவை மூன்றாம் நிலை அல்லது நான்காம் நிலை சுயபேச்சின் வடிவில் எழுதப்பட்டிருக்க வேண்டும். உங்கள் இலக்கை நீங்கள் ஏற்கனவே அடைந்துவிட்டது போன்ற ஒரு மனக்காட்சியை உங்களுக்குக் கொடுக்கின்ற நேர்மறையான சுயபேச்சு வாசகங்களாக அவை இருக்கட்டும். எடுத்துக்காட்டாக, "நான் 60 கிலோ எடையுடன் கச்சிதமாக இருக்கிறேன்," "நான் எப்போதும் குறித்த நேரத்தில் குறித்த இடத்தில் இருக்கிறேன்" போன்றவற்றைக் கூறலாம்.

ஒவ்வொரு சுயதூண்டுதலையும் ஒலிநாடாவில் மூன்று முறை பதிவு செய்யுங்கள். ஒவ்வொன்றுக்கும் இடையே ஒரு சிறு இடைவெளி இருக்குமாறு பார்த்துக் கொள்ளுங்கள். பிறகு அடுத்த சுயதூண்டுதலுக்குச் செல்லுங்கள். இதையும் மூன்று முறை பதிவு செய்யுங்கள். இதேபோல் உங்கள் பட்டியலில் உள்ள சுயபேச்சு வாசகங்கள் அனைத்தையும் பதிவு செய்யுங்கள்.

ஒலிப்பதிவை நிறைவு செய்வதற்கு முன், அனைத்து சுயதூண்டுதல்களையும் மீண்டும் ஒருமுறை வரிசையாகப் பேசிப் பதிவு செய்யுங்கள். ஆனால் இம்முறை, "நான்" என்ற வார்த்தையை "நீ" என்று மாற்றுங்கள். "கவனமாகக் காதுகொடுத்துக் கேட்பதில் நான் சிறந்தவன்; மற்றவர்கள் கூறுவதைக் கேட்பதில் நான் மகிழ்ச்சி அடைகிறேன்," என்பதை, "கவனமாகக் காதுகொடுத்துக் கேட்பதில் நீ சிறந்தவன்; மற்றவர்கள் கூறுவதைக் கேட்பதில் நீ மகிழ்ச்சி அடைகிறாய்," என்று மாற்றிக் கொள்ளுங்கள். இவ்வாறு செய்வதற்குக் காரணம், வெளியிலிருந்து நமக்குத் தேவைப்படும் ஒப்புதலை

இது அங்கீகரிக்கிறது என்பதுதான். அதாவது, நாம் சிறப்பாகச் செயல்பட்டுக் கொண்டிருப்பதாக வேறொருவர் நம்மிடம் கூறுவது நமக்கு அவசியமாகிறது.

இசையும் ஆழ்மனமும்

தொடர்ந்து நான் பதிவு செய்த ஒலிநாடாக்களில், "நீ" என்று ஒலிக்கும் இடங்களில் பொருத்தமான இசையைச் சேர்த்துப் பதிவு செய்தேன். இவ்வாறு செய்வதற்கு ஒரு காரணம் இருக்கிறது. உணர்ச்சிபூர்வமான விஷயங்கள் குறித்து நமது மூளை நடந்து கொள்ளும் விதம் தொடர்பானது இது. சுயபேச்சுடன் இசையைக் கலப்பது, உணர்வுகளை உருவாக்கிக் கற்பனையைத் தூண்டுகிறது. ஒரு குறிப்பிட்ட வகை இசையைக் கேட்பது சில சமயங்களில் நம் மனநிலையை உடனடியாக மாற்றுவதை நீங்கள் அனுபவித்திருக்கிறீர்களா?

சரியான இசையை இணைப்பது உங்கள் சுயபேச்சிற்கு வலிமையூட்டும் என்றாலும், ஒலிநாடாவில் நீங்கள் உங்கள் சுயபேச்சைக் கேட்கும் அதே நேரத்தில், இன்னொரு டேப் ரிக்கார்டரில் வேறோர் ஒலிநாடாவில் ஏதேனும் இசையை ஒலிக்கச் செய்து அதைச் செவிமடுப்பதும் அதே விளைவுகளைக் கொடுக்கும்.

கற்றலில் சில குறிப்பிட்ட வகையிலான இசை ஏற்படுத்துகின்ற தாக்கம் பற்றி அதிக அளவில் ஆய்வுகள் மேற்கொள்ளப்பட்டுள்ளன. ஒரு நிமிடத்திற்கு ஒரு குறிப்பிட்ட எண்ணிக்கையில் தாளம் போடப்படுவது, தகவல்களை நமது மூளை பெறுகின்ற விதத்திலும் அத்தகவல்களைச் சேமித்து வைக்கின்ற விதத்திலும் தாக்கத்தை ஏற்படுத்துகிறது. உங்கள் சுயபேச்சிலிருந்து அதிகமானவற்றை நீங்கள் பெற விரும்பினால், உங்கள் சுயபேச்சுடன் சில குறிப்பிட்ட வகையான இசையைக் கலந்து கேட்க நீங்கள் விருப்பம் கொள்ளக்கூடும். ஷீலா ஆஸ்டிரேன்டர் மற்றும் லின் ஷ்ரோடர் எழுதிய 'சூப்பர் லேர்னிங்' என்ற புத்தகத்தைப் படிப்பதிலிருந்து நீங்கள் துவக்கலாம்.

ஒலிநாடாவில் சுயபேச்சைக் கேட்பதிலுள்ள முதன்மையான பலன், அதிகமாக அலட்டிக் கொள்ளாமல் நீங்கள் இதைப் பயன்படுத்த முடியும் என்பதுதான். நீங்கள் வேறு ஏதேனும் ஒரு வேலையில் மும்முரமாக ஈடுபட்டிருக்கும்போது, உங்கள் சுயபேச்சு ஒலிநாடாவை

ஓடவிட்டுக் கேட்கலாம். ஒலிநாடாவில் சுயபேச்சைக் கேட்பது, உங்களுக்குத் தேவைப்படும் நேரத்தில், உங்களைப் பற்றிய மிகச் சிறந்த விஷயங்களை உங்களிடம் எடுத்துரைப்பதற்குத் தயாராக இருக்கின்ற உங்கள் உள்ளார்ந்த பயிற்றுவிப்பாளரை உங்கள் அருகிலேயே நிறுத்தி வைப்பதற்கான சௌகரியமான மற்றும் நடைமுறையில் செயல்படுத்தத்தக்க வழியாகும். நீங்கள் ஒரு நேர்மறையான, ஆக்கபூர்வமான சுயபேச்சாளராக ஆவதற்கு ஒலிநாடாக்கள் இன்றியமையாதவை அல்ல. ஆனால், அவற்றைப் பயன்படுத்திப் பார்க்குமாறு நான் உங்களுக்குப் பரிந்துரைக்கிறேன். அவை உங்கள் முயற்சிகளில் உங்களை ஊக்குவிக்கும், உங்கள் இலக்குகளை உங்களுக்கு நினைவூட்டும், உங்களுக்கு மிகவும் தேவைப்படும் நேரத்தில் உங்களுக்கு ஆதரவளிக்கும், அன்றைய தினம் முழுவதும் உங்கள் மனப்போக்கில் ஓர் எழுச்சியைக் கூட்டியிருக்கும்.

23
மாறுவதா வேண்டாமா

இக்கணத்தில் அல்லது எதிர்காலத்தில் ஏதோ ஒரு சமயத்தில், ஒரு மாற்றத்தை ஏற்படுத்துவதென்று நீங்கள் தீர்மானிக்கக்கூடும். நான் உங்களுக்கு ஒருசில ஊக்குவிப்பு வார்த்தைகளைக் கொடுக்க விரும்புகிறேன். நீங்கள் என்ன செய்ய விரும்புகிறீர்கள் என்று ஏற்கனவே நீங்கள் அறிந்திருக்கக்கூடும். விஷயம் அப்படியிருந்தால், அதற்கான நேரம் வந்துவிட்டது என்று உங்கள் உள்ளார்ந்த மனம் கூறினால், அந்த வேளை வந்துவிட்டது என்று அர்த்தம்.

"இருப்பதா அல்லது வேண்டாமா . . ." என்ற வார்த்தைகளை ஷேக்ஸ்பியர் எழுதியபோது, சுயத்தின் ஜீவநாடியைத் தான் தொட்டுவிட்டோம் என்பதை அவர் அறிந்திருக்காமல் போயிருக்கலாம். இருப்பதா அல்லது வேண்டாமா என்பதுதான் கேள்வி. உருவாவதா அல்லது வேண்டாமா? சாதிப்பதா இல்லை சாதிக்காமல் போவதா? செய்யவா இல்லை வேண்டாமா? இந்தக் கேள்விகளுக்கான விடைதான் நம் ஒவ்வொருவருக்குமான எதிர்காலத்தையும் வெற்றியையும் தீர்மானிக்கின்ற விடையாகும்.

நமது முன்னேற்றத்தைக் கணக்கிடுவது ஒரு நல்ல யோசனைதான். நாம் எவ்வளவு சிறப்பாகச் செயல்பட்டுக் கொண்டிருக்கிறோம் என்று நம்மிடம் நாமே கேட்டுக் கொள்வது ஓர் ஆரோக்கியமான விஷயம்தான். நமது முன்னேற்றத்தைக் கணிப்பதற்கும், சீர்தூக்கிப் பார்ப்பதற்கும், மதிப்பீடு

செய்வதற்கும் நமக்கு உரிமையும் தேவையும் உள்ளன. நாம் எங்கேனும் சென்றடைந்து கொண்டிருக்கிறோமா இல்லையா? நாம் வெறுமனே வாழ்க்கையை ஓட்டிக் கொண்டிருக்கிறோமா அல்லது நம்மால் முடிந்த அளவுக்குச் சிறப்பாகச் செயல்பட்டுக் கொண்டிருக்கிறோமா? நாம் செய்ய விரும்புவதைச் செய்து கொண்டிருக்கிறோமா அல்லது இதைவிடச் சிறந்த வேறு ஏதேனும் ஒன்றைச் செய்ய விரும்புகிறோமா? நாம் நம்மிடம் எதிர்பார்ப்பவற்றுடன் ஒத்திசைவாக இருக்கிறோமா அல்லது ஓரிரு மாற்றங்களை ஏற்படுத்த விரும்புகிறோமா?

நம்மில் பெரும்பாலானவர்கள் நம் வாழ்வில் சில மாற்றங்களை ஏற்படுத்த விரும்புகிறோம். சில சமயங்களில், ஏதேனும் ஒன்றை வித்தியாசமாகச் செய்வதற்கு அல்லது கடந்தகாலத்தில் நாம் கையாண்ட ஏதோ ஒன்றை இன்னும் சிறப்பாகக் கையாள்வதற்கு நமக்கு உதவக்கூடிய ஒரு சிறு மாற்றத்தை ஏற்படுத்த நாம் விரும்பக்கூடும். மற்ற சமயங்களில், நமது பழைய பயிற்றுவிப்பை முற்றிலுமாகத் தூக்கி எறிந்துவிட்டுப் புதிய பயிற்றுவிப்பை அங்கு குடியமர்த்தி, ஒரு மாபெரும் மாற்றத்தை ஏற்படுத்த விரும்புகிறோம்.

ஒருசில மாற்றங்களைச் செய்வதன் மூலம் வாழ்க்கையை உங்கள் விருப்பப்படி அமைத்துக் கொள்வது சுலபமாக இருக்கும்போது, நீங்கள் ஏன் அதைச் செய்யக்கூடாது?

நீங்கள் ஒரு மாற்றத்தை நிகழ்த்த விரும்புகிறீர்களா?

எந்தவிதமான அதிக எதிர்பார்ப்பும் இல்லாமல், வீட்டிலோ அல்லது அலுவலகத்திலோ ஒரு பிரச்சனையைத் தீர்க்க விரும்பிய மக்களையும், தங்கள் வளர்ச்சிக்கு அல்லது தங்கள் வாழ்க்கையை சுலபமாக்குவதற்கு உதவக்கூடிய, தங்களைப் பற்றிய சில விஷயங்களை மாற்ற விரும்பிய மக்களையும் எனக்குத் தெரியும். அவர்களுக்கென்று எந்தவொரு பெரிய இலக்கும் இருக்கவில்லை. எல்லாவற்றைக் குறித்தும் சலித்துக் கொள்ளும் மக்களையும் எனக்குத் தெரியும். வேறு வேலை, புதிய கணவன் அல்லது மனைவி, வீட்டை விற்றுவிட்டு வேறொரு மாநிலத்திற்குக் குடிபெயர்வது போன்ற பெரிய மாற்றங்களை அவர்கள் தங்கள் வாழ்வில் ஏற்படுத்த விரும்பினர். தங்கள் வாழ்க்கையையும் எதிர்காலத்தையும் மாற்றுவதற்கு எதையும் செய்ய அவர்கள் தயாராக இருந்தனர். தங்கள் வீடு, கார், அல்லது வேலையை மாற்றுவதன் மூலம்

தங்கள் வாழ்க்கையை மாற்ற விரும்பிய மக்களையும் நான் அறிவேன்.

ஆனால் அவர்களில் பெரும்பாலானவர்களுக்கு, மாற்றம் என்பது ஓர் உண்மையான மாற்றமாக இருக்கவில்லை, அவர்களுக்கு அது பலனளிக்கவில்லை. அவர்கள் தங்கள் பழைய பயிற்றுவிப்பைத் தங்களுடன் எடுத்துச் சென்றனர். நம் நண்பர்களையும், வாழ்க்கைத் துணையையும், வேலைகளையும், வீடுகளையும் நாம் மாற்றக்கூடும், ஆனால் நம்மை மகிழ்ச்சியின்மைக்கு ஆளாக்கிய, நமக்கு உதவிய, அல்லது நம்மைப் பிரச்சனைக்கு உட்படுத்திய நம்முடைய பழைய பயிற்றுவிப்பை நம்மோடு எல்லா இடங்களுக்கும் எடுத்துச் செல்வோம். நாம் செல்லும் இடங்கள் அனைத்திற்கும், நாம் செய்யும் காரியங்கள் அனைத்திலும், நாம் நமது பழைய உருவங்களை நம்முடன் எடுத்துச் சென்றால், அடுத்த முறை நாம் முயற்சிக்கும்போது சிறப்பாகச் செய்வோம் என்று எப்படி நம்மால் எதிர்பார்க்க முடியும்?

நம்முடைய நம்பிக்கைகள், மனப்போக்குகள், உணர்ச்சிகள், நடத்தை, நடவடிக்கைகள், அல்லது விளைவுகளில் நாம் ஏதேனும் ஒரு முக்கியமான மாற்றத்தை ஏற்படுத்த விரும்பினால், நிகழ்ந்து கொண்டிருக்கும் மாற்றங்கள் யாருடைய அல்லது எதனுடைய கட்டுப்பாட்டில் உள்ளன என்பதை முதலில் நாம் தீர்மானிக்க வேண்டும்.

உங்கள் வாழ்வில் நிகழ்ந்து கொண்டிருக்கும் மாற்றங்களை எவ்வாறு நீங்கள் அடையாளம் காண்பீர்கள்? அவை தற்செயலான நிகழ்வுகளா, அல்லது தலைவிதி, சூழல், அல்லது தனிப்பட்ட முடிவு போன்றவற்றின் விளைவால் நிகழ்கின்றனவா?

உங்களுக்கு வெளியே இருக்கின்ற ஏதோ ஒன்று உங்களுக்கு நிகழ்வதாலோ அல்லது உங்களுக்குள் இருக்கும் ஒன்றின் காரணமாகவோ மாற்றம் நிகழ்கிறது.

வெளிப்புறத் தாக்கங்களால் உருவாக்கப்படும் மாற்றம்

இவ்வகையான மாற்றத்தில், மாற்றம் நிகழ்ந்து கொண்டிருக்கிறது என்று நம்மை எச்சரிப்பதற்கு எந்தவொரு முக்கியமான உளவியல் தாக்கமும் நம்மிடம் ஏற்படுவதில்லை. இவ்வகையான மாற்றத்தில் எந்தவொரு தீங்கும் இல்லை. உண்மையில், இந்த மாற்றம் புலப்படுவதே இல்லை. இந்த

மாற்றம் இயல்பாகவும் தற்செயலாகவும் நிகழ்கிறது. ஒவ்வொரு நாளும் நம்முடைய சிந்தனையை மறுவடிவமைப்பு செய்கின்ற, நம் கண்களுக்குப் புலப்படாத வெளிப்புறத் தாக்கங்களால் இந்த மாற்றம் நிகழ்கிறது.

இந்த வகையான மாற்றமானது, எதிர்பார்ப்புகள், சிறு நிகழ்வுகள், நிறுவனத்தின் கொள்கைகள், தனிப்பட்ட உறவுகள், உறவினர்கள், குடும்பத் தேவைகள், பெற்றோர் என்ற முறையில் அதிகாரம், மதரீதியான கருத்துக்கள், அனைத்து வகையான விளம்பரங்கள், பொருளாதாரப் போக்குகள், மற்றும் தொலைக்காட்சி, வானொலி, பத்திரிகைகள், செய்தித்தாள்கள் ஆகியவற்றுடனான தினசரிப் பரிச்சயம், சமூகத் தேவைகள், அரசியல் பதவிகள், ஏறுக்குமாறான கருத்துக்கள், நெருங்கிய நண்பர்கள், எதேச்சையான விமர்சனங்கள் போன்ற வெளிப்புறத் தாக்கங்களின் வாயிலாக நம் மனப்போக்கில் ஏற்படுகின்ற சிறு மாற்றங்களின் விளைவாக ஏற்படுகிறது.

நம் வாழ்வின் பெரும்பாலான பகுதிகளை இத்தாக்கங்கள் வடிவமைப்பது வினோதமான விஷயம். ஆனாலும் அதுதான் உண்மை. அவை அனைத்தும் மோசமானவையோ அல்லது முரணானவையோ அல்ல. அவற்றில் சில நமக்குத் தேவையானவை, மதிப்புவாய்ந்தவை. இவற்றில் ஒருசில தாக்கங்கள் மிகச் சிறந்தவை. ஆனால் ஒட்டுமொத்தமாகப் பார்த்தால், அவை அற்பமானவை, மிகவும் சாதாரணமானவை.

அன்றாட வாழ்க்கை குறித்தப் பயிற்றுவிப்பானது, 'சமூகத்தில் பிழைத்திருப்பது' என்ற, மனிதகுலத்தின் மாபெரும் தேவைதான் ஒவ்வொரு மனிதனின் மாபெரும் சாதனையும்கூட என்று நம்மை எப்படியோ நம்ப வைக்கிறது.

இதன் விளைவாக, நாம் சாதிப்பதற்கு மாறுவதற்குப் பதிலாக, மற்றவர்களின் ஒப்புதல் நமக்குக் கிடைக்கும் விதத்தில் உயிர்பிழைத்திருப்பதற்கு நம்மையும் அறியாமல் மெல்ல மெல்ல மாறுகிறோம். நாம் வாழ்க்கையை ஓட்டுகிறோம். நாம் என்ன செய்தாக வேண்டுமோ, அதைச் செய்கிறோம். நம்மால் முடிந்த அளவுக்கு அதைச் சிறப்பாகச் செய்கிறோம், முடிந்த அளவுக்கு மற்றவர்களுடன் கலந்து பழகுகிறோம், நம்முடைய பாத்திரங்களை வகிக்கிறோம், நமது வேலைகளைச் செய்கிறோம், எதிர்காலத்திற்காகச் சிறிதளவு சேமிக்கிறோம், சிறந்தவற்றை எதிர்பார்க்கிறோம். குழந்தைகளாக இருந்தபோது நாம் கண்ட கனவுகளை இனிமேலும் நம்பாமல் இருப்பதற்குக் கற்றுக் கொள்கிறோம்.

இவ்வாறு வாழத்தான் நமக்குக் கற்றுக் கொடுக்கப்பட்டுள்ளது. நாம் ஒவ்வொருவரும் ஓர் ஒட்டுமொத்த இசைக்குழு என்று நம்புவதற்குப் பதிலாக, அறிந்து கொள்வதற்குப் பதிலாக, அந்த இசைக்குழுவில் நாம் ஒரு புல்லாங்குழல் மட்டுமே என்று நாம் நம்ப வைக்கப்பட்டு இருக்கிறோம். ஒரு நண்பனின் வெட்டிப் பேச்சை நாம் காதுகொடுத்துக் கேட்கிறோம், தலைவர்கள் என்று சொல்லிக் கொள்பவர்களைப் பின்பற்றுகிறோம், வேறொருவருடைய விருப்பத்திற்கு ஏற்றாற்போல் வாழ்கிறோம், நம் கனவுகளைப் புதைத்துவிடுகிறோம், பிறகு சிறந்த விஷயங்கள் வரும் என்று நம்பிக் காத்திருக்கிறோம்.

நாம் வாழும் வாழ்க்கையின் மூலம் நாம் மாற்றப்படுகிறோம். இந்த மாற்றம் மெதுவான, ஆனால் நிச்சயமான சூழல் மாற்றமாகும். நம்மைச் சுற்றி இருக்கும் உலகம் நம்மீது திணித்த மாற்றமாகும். நாம் எதன் ஒரு பகுதியாக ஆகிறோமோ, அது நம்மில் ஒரு பகுதியாக ஆகிறது. நாம் எதைக் கருத்தில் கொள்கிறோமோ, எதை ஏற்றுக் கொள்கிறோமோ, அது நாம் யாராக ஆவோமோ அதன் ஒரு முக்கியப் பகுதியாக ஆகிவிடும்.

தனிப்பட்டத் தேர்ந்தெடுப்பினால் உருவாக்கப்படுகின்ற மாற்று மாற்றம்

நம்முடைய தனிப்பட்டத் தேர்ந்தெடுப்பால் உருவாக்கப்படுகின்ற மாற்றம்தான் நாம் ஒவ்வொருவரும் பொறுப்பேற்றுக் கொள்கின்ற ஒரு மாற்றமாகும்.

நீங்கள் என்ன செய்கிறீர்கள், எப்படி வாழ்கிறீர்கள், என்னவாக ஆகிறீர்கள் என்பது கிட்டத்தட்ட ஒட்டுமொத்தமாக உங்களைச் சார்ந்தது என்ற உண்மையைப் பற்றி எப்போதாவது நீங்கள் சிந்தித்தது உண்டா? நீங்கள் கையாள வேண்டிய வெளிப்புறச் சூழல்களும் இதில் நிச்சயமாக இருக்கும், ஆனால் அவற்றை நீங்கள் எவ்வாறு கையாள்கிறீர்கள் என்பது முழுக்க முழுக்க உங்கள் பொறுப்புதான். அடுத்து என்ன செய்ய வேண்டும் என்று நீங்கள் தீர்மானிக்கிறீர்களோ, அதுதான் அடுத்து நீங்கள் என்ன செய்வீர்கள் என்பதைத் தீர்மானிக்கிறது.

நீங்கள் தேர்ந்தெடுக்கும் விஷயத்தையே செய்வது என்ற தீர்மானத்தை மேற்கொள்ளுங்கள். அப்போது நீங்கள் எடுத்து வைக்கும் அடுத்த அடி உங்கள் சொந்த அடியாக இருக்கும்.

மாறாக, நீங்கள் ஓர் ஓரமாக அமர்ந்து, உங்களைச் சுற்றி இருக்கும் உலகம் உங்களை வழிநடத்த அனுமதித்துவிட்டால், அது நிச்சயமாக அதைச் செய்யும். உங்களுடைய அடுத்த நடவடிக்கையை நீங்கள் தீர்மானியுங்கள். அதன் மூலமாக உங்கள் எதிர்காலத்தை நீங்கள் தீர்மானிக்க வேண்டும். இது உங்களால் முடியும். நீங்கள் மேற்கொள்ளும் ஒவ்வொரு சுவாசமும் உங்களது சொந்த சுவாசமாக இருக்குமென்று தீர்மானியுங்கள். அதில் உறுதியாக இருங்கள். அப்போது உங்களது ஒவ்வொரு சுவாசமும், நடவடிக்கையும், இயக்கமும், சாதனையும் உங்களுடைய சொந்த விருப்பத்தேர்வின் அடிப்படையில் அமைந்திருக்கும்.

உங்களுக்கென்று நீங்கள் எதைத் தீர்மானிக்கிறீர்களோ, உங்கள் ஆற்றல்களை எந்தக் காரியங்களுக்குக் கொடுக்கிறீர்களோ, அது உங்கள் கனவுகளை நனவாக்குவதற்குத் தேவையான ஓர் உயிர்சக்தியை உருவாக்கும் அல்லது பயன்படுத்திக் கொள்ளும் என்று நரம்பியல் அறிவியல் துறையில் மேற்கொள்ளப்பட்ட ஆய்வுகள் நிரூபித்துள்ளன. ஆனால் இதைச் சாதித்துக் கொடுக்கின்ற செயல்முறையை சமீபத்தில்தான் நாம் கற்றுக் கொண்டுள்ளோம்: எவ்வாறு சிந்திக்க வேண்டும் என்பதைக் கற்றுக் கொள்ளுங்கள்; அப்போது உங்களது எதிர்காலத்தின் பெரும்பகுதியை நீங்கள் தீர்மானிக்கவும் வழிநடத்தவும் துவங்குவீர்கள். நீங்கள் சிந்திக்கும் விஷயத்தை எவ்வாறு சிந்திக்க வேண்டும் என்பதை நீங்கள் கற்றுக் கொண்டால், மீண்டும் எல்லாம் உங்கள் கட்டுப்பாட்டிற்குள் வந்துவிடும்.

மற்றவர்களின் எண்ணங்களும், யோசனைகளும், கண்டிப்பான எதிர்பார்ப்புகளும், தாக்கங்களும் கடந்தகாலத்தில் நம்முடைய வாழ்வின் பெரும்பகுதியை வழிநடத்தி, கட்டுப்படுத்தி, இயக்கி வந்துள்ளதுபோல், இப்போது நம் சொந்த மனத்தின் தனிப்பட்டக் கட்டுப்பாடானது நம்முடைய எதிர்காலத்தை நாமே மாற்றுவதற்கான ஒரு வாய்ப்பை நமக்குக் கொடுக்கிறது.

உங்களால் ஏராளமானவற்றைச் செய்ய முடியும். நீங்கள் விரும்பினால், உங்களுக்கும் நீங்கள் மாற்ற விரும்புகின்ற அல்லது சாதிக்க விரும்புகின்ற எதுவொன்றுக்கும் இடையே தடையாக நிற்கின்ற சுவரைத் தகர்த்தெறிய உங்களால் முடியும். அதற்கான மனஉறுதியை நீங்கள் உங்களுக்குக் கொடுங்கள். நீங்கள் எங்கு

சென்றடைய விரும்புகிறீர்களோ, அங்கு செல்வதற்கு உங்களுக்கு உதவக்கூடிய நம்பிக்கையையும் மனப்போக்கையும் உணர்ச்சியையும் நடவடிக்கையையும் உங்களுக்கு நீங்களே கொடுத்துக் கொள்ளுங்கள்.

இறுதி வித்தியாசம்

மனத்தின் செயல்பாடுகள், சாத்தியக்கூறுள்ள தீர்வுகள் ஆகியவற்றின் ஊடாக நாம் இப்பயணத்தைத் துவக்கினோம். தற்காலிக வெற்றி நல்லதுதான். ஆனால் தற்காலிக வெற்றியை ஒரு நிரந்தரமான வாழ்க்கைமுறையாக மாற்றுகின்ற ஏதோ ஒன்று அதிக அர்த்தம் கொண்டதாக இருக்கும். ஒவ்வொரு நாளும் அதிக வெற்றிகரமான வழியில் வாழ்வதைத்தான் நாம் ஒவ்வொருவரும் சாதிக்க விரும்புவோம்.

பல வழிகளில் நாம் இதுவரை பயணித்து வந்திருக்கிறோம். நமது தொழில்நுட்பத்திலும் பௌதீகச் செல்வத்திலும் கற்பனைக்கு எட்டாத உயரங்களை நாம் அடைந்திருக்கிறோம். கடந்தகாலத்தில் வாழ்ந்தவர்களுடன் ஒப்பிட்டுப் பார்த்தால், குறைந்தபட்சம், நம்மிடம் அதிக சௌகரியங்களும், அதிகமான கருவிகளும், வாழ்க்கைக்கான அதிகமான உபகரணங்களும் இருக்கின்றன. நமது மருத்துவம் மற்றும் அறிவியலின் ஊடாக, அதிக வருடங்கள் உயிர்வாழ்வதற்குத் தேவையான ஆற்றலை நாம் நீட்டித்திருக்கிறோம். நம்மைச் சுற்றி இருக்கும் அண்டத்தை நாம் வெற்றி கொண்டிருக்கிறோம். நம்முடைய வியாபாரங்களையும், சூற்றுச்சூழலையும், நம் தலைவிதியின் ஒரு சிறு பகுதியையும் நிர்வகிக்க நாம் கற்றுக் கொண்டுள்ளோம். ஆனால் நம் வாழ்வின் மைய ஆதாரமாக விளங்குகின்ற ஒரு முக்கியமான பகுதியை நிர்வகிக்க நாம் இன்னும் கற்றுக் கொள்ளவில்லை. நம்முடைய சொந்த மனத்தை நிர்வகிக்க நாம் இதுவரை கற்றுக் கொள்ளவில்லை.

தீர்வு

உங்கள் மனத்தின் வளங்களை நிர்வகிக்கவும், கட்டுப்படுத்தவும், வழிநடத்தவும் கற்றுக் கொள்வதுதான் நீங்கள் எதிர்கொள்ளக்கூடிய மாபெரும் சவாலாக இருக்கும்.

சுயநிர்வாகம்தான் அனைத்து விஷயங்களையும், மற்றவர்களையும், உங்கள் வளவசதிகளையும், உங்கள் எதிர்காலத்தையும் நிர்வகிப்பதற்கான திறவுகோல்.

சுயநிர்வாகம்தான் மனநிறைவும் குறிக்கோளும் நிறைந்த ஒரு வாழ்க்கையை வாழ்வதற்கும், முழுமையற்ற மற்றும் விரக்தியான வாழ்க்கையை வாழ்வதற்கும் இடையேயான வேறுபாடு. சுயநிர்வாகம்தான் இறுதி வெற்றி. அதற்கான தீர்வு நம் கைக்கெட்டும் தூரத்தில்தான் இருக்கிறது.

ஒரு குறுகிய எல்லைக்குள் நம்மை முடக்கிப் போட்ட, நம்முடைய மாபெரும் எதிரியின் பெயர்கூட சமீபகாலம் வரை நமக்குத் தெரிந்திருக்கவில்லை. நாம்தான் நமது மாபெரும் எதிரியாக இருந்து வந்திருக்கிறோம். நாம் எண்ணிய எண்ணங்கள்தான் அது. நம்முடைய சிந்தனைதான் நம்மை உருவாக்கியுள்ளது.

நமது தொழில்நுட்பம் ஏதோ ஒன்றை நமக்குக் கற்றுக் கொடுத்துள்ளது. மனித மூளை குறித்துத் தொடர்ந்து நாம் புரிந்து கொண்டுவரும் விஷயங்கள் சரியான திசையில் நம்மை வழிநடத்தி வந்துள்ளன. நாம் என்ன செய்கிறோம் என்பதும், நம்மைக் கொண்டு நாம் என்ன செய்கிறோம் என்பதும் ஒரு தற்செயலான நிகழ்வு அல்ல என்று நாம் கற்று வந்துள்ளோம். நாம் யார் என்பதும், நாம் என்னவாக ஆகியிருக்கிறோம் என்பதும் நமது பரம்பரையின் காரணமாக அல்ல. நம் ஒவ்வொருவருக்கும் அடுத்து என்ன நிகழ்கிறது என்பது நம்மைச் சார்ந்தது, நம் எண்ணத்தைச் சார்ந்தது.

நீங்கள் உங்களிடம் பேசுங்கள். சரியான வார்த்தைகளைக் கற்றுக் கொண்டு, அவற்றைப் பயன்படுத்துங்கள். சுயபேச்சை ஒரு தினசரிப் பழக்கமாக ஆக்கிக் கொள்ளுங்கள். அன்பான, பரிவான, அக்கறையான, வலிமையான, உறுதியான வழியில் உங்களிடம் பேசுங்கள். ஒவ்வொரு நாளும் சரியான வழியில் உங்களிடம் பேசுங்கள்.

நீங்கள் அவ்வாறு செய்யும்போது, மிகச் சிறந்த பரிசை உங்களுக்கு நீங்களே கொடுத்துக் கொள்வீர்கள்.

நாகலட்சுமி சண்முகம்

மொழிபெயர்ப்பாளர்

நாகலட்சுமி மிகச் சிறந்த ஊக்குவிப்புப் பேச்சாளர். மக்களிடம் பரிபூரண மாற்றம் கொண்டுவரும் கருத்தரங்குகளை இவர் நடத்தி வருகிறார். அமெரிக்காவின் ஊக்குவிப்புப் பயிற்சியாளர்களில் தலைசிறந்தவராக விளங்கி வருபவரும், உலகெங்கிலும் கோடிக்கணக்கில் விற்பனையாகிக் கொண்டிருக்கும் **'சிக்கன் சூப் ஃபார் த ஸோல்'** புத்தகங்களின் இணையாசிரியருமான **ஜாக் கேன்ஃபீல்டிடம்** அமெரிக்கா சென்று நேரடிப் பயிற்சி பெற்ற நாகலட்சுமி தன் பயிலரங்குகளின் வாயிலாக, ஜாக் கேன்ஃபீல்டின் **'வெற்றிக் கொள்கைகளை'** மற்றவர்களுக்குக் கற்றுக் கொடுத்து வருகிறார்.

நாகலட்சுமி முழுநேரப் பேச்சாளராக ஆவதற்கு முன்பு, பத்து வருடங்கள் கணினித் துறையில் தலைமைப் பொறுப்பு உட்படப் பல பதவிகளை வகித்தவர்.

தமிழ் நாடகத் துறையின் முன்னோடி மேதைகளான **டிகேஎஸ் சகோதரர்களில்** ஒருவரான **திரு முத்துசாமி** அவர்களின் பேத்தியான நாகலட்சுமியிடம் இருந்த இயல்பான தமிழ் ஆர்வம் அவரைத் தமிழ் மொழிபெயர்ப்புத் துறைக்கு இழுத்து வந்துள்ளது. அவரது மொழிபெயர்ப்பு நூல்களில் ரோன்டா பைர்ன், டாக்டர் ஜோசப் மர்ஃபி, ஜான் மேக்ஸ்வெல், டாக்டர் ஸ்பென்சர் ஜான்சன், நார்மன் வின்சென்ட் பீல், ஜான் கிரே, கேரி சேப்மேன், ஜாக் கேன்ஃபீல்டு, மார்க் விக்டர் ஹான்சன், பிரையன் டிரேசி மற்றும் டேல் கார்னகி போன்ற சர்வதேச அளவில் கொண்டாடப்படுகிற தலைசிறந்த நூலாசிரியர்களின் நூல்களும் அடங்கும்.

நாகலட்சுமி தனது கணவர் PSV குமாரசாமியுடனும், தன் மகன்கள் சித்தார்த் மற்றும் மனோரஞ்சனுடனும் தற்போது மும்பையில் வசித்து வருகிறார்.

ஷாட் ஹெம்ஸ்டெட்டர்

மனித நடத்தை ஆய்வாளர்

தனிமனித மேம்பாட்டுத் துறையில் அமோகமாக விற்பனையாகிக் கொண்டிருக்கும் பதிமூன்று புத்தகங்களை ஷாட் ஹெம்ஸ்டெட்டர் எழுதியுள்ளார். அவரது புத்தகங்கள் 65 நாடுகளில் வெளியாகி உள்ளன. ஓப்ரா வின்ஃபிரே, ஏபிசி, சிபிஎஸ், என்பிசி மற்றும் சிஎன்என் நியூஸ் உட்பட 1200க்கும் மேற்பட்ட வானொலி மற்றும் தொலைக்காட்சி நிகழ்ச்சிகளில் அவர் பங்கேற்றுள்ளார்.

ஹெம்ஸ்டெட்டர், மிகவும் மதிக்கப்படுகின்ற மனித நடத்தை ஆய்வாளர்களில் ஒருவர். நம்முடைய கடந்தகாலத்தில் நம் ஆழ்மனத்தில் பதிந்து போயுள்ள எதிர்மறையான சுயபேச்சை, திட்டவட்டமாக எழுதப்பட்ட மற்றும் ஒலிப்பதிவு செய்யப்பட்ட சுயபேச்சின் மூலம் அழித்து, அவ்விடத்தில் நேர்மறையான சுயபேச்சைப் பதிவு செய்ய முடியும் என்ற கருத்தை உருவாக்கியவர் அவர். அவரே உருவாக்கியுள்ள சுயபேச்சு ஆடியோ சிடிக்களைக் கேட்டுள்ள பல நாடுகளைச் சேர்ந்த பல்லாயிரக்கணக்கான மக்கள் பெரிதும் பயனடைந்துள்ளனர். பல துறைகளைச் சேர்ந்த நிபுணர்களும் அவரைப் பரிந்துரை செய்கின்றனர்.

அவர் ஆய்வு செய்து புத்தகங்கள் எழுதுவதோடு மட்டுமல்லாமல், அமெரிக்காவிலும் உலகின் பிற நாடுகளிலும் சொற்பொழிவுகளும் ஆற்றி வருகிறார். தங்கள் இலக்குகளை அடையவும், தனிப்பட்ட மற்றும் தொழில் வாழ்க்கையில் சாதனைகள் புரியவும் விரும்பும் மக்களை ஊக்குவிக்கும் விதமாக, ஹெம்ஸ்டெட்டர், மாதம் இருமுறை தனது தனிப்பட்ட ஊக்குவிப்புப் பேச்சை மின்னஞ்சல் மூலம் லட்சக்கணக்கானோருக்கு அனுப்பி வருகிறார்.

அவர் அமெரிக்காவிலுள்ள வட கரோலினா மாநிலத்தில் தன் மனைவி ஜூடித்துடனும் மகள் கேப்ரியுடனும் வசித்து வருகிறார்.